I0745172

Y Sĩ Tiền Tuyến
Nghiêm Sỹ Tuấn

Y SĨ TIỀN TUYẾN
NGHIÊM SỸ TUẤN

Chủ biên: Ngô Thế Vinh
Thân Trọng An, Lê Văn Châu, Trần Xuân Dũng,
Trần Đoàn, Nguyễn Thanh Giản, Bùi Khiết,
Trần Mộng Lâm, Trần Đạt Minh, Vũ Khắc Niệm,
Lê Văn Tập, Trần Hoài Thư, Hà Ngọc Thuần,
Vũ Văn Tùng, Trần Đức Tường, Đặng Vũ Vương

Mẫu bìa: Vũ Nguyễn
Đọc bản thảo & sách dẫn: Nguyệt Mai
Dàn trang: Lê Giang Trần
Kỹ thuật: Lê Hân, Tạ Quốc Quang
Tái bản: Tập San Y Sĩ Việt Nam Canada
& Việt Ecology Press

ISBN: 978-1927781616

Chủ biên: Ngô Thế Vinh
Thân Trọng An, Lê Văn Châu, Trần Xuân Dũng,
Trần Đoàn, Nguyễn Thanh Giản, Bùi Khiết,
Trần Mộng Lâm, Trần Đạt Minh, Vũ Khắc Niệm,
Lê Văn Tập, Trần Hoài Thư, Hà Ngọc Thuần,
Vũ Văn Tùng, Trần Đức Tường, Đặng Vũ Vương

Y Sĩ Tiền Tuyến
Nghiêm Sỹ Tuấn

Người Đi Tìm Mùa Xuân
Chân Dung & Tác Phẩm

Tập San Y Sĩ Việt Nam Canada
Việt Ecology Press 2019

Thác là thể phách, còn là tinh anh
Nguyễn Du

Tưởng niệm Bác sĩ Nghiêm Sỹ Tuấn
Gửi các Thế hệ Tương lai Việt Nam

Cách Trình Bày Tuyển Tập
Y Sĩ Tiền Tuyến Nghiêm Sỹ Tuấn

Phần Một:

15 tác giả viết về Nghiêm Sỹ Tuấn

ở những thời điểm khác nhau, có những bài rất xa cách đây hơn nửa thế kỷ, được viết ngay khi Nghiêm Sỹ Tuấn hy sinh tại chiến trường Khe Sanh 1968 như bài của BS Nguyễn Thanh Giản, của DS Vũ Văn Tùng... cho tới những bài mới viết gần đây 2019 như bài của BS Lê Văn Tập, BS Trần Xuân Dũng... tất cả là ký ức của bạn đồng môn, của chiến hữu viết về Nghiêm Sỹ Tuấn; tuy đơn sơ nhưng là những nét đan thanh kết hợp thành một chân dung Nghiêm Sỹ Tuấn.

Phần Hai:

Gồm tất cả tác phẩm quý hiếm của Nghiêm Sỹ Tuấn

còn sưu tập được, chủ yếu qua bộ báo Sinh viên Y khoa Tình Thương 63-67 mà NST là Thư ký Tòa soạn từ số 1 tới số 13. Bộ Tình Thương còn được lưu trữ trong thư viện Đại học Cornell; thứ đến Tập San Đại Học Quân Y 1968, Tuyển Tập Quân Y QLVNCH 2000, Tuyển Tập Thung Lũng Hoàng Hôn Nxb Y Tế 2002... gồm truyện ngắn *Những Người Đi Tìm Mùa Xuân, Para Bellum,* thơ *28 Sao,* biên khảo, tạp bút... và hai tác phẩm dịch quan trọng là cuốn hồi ký *Dưới Mắt Thượng Đế* của Hans Killian dịch chung với Nguyễn Vĩnh Đức, và cuốn *Lịch Sử Y Học* của Kenneth Walker dịch chung với Hà Ngọc Thuần.

Phần Ba:

Đọc Nghiêm Sỹ Tuấn

của 7 tác giả: Trần Thị Nguyệt Mai, Trần Mộng Tú, Nguyễn Thanh Bình, Lê Văn Công, Phan Tấn Hải, Phan Nhật Nam, Phạm Hồng Sơn

Kết Từ

Nghĩ tới một bệnh viện mang tên Nghiêm Sỹ Tuấn • *Vũ Khắc Niệm*

TÁC PHẨM NGÔ THẾ VINH:

Tiếng Việt:
- *Mây Bão*; nxb sông mã 1963, nxb văn nghệ 1993
- *Bóng Đêm*; nxb khai trí 1964
- *Gió Mùa*; nxb sông mã 1965
- *Vòng Đai Xanh*; nxb thái độ 1971, nxb văn nghệ 1987, nxb Văn Học 2018
- *Mặt Trận Ở Sài Gòn*; nxb văn nghệ 1996
- *Cửu Long Cạn Dòng Biển Đông Dậy Sóng*; nxb văn nghệ 2000, 2001; nxb giấy vụn 2014
- *Mekong Dòng Sông Nghẽn Mạch*; nxb văn nghệ 3/2007, nxb văn nghệ mới 12/2007, nxb giấy vụn 2012
- *Audiobook Mekong Dòng Sông Nghẽn Mạch*; văn nghệ mới 12/ 2007, nxb Việt ecology press, nhân ảnh 7-2017
- *Chân Dung Văn Học Nghệ Thuật và Văn Hóa*; nxb Việt ecology press, 2017
- *Y Sĩ Tiền Tuyến Nghiêm Sỹ Tuấn*; nhiều tác giả, Tập San Y Sĩ Việt Nam Canada, Việt ecology press, 2019

Tiếng Anh:
- *The Green Belt*; ivy house 2004
- *The Battle of Saigon*; xlibris 2005
- *Mekong - The Occluding River*; Universe 2010
- *The Nine Dragons Drained Dry - East Sea In Turmoil*; Việt ecology press, người việt & nxb giấy vụn 2016

MỤC LỤC

PHẦN BA
Đọc Nghiêm Sỹ Tuấn

Kết Từ

Sách Dẫn   443

PHẦN MỘT

Các Tác Giả Viết Về Nghiêm Sỹ Tuấn

***Thân Trọng An*** *sinh năm 1947, nguyên quán Huế, trung học J.J. Rousseau, tốt nghiệp Y Khoa Sài Gòn 1972, cựu Nội Trú các Bệnh viện Sài Gòn, Khoá 15 Quân Y Trưng Tập, nguyên Y Sĩ trưởng Bệnh viện Tiểu Khu kiêm Giám Đốc Bệnh viện Phối Hợp Quân Dân Y tỉnh Bình Long (An Lộc). Tỵ nạn Canada 1975, Thường Trú Giải Phẫu Đại Học Laval, Quebec 1977, FRCSC và CSPQ Canada 1981. Cựu Chủ tịch Hội Y Sĩ Việt Nam Canada, Chủ bút Tập San Y Sĩ Canada, cư trú tại Montréal.*

Y sĩ Trung úy Thân Trọng An

Tập San Y Sĩ Giới Thiệu
Tuyển Tập Nghiêm Sỹ Tuấn

Cuối thu năm 2018, nhà văn bác sĩ Ngô Thế Vinh có nhã ý mời Tập San Y Sĩ cùng đứng tên xuất bản và phát hành *TUYỂN TẬP NGHIÊM SỸ TUẤN* mà anh có dự định từ lâu, và ngay khi đề xướng thì được nhóm bạn *Nguyệt San Tình Thương* năm xưa sốt sắng hưởng ứng.

Anh em trong "Tình Thương" (1963-1967), một tờ báo do sinh viên Y Khoa Sài Gòn chủ trương, về sau đều đi lính, đều thành danh và nổi tiếng trên TSYS, trên văn đàn như Lê Văn Châu, Trần Xuân Dũng, Nguyễn Thanh Bình, Trần Mộng Lâm, Nguyễn Vĩnh Đức, Hà Ngọc Thuần, Ngô Thế Vinh... Cùng chung ý tưởng dấn thân, các anh thường chọn các binh chủng "thứ dữ" như Nhảy Dù có Lê Văn Châu, Trần Đoàn, Nghiêm Sỹ Tuấn, Đường Thiện Đồng, như Thủy Quân Lục Chiến có Trần Xuân Dũng, Phạm Đình Vy... Lực Lượng Đặc Biệt có Lê Thành Ý, Ngô Thế Vinh...

Nhà văn Ngô Thế Vinh rất đa tài và quảng bác. Với cách hành văn giản dị trong sáng, các bài viết đều được trình bày một cách khoa học, mạch lạc, kèm thêm nhiều hình ảnh, với danh sách liệt kê các tài liệu tham khảo... Ngoài sở trường tranh đấu bảo vệ môi sinh, anh cũng rất nhiều tình cảm, tình nghĩa với ân sư (viết bài về các *Gs Phạm Biểu Tâm, Gs Phạm Hoàng Hộ, Gs Trần Ngọc Ninh*), cảm thông với văn hữu *(Chân Dung Văn Học Nghệ Thuật và Văn Hóa)*, tri kỷ với nghệ sĩ (họa sĩ *Nghiêu Đề, Nguyên Khai, Đinh Cường,* điêu khắc gia *Lê Ngọc Huệ, Mai Chửng*), tri âm với "đồng môn - đồng đội" (chủ đề *Tình Thương TSYS 184,* tổ chức *Hội Ngộ 50 năm khóa Sài Gòn 68,* Tuyển Tập *Nghiêm Sỹ Tuấn...)*

Tập San Y Sĩ đã mời anh hai lần làm đồng chủ bút cho số 184 *"Tình Thương, Một thời nhân bản"* và số 201 *"Giáo Sư Phạm Biểu Tâm, Biểu tượng của Y Đạo, Y Học, Y Thuật",* nay được anh "đáp lễ" mời cùng đứng tên xuất bản và phát hành *Tuyển Tập Nghiêm Sỹ Tuấn* do anh chủ trương và cùng các Bạn chu toàn. Mà anh còn nói là nếu phát hành sách có lợi nhuận thì sẽ tặng cho TSYS để duy trì tờ báo, giống như anh Trần Xuân Dũng vẫn thường xuyên yểm trợ.

Bác sĩ Nghiêm Sỹ Tuấn, theo hình ảnh và bài viết trong TSYS 184, mang vẻ một thư sinh nhiều phong cách của một nho gia, điềm đạm, chừng mực, khí khái, hiếu để và hiếu học. Học chuyên môn đã giỏi, anh Tuấn còn biết rộng, có khiếu sinh ngữ, có đặc tài dịch thuật và chịu khó trau giồi kiến thức tổng quát nên các bài anh viết, viết chung, dịch chung *(Những người đi tìm mùa xuân, Ý thức tinh thần đại học...)* trên nguyệt san Tình Thương rất được mến chuộng. Anh làm thơ cũng rất hay và thường "yếm thế" nhắc đến lửa đạn, đến những điều không may *(Sáu buồn trước tử biệt sinh ly...).* Ngày Trưng Tập vào Quân Y năm 1966 anh tình nguyện gia nhập binh chủng Nhảy Dù phục vụ tại Tiểu Đoàn 6 Nhảy Dù, thản nhiên thi hành bổn phận trai thời chiến rất tận lực và tận tâm:

> *Cuối năm tốt nghiệp khoác chinh y*
> *Bom đạn, lầm than, sá quản gì*
> *Giữa chốn sa trường say khói súng*
> *Thản nhiên nào nghĩ chuyện an nguy*
>
> Thân Trọng An

Vài tháng sau Tết Mậu Thân 1968 anh bị tử thương, hy sinh tại chiến trường Khe Sanh.

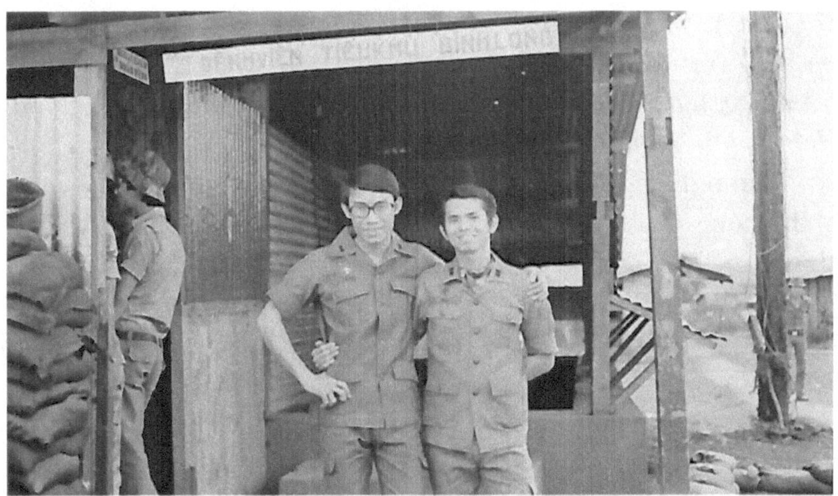

Hình chụp trước cổng xuống hầm Phòng Mổ của Bệnh viện Tiểu Khu Bình Long (An Lộc), cũng là kho thuốc, và nơi trú ngụ của các bác sĩ và toán y tá trực; hầm này ở sát hầm của Bộ Chỉ huy Tiểu khu. Từ phải: Y sĩ Trung úy Thân Trọng An, Nha sĩ Trung úy Trần Kim Long.

[Tư liệu BS Thân Trọng An]

Tôi thiết nghĩ Nghiêm Sỹ Tuấn là biểu tượng của thế hệ thanh niên Việt Nam Cộng Hòa lớn lên trong khói lửa chiến tranh tại miền Nam, được hưởng Tự Do Dân Chủ và Công Bình Bác Ái đứng lên Đáp Lời Sông Núi làm nhiệm vụ Trai Thời Chiến để bảo vệ Đất Nước và Dân Chúng, cũng như GS Phạm Biểu Tâm là biểu tượng của Y Đạo, Y Học và Y Thuật đã được trình bày trên TSYS 201.

Vì là Quân Y Sĩ, chúng tôi biết rõ nhất về các đóng góp của giới Quân Y, nên chúng tôi mới đưa *"Vị quốc vong thân Y Sĩ Trung Úy Tình Thương Nghiêm Sỹ Tuấn"* như một biểu tượng.

Tại Little Saigon, Westminster California, trong lời phát biểu tại buổi ra mắt sách *"Đời Y Sĩ trong cuộc chiến tương tàn"* tháng 10 năm 2014 của Bác Sĩ Nguyễn Duy Cung, Giáo Sư Trần Ngọc Ninh đã nói: *"Cuộc đời tiêu biểu của một Bác Sĩ Quân Y trong thời đại loạn, không những chiến tranh nội chiến, chiến tranh toàn diện mà người dân, người lính phải chịu đựng trong cuộc chiến tương tàn, người Y Sĩ Quân Y còn phải chữa cho những bệnh nhân không phải là bạn…"* Ông kết luận: *"cuộc đời của một Bác*

Sĩ Quân Y càng khổ bao nhiêu thì càng vinh dự bấy nhiêu…" như thi hào Corneille trong Le Cid đã viết *"A vaincre sans péril on triomphe sans gloire / Chiến đấu không gian nan, Chiến thắng không vinh quang."*

Xin nghiêng mình trước anh linh của biết bao anh hùng các binh chủng khác đã đóng góp xương máu, riêng ngành Quân Y, chúng ta cũng đã từng thương tiếc các Y Sĩ Trung Úy Đoàn Mạnh Hoạch, Trương Bá Hân, Đỗ Vinh, Trần Ngọc Minh, Phạm Bá Lương, Nguyễn Văn Nhứt, Trần Thái, Lê Hữu Sanh, Nghiêm Sỹ Tuấn, Phạm Đình Bách…

Đọc *Tuyển Tập Nghiêm Sỹ Tuấn* mọi người sẽ sống lại thời xuân trẻ của mình. Tuy đời sống cá nhân có vài khác biệt, nhưng ta sẽ tìm thấy ở đó những kỷ niệm chung về thời thế, về cuộc sống tuy bị lâm cảnh chiến tranh nhưng vẫn có tự do dân chủ, vẫn đáng sống và cả sung túc tương đối so với bây giờ. Chúng ta sẽ nhớ lại những tình cảm thân thương hài hòa, những người bạn cũ hay họ hàng thân thiết đã từng cùng nhau chung hưởng tự do và xây dựng xã hội miền Nam. Chúng ta cũng sẽ cảm nhận lại những ngậm ngùi khi đưa tiễn người thân về miền miên viễn. Dẫu sao cũng là *"một thời để yêu, một thời để chết"* của chúng ta trong những *"ngày xưa yêu dấu"* tiềm ẩn trong ký ức được khơi lên mãnh liệt trong khoảnh khắc.

Đối với thế hệ trẻ hơn, quyển sách này sẽ đưa các bạn sống vào thời hào hùng của cha anh, không dối trá, không cường điệu, không bẻ cong lịch sử để các bạn chia sẻ như một tài liệu chân thực khi tìm đọc lịch sử Việt Nam cận đại, hay là nghiên cứu lối sống của người dân trong xã hội thời Việt Nam Cộng Hòa.

Mong rằng *Tuyển Tập Nghiêm Sỹ Tuấn* sẽ được mọi người đón nhận và ủng hộ thật nồng nhiệt.

Thay mặt Ban Biên Tập TSYS

Thân Trọng An,
Chủ Bút Tập San Y Sĩ, Canada

Y sĩ Trung úy
Ngô Thế Vinh 1969

Ngô Thế Vinh sinh năm 1941, Thanh Hóa, nguyên quán Hà Nội, di cư 1954, trung học Quốc Học Huế, Chu Văn An Sài Gòn. Tốt nghiệp Y Khoa Sài Gòn 1968. Làm báo SVYK Tình Thương. Y sĩ trưởng Liên Đoàn 81 Biệt Cách Dù, Y Khoa Phục Hồi Letterman General Hospital San Francisco 1972, Trường Quân Y. Tù cải tạo từ 1975 tới 1979, định cư ở Mỹ 1983, tốt nghiệp Nội Khoa các BV Đại học New York. Bác sĩ điều trị và giảng huấn tại Bệnh viện Nam California. Tác phẩm: Vòng Đai Xanh 1971, Mặt Trận ở Sài Gòn 1996, Cửu Long Cạn Dòng Biển Đông Dậy Sóng 2000, Mekong Dòng Sông Nghẽn Mạch 2007.

Nghiêm Sỹ Tuấn Cánh Én Mùa Xuân

NGÔ THẾ VINH

Dẫn nhập *– Chiến tranh, không phải là chấp nhận hiểm nguy, không phải là chấp nhận giao tranh. Ở một thời khắc nào đó, với người chiến binh, là sự chấp nhận thuần túy và giản đơn cái chết. La guerre, ce n'est pas l'acceptation du risque, ce n'est pas l'acceptation du combat. C'est à certaines heures, pour le combattant, l'acceptation pure et simple de la mort.*

A. de Saint-Exupéry (*Pilote de guerre*)

TIỂU SỬ

Nghiêm Sỹ Tuấn, bút hiệu là Yển Thử, [bút hiệu này chỉ được dùng một, hai lần cho mấy bài thơ *28 Sao* trên báo Tình Thương], sinh ngày 7 tháng 2 năm 1937 tại Nam Định, Bắc phần trong một gia đình thanh bạch và đông anh em. Cấp sách tới trường muộn màng ở tuổi 14. Hoàn tất học trình Trung học và Đại học trong khoảng thời gian 14 năm. Những năm học Y khoa, Nghiêm Sỹ Tuấn là Thư ký tòa soạn báo Sinh viên Y Khoa *Tình Thương* từ số ra mắt tới số 13 [khoảng thời gian từ 01-1964 tới 01-1966] tới ngày Anh ra trường, là tác giả nhiều bài viết sâu sắc, mang nặng những suy tư về các vấn đề văn hóa, xã hội và vận mệnh đất nước.

Nghiêm Sỹ Tuấn tốt nghiệp Bác Sĩ Y Khoa 1965 ở tuổi 28. Không là Quân Y hiện dịch, nhưng Nghiêm Sỹ Tuấn tình nguyện gia nhập binh chủng Nhảy Dù, là một y sĩ tiền tuyến có mặt trên nhiều trận địa khắp bốn vùng chiến thuật, hai lần bị chiến thương, nhưng Anh vẫn tình nguyện ở lại đơn vị tác chiến, anh hy sinh trên chiến trường Khe Sanh sau Tết Mậu Thân, khoảng tháng 4 năm 1968[1], ở tuổi 31 ngay giữa tuổi thanh xuân.

Năm 2010, khi Tập San Y Sĩ Canada thực hiện số báo chủ đề *Tình Thương, Một Thời Nhân Bản*, mọi người đều cảm nhận được dấu ấn rất rõ nét của Nghiêm Sỹ Tuấn ngay trong tòa soạn và xuyên suốt trên nội dung tờ báo Tình Thương.

Tính đến nay 2019, Nghiêm Sỹ Tuấn mất cũng đã hơn nửa thế kỷ. Sau này mới được biết, sau Nghiêm Sỹ Tuấn, còn có thêm hai người em trai của Anh cũng hy sinh trên những trận địa khác. Chỉ riêng gia đình anh đã cống hiến ba người con trong cuộc Chiến Tranh Việt Nam, một hy sinh và mất mát thật vô cùng lớn lao.[2]

ĐI TÌM CHÂN DUNG NGHIÊM SỸ TUẤN

Năm Nghiêm Sỹ Tuấn tử trận, cũng là năm lớp Y khoa 68 ra trường. Tính đến nay, qua hơn nửa thế kỷ, trải qua rất nhiều hoàn cảnh và những thử thách khác nhau, với bao nhiêu biến động và thăng trầm của đất nước, có thể nói các bạn của Nghiêm Sỹ Tuấn là những người sống sót, và để rồi chẳng thể ngờ rằng nay vẫn còn có dịp nhìn về một chặng đường quá khứ, tìm lại khoảng thời gian đã mất.

Viết về báo *Tình Thương* sẽ thiếu sót nếu không viết về Nghiêm Sỹ Tuấn [NST]. NST không những đã ghi dấu ấn trên tờ báo Sinh viên Y khoa Tình Thương năm xưa mà cả ngay trong tòa soạn, trên các bạn đồng môn trong nhóm Tình Thương, và hơn thế nữa theo Đặng Vũ Vương thì NST đã gián tiếp ảnh hưởng đến hướng đi cuộc đời của nhiều người sau này. Trong bài viết cho Tập San Đại Học Quân Y, cũng chính Đặng Vũ Vương đã ví NST như là một "sao chổi" thoáng bay qua vòm trời Tình Thương, tuy ngắn ngủi nhưng đã để lại dấu tích lâu dài và sâu đậm trên bạn hữu và những ai đã một lần tiếp xúc với Tuấn.

Hành quân Tây nguyên 1970, từ trái: Trung úy Nguyễn Sơn, Liên toán trưởng Thám Sát; Trung úy Nguyễn Ích Đoan, Đại đội trưởng ĐĐ1/ LĐ81/BCD (chết trong trại tù CS Vĩnh Phú Bắc Việt 1980), Y sĩ Trung úy Ngô Thế Vinh, Trung úy Nguyễn Hiền, trưởng Ban 2/ LĐ81/ BCD.

[tư liệu Nguyễn Hiền]

Nghiêm Sỹ Tuấn giỏi chữ Hán, tiếng La Tinh, anh có năng khiếu về ngoại ngữ: tiếng Pháp, tiếng Anh, anh còn học thêm cả tiếng Đức cùng với Trần Xuân Dũng ở Goethe-Institut Saigon. Khi cùng dịch tác phẩm *Dưới Mắt Thượng Đế* của Hans Killian, Nguyễn Vĩnh Đức chủ yếu dịch từ bản tiếng Pháp *Sous le Regard de Dieu* của Max Roth, trong khi Nghiêm Sỹ Tuấn còn cẩn trọng tham khảo thêm từ bản gốc tiếng Đức *Hinter Uns Steht Nur Der Herrgott*.

Cho dù đã vô cùng bận rộn với học trình bảy năm Y khoa, từ phòng thí nghiệm tới giảng đường cho tới các bệnh viện, Nghiêm Sỹ Tuấn vẫn dành thời gian cho các sở thích về nhiều bộ môn nghệ thuật: thơ nhạc họa và ngoài sách Y khoa, anh đọc nhiều sách Triết học.

Nghiêm Sỹ Tuấn có cá tính rõ rệt, một con người tài năng và lý tưởng, Anh không xuất thân từ một danh gia vọng tộc mà gốc gác bình dân như tuyệt đại đa số các gia đình Việt Nam khác, nhưng anh là hình ảnh kẻ sĩ hiếm hoi, được kết tinh từ những phẩm chất làng xã Việt Nam, với truyền thống và nề nếp giúp xã hội Việt Nam đứng vững và tồn tại qua bao ngàn năm thăng trầm của lịch sử. Nghiêm Sỹ Tuấn chính là mẫu người quân tử Đông Phương hiếm hoi thuần Việt còn vương sót lại ở hậu bán thế kỷ 20.

Nghiêm Sỹ Tuấn viết văn khi đang còn là một sinh viên, có thể là sớm hơn. Từ 1963, cùng với các bạn Y khoa làm báo *Tình Thương* như *"một diễn đàn cho những ý tưởng nhân bản, hướng tới một xã hội lý tưởng và không mang nặng tính chủ nghĩa"* [GS Trần Ngọc Ninh]. Ngay từ các bài viết xuất hiện rất sớm trên tờ báo Tình Thương, Nghiêm Sỹ Tuấn *đã quan tâm tới các vấn đề cơ bản* của đất nước: giáo dục, xã hội, và thời sự.

Nghiêm Sỹ Tuấn chỉ để lại vài truyện ngắn, mấy bài thơ, một cuốn nhật ký viết dở dang và có thể còn ở đâu đó là những trang bản thảo đã bị thất lạc. Chắc chắn anh còn những hẹn hò khác, nhưng Anh đã vội vã mang đi, chôn sâu dưới mảnh đất của một quê hương Việt Nam tự do mà Anh đã hết lòng yêu mến và đã đem chính sinh mệnh của Anh ra để bảo vệ.

Giữa thập niên 1960s, khi đang làm báo sinh viên Tình Thương, là những năm đầy biến động của đất nước, ngoài tiền tuyến chiến tranh ngày càng ác liệt lan rộng dâng cao với rất nhiều chết chóc, trong khi hậu phương là một mặt trận khác với những cuộc biểu tình dắt dây, với vòng kẽm gai và lựu đạn cay trải dài trên khắp các đường phố… Nghiêm Sỹ Tuấn đã tỏ ra không đồng ý với mọi xáo trộn nơi hậu phương giữa cuộc chiến tranh, mà theo anh thì chỉ có lợi cho cộng sản và tuy anh không lớn tiếng phản đối nhưng bản thân anh luôn luôn đề cao tính kỷ luật và trật tự.

Không chỉ với tác phẩm tâm đắc *Những người đi tìm Mùa Xuân*, nhưng *Para Bellum* là một tác phẩm quan trọng khác, mang nặng những suy tư về chiến tranh và hòa bình của Nghiêm Sỹ Tuấn. Chính kiến của Nghiêm Sỹ Tuấn rất rõ ràng trong truyện ngắn *Para Bellum / Chuẩn bị Chiến tranh*:

" … Anh đã cố gắng thoát khỏi thân riêng, tìm kiếm và tạo dựng cộng hưởng nơi người. Hiển hiện đâu đây, nét dẫn khởi đang muốn trở thành dẫn lực.

"… Chiến tranh chỉ xấu và tàn bạo trong mắt những người đứng xa chỉ trỏ. Nên người phải ngừng hay tiếp tục nó với những lý do đẹp đẽ. Cha ông chúng ta xưa kia đã nhất định tiếp tục nó, và đã chiến thắng, chắc vì hiểu rằng trật tự và kỷ luật trong sức mạnh con người là một cảnh tự nó đẹp, dễ làm cảm động, dễ làm thán phục.

"… Hò hét, đả phá, để làm lại từ đầu? Được lắm, miễn trăm miệng cùng hò, trăm tay cùng phá. Và quan hệ nhất là trăm tay ấy còn cùng phải cất xây. Nhưng ngàn năm và trăm năm tranh đấu có lẽ hơn nhiều, chúng ta thừa hưởng dễ dàng quá, nên chóng mệt mỏi. Đến độ không dám kiến tạo…

"… Màu xám đất mầu, đục lờ nước ruộng, áo tơi nón lá cày cuốc dưới mưa phùn mù mịt giá căm, đò đồng xộc xệch tròng trành trên mông mênh ruộng ngập, vốn là những phong cảnh lạt lẽo của quê hương. Bởi vì chúng ta đã sinh ra và sống ở đó.

"Bởi có ai mất thời giờ ngồi trong bóng tối ngắm cử chỉ tầm thường mà trang nghiêm của người nông phu gieo mạ, bóng tay vươn đến tận sao trời?"

Giữa một thế nước chông chênh, Nghiêm Sỹ Tuấn với ý thức tự do, Anh đã đi tới một chọn lựa: tự nguyện dấn thân vào một cuộc chiến tranh thảm khốc với tinh thần của Hội nghị Diên Hồng từ 700 năm trước:

"… Làm gì có xương nào phơi vô nghĩa, càng vô nghĩa bao nhiêu càng ý nghĩa bấy nhiêu. Vả chăng xương nào thay được xương mình. Trái đậu thì hoa tàn. Hạt giống có chết cây mới nẩy mầm xanh, sao nói là vô nghĩa được… Cũng đừng buồn thấy lan nhược nở đỏ rồi rơi êm giữa rừng gai cằn cỗi. Cô đơn, đau khổ, gắng chịu một mình. Có thế mới thấy hết vẻ đẹp thanh tao của giếng êm, trăng rạng."

Nghiêm Sỹ Tuấn không chủ trương hay cổ động chiến tranh vì ý thức hệ, mà Anh chấp nhận nhập cuộc chỉ để phục vụ công lý, chống lại sự dối trá bất công để đạt được ổn định, công bằng xã hội và hạnh phúc cho con người.

Nghiêm Sỹ Tuấn đã đột ngột ra đi trong sự thương tiếc của mọi người, luyến tiếc cho một cuộc hành trình đầy kỳ vọng và hứa hẹn. Mất Nghiêm Sỹ Tuấn chúng ta mất đi tinh hoa của một thế hệ trí thức mà nhân cách, tư tưởng là biểu hiện cao đẹp của một kẻ sĩ trong thời chiến của những năm 60. Nghiêm Sỹ Tuấn là điển hình tính nhân bản của truyền thống y khoa, của một người y sĩ sẵn sàng dấn thân để phục vụ con người khổ đau trong hoàn cảnh bất thường của đất nước.

Với Nghiêm Sỹ Tuấn, văn chính là người: Anh là một nhân cách lớn do sự nhất quán giữa tác phẩm và cuộc sống qua mọi hoàn cảnh cho tới ngày Anh mất. *Thác là thể phách, còn là tinh anh.* [Nguyễn Du]

Tuyển Tập Nghiêm Sỹ Tuấn vượt lên trên sự vinh danh một cá nhân, với tâm hồn phóng khoáng và kiến thức cao rộng như Anh, Nghiêm Sỹ Tuấn không cần đến điều đó. Nhưng làm sao chuyển tải được "thông điệp dấn thân, hy sinh" của Nghiêm Sỹ Tuấn tới các Bạn Trẻ Việt Nam như những người tiếp bước Anh *"Đi Tìm Mùa Xuân"* cho đất nước, đó mới là ước vọng của Nghiêm Sỹ Tuấn.

Đối tượng của cuốn sách này không phải chỉ là một thế hệ sắp qua, mà chính là các thế hệ đang tới: đó là mối ưu tư của Nghiêm Sỹ Tuấn từ hơn nửa thế kỷ trước đối với các vấn đề căn bản của con người, của đất nước mà cho đến nay vẫn còn dở dang và nguyên vẹn. Lớp Người Trẻ, như lực lượng tiên phong sẽ nhận lãnh trách nhiệm bảo vệ các hệ thống giá trị vĩnh hằng, những chuẩn mực về quyền của con người – mà bản Tuyên Ngôn Nhân Quyền, vẫn mãi là một thông điệp sống động khẳng định quyền người dân được sống trong tự do với đầy đủ phẩm giá và nhân cách.

Nghiêm Sỹ Tuấn là một trí thức, một kẻ sĩ dấn thân, một quân nhân gương mẫu, Anh là hình ảnh tuyệt đẹp của phục vụ và hy sinh. Anh chết quá trẻ ở tuổi 31, thời gian của tích lũy và đi tìm vốn sống. Kiến thức và vốn sống đó chưa có thời gian để đơm hoa kết trái, những trang viết của Nghiêm Sỹ Tuấn chỉ mới là những bản nháp, anh chưa có tác phẩm lớn *nhưng cuộc sống anh đã là một tác phẩm lớn cống hiến cho đời.* Nguyễn Vĩnh Đức, Chủ bút đầu tiên của báo Tình Thương, đã quý mến gọi Nghiêm Sỹ Tuấn là *"Người Thư Sinh Muôn Thuở".* Mang vóc dáng của một thư sinh nhưng Anh rất mạnh mẽ. Anh là một tượng đài đơn độc và cũng là một biểu tượng tuyệt đẹp trong suốt cuộc Chiến Tranh Việt Nam. Ai đã từng tiếp xúc biết tới Nghiêm Sỹ Tuấn đều mang lòng ngưỡng mộ và cả hãnh diện có được một người bạn như Anh.

Cuốn sách này ra đời muộn màng hơn nửa thế kỷ sau ngày Anh mất, không thuần chỉ là một tưởng niệm, một nén nhang tưởng nhớ người Y Sĩ Tiền Tuyến Nghiêm Sỹ Tuấn, nhưng còn là một thông điệp với tầm nhìn xa của Nghiêm Sỹ Tuấn để lại cho các thế hệ mai sau, tiếp bước Anh đi *Tìm Mùa Xuân cho Dân tộc*.

Từ khi có dự định biên soạn một Tuyển Tập Nghiêm Sỹ Tuấn, chúng tôi đã tìm kiếm và liên lạc với mọi nguồn để có thêm thông tin về NST. Nhưng với thời gian đã qua hơn nửa thế kỷ, các tài liệu cũng như hình ảnh về NST hầu như đã bị xóa nhòa. Chúng tôi vẫn cố vận dụng mọi tư liệu còn thu thập được, qua sách và báo – đặc biệt là qua bộ báo SVYK Tình Thương, và cả qua các bạn hữu mà chúng tôi có được địa chỉ eMail, số phone nhưng vẫn không đầy đủ. Chúng tôi tạ lỗi về những thiếu sót, ngoài ý muốn ấy.

Cuốn sách này không có mục đích lợi nhuận, nhưng do nhu cầu cataloging của các thư viện và phát hành sách nên vẫn cần có một số ISBN với giá bán, và lợi nhuận nếu có được sẽ gửi tặng Tập San Y Sĩ Việt Nam tại Canada, một tờ báo có thể nói duy nhất của Y giới Hải ngoại từ tiền thân là tờ Nội San Y Sĩ VN Canada với số đầu tiên từ tháng 7, 1976 cho tới nay vẫn sống bền bỉ 43 năm, khoảng thời gian tồn tại ngót nửa thế kỷ ấy đã như một thành tích kỷ lục.

NGÔ THẾ VINH

Sài Gòn 1963 – California 2019

---

1. Nghiêm Sỹ Tuấn hy sinh tại trận địa Khe Sanh năm 1968. Theo BS Trần Đức Tường, Y sĩ trưởng TĐ3/ ND, Nghiêm Sỹ Tuấn mất sau Tết Mậu Thân vào khoảng tháng 4, 1968 trên một ngọn đồi giữa Khe Sanh và Làng Vây, nhưng theo bài viết của Nguyễn Thanh Giản, người bạn học Chu Văn An cũ thì Nghiêm Sỹ Tuấn mất ngày 13 tháng 8 năm 1968. Thời điểm tháng 4/1968 là đúng vì BS Trần Mộng Lâm là người được Trường Quân Y cử đi gác xác anh NST nên còn nhớ, và tháng 8/1968 anh TML đã xuống đơn vị dưới Cần Thơ.

2. Cô Nghiêm Mậu là em gái Nghiêm Sỹ Tuấn, khi gặp lại DS Bùi Khiết bạn thân của NST ở San Diego khoảng năm 1998, đã kể lại là sau NST gia đình cô còn có thêm 2 người anh trai trong quân lực VNCH cũng tử trận sau Nghiêm Sỹ Tuấn.

Lê Văn Châu, bút hiệu Trang Châu, sinh năm 1938 tại Huế. trung học Yersin, Tú tài Triết 1957. Tốt nghiệp Đại Học Y Khoa Sài Gòn 1965. Sinh viên Quân Y Hiện dịch Khóa 12, gia nhập binh chủng Nhảy Dù, phục vụ tại Tiểu Đoàn Quân Y Nhảy Dù và Trường Quân Y tới 1975. Viết cho các báo: Tình Thương, Văn Học, Khởi Hành, Tiền Phong… Tác phẩm: Tình Một Thuở, thơ 1964; Y Sĩ Tiền Tuyến [giải Văn Học Nghệ Thuật 1969]; Giải Thích, thơ 1972; Thơ Trang Châu 1989, Về Biển Đông, bút ký 1995…

Y sĩ Đại úy Lê Văn Châu

Một bài thơ cho Tuấn, Y Sĩ Tiểu Đoàn 6 Nhảy Dù

TRANG CHÂU

Tuấn ơi
Mầy không chấp nhận tầm thường
Lẻ loi mà bất khuất
Mầy lớn lao bằng im lặng
Hiên ngang trong âm thầm
Trang Châu

Trang Châu và Nghiêm Sỹ Tuấn là bạn đồng khóa Y Khoa 1965, cùng làm báo sinh viên Tình Thương từ 1963 cho tới ngày ra trường. Trang Châu là sinh viên Quân Y hiện dịch, gia nhập binh chủng Nhảy Dù về Tiểu Đoàn 6. Nghiêm Sỹ Tuấn là y sĩ trưng tập cũng tình nguyện chọn về binh chủng Nhảy Dù – điều mà Đặng Vũ Vương trong nhóm Academic Tình Thương Vương-Tuấn-Thuần gọi đó "một chọn lựa thử thách cá nhân." Nghiêm Sỹ Tuấn về Tiểu Đoàn 6 Nhảy Dù thay thế Trang Châu. Bài sau đây là trang bút ký Trang Châu viết về Nghiêm Sỹ Tuấn:

"... Tuấn là y sĩ Dù duy nhất bị thương hai lần, một lần ở Dakto, một lần ở Cao Lãnh. Ở Cao Lãnh anh bị một viên đạn ghim sâu vào đầu gối. Lối bị thương "lãng nhách" này làm Tuấn bực mình hơn là hãnh diện. Anh được gửi về Tổng y viện Cộng Hòa điều trị và tập vật lý trị liệu sau đó. Lần Tuấn bị thương ở Cao Lãnh tôi được chỉ định đi thay thế anh vì tiểu đoàn 6 Dù là đơn vị cũ của tôi. Khi trở về lại bệnh viện Đỗ Vinh, tôi nghe nói Tuấn sau khi bình phục sẽ được theo học khóa giải phẫu một năm. Thấy Tuấn nhỏ con, tôi nói đùa với bác sĩ Vũ Khắc Niệm và bác sĩ Đinh Hà:

- Thằng Tuấn mà về Đỗ Vinh thì phải đóng cho nó một cái bục để trong phòng mổ nó mới "khua dao" được.

Sau đó nghe nói Tuấn bỏ không theo khóa học giải phẫu vì đòi hỏi của Tuấn là sau khi học xong phải cho Tuấn về lại bệnh viện Đỗ Vinh, điều mà Cục Quân Y không hứa. Thế là tập xong vật lý trị liệu Tuấn lại "súng, xắc" trở về làm y sĩ trưởng Tiểu đoàn 6 Dù cho tròn chu kỳ hai năm phục vụ ở cấp tiểu đoàn.

Tòa báo Tình Thương 103 Nguyễn Bỉnh Khiêm, Sài Gòn. Nghiêm Sỹ Tuấn là Thư ký Tòa Soạn từ số 1 tới số 13 tới ngày Anh tốt nghiệp và gia nhập binh chủng Nhảy Dù. Hình chụp trước Tòa soạn, từ trái: Bùi Thế Hoành, Trang Châu (trưởng ban Thơ), Ngô Thế Vinh, Phạm Đình Vy Chủ nhiệm Tình Thương từ số 1 tới khi báo bị đình bản.
[tư liệu Ngô Thế Vinh]

Trận Khe Sanh mở màn. Đơn vị Dù hành quân cấp chiến đoàn. Khi một y sĩ mới về tiểu đoàn Quân Y Dù đúng vào lúc sư đoàn Dù đang chuẩn bị hành quân lớn, trung tá y sĩ trưởng Hoàng Cơ Lân bao giờ cũng chờ chiếm xong mục tiêu mới cho bàn giao chức vụ. Người sẽ thế bác sĩ Tuấn là bác sĩ Trần Quý Nhiếp. Trong khi chờ đáo nhậm đơn vị, bác sĩ Nhiếp ở hậu cứ sáng sáng đi nhảy bồi dưỡng. Vào thời điểm năm 1968 các sĩ quan đều bị cấm trại. Chúng tôi ăn ngủ và làm việc ở bệnh viện Đỗ Vinh. Tôi còn nhớ một hôm đang còn nằm ngủ trưa thì bác sĩ Niệm vào vỗ tay, nói lớn:

- Dậy, dậy, có tin quan trọng!

Tôi ngồi bật dậy, giọng Niệm đứt nghẹn:

- Thằng Tuấn chết rồi! Bị pháo kích! Y tá mình bị thương một lô nhưng không đứa nào chết. Chỉ có một mình Tuấn chết! Đau thật!

Nhiếp nhận lệnh cấp tốc lên đường thay thế Tuấn. Định mệnh lại oái oăm chờ chực ở ngã rẽ của đời người. Chỉ còn vài ngày nữa là Tuấn chu toàn nhiệm kỳ hai năm ở cấp tiểu đoàn.

Khoảng 3 giờ chiều trung tá y sĩ trưởng cho gọi tôi tới văn phòng ông. Ông nói, giọng cố giữ bình tĩnh:

- Anh Tuấn tử trận rồi chắc anh đã biết tin. Vì anh là y sĩ cũ của Tiểu đoàn 6 Dù tôi giao anh nhiệm vụ thông báo tin buồn cho gia đình anh Tuấn, anh đi ngay và lựa lời nói cho khéo. Anh về cho tôi biết ý muốn của gia đình anh Tuấn về việc mai táng.

Ngồi trên chiếc xe Jeep đưa tôi đến nhà Tuấn tôi như người vô hồn. Tôi hoang mang không biết phải mở đầu lời nói ra sao. Tôi chưa bao giờ được học tập để thi hành một công tác vừa khó khăn vừa tế nhị như đi báo tin một đồng đội vừa tử trận cho gia đình họ. Tôi không còn nhớ nhà Tuấn ở khu nào, chỉ còn nhớ là một ngôi nhà nhỏ nằm trong một khu bình dân. Ra mở cửa là một ông cụ người tầm thước, mảnh khảnh. Thấy tôi mặc quân phục Dù, đứng thắng chào tay, ông nở nụ cười và nói:

- Mời đại úy vào nhà.

Vào nhà ông chỉ tôi một chiếc ghế mời ngồi. Ông cũng đứng trước một ghế đối diện. Tôi vẫn đứng yên, cất chiếc mũ đỏ đang đội trên đầu, cầm chặt nó trong lòng hai bàn tay, rồi run run cất tiếng:

- Thưa bác, cháu đại diện Trung Tá Y Sĩ Trưởng đến báo bác một tin buồn: Anh Tuấn đã tử trận ngày hôm qua.

Tôi vừa dứt lời ông cụ rơi người đánh phịch xuống ghế, ngồi bất động, hai mắt trừng trừng nhìn tôi, nét mặt nhợt nhạt. Tôi vẫn đứng yên không biết nói gì thêm. Giây lâu ông cụ mới hỏi:

- Bộ đánh nhau to lắm hay sao?

Lời nói ông cụ như một cái phao, tôi vội níu lấy:

- Dạ vâng, trận chiến rất ác liệt. Anh Tuấn đang săn sóc một thương binh thì bị một quả pháo của địch rơi trúng.

Tôi chia buồn với ông cụ thêm lần nữa rồi chào cáo từ sau khi biết ý muốn mai táng của gia đình.

Đám tang của Tuấn được tổ chức trọng thể theo nghi lễ quân cách. Tôi là một trong bốn sĩ quan mặc quân phục đại lễ trắng đi cạnh quan tài Tuấn. Tôi còn nhớ lúc hạ huyệt, hai người khóc nhiều nhất là bác sĩ cố vấn Smith và bác sĩ Nguyễn Thượng Vũ, một bạn cùng lớp của Tuấn.

Lễ mãn khóa YK 1965, Khóa 12 Quân Y Hiện dịch, từ trái: Trần Trọng Nghị, BS Trần Tấn Phát (khách), Trần Đoàn, Lê Trọng Tín, Lê Văn Châu, BS Hoàng Cơ Lân (khách), Dương Bào, Đoàn Văn Bá, Nguyễn Đình Khoát, Hà Xuân Quỳnh, BS Lê Đình Bình (khách)

[tư liệu BS Hoàng Cơ Lân]

Sau đó tôi có làm cho Tuấn một bài thơ đăng trên báo Tiền Phong của quân đội. Hôm nay ghi lại bài thơ như một nén nhang thắp lên để nhớ một đồng đội, một đồng nghiệp cũ…

Một bài thơ cho Tuấn

Tao để tiểu đoàn 6 lại cho mầy
Trạm Cứu thương
Có thằng Khiên mù
Có thằng Như ngọng
Tao để Vũng Tàu lại cho mầy
Bãi trước bãi sau
Gió biển ngây ngây mùi gái
Tao để căn phòng cư xá lại cho mầy
Đèn mười hai giờ khuya mới sáng
Đêm đêm nằm nghe bên cạnh vợ mắng chồng
Những thằng thương tao
Những đứa ghét tao
Tao để lại cho mầy
Hãy ăn miếng trả miếng
Những em bán bar
Những trái tim rẻ mạt
Tao để lại cho mầy
Hãy chớp lấy mà thỏa thê
Hãy vui hết hôm nay
Hãy sống hết hôm nay
Rồi hãy chán, hãy đi
Hãy như tao, hãy hơn tao
Nghe không mầy, Tuấn
Tuấn ơi
Mầy đã chối từ những gì tao để lại
Mầy đã thờ ơ những gì tao mua vui
Mầy đứng ngoài cuộc sống
Mầy không chấp nhận tầm thường
Lẻ loi mà bất khuất

Mầy lớn lao bằng im lặng
Hiên ngang trong âm thầm
Hỡi thằng Y sĩ Dù nhỏ bé của chúng tao ơi!
Đi chưa bao giờ biết mệt
Chiến đấu chưa bao giờ biết nằm
Đêm Gio Linh xác địch chất bên miệng hầm
Chiều Cao Lãnh đạn ghim sâu vào gối
Và Dakto mảnh sướt bờ vai
Hỡi thằng duy nhất của chúng tao ơi!
Hai lần chiến thương vẫn còn "súng, xắc"
Chúng tao rửa ruột chờ ăn khao
Mầy lên Đại Úy
Mầy sắp về Bệnh Viện
Một chiếc bục cao dành sẵn cho mầy
Trong phòng mổ
Sao mày không về cùng anh em?
Sao mầy đi biền biệt?
Để một sớm mai buồn
Chúng tao thức dậy
Lặng người đau đớn
Nghe tin mầy hy sinh!
Mọi người khóc mầy
Bằng nước mắt tiếc thương
Bằng vòng hoa tưởng nhớ
Tuấn ơi!
Một người nằm xuống cần giấc ngủ yên
Tao khóc mầy bằng im lặng

Trang Châu
[Y sĩ Thiếu tá Lê Văn Châu]

Trần Xuân Dũng sinh năm 1939, Hà Nam - Bắc phần, Trung học Nguyễn Trãi - Hà Nội, Chu Văn An - Sài Gòn. Tốt nghiệp Y Khoa Đại Học Sài Gòn 1965. Nguyên Tổng thư ký báo Tình Thương. Y sĩ trưởng Tiểu đoàn 4 Thủy Quân Lục Chiến 1966. Tiểu đoàn trưởng Tiểu đoàn 2 Quân Y, kiêm Y sĩ trưởng Sư Đoàn 2 Bộ Binh 1969. Trưởng Phòng Huấn Luyện Trường Quân Y 1971. Cấp bậc cuối cùng Thiếu Tá. Sau 30-4-1975 bị Việt cộng nhốt trong các trại tập trung Long Giao, Suối Máu, Bù Gia Mập. Vượt biển 1978, định cư ở Úc, hành nghề Y khoa tại Footscray, Victoria. Tác phẩm xuất bản: Như Sóng Thần Lên 1990, Chiến sử Thủy Quân Lục Chiến 1997 & 2007, Nhị Thập Bát Tú 2015, Sống Chẳng Còn Quê 2018…

Ysĩ Thiếu tá
Trần Xuân Dũng

Hồi Sinh Đợi Ngày

[4 chữ trong câu thơ chót của Nghiêm Sỹ Tuấn]

TRẦN XUÂN DŨNG

Sau khi đậu kỳ thi tuyển vào trường trung học Nguyễn Trãi Hà Nội năm 1951, tôi được vào học lớp đệ thất. Nhà trường có hai dẫy nhà. Dẫy chính cao, rộng và đẹp. Dẫy phụ, mới hơn, có hai tầng, nhưng không uy nghi bằng. Bước lên vừa hết cầu thang, rẽ sang tay phải là những phòng học dành riêng cho các lớp đệ thất. Phòng đầu tiên là của lớp Đệ Thất B1. Kế đó là lớp của tôi, Đệ Thất B2.

Tôi vốn là dân học gạo. Sau kỳ thi đệ nhất lục cá nguyệt, tôi được xếp thứ nhất ở trong lớp. Do sự tò mò, tôi cũng muốn để ý xem ở những lớp bên cạnh, ai là người đứng đầu trong số 60 học sinh của mỗi lớp.

Những học sinh lớp Đệ Thất B4 chỉ cho tôi người đứng đầu lớp họ. Tôi bước tới gần anh ta, tự xưng tên họ, rồi cũng hỏi ngược lại. Anh đáp: Nghiêm Sỹ Tuấn.

Tôi chợt nghĩ: cũng may, anh chàng có khuôn mặt gần như chữ điền, nước da trắng trẻo, với vẻ khôi ngô tuấn tú như thế này, mà học cùng lớp với mình, thì chưa chắc mình đã được xếp thứ nhất.

Chúng tôi trao đổi vài câu xã giao theo đúng như cách mà những người mới quen nhau thường dùng.

Những ngày sau đó, tôi biết thêm được Hà Ngọc Thuần.

Thuần vui tính, hay ngoác miệng ra cười lớn, trong khi Tuấn tuy cười rất tươi nhưng âm thanh không lớn.

Ở những lớp trung học, có nhiều môn học. Thuần và Tuấn đều là hai người giỏi. Khi người này đứng thứ nhất, khi người kia.

Sau 20-7-1954, chúng tôi đều di cư vào Nam. Và cũng cùng học tại trường Chu Văn An. Cùng đỗ tú tài một năm, rồi PCB một lượt, và cùng được vào năm thứ nhất Y Khoa với nhau.

Ở trường Y khoa, khuôn mặt của Tuấn dần dần biến đổi. Cái vẻ khôi ngô tuấn tú hồi mới vào trung học đã nhường chỗ cho những nét đăm chiêu. Những nụ cười cũng trở thành có chừng mực. Rồi tiến đến một giai đoạn khuôn mặt hiện lên nhiều vẻ của một kẻ khổ tu.

Tôi không tiện hỏi. Có thể rằng, hồi ở ngoài Bắc gia đình Tuấn khá giả. Phải bỏ miền Bắc mà đi, trong một luồng di cư của cả 1.000.000 người, vào tới trong Nam, chắc thế nào cũng khốn quẫn hơn.

Tuy thế, chúng tôi vẫn đậu những kỳ thi cuối mỗi năm, để lần lượt lên học lớp cao hơn ở Y khoa Đại học đường Sài Gòn.

Có người sẽ hỏi, vậy Tuấn có cá tính gì?

Tôi để ý, chưa bao giờ tôi thấy Tuấn nổi giận cả. Trong những câu chuyện thuở trung học hay thời đại học, tất nhiên có nhiều điều Tuấn không hài lòng và cũng lắm chuyện không đồng ý. Nhưng dù bất đồng ý kiến với ai hay bị người nào chỉ trích, Tuấn cũng chưa bao giờ có vẻ mặt hầm hầm cả. Nói thế không có nghĩa rằng Tuấn hiền như cục đất. Và cũng không có ý bảo rằng Tuấn không để ý đến ai hay là sống tách biệt, không thích tụ năm tụm ba. Tuấn vẫn tham dự mọi hoạt động của lớp học, mọi sinh hoạt của bạn bè. Chỉ có điều rằng, khi thấy ai bị chỉ trích châm biếm, Tuấn cũng không về hùa với kẻ nói, để làm cho người bị chỉ trích thêm bực mình, mà cũng chẳng hề xúi kẻ đang hăng nói đưa thêm, đưa ra những câu không thích hợp để nghe cho sướng tai. Mặc dầu vậy, Tuấn không hề có tính ba phải. Đúng với sai, đối với Tuấn, là hai điều rõ rệt.

Trong rất nhiều năm, tôi chưa thấy Tuấn văng tục, dùng chữ Đ*...t mẹ (tiếng Bắc) hay Đ*... má (tiếng Nam) bao giờ. Cả chữ "L…", cái tên cúng cơm của bộ phận sinh dục phái nữ, cũng không được dùng tới.

…

Vài tuần sau khi cuộc cách mạng 1-11-1963 thành công, anh Trần Xuân Ninh, lúc đó vừa học hết năm thứ 6 Y Khoa, nẩy ra ý kiến, cần phải xuất bản một tờ báo cho Sinh viên Y Khoa. Anh bèn tự đánh máy trên giấy stencil một giấy mời rồi đem đi in ronéo, và phổ biến tại trường và các bệnh viện, thỉnh cầu anh em sinh viên tới họp để bàn vấn đề này.

Tới ngày giờ ấn định, gần 50 sinh viên có mặt. Trần Xuân Ninh mở đầu cuộc họp, trình bày những lý do tại sao Sinh viên Y Khoa cần phải có một diễn đàn của chính mình, một cơ quan ngôn luận riêng. Sau hơn 3 giờ bàn luận, mọi người đều đồng ý là phải xuất bản một tờ báo. Toàn thể anh em đề nghị Trần Xuân Ninh làm Chủ nhiệm. Anh Ninh từ chối, lý do là chỉ còn 3 tháng nữa anh sẽ phải lên đường nhập ngũ. Anh em đang chọn người khác thì một câu hỏi được nêu lên khiến mọi người khựng lại: "Báo sẽ quay ronéo, hay in?"

Bàn đi tính lại, quyết định chung là báo sẽ phải được in đàng hoàng, chứ không thể dùng máy quay ronéo được.

Vừa quyết định xong, tất cả đều lo. Lấy đâu ra tiền để thuê in báo mỗi tháng? Nếu là quay ronéo, thì anh em còn có thể cùng nhau xoay trần ra đánh máy, quay máy, đóng tập rồi phát hành – còn in, không thể nào có tiền được.

Bỗng anh Phạm Đình Vy, vừa sắp sửa lên năm thứ 4, phát biểu: "Nhất định là phải in. Tôi quen một ông Tướng có tham dự vào cuộc đảo chánh. Tôi sẽ đến xin ông "viện trợ" cho một số tiền để in vài số đầu. Anh em hoan hô, phòng họp ồn cả lên.

Ban Điều Hành Tòa Soạn được đề cử gồm:

- Chủ nhiệm: Phạm Đình Vy
- Chủ bút: Nguyễn Vĩnh Đức (Sinh viên Quân Y)
- Tổng Thư ký: Trần Xuân Dũng
- Thư ký: Nghiêm Sỹ Tuấn.

Cả 3 anh Đức, Dũng, Tuấn đều sắp sửa lên năm thứ 5 Y Khoa. Đa số sinh viên dự họp ngày hôm đó đều đồng ý vào ban biên tập.

Sau đó vấn đề đặt tên tờ báo được nêu lên. Một số tên liên quan đến chính trị và văn hóa được đề nghị.

Phạm Đình Vy đề nghị tên "Tình Thương".

Đa số cho rằng đặt tên như vậy thì ủy mị quá. Nhưng tranh luận xong, mọi người đồng ý với Vy, vì dù sao hai chữ đó cũng hợp với nghề nghiệp của mình.

Thỉnh thoảng, rất thỉnh thoảng, Tuấn làm một vài bài thơ, thể Nhị Thập Bát Tú do Thi Sĩ Vũ Hoàng Chương khởi xướng. Cũng có khi Tuấn không làm thành hẳn một bài, mà chỉ một dòng thôi. Trong khung cảnh của phòng sanh bệnh viện Từ Dũ, Tuấn đã đọc một câu:

Đầu ối vỡ toang, vào bể dâu.

Trái, hình bìa số 1 Nguyệt san *Tình Thương*, 1-1964

Phải, Trang đầu số 8 Nguyệt san *Tình Thương*

Vì công việc làm cho báo, cho nên tôi thường phải đến nhà Tuấn, ở vùng Tân Định. Đó là một căn nhà hẹp, bề ngang khoảng ba thước rưỡi. Ngay sau cánh cửa ra vào là một cái bàn học. Sát ngay bên cạnh là một tủ sách mà tới hai phần ba toàn là sách chữ Hán: *Sử Ký* của Tư Mã Thiên, *Nam Hoa Kinh* của Trang Tử, Thơ của Đỗ Phủ, *Luận Ngữ, Mạnh Tử…* đủ hết. Tôi còn nhìn thấy cả quyển truyện rất lãng mạn, trữ tình, *Tây Sương Ký* nữa.

Tôi vốn biết Tuấn rất giỏi chữ Hán. Nhưng tôi chưa bao giờ ngờ là Tuấn có thể đọc được những tác phẩm này, bằng nguyên bản chữ Hán. Có lần, Tuấn còn khoe với tôi rằng anh đọc quyển triết học của Hồ Thích, rất lấy làm thích thú.

Tuy số thơ *Nhị Thập Bát Tú* Nghiêm Sỹ Tuấn sáng tác không nhiều, nhưng mỗi bài đều hoặc là chứa đựng nỗi ẩn ức của quê hương, khả năng nhỏ bé của con người, hoặc là nói đến sự tàn khốc đến ngu đần của súng đạn.

Mặc dầu Tuấn sáng tác những vần thơ này trong lúc còn đang học những năm chót ở trường Y khoa, nhưng mỗi khi đọc, tôi lại cảm thấy dường như anh đã linh cảm xấu. Không hẳn là một nỗi bi quan thống thiết, nhưng có vẻ tiên đoán về sự yểu mệnh nói chung của các chàng trai thời chiến. Tôi đọc chỉ thấy vậy. Và tự hỏi, sao Nghiêm Sỹ Tuấn lại viết ra theo cái cách mà các bậc trưởng thượng thường khuyên nên tránh, vì sợ nó vận vào người.

Trong bài thơ "Quê hương", ta thấy được cảnh vốn thanh bình của làng xóm. Một sự thanh bình đã được mô tả trong phần đầu của bản nhạc "Làng tôi" của nhạc sĩ Chung Quân.

Nhưng ở đây Tuấn viết cô đọng lại:

Rộn ràng chim hót rừng thưa
Lắng tai quen thuộc vườn xưa ngỡ ngàng.

Để rồi bỗng nhiên sự tan hoang xảy đến:

Đồi xa súng đạn âm vang
Cành khô bặt tiếng giấc vàng tan mau

(Quê Hương)

Rồi khi chiến tranh lan rộng, không còn chỉ ở trên đồi núi xa xăm nữa, mà đã tiến dần về thành phố:

Đêm mở cửa, hỏa châu rơi,
Ngu đần la mãi bên trời sắt kêu.

(Bạn cũ)

Bom Đạn là những vật vô tri. Những kẻ xâm lăng đem sử dụng, hay những người cần tự vệ phải dùng tới, thì bom đạn cũng vẫn phát ra tiếng nổ. Không cần biết phải trái. Nói vấn tắt: kêu lên một cách ngu đần.

Con người đạo mạo Nghiêm Sỹ Tuấn, tuy không hề đề cập tới bộ phận sinh dục của phái nữ, bằng cái tên cúng cơm của nó, nhưng điều này không có nghĩa rằng Tuấn là một người ghét đàn bà *(misogynist)*. Tuấn cũng có những mơ mộng, tuy ít khi tâm sự với ai về chuyện này. Thế nhưng, trải được ý ra trên trang giấy:

Sóng ngân gợi nhớ xưa chìm
Hoa bay thấp thoáng tưởng em nét cười.

(Người yêu)

Trong cuốn *Thơ Đường* của Giáo sư Trần Trọng San, có đoạn viết dưới đây:

"Trong thời Khai Nguyên, vua Đường Minh Hoàng cùng Dương Quý Phi ra chơi vườn thượng uyển, có cho vời Lý Bạch, sai làm những khúc ca mới để cho nhạc đội ca hát. Thi sĩ soạn xong ba bài thanh bình điệu trong khi đương say."

Lý Bạch mở đầu Thanh Bình Điệu với câu:
Vân tưởng y thường, hoa tưởng dung.
(Trông đám mây tưởng là xiêm áo nàng.
Trông đóa hoa tưởng là vẻ mặt nàng.)

Thật là một câu tuyệt tác.

Nghiêm Sỹ Tuấn không cần chuếnh choáng say, đặt bút xuống, cũng vẽ lại được vẻ thanh thoát, tươi vui của giai nhân:
Hoa bay thấp thoáng tưởng em nét cười.

Có một thời, khoảng gần cuối năm thứ sáu Y khoa, Tuấn đi thực tập tại khu nội khoa Bệnh viện Nhi đồng. Tuấn để ý tới một nữ y tá. Nàng có vẻ cũng có cảm tình với Tuấn. Gần hết năm âm lịch, một bữa tiệc tất niên được tổ chức cho các Bác sĩ, Sinh viên, Y tá đang làm việc tại đây. Đã thu xếp từ trước, Tuấn đến nhà nàng chở nàng đi dự tiệc trên một chiếc xe mobylette. Có lẽ đây là lần đầu tiên Tuấn có hân hạnh được cùng với một người con gái đi dự tiệc. Lẽ dĩ nhiên, tiệc tùng vui vẻ cho tất cả mọi người…

Tôi không biết rõ người nữ y tá này có phải là người trong bài thơ trên đây hay câu thơ của Tuấn đã tả vẻ duyên dáng của một thiếu nữ khác.

Thơ của Tuấn thường bí hiểm, xa xôi. Khi đọc xong một bài thơ khác Tuấn viết, đặt tên là "Đất lạnh", tôi suy nghĩ: Sao Tuấn lại có thể dùng hai chữ này để đặt tên cho bài thơ. Có vẻ như là nói gở.

Miền Nam đang bị cộng sản miền Bắc gia tăng việc xâm lăng. Chỉ còn ít hôm nữa chúng tôi sẽ ra trường và sẽ được trưng tập để trở thành y sĩ trong quân đội.

Sau khi học xong năm thứ sáu, tất cả nam sinh viên đều phải trình diện nhập ngũ. Tới đúng ngày giờ ấn định, đám nam Bác sĩ vừa mới ra trường chúng tôi, gồm 73 người tập họp tại một địa điểm ở vườn Tao Đàn. Ba chiếc xe GMC chở chúng tôi lên trung tâm huấn luyện Quang Trung. Đến hết chiều có mấy chiếc xe GMC tới, chở chúng tôi lên trường sĩ quan trừ bị Thủ Đức. Thời gian chúng tôi phải học ở Thủ Đức là chín tuần lễ.

Sau khi mãn khóa tại Thủ Đức chúng tôi còn phải học thêm bốn tuần về Hành Chánh Quân Y tại trường Quân Y. Trường này nằm tại Sài Gòn. Khóa chúng tôi không phải ở lại trong trường. Ngày hai buổi đi học. Sau cả hai thời kỳ huấn luyện, đến lễ mãn khóa chúng tôi được đeo lon Y sĩ Trung úy.

Ngày chọn đơn vị đi phục vụ là một ngày quan trọng. Người nào đậu cao nhất, do điểm ở Thủ Đức lẫn Quân Y cộng lại, sẽ được gọi tên chọn chỗ trước nhất.

Được chọn đầu tiên có nghĩa sẽ được chỗ tốt nhất theo ý mình.

Đại khái, những đơn vị Quân Y tĩnh tại, được sắp vào loại tốt. Tốt ở đây, không liên quan gì tới việc nổi tiếng hay không. Chẳng do cơ sở lớn hay nhỏ. Cũng không vì trang bị tối tân hay thô sơ.

Chỗ tốt trong trường hợp này, là nơi nào an toàn nhất.

Khi những chỗ trong các đơn vị Quân Y tĩnh tại (Tổng Y viện, Quân Y viện hay bệnh viện dã chiến) đã được chọn hết, những người còn lại sẽ phải chọn những chỗ thuộc Quân Y binh đoàn. Những chỗ nguy hiểm nhất trong nhóm này, thuộc về các lực lượng tổng trừ bị.

Quân lực Việt Nam Cộng Hòa có hai lực lượng tổng trừ bị là Nhảy Dù và Thủy Quân Lục Chiến. Tỷ lệ tử vong trong hai binh chủng này rất cao. Ở nơi nào chiến trường khốc liệt nhất, nơi đó Nhảy Dù hoặc Thủy Quân Lục Chiến sẽ được gửi tới. Có khi cả hai. Trong mỗi tiểu đoàn tác chiến của hai binh chủng này đều có một bác sĩ đi theo. Các y sĩ phục vụ tại đây cũng sẽ trải qua những sự nguy hiểm như các chiến sĩ khác của tiểu đoàn.

Còn trong các sư đoàn bộ binh, phải cấp trung đoàn mới có một bác sĩ.

Trung bình mỗi năm sẽ có khoảng 6 chỗ cho sư đoàn Nhảy Dù và 6 chỗ cho Thủy Quân Lục Chiến.

Bắt đầu buổi chọn chỗ, một vị sĩ quan đọc lên thứ tự những người cao thấp trong bảng xếp hạng. Tôi đứng thứ 71, trên tổng số 73 người. Nhìn lên trên bảng liệt kê những đơn vị sẽ được chọn trong khóa này, tôi nhẩm tính qua, biết rằng tới lượt mình, không vào Nhảy Dù, ắt cũng đi Thủy Quân Lục Chiến.

Trước giờ chọn chỗ, một điều được thông báo rõ ràng cho tất cả mọi người rõ: "Rằng ai muốn chọn về Nhảy Dù hoặc Thủy Quân Lục Chiến, chỉ cần giơ tay lên mà không cần phải đợi đến lượt tên mình được gọi. Thí dụ người đậu thứ 73, bất cứ giờ phút nào muốn chọn về đó, chỉ cần giơ tay lên, sẽ được chấp thuận ngay".

Nghe xong, có tiếng xì xào, bàn tán.

Người đậu thứ 72 là Nghiêm Sỹ Tuấn, liền giơ tay lên.

Vị sĩ quan hỏi: "Anh chọn gì?"

Tuấn đáp: "Nhảy Dù".

Sau khi ký giấy tờ Tuấn bước ra khỏi phòng. Không cần để ý đến ai sẽ đi đâu, và bao giờ buổi này mới chấm dứt. Khi thấy Tuấn chọn xong, tôi hiểu ngay Tuấn đã thực hiện cái ý đã diễn ra trong một bài thơ làm từ trước:

Cung Dâu dựng nhắm phương nào
Ngập ngừng tên cỏ ngày cao chất chồng

Mai sau đó gửi về không
Bóng vươn tinh đầu mơ vùng núi cao
(Tuổi đứng)

*

Sau khi trình diện Quân Y Nhảy Dù, Tuấn được làm Y sĩ trưởng tiểu đoàn 6 Nhảy Dù. Trong tất cả các đơn vị của lực lượng Tổng Trừ Bị, chỉ có hai tiểu đoàn có hậu cứ tại Vũng Tàu. Đó là Tiểu đoàn 6 Nhảy Dù (đơn vị của Tuấn) và Tiểu đoàn 4 Thủy Quân Lục Chiến (là đơn vị của tôi).

Trại tiểu đoàn 6 Nhảy Dù nằm gần Bãi Sau.

Kể từ khi đáo nhậm đơn vị tôi và Tuấn không có dịp gặp lại nhau nữa.

Tuy cả hai hậu cứ đều ở Vũng Tàu, nhưng trên thực tế phải 2, 3 tháng đơn vị mới được về nghỉ khoảng một, hai tuần lễ. Do đó Tuấn và tôi, mỗi người chỉ có việc theo đơn vị mình đi hành quân mà không có dịp nào gặp nhau cả.

Khoảng một, hai tháng sau Tết Mậu Thân, tôi đang làm việc tại Bệnh xá Thủy Quân Lục Chiến trong trại Cửu Long, Thị Nghè, thì được tin Tuấn tử trận. Tôi bàng hoàng cả người, mặc dầu vẫn biết rằng, một cái tin như vậy, là chuyện thường ngày đến với những gia đình có con, em, hoặc thân nhân phục vụ trong lực lượng Tổng Trừ Bị.

Xác Tuấn được đưa về Sài Gòn.

…

Lê Sỹ Quang và tôi bước vào nghĩa trang Mạc Đĩnh Chi. Đi dọc theo con đường, thẳng từ cổng vào, tôi ngó sang phía bên tay phải nhìn vào hai ngôi mộ của Tổng thống Ngô Đình Diệm và người em là Ngô Đình Nhu, bị sát hại trong cuộc đảo chính 1-11-1963.

Tôi đi thêm vài chục thước nữa, rồi rẽ sang phía tay trái tới gần cuối, góc phía sau của nghĩa trang.

Thân nhân của Tuấn đang sụt sùi. Cạnh đó là một cái huyệt mới được đào xong. Chiếc áo quan chưa được đặt vào trong huyệt.

Tôi nhìn quanh. Số người dự đám tang không nhiều lắm. Các bạn cùng lớp, thì mỗi người đang ở một đơn vị xa, trải dài từ Bến Hải xuống đến Cà Mau, nên không về được. Một vài đồng nghiệp đang được làm việc tại Sài Gòn có đến dự. Lê Sỹ Quang ở Liên đoàn 5 Công Binh Kiến Tạo Hóc Môn, nên đương nhiên cũng kể như ở Sài Gòn. Ngoài ra còn có vài người thuộc Quân Y Nhảy Dù.

Khi áo quan đã hạ huyệt, vài người bạn học cũ tại trường trung học Chu Văn An, hay bạn đồng nghiệp của Tuấn tỏ lời tiếc nhớ bạn xưa. Anh Trần Xuân Ninh đang làm tại Bệnh viện Nhi đồng cũng có mặt, vừa khóc vừa nói lời vĩnh biệt.

Không có một người nào long trọng đọc một bản điếu văn như trong những đám tang khác. Những người hiện diện hôm nay tiễn đưa Tuấn, tuy số lượng ít nhưng tất cả, lòng thương xót bạn lại vô bờ bến.

…

Độ một tuần sau, tôi có việc phải trở lại Vũng Tàu một ngày. Tôi đến thăm Giáo Sư Nguyễn Văn Quyên, cũng là một bạn của Tuấn. Chúng tôi buồn, ngồi nghĩ đến bạn.

Quyên hỏi tôi: "Tối nay ngủ ở đâu?"

Tôi đáp: " Vào trại Thủy Quân Lục Chiến."

Quyên cản lại: "Thôi, ngồi lại đây đến khuya, anh em mình nói chuyện với nhau. Rồi sau đó hoặc là ngủ trong nhà này hoặc là vào phòng của Tuấn cũng trong cư xá này cách đây 50 thước. Tiểu đoàn 6 Nhảy Dù, có vài căn phòng trong cư xá này, dành cho sĩ quan của đơn vị. Mọi lần, trước khi đi hành quân, Tuấn đều giao chìa khóa phòng cho tôi."

Tôi trả lời Quyên: "Ừ được, tôi sẽ ở phòng Tuấn."

Khuya đến. Quyên đưa tôi chìa khóa.

Tôi bước hết một đoạn đường nhỏ. Tôi tra chìa khóa vào ổ. Phải xoay 2, 3 lần mới mở được cửa. Trong phòng tối om.

Tôi đưa tay bật đèn. Một cái giường xếp, trống không. Một cái bàn nhỏ với một cái ghế. Ở vai ghế, có vắt một cái áo rằn ri của binh chủng. Trên túi áo ngực bên tay phải có thêu tên Tuấn và trên chữ này có một cánh dù. Tôi ngó lên tường, không thấy treo một bức hình nào cả.

Tôi đặt mình trên chiếc giường xếp mà mỗi lần Tiểu đoàn 6 hành quân xong, được về Vũng Tàu nghỉ, Tuấn đã nằm.

Tôi nhớ tới bài thơ của anh trước đây tôi đọc, và đã cảm thấy sao như có vẻ nói gở:

Đất lạnh

Hồ Trường một dốc chưa say
Lưng đau cát sỏi ai thay xương mình
Điểm trang khô mắt đăng trình
Nghiêng thêm băng giá hồi sinh đợi ngày.

Nghiêm Sỹ Tuấn

...

Trong hai năm 2013-2014, Úc châu có một chương trình thu thập những sự kiện lịch sử bằng cách phỏng vấn mấy chục cựu quân nhân Quân Lực Việt Nam Cộng Hòa. Người phụ trách cuộc phỏng vấn này là Giáo Sư Natalie Huỳnh Châu Nguyễn, đại học Monash tỉnh Melbourne.

Tôi cũng là một trong những người được phỏng vấn.

Cuộc phỏng vấn bằng tiếng Anh, kéo dài ba tiếng đồng hồ, có ghi âm. Trong lúc kể lại việc nhập ngũ và rồi phục vụ trong lực lượng Tổng trừ bị, tôi chợt nhớ đến Nghiêm Sỹ Tuấn. Tôi nghĩ bụng, trong cuộc chiến Việt Nam, biết bao thanh niên miền Nam đã trở thành những anh hùng vô danh. Nghiêm Sỹ Tuấn là một trong những người đó. Tôi tự bảo, "những băng hay đĩa ghi âm này sẽ được lưu trữ trong Thư viện quốc gia Úc. Mình phải nhắc đến Tuấn."

Năm 2016, một phần tài liệu trong những cuộc phỏng vấn đã được vị giáo sư này in ra thành sách với nhan đề South Vietnamese Soldiers, bởi nhà xuất bản Praeger, Hoa Kỳ.

Sau khi nhìn thấy tên Bác sĩ Nghiêm Sỹ Tuấn được in lên trong một đoạn do tôi đã trình bày trong cuộc phỏng vấn, tôi cảm thấy như mình đã thắp được một nén hương trước bàn thờ anh.

> Only two general reserve forces had doctors at battalion level, and those were the Marines and the Airborne Division. The doctor would take care of 600 fighters. General reserve meant jumping in wherever the fighting was hardest. The Marines and the Airborne Division had the highest casualty rates for doctors. Number 72 in my class was a doctor named Nghiem Sy Tuan. He entered the Airborne Division and about a year later, he was killed at Khe Sanh Base. He was twenty-six years old. Another doctor who

Hình chụp một đoạn do tôi trình bày, được in trên trang 74 trong cuốn sách *South Vienamese Soldiers* của Giáo Sư Nathalie Huynh Chau Nguyen, nhà xuất bản Praeger, 2016, Hoa Kỳ.

TRẦN XUÂN DŨNG

Victoria, Australia 02.2019

Trần Đoàn sinh năm 1937 Vỹ Dạ, Huế. Trung Học Quốc Học Huế. Cầu thủ đội bóng tròn Quốc Học. Viết báo Sinh viên Y khoa Tình Thương, nổi tiếng với loạt bài "Thằng Cu hay Cái Bướm". Tốt nghiệp Y Khoa Sài Gòn 1965. Sinh viên Quân Y Hiện Dịch Khóa 12, gia nhập binh chủng Nhảy Dù, Y sĩ trưởng TĐ2QYND, Y sĩ điều trị Bệnh viện Đỗ Vinh tới 1971. Quân Y viện Nguyễn Huệ Nha Trang. Cấp bậc cuối cùng Thiếu Tá. Sau 1975, tù Cộng sản, vượt biển tìm tự do, định cư ở Mỹ và hành nghề Y khoa tại Virginia. Pháp danh Nguyên Tu, mất ngày 1 tháng 6, 2017 thọ 80 tuổi.

Y sĩ Thiếu tá Trần Đoàn

Mũ Đỏ Trần Đoàn Y Sĩ Trưởng Tiểu Đoàn 2 Nhảy Dù Viết Về Nghiêm Sỹ Tuấn

TRẦN ĐOÀN

50 năm, một nửa thế kỷ của cuộc đời đã trôi qua từ khi tôi về đảm nhận chức vụ Y sĩ Trưởng TĐ2/ND. Trí nhớ cũng phôi pha theo thời gian. Thế nhưng một chặng đường gần 6 năm đội chiếc mũ đỏ vẫn là một dấu ấn khó quên, vì đó là một giai đoạn của tuổi thanh niên đầy nhựa sống, tích cực hăng hái đóng góp bàn tay bảo vệ Tự do cho Quê hương, vừa gian lao vừa hãnh diện.

Chiến tranh Quốc gia / Cộng sản từ năm 1965 bắt đầu sôi động dữ dội. Rối loạn chính trị miền Nam tạo cơ hội thuận tiện cho quân chính quy Bắc Việt dễ dàng xâm nhập khắp thôn ấp và các vùng ven đô thị.

Sau 7 năm dùi mài kinh sử, chúng tôi là Sinh viên Quân Y hay Dân y trưng tập đều được phân phối về các đơn vị chiến đấu hay các Bệnh viện dã chiến để băng bó các vết thương của bom đạn.

Làm sao tránh khỏi lo âu và xúc động khi chỉ nội trong năm 1964- 65 mà đã có 7 Y sĩ hy sinh tại chiến trường. BS Đoàn Mạnh

Hoạch ngã gục trước lần đạn địch ở Quảng Ngãi 1964. BS Trương Bá Hân / TQLC tử trận ở Bình Giả 1964.

Các đàn anh chỉ hơn tôi có một lớp, mới ngày nào cùng nhau thực tập trong Bệnh viện Chợ Rẫy, Bình Dân, v.v… có anh là nội trú xuất sắc, xứng đáng là bậc thầy trong Y nghiệp, hứa hẹn một tương lai xán lạn, thế mà cũng bị hy sinh tại trận địa mấy tháng sau khi đáo nhận đơn vị. Sinh viên Quân Y vào năm cuối được liên tục luân phiên gác xác các đàn anh tử trận trong năm 1965:

– BS Phạm Bá Lương ngã gục ở Bầu Bàng.

– BS Nguyễn Văn Nhứt tử thương khi đoàn xe di chuyển bị phục kích ở rừng cao su Dầu Tiếng.

– BS Trần Thái hy sinh tại Bà Rịa.

– BS Trần Ngọc Minh, Y sĩ Trưởng TĐ5/ TQLC bị đâm vào ngực trong một trận xáp lá cà với Việt cộng tại Thăng Bình.

– BS Đỗ Vinh, Y sĩ Trưởng TĐ5/ND bị mảnh pháo trúng ngay vào đầu khi đang săn sóc thương binh. Ngày đưa tang, Thiếu tá TĐT/TĐ5ND Ngô Quang Trưởng và Quân nhân các cấp, các đơn vị bạn ngậm ngùi thương tiếc tiễn anh ra mộ huyệt. Tôi vẫy tay chào anh, từ bỏ anh em quá sớm. Chiếc áo Hoa rừng và Mũ đỏ của binh chủng hào hùng thiện chiến vẫn có một mãnh lực hấp dẫn máu giang hồ, điếc không sợ súng của chúng tôi, ba thằng bạn xuất thân từ xứ Huế, học cùng lớp, ăn cùng mâm, ở cùng phòng trong trường Quân Y Chợ Lớn. Lê Văn Châu, con của Tướng Lê Văn Nghiêm, tức là nhà văn Trang Châu, còn có biệt danh là "Châu cá ngựa" vì anh có mặt tại trường đua Phú Thọ hằng tuần. Đoàn Văn Bá, tục gọi là "Bá điên" còn được gọi là "l'homme des situations difficiles" vì anh bạo ăn bạo nói, chỗ nào gặp khó khăn với cấp trên là có anh. Anh bị kẹt lại trận Mậu Thân ở Huế trong chuyến nghỉ phép về thăm nhà, được quân đội Mỹ giải cứu trong gang tấc, đưa anh về căn cứ MAC-V, giúp giải phẫu cứu mạng rất nhiều quân nhân Mỹ bị trọng thương và được tuyên dương tưởng thưởng huy chương Bronze Star Hoa Kỳ. Còn tôi, được các bạn gán cho biệt danh "Đoàn cái bướm" vì tôi viết bài *"Thằng Cu hay Cái Bướm"* đăng nhiều kỳ trong Đặc san *Tình Thương* của sinh viên Y Khoa thời ấy.

Một trang báo *"Thằng Cu hay Cái Bướm"* của Trần Đoàn và Phan Nhơn (tên của Chị Trần Đoàn) bắt đầu khởi đăng trên Nguyệt san *Tình Thương* từ số 5, tháng 5, 1964 đến số 7, tháng 7, 1964

Bảng hiệu "Bệnh Xá Đỗ Vinh" [1] nền trắng chữ đỏ mới toanh, còn ướt màu sơn treo trên khu nhà bằng gạch hai tầng của Bệnh xá Nhảy Dù 50 giường không làm chúng tôi sợ sệt mà còn cảm thấy một cái gì vinh quang khi trình diện thụ huấn khóa 68 Nhảy Dù vào tháng 8/1965. Ba thằng bạn thân, không ai dám rủ ai vào nơi nguy hiểm, đều có mặt.

Cổng trại Hoàng Hoa Thám thẳng tắp con đường tráng nhựa rợp bóng mát của hai hàng cây đưa đến các dãy doanh trại xây bằng gạch vững chắc sơn màu vàng, ngay ngắn sạch sẽ là con đường quen thuộc, thân thương của chúng tôi từ dạo ấy.

Bóng dáng các đàn anh đeo bằng "Nhảy Dù điều khiển" như BS Văn Văn Của, BS Trần Tấn Phát… kích thích lòng tự ái liều lĩnh của chúng tôi trong niềm cảm phục kính nể. Chiếc Mũ Đỏ được đội lên đầu sau 3 tuần huấn luyện ướt đẫm mồ hôi, bò lết, hít đất, nhảy chuồng cu và 6 sauts nhảy dù ở Hóc Môn - Củ Chi. Cánh hoa dù T10 xẹt mở rộng lộng gió tung bay mát rượi trong bầu trời trong xanh ôm trọn một phần của vũ trụ bao la là những giây phút thần tiên ngắn ngủi của người lính Mũ Đỏ. Sau đó thì nguy hiểm bắt đầu rình rập. Saut đêm bị hủy bỏ vào phút chót vì tình hình an ninh bãi nhảy không cho phép, có người lính nhảy xuống bị mất tích không tìm ra dấu vết. "NHẢY DÙ – CỐ GẮNG" là một khẩu hiệu có mãnh lực xô chúng tôi phóng ra cửa máy bay sau tiếng hét "Go" của Huấn luyện viên, và là châm ngôn giúp chúng tôi vượt qua chặng đường hành quân vất vả, cực nhọc. "Nhảy Dù – Cố Gắng" gắn bó theo giúp chúng tôi suốt cả cuộc đời, nào là khi bị hành hạ xài xể trong trại tù cộng sản, nào là khi gặp sóng gió, bão tố, ói mửa trong chiếc ghe nhỏ trên đường vượt biển tìm tự do, khi lao động chân tay để có tiền mua sách học lấy lại mảnh bằng hành nghề, khi đau ốm bệnh hoạn và cả khi tu tập chuyển hóa tâm linh.

Sĩ quan Y Nha Dược Tiểu đoàn Quân Y Dù (Hình chụp trước bệnh viện Đỗ Vinh), từ trái, hàng đầu: BS Hoàng Cơ Lân, BS Hoàng Ngọc Giao, BS Vũ Văn Quynh, BS Đoàn Văn Bá, BS Trần Đoàn, BS Trần Đức Tường; hàng sau: BS Cố vấn Smith, BS Trần Đông A, BS Lê Văn Châu, Nha sĩ Nguyễn Văn Y, BS Vũ Khắc Niệm, BS Đinh Hà, Dược sĩ Nguyễn Mậu Trinh.

[Ghi chú của Trang Châu, tư liệu BS Trần Tấn Phát]

BS Lê Trọng Tín biệt phái về làm Y sĩ Trưởng TĐ1/NĐ – Lê Văn Châu TĐ6/NĐ – Đoàn Văn Bá về TĐ7/NĐ – Trần Trọng Nghị về TĐ9/NĐ và tôi về TĐ2/NĐ.

TĐ2/ NĐ là một Tiểu đoàn tân lập đóng ở Bà Quẹo, sát nách phi trường Tân Sơn Nhất, không xa cổng trại Hoàng Hoa Thám. Thế là tôi may mắn được ở ngay Sài Gòn, sớm tối được về chăm sóc vợ đang mang bầu. Vợ tôi còn là sinh viên trường Dược. Lương Y sĩ Nhảy Dù phải gói ghém lắm mới đủ sống.

Lần xuất quân thử thách đầu tiên của tôi vào cuối năm 1965 lại là với chức vụ Y sĩ Trưởng/TĐ3ND thay thế BS Nguyễn Đức Liên đi phép về hậu cứ. Trời Sài Gòn 4 giờ sáng còn mờ sương, chiếc C123 rù máy xé tan bầu không khí tĩnh lặng, lạnh lùng cất cánh rồi đáp xuống phi trường Quy Nhơn sau hơn một giờ bay. Phi cơ há miệng đằng đuôi nhả ra hơn trăm binh sĩ súng đạn đầy mình sẵn sàng ra bổ sung cho chiến trường Tam Quan, Bồng Sơn. Phi đội Trực thăng tiếp tới gấp chúng tôi đưa thẳng vào chiến địa còn hôi tanh mùi máu và thuốc súng, bay sà sát rừng dừa xơ xác ngả nghiêng cháy xám.

Y sĩ Trưởng Thiếu tá Hoàng Cơ Lân dẫn tôi vào chào Tướng Tư Lệnh Dư Quốc Đống trong một căn lều. Ông đang ở trần, mặc quần xà lỏn, đen đui đủi, vây quanh bởi các sĩ quan của Bộ Chỉ huy, mồ hôi nhễ nhại. BS Liên đón tôi về trạm cứu thương TĐ3/ND tạm trú dưới một mái nhà tôn đầy dấu đạn. Các Y tá còn bận rộn thu dọn y cụ vì công việc tản thương vừa mới được hoàn tất tối hôm qua. Thiếu tá Hưng TĐT, nước da rám nắng có vẻ âu lo. Đại úy TĐP Trần Quốc Lịch người cao to, đầu trọc lóc trông rất "ngầu", sau này ông lên đến cấp Tướng chỉ huy Sư đoàn. Hằng ngày tôi làm dân sự vụ, khám bệnh, phát thuốc, chăm sóc ngay cả các bà đang có bầu mà tác giả không ai khác là những du kích địa phương. Lòng nhân đạo của người Y sĩ không phân biệt bạn hay thù. Tôi thương người dân, tôi thương những trẻ em lớn lên ở vùng đất mất an ninh này, không biết đâu mà lựa chọn. Tôi thông cảm nỗi khổ của họ khi sinh sống trong vùng xôi đậu.

Đồi 10, một ngọn đồi nổi tiếng khó tiến chiếm vì Cộng quân đào hầm địa đạo từ chân đồi lên đến đỉnh đồi và đặt thượng liên nhắm bắn vào trực thăng bao vùng xạ kích yểm trợ – Một ngọn đồi đẫm máu đã được ghi vào chiến sử.

Chuẩn úy Lê Hồng, xuất thân từ Hạ sĩ quan, là Sĩ quan Ban 3 tiểu đoàn sau khi thụ huấn xong khóa sĩ quan đặc biệt về. Người anh nhỏ con nhưng giọng nói Quảng Bình rõ ràng chắc nịch qua máy truyền tin vang to suốt cả ngày đêm để điều động các Đại đội đang lục soát quanh vùng. Là người lính chăm chỉ, gan dạ và

khuôn phép, anh leo dần lên đến chức vụ TĐT/TĐ1ND rồi Trung
tá Lữ đoàn phó khi tàn cuộc chiến. Tôi cảm phục sự nhẫn nhục của
anh khi thấy anh bất chấp nặng nhọc lao động khuân vác trong một
tiệm tạp hóa vùng Arlington, VA để sinh sống và nuôi ý chí cương
quyết về giải phóng quê hương thoát khỏi gông cùm cộng sản. Ước
nguyện không thành, anh bỏ xác tại vùng biên giới Thái-Lào trong
niềm thương tiếc khôn cùng.

Trạm Y tế TĐ2/ND nằm trong một gian nhà tiền chế của
doanh trại, mái tôn nền đất. Y tá Trưởng, thượng sĩ "Hưng mù",
đeo kính cận dầy cộm, có nhiều kinh nghiệm từ hồi còn là Y tá
trong quân đội Pháp, tháo vát và khéo xã giao, giúp tôi và đội Y tá
trên dưới 20 người dọn dẹp phòng ốc, sắp đặt dụng cụ thuốc men.
Vài ba anh lính trẻ khai bệnh lậu đái ra mủ vì không được hướng
dẫn dùng bao cao su khi giao hợp với "chị em ta" phân trần: "Đời
lính xa nhà mà bác sĩ". Tôi làm quen dần với các sĩ quan bộ chỉ huy
và các đại đội. Chuẩn úy Võ Văn Thu, nguyên là Y tá TĐ5/ND vừa
thụ huấn khóa sĩ quan Thủ Đức trở về nắm giữ chức vụ sĩ quan Hậu
cứ, thường lui tới thăm hỏi và giúp đỡ trạm Y tế. Anh được ông
TĐT, cũng xuất thân từ TĐ5/ND, tin cậy thương mến và nâng đỡ
vì tinh thần phục vụ đắc lực của anh. Chức vụ cuối cùng của anh
là TĐT/TĐYT/SĐND với cấp bậc Trung tá. Nghe nói ngày di tản
qua Mỹ, sống ở Washington State, giữa xứ lạ quê người, tinh thần
anh bị suy giảm. Anh cạo gió cho con anh khi nó bị ho cảm. Mấy
lần vết đỏ sau lưng và trước ngực làm cho cô giáo nghi anh đánh
đập ngược đãi trẻ con. Anh phản kháng khi cảnh sát đến còng tay
anh. Vì quá uất ức, anh treo cổ tự tử trong tù.

Đại úy Lê Quang Lưỡng, vừa mới được thăng chức Thiếu tá
mấy tháng trước, nắm chức vụ TĐT/TĐ2ND. Ông là người chiến
binh mang nhiều thương tích và chiến tích, vào sinh ra tử biết bao
nhiêu lần với những chiến công như An Lộc, Mậu Thân, Hạ Lào,
v.v... oanh liệt vẻ vang. Tổng thống Nguyễn Văn Thiệu gắn cấp
bậc Chuẩn tướng và bổ nhiệm ông nắm chức vụ Tư Lệnh/SĐND
vào năm 1973 (?).

Ngày đoàn quân xa trên 30 chiếc chở Tiểu đoàn tân lập về
Trung tâm huấn luyện Vạn Kiếp Bà Rịa để thụ huấn, chưa kịp ra

tới đầu xa lộ Biên Hòa thì xui xẻo gặp lúc cộng sản pháo kích vào thành phố Sài Gòn. Vài ba quả nổ tung tóe rớt ngay trên đường Phan Thanh Giản giữa lúc dân chúng tấp nập đi làm buổi sáng. Cảnh tượng hỗn độn và hoảng hốt vì mọi người hối hả chạy tìm chỗ ẩn núp sau mấy gốc cây. Đoàn xe bị khựng lại, mãi hơn giờ sau mới tiếp tục lộ trình về đến nơi đến chốn an toàn.

Sau 3 tháng huấn luyện, Tiểu đoàn được chuyển về đóng quân ở vòng đai Sài Gòn, vùng Tân Quý, Hóc Môn, Bà Điểm.

Tiểu đoàn phó, Đại úy Trần Kim Thạch, nhỏ con, bị thương ở háng nên khó khăn khi ngồi vệ sinh. Ông xuất thân từ Hạ sĩ quan của Nhảy Dù Pháp, vui tính, lanh lẹ và can đảm. Một buổi chiều, trời chạng vạng tối, tôi thấy ông hối hả cười vang chạy bộ thình thịch về bộ chỉ huy với hai người lính cận vệ, trên vai mỗi người còn mang thêm một khẩu AK. Tiểu đoàn phó mà chịu chơi nằm lại phục kích bên bờ lau sậy sau khi cả Tiểu đoàn tảo thanh lùng địch đã rút trở về. Hai năm sau ông nắm chức vụ TĐT/ TĐ2ND ghi thêm nhiều chiến công oanh liệt cho Tiểu đoàn. TĐ2/ ND đã đủ lớn mạnh để chuyển vận ra vùng địa đầu giới tuyến.

Ngày quân xa chở Tiểu đoàn từ Huế ra Quảng Trị, một đoạn đường dài hơn cả cây số khi gần đến làng Mỹ Chánh, bị cày nát và còn nóng hổi vết tích bom đạn đầy mảnh vụn của xe bị cháy đen hòa với máu đỏ. Ruộng lúa hai bên xơ xác tơi bời ngả nghiêng, dấu vết của TĐ2/TQLC bị phục kích mới ngày hôm qua. Thiếu tá TĐT/TĐ2 Trâu Điên Lê Hằng Minh hy sinh ngay từ phút đầu. Đoàn quân xa dè dặt, thận trọng chậm rãi di chuyển trong tư thế sẵn sàng chiến đấu. Không khí ngột ngạt. Đến thành phố Quảng Trị, tôi bị choáng váng, ngộp thở vì ngọn gió Lào độc địa thổi về. Hôm sau, trực thăng vận thả Tiểu đoàn xuống các ngọn đồi trống vùng Cùa, những ngọn đồi mọc đầy những bụi hoa sim tím. Những cánh hoa còn ướt sương mai long lanh trong nắng sớm. Tôi ngắt hoa ép vào quyển nhật ký hành quân và thầm đọc bài thơ *"Những đồi hoa sim tím"* của thi sĩ Hữu Loan, mong rằng ngày tôi về vẫn còn gặp nàng...

Toán Tiền sát báo cáo bắt được một cán binh Việt cộng đang ngơ ngác cầm bản đồ và ống nhòm quan sát trận địa. Khai thác cho biết Tiểu đoàn Cộng sản đang trên đường xâm nhập. Chiều về, Tiểu đoàn di chuyển ra khỏi làng và đóng quân trên dãy đồi cao thấp nối tiếp thoai thoải. Chập tối, Ban 3 Tiểu đoàn báo cáo mất liên lạc với Tiểu đội nằm lại phục kích trong làng. Tôi duỗi chân nằm thẳng trên cỏ, đếm sao lấp lánh trên trời và thiếp đi, rã rời chân tay.

Thình lình nửa khuya, địch nổ súng ồ ạt la hét: "Hàng sống, chống chết" bò lên tấn công. Giao tranh cận chiến ác liệt. May thay cây thượng liên của chúng đặt trên đồi cao hướng về bộ chỉ huy và toán Quân Y kế cận chưa kịp khai hỏa thì bị binh sĩ Nhảy Dù tiêu diệt. Phi cơ phản lực liên tiếp thả bom Napalm vào khu rừng dưới đồi. Xác địch banh thây cách chỗ tôi nằm không quá 50 thước. Băng bó, tản thương không ngừng tay. Ngay tối hôm đó, đài cộng sản oang oang nêu thành tích là đã giết được 15 lính ngụy Dù, một con số chính xác mà Ban 3 Tiểu đoàn vừa mới báo cáo thiệt hại về Sư Đoàn buổi sáng sớm. Phải chăng có nội tuyến nằm ngay trong BTL/ SĐND, tôi đắn đo suy nghĩ.

Về trạm dưỡng quân ở Đông Hà, tôi gặp BS Vũ Khắc Niệm, Y sĩ trưởng TĐ8/ND. Hai anh em rủ nhau đi uống bia cho đỡ thèm khát dưới cái nắng nóng gay gắt của miền Trung. Một chai bia cao hiệu con cọp ướp lạnh giá 50 đồng. Tôi lục lọi mãi hết trong các túi bộ đồ trận lôi ra đếm được 49 đồng. BS Niệm cho tôi thêm 1 đồng.

Tiếng nổ của cây súng AK nghe có phần chát chúa và khiếp đảm hơn cây súng Carbine M1, M2 cổ lỗ sĩ hay bị kẹt đạn. Trung Cộng và Liên Xô âm thầm trang bị cho Bắc Việt vũ khí ngày càng tối tân hơn. Đến cuối năm 1966, khi đóng quân ở làng An Hòa ngoài thành phố Huế, TĐ2/ND mới được Ngũ Giác Đài phê chuẩn viện trợ súng AR-15, AR-16 thay thế.

Hạnh phúc của người lính trận lội bộ dài ngày khi được về dưỡng quân vùng khá an ninh rất đơn giản là tháo được đôi giày trận và đôi vớ hâm hẩm hôi thối, chùi được các ngón chân mốc meo, rửa được bộ sinh dục bẩy nhầy và lắm khi là móc được cục phân cứng như đá ra khỏi hậu môn vì ăn thiếu rau, uống thiếu nước, không có thì giờ đi đại tiện. Lính Nhảy Dù bị bệnh trĩ nhiều là vì nguyên do như thế. Bộ đồ trận tanh tanh mồ hôi và dơ bẩn giặt phơi chưa kịp ráo thì có lệnh di chuyển.

Một tuần phát lương khô gạo sấy chất vào ba-lô. Tình báo cho biết địch vượt sông Bến Hải xâm nhập vào phía nam vùng phi quân sự. Tiểu đoàn lại được trực thăng vận đổ quân xuống sát hàng rào McNamara. Xa xa về phía Tây, bụi khói bay ngút trời do B52 rải bom ầm ầm nghe ghê rợn. Cả tiểu đoàn di chuyển đội hình hàng một xuyên rừng rậm đầy gai góc theo bước chân của khinh binh đi trước phát quang. Chim chóc và côn trùng vắng tiếng hót. Cái im lặng khá rùng rợn khi dừng chân ngủ đêm.

Thằng Y tá tên Dân thân cận của tôi sửa soạn đào hầm cá nhân cho "ông thầy". Một nhát xẻng nhấn xuống là một ánh lửa tóe lên vì chạm vào đất đầy sỏi đá. Tôi không đành thấy nó hì hục cực nhọc nên ngăn nó dừng tay, chấp nhận số mạng rủi ro. Chiếc võng treo thấp đu đưa ru tôi vào giấc ngủ đầy mộng mị chết chóc. Vào khoảng 2 giờ sáng, địch pháo kích hàng loạt súng cối, tung tóe sấm sét vào vùng đóng quân. Một quả 60 ly chớp nổ cách chiếc võng khoảng 10 thước, hất tôi lăn ngã xuống đất. Tôi cảm thấy đau rát nơi hai mông, đưa tay sờ vào thì đỏ ướt máu. Tôi đã bị thương nhưng biết mình còn sống. Giọng ông TĐT vang lớn giữa những tiếng pháo kích còn nổ vang:

– "Bác sĩ, bác sĩ, tôi bị thương".

Tôi do dự định chạy đến nhưng anh Y tá cận vệ thấy nguy hiểm níu tôi lại và trả lời lớn:

– Thưa Thiếu tá, "BS cũng bị thương".

Đại đội Trưởng Thạch Văn Thịnh xui xẻo bị một quả rơi đúng chỗ ông nằm. Doanh trại từ đó mang tên của người Đại đội Trưởng đầu tiên của TĐ2/ND bị tử trận. Trung đội Trưởng Trần Công Hạnh dẫn Trung đội ngang bộ chỉ huy và tiến về phía địch, nơi đặt pháo. Chiến đoàn Trưởng Đào Trọng Hùng la hét điều quân. Ông nổi tiếng là người chỉ huy can đảm không bao giờ khom lưng tránh né đạn khi lâm trận mà đạn biết tránh né ông. Chiếc khăn đỏ quấn quanh cổ được xem như là bùa hộ mạng. Một bên lưng đeo khẩu súng lục chỉ huy, một bên kia đeo một bi-đông rượu đế, đường đường một đấng. Bác sĩ Hà tục gọi là "Hà chảy", người ông dong dỏng cao, Y sĩ trưởng TĐ8/ND vừa đi vừa ôm bàn tay bị thương vừa chửi thề: "Địt mẹ, tao có muốn về Nhảy Dù đâu mà bị thương như thế này". BS "Hà chảy" là dân y trưng tập, học cùng lớp với tôi, chưa kịp bổ đi đơn vị nào khi ra trường thì lại miễn cưỡng bị trưng dụng tạm thời vì Nhảy Dù thiếu Y sĩ. Y tá xuôi ngược chăm sóc thương binh, trực thăng liên tiếp đáp xuống tản thương.

Mỗi lần hành quân 2-3 tháng về hậu cứ là quân số Tiểu đoàn hao hụt hơn phân nửa. Tiểu đoàn Vương Mộng Hồng – Khối Bổ Sung phân phối về Tiểu đoàn nhiều tân binh chưa kịp hoàn tất xong khóa nhảy dù.

Vùng I, vùng giới tuyến sùng sục dầu sôi lửa bỏng. Hành quân bấy giờ không còn là cấp Tiểu đoàn lẻ tẻ mà là Chiến đoàn gồm 2-3 Tiểu đoàn che chở yểm trợ cho nhau. Hành quân với thiết vận xa của Việt Nam Cộng Hòa hay với chiến xa lội nước của Hạm Đội 7 Hoa Kỳ tăng cường thường dễ dàng hơn khi tiến chiếm mục tiêu và ít bị thiệt hại.

BS Trần Đoàn đang khám bệnh tại Bệnh viện QYND Đỗ Vinh
[tư liệu BS Trần Tấn Phát]

Cuộc hành quân "nhảy dù trận" của TĐ2/ND xuống đồng bằng sông Cửu Long vào giữa năm 1966 có lẽ là saut nhảy xuống trận địa cuối cùng của binh chủng Nhảy Dù vì sau đó trực thăng là phương tiện đổ quân nhanh chóng và ít nguy hiểm. Cả một rừng chiếc "nấm" úp xuống khoảng ruộng nước bao la. Tôi xếp dù an toàn gom vào một chỗ với Đại đội 20 rồi tiếp tục bì bõm tiến theo đoàn quân. Vì bất ngờ nên địch quân không kịp bắn lên trong lúc chúng tôi còn lơ lửng trên trời trong buổi sáng sớm như trong phim *"The Longest Day"* khi quân đồng minh nhảy dù xuống Normandie. Chạm súng lẻ tẻ với du kích, địch tránh né rút vào rừng tràm. Vũng nước nào cũng có tôm có cá giúp cho chúng tôi có thêm thực phẩm tươi phụ trội.

Tổ chức SĐ Nhảy Dù từ năm 1966 đã nâng cấp số từ Liên đoàn thành Sư đoàn. Đại đội Quân Y Nhảy Dù thành Tiểu đoàn Quân Y Nhảy Dù. Bệnh xá Đỗ Vinh 50 giường thành Bệnh viện Đỗ Vinh 100 giường. Pháo binh, Truyền tin… nâng quân số từ Đại đội lên Tiểu đoàn. Chiến đoàn đổi thành Lữ Đoàn gồm 3 tiểu đoàn khi hành quân cho kịp với chiến tranh leo thang ngày càng khốc liệt.

Lữ đoàn 3 ND của Trung tá Nguyễn Khoa Nam đóng gần bộ chỉ huy TĐ2/ND ở vùng Tân Quý. Các Đại đội phân chia đóng ở các thôn ấp chung quanh. Tình báo cho hay Tiểu đoàn đặc công cộng sản mò về sát vòng đai Sài Gòn, thuộc xã Vĩnh Hạnh, Vĩnh Lộc. Lệnh hành quân lục soát ban ra. Trung đội tiền phong do Trung đội Trưởng Trần Công Thọ vừa ra trường khóa 20 Võ Bị Đà Lạt chạm súng. Cả Tiểu đoàn tiến lên tốc chiến tốc thắng đẩy địch bỏ chạy rút vào vùng kinh lạch Đức Hòa, Đức Huệ để lại gần 100 xác và súng ống đủ loại. Thiếu úy Trần Công Thọ bị ngay một viên đạn giữa đỉnh trán, chết ngọt lịm không kịp trăn trối, nằm cách chỗ tôi không quá 20 thước. Tôi đưa tay vuốt mắt anh, không thấy chảy máu, mặt anh còn tươi tắn như thiên thần ngủ quên. Nhạc phẩm *"Tạ Từ Trong Đêm"* của Nhạc sĩ Trần Thiện Thanh viết lên để riêng tặng anh. BS Bùi Thế Cầu, nguyên Thiếu tá Y sĩ trưởng TĐ5/ND đang nắm giữ chức vụ Tỉnh trưởng tỉnh Gia Định cùng giới chức hành chánh dân sự cao cấp và báo chí tháp tùng thực thăng xuống ngay trận địa để chứng kiến tận mắt và tán dương. Danh tiếng TĐ2/ND nổi như cồn trên trang đầu các tờ báo Sài Gòn. Đại đội 23 tập hợp nhiều Trung đội trưởng họ "TRẦN" trẻ trung, gan dạ, thương mến nhau như anh em ruột thịt. Một Trần Công Thọ đã rơi rụng. Một Trần Duy Phước cũng rụng rơi năm sau đó, còn lại Trần Công Hạnh leo dần đến chức vụ Tiểu đoàn trưởng TĐ2/ND. Đại đội trưởng Trần Công Danh rời

Tiểu đoàn chuyển hoán về đơn vị khác – Đại đội trưởng Phạm Kim Bằng bị thương hư một mắt – Đại đội trưởng Trần Như Tăng bị thương gãy chân – Đại đội trưởng Nguyễn Văn Được giã từ vũ khí ở vòng đai Sài Gòn. Ngày tiễn anh ra mộ huyệt có 3 bà mặc áo quần đen dài chít khăn tang trắng sụt sùi sau quan tài – Đại đội trưởng Lê Văn Mạnh Đại đội 20 lên cầm chỉ huy TĐ2/ND một thời gian. Toán Y tá của tôi gần 2 năm trời không ai bị hy sinh trừ một vài bị thương nhẹ. Tôi khâm phục tinh thần gan dạ của Y tá Nhảy Dù, luôn luôn xông vào tuyến đầu ngay dưới lằn đạn địch để băng bó vết thương cho đồng đội. Y tá trưởng Thượng sĩ Hưng "Mù" được Y tá trưởng Trung sĩ nhất Be về thay thế. Anh Y tá trưởng mới này cũng thuộc loại "chì" không kém.

Hành quân vùng Củ Chi – Hậu Nghĩa thường bị mìn bẫy nguy hiểm. Một chiếc Chinook chở gần cả đại đội bay sà sà sát mặt đất để tránh khỏi bị bắn tỉa khi đổ quân. Thế mà xui thay, viên Đại úy Cố vấn Mỹ mới về Tiểu đoàn, ngồi cạnh ông Tiểu đoàn Trưởng là người duy nhất bị trúng một viên đạn bắn lên xuyên qua, chết ngay tại chỗ.

Vùng I chiến thuật lại khẩn điện về Bộ Tổng Tham Mưu cầu viện các binh chủng tổng trừ bị như Nhảy Dù, Thủy Quân Lục Chiến. Dân chúng vùng Huế, Quảng Trị, Đông Hà an tâm khi có sự hiện diện của các binh chủng này. Tổng trừ bị gì mà ăn dầm ở dề tháng này qua tháng nọ giống như là Địa Phương Quân.

TĐ2/ND trở lại Huế, hành quân lần này có Trung đội Thiết giáp M113 yểm trợ. Những "con cua khổng lồ" dàn hàng ngang dậm chân trước một địa thế nghi ngờ. Trung đội khinh binh tiến sát vào hàng rào tre cao vút dày đặc của làng Đông Xuyên – Mỹ Xá, quận Quảng Điền. Im lặng đến ngộp thở. Chưa thấy động tĩnh thế nào cả. Bộ chỉ huy Tiểu đoàn dè dặt từng bước. Đợi đến khi thấy các cần câu của máy truyền tin PRC25 của Bộ Chỉ huy gần kề thì địch khai hỏa. Thiết Giáp đã dàn hàng ngang rồi ầm ầm nhào tới khạc đạn đại liên xối xả vào mục tiêu. Lính Nhảy Dù xung phong như sóng vỡ bờ. Lựu đạn thi nhau ném vào các hầm hố mới thanh toán được các ổ thượng liên mà xạ thủ bị còng chân tử thủ với nhau. Lựa đến khi trời tối địch nương theo kinh rạch để mà chém vè, rút sâu vào làng. Nhiều xác địch và vết máu để lại trên đường tháo chạy. Các binh sĩ mang máy theo bộ chỉ huy bị thiệt hại tính mạng khá nặng. Ông Tiểu đoàn trưởng vẫn bình tĩnh điều quân. Thiết giáp không bị hư hại chiếc nào cả. Trực thăng rọi đèn tải thương trong đêm tối. Mồ mả quanh bờ làng là nơi che chở cho chúng tôi gối đầu qua đêm.

BS Trần Lâm Cao tháp tùng các Sĩ quan Bộ Tư lệnh Sư đoàn 1 theo trực thăng tản thương từ Quân Y viện Nguyễn Tri Phương đáp xuống trận địa khi chiến trường đã thu dọn xong buổi sáng. Một chiến thắng quân địch sát nách thành phố Huế làm chấn động người dân thị thành. Chiến thắng nào mà không đổi lại bằng xương máu.

Viết đến đây lòng tôi bỗng chùng vì xúc động. Những khuôn mặt người lính thân thương đó hiện rõ trong ký ức của tôi. Họ nằm xuống vì vết đạn vào đầu, vào tim, vào phổi nằm la liệt trước mặt tôi. Người Y sĩ Tiểu đoàn hoàn toàn bất lực trước những vết thương không có phương tiện cứu chữa. Tôi xin cầu nguyện cho các anh an giấc ngàn thu và không hận thù. Chúng ta đều chia sẻ một đau thương chung của vận nước nổi trôi.

Tôi bàn giao toán Y tá cho BS Trần Lâm Cao làm tân Y sĩ trưởng TĐ2/ND vì đáo hạn nhiệm kỳ 2 năm phục vụ Tiểu đoàn.

Tôi được thăng cấp Đại úy và nhận nhiệm vụ mới là Y sĩ trưởng Đại đội 3/QYND, thường đóng chung với bộ chỉ huy Lữ đoàn 3 ND của Trung tá Nguyễn Khoa Nam khi đi hành quân. Sau này ông là Tướng Tư lệnh vùng 4 và tuẫn tiết không chịu đầu hàng địch. Danh thơm của ông ấy còn vang mãi trong hậu thế.

Tin dữ từ mặt trận đưa về. BS Nghiêm Sỹ Tuấn học cùng lớp, là BS dân y trưng tập, tình nguyện về TĐ6/ND, cũng chỉ còn một tháng nữa là mãn nhiệm kỳ phục vụ cấp Tiểu đoàn bị tử trận tại Khe Sanh khi đang săn sóc thương binh. Anh đã 2 lần bị thương, một ở Dakto, một ở Cao Lãnh. BS Lê Hữu Sanh, bạn cùng khóa, người thường được chọn cầm cờ đi hàng đầu trong các cuộc diễn hành của trường Quân Y vì dáng anh cao lớn, tử trận khi anh đang làm Y sĩ trưởng một Tiểu đoàn TQLC.

Cuối năm 1970, tôi giữ chức vụ Y sĩ trưởng Bệnh viện Đỗ Vinh/ SĐND và được thăng cấp Thiếu tá.

Khoảng tháng 3/1971, tôi đang thụ huấn tại Bệnh viện Brooks Hospital, thành phố San Antonio, Texas thì nhận được tin nhiều Y tá TĐ2/ND hy sinh tại mặt trận Hạ Lào. Lòng tôi quặn thắt.

Tôi rời binh chủng Nhảy Dù về phục vụ tại Quân Y viện Nha Trang để được gần gia đình. Chiếc Mũ đỏ và bộ hoa dù vẫn còn quyến luyến cho đến khi tôi giải ngũ vì đắc cử Nghị viên Thành phố Nha Trang năm 1974.

Viết những dòng kỷ niệm của nửa thế kỷ trước không sao tránh khỏi thiếu sót và nhầm lẫn, rất mong các bạn đọc đính chính và thông cảm.

Tôi xin nghiêng mình tưởng niệm những Quân nhân Binh chủng Nhảy Dù đã nằm xuống, những người lính chỉ biết tiến không lùi dù trước hỏa lực mạnh của địch quân.

Tôi xin cảm phục và tưởng niệm người lính chiến sĩ vô danh của Nhảy Dù bắn súng vào họng tự sát khi miệng còn nhai cơm sáng 30 tháng 4 tại hẻm tôi ở 147/8 Trần Quốc Toản, một hình ảnh hào hùng không thể quên.

Tiếp nối làm Y sĩ trưởng TĐ2/ND là BS Vương Bình Dzương, BS Bùi Văn Đạt, BS Tôn Thất Sơn, BS Lê Minh Tâm, BS Nguyễn Đức Mạnh, BS Nguyễn Kiêm, các anh hứng pháo Cộng sản sau này còn dữ dội hơn tôi nhiều.

Trước tôi, BS Võ Đạm là một trong ba sĩ quan thuộc Bộ chỉ huy TĐ7/ND còn sống sót trong trận Đồng Xoài.

Sau tôi, BS Tô Phạm Liệu, ông BS cầm súng như dân tác chiến, cũng là một trong ba sĩ quan thuộc Bộ chỉ huy còn sống sót ở ngọn đồi Charlie, ngọn đồi đẫm máu chôn xác TĐT/TĐ11ND Nguyễn Đình Bảo.

BS Đường Thiện Đồng sống sót trận Hạ Lào, hốc hác lội bộ về thấu tiền trạm.

BS Vũ Văn Quynh, BS Nguyễn Văn Thường, v.v… trốn tù cải tạo bị xử bắn, và còn, còn rất nhiều nữa mà người Y sĩ Nhảy Dù đã chia sẻ.

Tôi xin thán phục tinh thần Nhảy Dù bền bỉ của các BS Mũ đỏ Trần Văn Tính, Phạm Gia Cổn, Lê Quang Tiến… nắm giữ chức vụ Chủ tịch BCH/TƯ/GĐMĐVN Hải Ngoại để nối vòng tay lớn, tương thân, tương trợ.

Tôi không thấy ngượng ngùng khi BS Mũ Xanh Trần Xuân Dũng ca tụng các Y sĩ Nhảy Dù, Y sĩ TQLC là *"những Hiệp sĩ của thời đại, những Đường Sơn Đại Huynh trên tiền tuyến lửa"*.

Tôi không quên cám ơn các Chi Hội trưởng GĐMĐ vùng Hoa Thịnh Đốn như anh Nguyễn Văn Mùi, Lý Thanh Phi… thường nhắc tôi tham dự buổi cơm cuối năm của Gia đình Mũ Đỏ tổ chức để góp chút tình gửi về cho Thương Phế Binh Nhảy Dù còn ở quê nhà.

Tôi cũng không thể nào quên nhắc đến tên các đàn anh như Y sĩ Đại tá Hoàng Cơ Lân, người anh cả nghiêm minh và vui tươi, Y sĩ Đại tá Bùi Thiều, con người tài hoa và là người điều hành xây dựng Bệnh viện địa đạo ngay trong căn cứ Khe Sanh mà báo chí Mỹ khen phục.

Bốn chữ *"Giữ Đời Cho Nhau"* của BS Lê Quang Tiến nhắn trong Đặc San 70 để thực hiện số báo đặc biệt về QYND/SĐND làm sống dậy trong tôi những năm tháng đùa với tử thần.

Có nếm mùi cực khổ, tù đày rồi mới thấy Độc lập - Tự Do là quý. Có lâm vào cảnh đói rách, nguy hiểm rồi mới thấy tình Huynh Đệ Chi binh là quý.

Xin nói thêm vài lời nữa là nếu không đọc quyển *"Y Sĩ Tiền Tuyến"* của Trang Châu, không đọc bài viết của Phan Nhật Nam, của Trương Đăng Sỹ trong Đặc San Mũ Đỏ số 70 thì e cũng khó ngồi mài miệt cả tuần để viết nên những trang giấy này.

Mũ Đỏ Bác Sĩ TRẦN ĐOÀN, Y sĩ Trưởng TĐ2ND

[Diễn Đàn Cựu Sinh Viên Quân Y, tháng 2 năm 2015]

Khi Nhảy Dù còn ở cấp Lữ Đoàn thì Quân Y Dù ở cấp Đại Đội và phòng khám bệnh được gọi là Bệnh Xá mang tên Đỗ Vinh. Khi Dù được nâng lên thành Sư Đoàn thì Đại Đội Quân Y Dù được nâng lên cấp Tiểu Đoàn và Bệnh xá Đỗ Vinh được nâng lên hàng Bệnh Viện 100 giường với 2 y sĩ giải phẫu và 1 y sĩ gây mê. Lê Văn Châu là y sĩ gây mê đầu tiên sau khi thụ huấn 12 tháng ở Tổng Y Viện Cộng Hòa. 2 y sĩ giải phẫu lúc đó là Đinh Hà và Trần Đông A, sau này có thêm Hoàng Bá Ước Gioanh. *[Ghi chú của Trang Châu]*

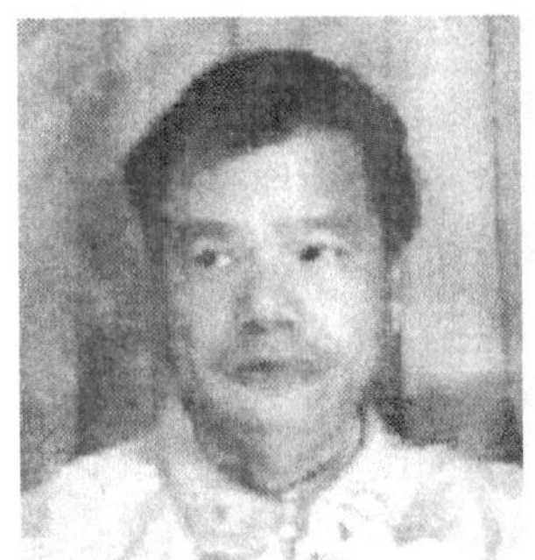

Nguyễn Thanh Giản sinh năm 1940, tỉnh Thái Bình, Bắc phần, trung học Chu Văn An, tốt nghiệp Y Khoa Sài Gòn 1965, Bác sĩ Quân Y Quân Lực VNCH 1965-1975. Tù cải tạo 1975-1977. Định cư Hoa Kỳ 1983. Viết văn với bút hiệu Hải Đăng, tác phẩm đã xuất bản: Kỷ Niệm Trên Đồi (tập truyện) 1994; Nỗi Đau của Mẹ (tập truyện) 1998; Kể Bên Bếp Lửa (truyện dài) 2003. Mất năm 2015.

Y sĩ Đại úy Nguyễn Thanh Giản

Trang Viết Cuối Cùng Cho Bạn Tôi

NGUYỄN THANH GIẢN

Ngày được tin Bác sĩ Nghiêm Sỹ Tuấn tình nguyện đi binh chủng Nhảy Dù, một người bạn cùng lớp nói với tôi:

- Thằng Tuấn mà đi Nhảy Dù thì chắc dù nó bay lên chứ không xuống đâu!

Tôi mỉm cười nhưng không ngạc nhiên vì biết anh nhỏ con, cao có 1,58 mét và nặng chỉ có 40 ký. Tuy nhiên vì đã chơi thân với nhau kể từ khi còn trung học và suốt 7 năm đại học nên tôi biết rõ anh có lý do để chọn binh chủng Nhảy Dù, một binh chủng chiến đấu anh dũng và có kỷ luật cao.

Ngay từ khi còn ngồi ghế trung học, chúng tôi cũng đã có những đêm thức trắng bàn luận với nhau, nào là văn chương triết lý, nào là vận nước lâm nguy, nào là ước vọng của những người trai thời loạn. Cái hoài bão của chúng tôi thời đó thật là to lớn quá, cái lý tưởng tuyệt vời quá, nhưng cả hai chúng tôi đều băn khoăn trong lòng là không biết mình sẽ làm được cái gì?

Thế rồi ra trường, mỗi đứa được điều động đi một ngả. Lần cuối cùng tôi được gặp Tuấn là ở quận Cam Lộ, thuộc tỉnh Quảng

Trị. Lúc đó người ta đang xây dựng một hàng rào điện tử gọi là hàng rào McNamara để ngăn chặn Cộng quân từ Bắc xâm nhập vào Nam. Người dân ở quanh đó bị bắt buộc phải dời đi nơi khác. Họ được tạm cư ở những trại làm bằng lều vải do Mỹ cung cấp. Trên một khu đất rộng, những căn lều vải được cất lên san sát. Mùa hè với những cơn gió Lào thổi về như thiêu đốt và mặt đất cát nóng bỏng. Thực phẩm và nước uống cũng do trực thăng hoặc những đoàn xe Mỹ chở tới. Tôi được giao nhiệm vụ coi sóc sức khỏe của đồng bào ở các trại này, gọi là công tác Dân Sự Vụ.

Bộ Chỉ huy của tôi đóng ở Đông Hà, mỗi sáng tôi được chở tới Cam Lộ để khám bệnh cho đồng bào đến chiều lại về vì ở Đông Hà an ninh hơn. Nhưng thường thì buổi chiều tôi không muốn về. Tôi muốn ở lại cùng với anh em y tá của tôi một phần, một phần nữa tôi muốn sống thật gần gũi với những người dân quê lam lũ. Nhiều người dân ở trong các lều thấy tôi đến thăm họ buổi tối, tặng thuốc bổ hay cho trẻ em vài cái kẹo, họ rất quý. Tôi thường nói chuyện, tâm sự với họ tới khuya. Quan hệ giữa tôi và đồng bào ở đó trở nên thân mật, có lần tôi bị ốm phải về Quảng Trị tĩnh dưỡng mấy ngày. Đến khi trở lại họ thăm hỏi tôi một cách ân cần. Một người dân chất phác hỏi:

- Bác sĩ đau làm chúng tôi nhớ bác sĩ quá. Bác sĩ không đi khám bệnh được sao không nhờ bà bác sĩ khám giùm?

Tôi cho họ biết vợ tôi không phải là bác sĩ nên đâu có biết khám bệnh, thì họ đồng thanh nói:

- Thì ông chỉ cho bà cách khám bệnh và cho thuốc cũng được chở có sao!

Những người dân quê này thật hiền lành chất phác và dễ thương quá, họ không hiểu thế nào và phải học ra sao để làm bác sĩ. Tôi đành giải thích theo lối họ:

- Đồng ý tôi có thể dạy vợ tôi cách khám bệnh nhưng vợ tôi phải học rất siêng năng. Tối nào cũng phải thức ít nhất 12 giờ đêm để học bài, nếu không thuộc tôi phải dùng roi tét vào đít. Cứ như thế 7 năm thì bà ấy mới có thể chữa bệnh được!

Mọi người cười ồ lên có vẻ hiểu. Tôi thương những người dân quê này quá, họ chẳng khác nào gia đình của tôi, nhưng tôi chỉ có thể ở với họ một thời gian ngắn rồi sẽ ra đi. Chiến tranh vẫn kéo dài, ngày một thêm ác liệt, rồi tai họa nào sẽ giáng lên đầu họ? Tôi làm sao có thể chia sẻ với họ mãi được!

Một buổi chiều, tôi đang đùa giỡn với đám trẻ con thì Tuấn ở đâu đi tới. Anh mặc bộ đồ Dù khá mới, da dẻ đã sạm nắng, đầu tóc vẫn hớt kiểu móng lừa. Tiểu đoàn anh đi hành quân ở Cùa mới về, nghe nói tôi ở đây nên anh tới thăm. Thấy tôi, anh nói giỡn:

- Bác sĩ không lo khám bệnh lại đi giỡn với trẻ con.

Tôi mời anh vào trong lều mở nước ngọt mời anh và các y tá uống. Đêm hôm đó, trong căn lều vải giữa đồng khô cỏ cháy chúng tôi được dịp nằm bên nhau ôn lại những kỷ niệm xa xưa, thời còn cắp sách tới Đệ Tam B6, Đệ Nhị B6 của trường Chu Văn An đã gần mười năm về trước. Chỉ khác là lần này chúng tôi nằm ở vùng tiền tuyến, tiếng đạn nổ chung quanh như nhắc nhở rằng những chết chóc điêu linh của cả dân tộc vẫn là một thực thể không biết đến ngày nào mới chấm dứt.

Sáng hôm sau, tôi bắt đầu một ngày làm việc mới thì gặp trường hợp một em bé bị sưng ruột dư. Tuấn cũng nắn bụng em bé và đồng ý với sự chẩn đoán của tôi. Đứa bé cần được đưa đi nhà thương để mổ ngay. Nhưng vừa nghe tới chữ mổ là cha mẹ nó ẵm chạy ra ngoài ngay. Họ cho mổ là việc ghê gớm lắm, con họ bị đem đi mổ chắc là sẽ chết và thân xác không vẹn toàn, có khi không được trả xác về nhà nữa là khác. Trong đầu họ nghĩ đến ông thầy thuốc Nam, ông y tá quen thuộc hay cùng lắm là ông thầy pháp có thể cứu được đứa bé. Tôi bối rối chưa biết xử trí ra sao, anh em y tá định giữ bé lại nhưng mẹ nó đã lanh lẹ ẵm chạy về lều. Tuấn nói với tôi:

- Để tao khám bệnh thế mày bữa nay. Mày đã quen với dân chúng ở đây rồi, hãy đến tận nơi giải thích cho họ: chỉ có cách giải phẫu mới cứu được đứa bé mà thôi. Tao biết mày có tài thuyết phục hay lắm mà.

Tôi tới tận lều giải thích mãi cha mẹ đứa bé vẫn không nghe. Sau phải nhờ nhiều người quen nói thêm vào, cha mẹ đứa bé mới đồng ý đem nó đi Quảng Trị với điều kiện tôi cũng phải đi theo và cha mẹ nó thì luôn luôn ở bên cạnh. Tôi bèn gọi máy bay trực thăng tản thương rồi tất cả cùng đi. Chỉ một tuần lễ sau đứa bé bình phục hoàn toàn nhưng lúc đó Tuấn đã xa tôi rồi. Tôi còn nhớ đêm trước hôm chia tay Tuấn nói với tôi:

- Cuộc chiến này nếu không làm sáng tỏ được là chúng ta chiến đấu cho tự do dân chủ thì rất nguy. Nó sẽ trở thành cuộc chiến của những thằng ở thành phố đánh nhau với những thằng ở miền quê. Những thằng ở thành phố tinh khôn hơn nhưng chỉ là thiểu số, miền quê trông có vẻ khờ khạo nhưng nắm giữ hầu hết tiềm lực của dân tộc. Mày tranh thủ được nhân tâm dân chúng miền này là rất tốt. Nếu bên mình mà làm được như vậy thì bọn Việt cộng sẽ thua nhanh chóng. Cuộc chiến đã trở thành cuộc tranh thủ nhân tâm, mình không làm thì bọn Việt cộng tinh ranh sẽ làm và sự sụp đổ của miền Nam sẽ là điều không tránh khỏi.

Sự tiên đoán của Tuấn đã xảy ra. Ngày miền Nam sụp đổ, anh không còn nữa nên tránh được cái tủi nhục của những người bại trận. Còn chúng tôi lũ lượt kéo nhau đi từ nhà tù này tới nhà tù khác…

Tuy nhiên lời tiên đoán của Tuấn đến bây giờ lại sắp được chứng nghiệm một lần nữa. Chiến thắng của Việt cộng tôi cho chỉ là tạm thời, nếu họ không biết thay đổi chính sách. Vì khi huyênh hoang với chiến thắng, họ quên mất bài học cũ, bài học chinh phục nhân tâm. Và cho đến nay, hầu hết những người tượng trưng cho sức mạnh dân tộc đã quay lưng lại với họ.

Những thể chế chính trị rồi sẽ qua đi nhưng tình bạn của chúng tôi vẫn còn mãi mãi. Dù Tuấn đã chết gần ba mươi năm, nhưng năm nào vào những kỳ họp bạn chúng tôi vẫn không quên anh.

Năm nay các bạn bên nhà tổ chức tất niên thật linh đình, họ quay cả video gửi qua cho tôi: sau phần nhắc nhở công ơn các thầy cô cũ, tới phần tưởng niệm các bạn cùng lớp đã ra đi. Anh Trần Quang Nhiếp đã nhắc đến tình bạn của chúng tôi và Nghiêm Sỹ Tuấn như sau:

Tuấn thân mến,

Hôm nay theo truyền thống 3B6, 2B6, bọn tao lại họp mặt vui chơi trong đầu năm mới. Năm nay xôm tụ hơn mọi năm vì Giản,

Mậu, Thuần gửi tiền về nhiều. Vui với nhau nhưng vẫn nhớ tới những thằng đã ra đi. Ra đi về nơi vĩnh hằng chưa hẳn đã là điều bi thảm nhưng không có mày thì cũng không vui trọn vẹn. Hơn ba mươi năm trời rồi nhưng cuộc vui họp mặt đầu năm chúng tao vẫn giữ. Hai mươi mấy năm rồi mày đã vui với nấm mộ cỏ xanh, bọn tao vẫn không quên. Cây điệp già ngoài sân trường Chu Văn An vẫn còn đó, mái trường cũ kỹ vẫn còn đó. Nước chảy qua cầu có đến hàng tỉ mét khối rồi, thằng nào cũng xế bóng, kể cả thằng Kim Anh em út, râu tóc nó đã lơ thơ sợi bạc. Có thằng đã có rể, có cháu. Vậy mà bọn tao vẫn cảm một điều rất thật là mình vẫn còn trẻ lắm, vẫn còn là chú học sinh Chu Văn An phá phách năm nào với nhiều kỷ niệm.

Tao còn nhớ hồi ở 3B6, thằng Trí ngồi ở cuối lớp chọc mày. Mày ngồi ở giữa lớp trừng mắt nhìn nó, thế là hai đứa đấu mắt với nhau đến hai ba phút mới thôi. Ra trường Y khoa mày cũng đấu mắt với cuộc đời như vậy. Tao lại còn nhớ tới cái đầu tóc mày ngày đó, cắt theo kiểu móng lừa. Thầy Tuyên trong lúc cao hứng đã gọi mày là thằng Bờm, cả lớp cười ầm lên. Thế là cái tên thằng Bờm dính với mày cho đến tận bây giờ. Ba mươi lăm năm, thời gian trôi qua mau kinh khủng. Người ta ở đời, đầu đội trời chân đạp đất, bọn tao cố gắng chống trời nhưng phần lớn bọn tao mất mát nhiều. Có thằng trắng tay ở cái tuổi năm mươi. Có thằng phải làm lại cuộc đời từ con số không. Ấy thế mà hôm nay gặp nhau bọn tao vẫn vui, chắc mày ở đâu đó trong trời đất cũng vui chung với tụi tao phải không Tuấn?

Tuấn thân mến,

Tao nhớ lại cái ngày 13 tháng 8 năm 1968, Nhã lại nhà tao với đôi mắt đỏ hoe báo tin mày chết mà sao lòng tao lúc đó vẫn dửng dưng. Tao vẫn không tin chuyện đó xảy ra. Mày đi xa, nay đây mai đó nhưng vẫn thường viết thư cho tao, lâu lâu lại có lá thư của mày ở đâu đó gửi về. Có lần mày viết thư về bảo cái ba lô của mày lỗ chỗ thủng vì đạn, những bài thơ tao gửi cho mày cũng bị đạn xé. Lúc đó hình như mày đang ở Phù Cát thì phải, tao đã thở phào nhẹ nhõm. "Không sao, không sao miễn là mày còn sống, còn viết thư cho tao là được."

Tao cũng còn nhớ ngày mày được nghỉ phép lại nhà tao chơi, chân đi cà nhắc, miệng phì phèo điếu Bastos xanh quen thuộc. Tao hỏi sao vậy? Mày nói bị ở đầu gối, nhẹ thôi, nhưng không sao, không sao, vẫn còn vác xác đi thăm mày mà.

Thế rồi mày lại ra đi, tao không biết đi đâu. Hai ba tháng không nhận được thư mày, rồi Nhã đến báo tin mày chết ở Khe Sanh. Thế có vô lý không! Nhã về rồi, tao ngồi một mình đọc lại những bài thơ tao gửi cho mày, có một bài lục bát ngắn, mười câu thôi, sao nó lạ quá. Có cái gì đó khó giải thích giữa bài thơ và cái chết của mày. Một điềm báo trước chăng? Tao đọc lại mày nghe nhé:

Lòng trai ra đã khi nào
Ngoảnh trông lại thuốc cháy bao nhiêu tàn
Mày xiên mũi dọc vai ngang
Mắt xâm yêu đã nhuốm vàng khói xanh
Hỡi đêm quỷ nhập tàn canh
Máu ta có chảy lạnh tanh chiến hào
Hoả châu có nổ trên cao
Hãy đưa ta một chén trào rượu cay
Rồi ta súng đạn cầm tay
Rừng sâu đất hiểm lại bày cuộc chơi

Tuấn ơi, mày đã bỏ cuộc chơi hơn 20 năm rồi. Cái quạt mo, thằng Bờm có cái quạt mo. Cái mộng văn chương của mày đó, mày cũng để lại cho đời. Hôm nay tưởng nhớ mày, tao xin được đại diện bạn bè nơi đây đọc cho mày nghe một bài thơ tao viết khi mày nằm xuống:

Sáng nay mưa đầu mùa
Nhà ngươi nằm dưới mộ
Nghĩa trang Mạc Đĩnh Chi
Xanh um từng đám cỏ
Ta nghe hơi thở ngươi
Vẫn dồn lên mặt gỗ
Ôi núi rừng Khe Sanh
Giao thông hào còn đó

Người yêu có khóc chăng?
Hỡi thằng ba mươi tuổi
Những bài thơ cổ phong
Có mang về chín suối
Ngươi chết như giỡn chơi
Cần chi vài giọt lệ
Tặng ngươi một đóa hồng
Trên nấm mồ nhân thế.

Tuấn ơi, quả thật mày chết như giỡn chơi, đâu có cần vài giọt lệ xót thương của bất cứ ai, kể cả của bọn tao là bạn mày. Bọn tao chung vui hôm nay không quên các bạn như Phan Văn Hùng, Trần Tử Tư, những đứa cùng lớp với mình nay không còn nữa.

Tình bạn của chúng ta có lúc tưởng như phai nhạt theo năm tháng, có lúc gặp nhau chỗ này, khi gặp nhau chỗ khác và rất đỗi vô tình. Nhưng thật ra không phải vậy đâu, nó tiềm ẩn đó thôi. Hứa với mày là bọn tao vẫn giữ mãi, giữ mãi cái tình bằng hữu 3B6, 2B6 đáng quý của chúng ta, cho dù Giản, Mậu, Thuần cùng một số những đứa khác hiện đang sinh sống ở xứ người, đúng như mong muốn của bọn mình ngày nào cách đây ba mươi lăm năm dưới gốc điệp già giữa sân trường Chu Văn An thân yêu.

NGUYỄN THANH GIẢN

[trích Quân Y Quân Lực VNCH 2000]

Bùi Khiết sinh năm 1940 tại Hà Nội, trung học Chu Văn An, tốt nghiệp Dược Sĩ 1965. Phục vụ Bệnh viện Dã chiến Kontum, Viện Thí Nghiệm Trung Ương, QYV Trần Ngọc Minh, biệt phái Bộ Y Tế VNCH tới 1975. Tù cải tạo tới 1977, vượt biển tới Mã Lai. Định cư ở Nam Califonia, trở lại hành nghề Dược sĩ, nghỉ hưu 2016. Nguyên chủ biên báo Đất Sống / Dược Khoa, cộng tác với các báo Tình Thương Y Khoa, Tập san Quân Y Quân Lực VNCH, Chủ bút Tập san Y Tế tại Hoa Kỳ.

Dược sĩ Đại úy Bùi Khiết 2018

Bỗng Một Trường Hợp Hiện Ra

BÙI KHIẾT

Mười hai năm về trước, hồi còn học ban tú tài ở trường Chu Văn An, tôi có nghe tên Nghiêm Sỹ Tuấn. Đó là một học trò nổi tiếng giỏi và "gạo". Nghiêm Sỹ Tuấn đã gây bão tố cho lớp người đồng học, nhưng không có tôi trong số người đó. Bởi vì tôi không thích những người học gạo, và chủ quan cầm mình trong tư tưởng vay mượn… Nên tên tuổi Tuấn đến với tôi rồi thoáng qua và tôi cũng không hề biết người học trò này dù lớp học anh chỉ cách lớp tôi một vách gỗ thật trống trải. Những mùa thi thoáng qua, chúng tôi lớn dần theo chồng sách và cá tính mỗi ngày một hiển hiện rõ rệt. Tôi theo ngành Dược. Tuấn ngành Y. Thuở đó Đại học Y Dược còn hỗn hợp, tôi thường nghe tên Tuấn được nhắc nhở sau những kỳ thi, những ngày bãi trường trước ngưỡng cửa lớp hay ở một gốc cây trong sân. Bạn bè tôi được nghe về Tuấn nhờ ở những kỳ thi khóa hai, học chung với họ. Tuy vậy tôi cũng chưa biết mặt anh và chẳng nghĩ tới làm quen với anh. Bây giờ thật ân hận về chủ quan nông nổi này.

Ngày đầu tiên gặp Tuấn, do sự rất tình cờ, tờ báo Đất Sống của chúng tôi cùng in với báo Tình Thương ở một nhà in. À tưởng ai, chính người này cùng Lê Sỹ Quang cắt cái *kyste sébacé* ở vai trái tôi. Vẫn khuôn mặt lãnh đạm, vầng trán gồ cao bướng bỉnh, mái tóc xõa xuống gợi lên một hình ảnh thật cô liêu, tôi liên tưởng tới một Tuấn cô đơn, một tâm hồn khắc khoải.

Trần Xuân Dũng giới thiệu tôi với Tuấn. Dũng với tôi là đôi bạn học thuở nhỏ, và trường chúng tôi ở phố hàng Vôi, bên phải hồ Hoàn Kiếm nếu đi ngược từ chợ Hôm lên, ngôi trường tiểu học nhỏ nhưng khá cổ kính. Dũng là hình ảnh của tôi thuở thiếu thời. Khoảng thời gian dịu ngọt thơ mộng. Tóm lại Tuấn đến với tôi giữa lúc xáo trộn, các biến cố lịch sử trọng đại xuất hiện dồn dập. Sự xuống đường của sinh viên. Dây thép gai chăng cùng khắp phố. Đô thành nóng bỏng và ngất ngây với những đòi hỏi. Tuấn vẫn thản nhiên, anh chẳng có ý kiến gì với bè bạn. Như một con ngựa rong ruổi trên đường riêng của mình, anh câm nín.

Nhưng thực ra anh có một lập trường rõ rệt, phản đối mọi cuộc xuống đường, dù ở phe nhóm tôn giáo nào. Muốn cách mạng ư? Trước hết cách mạng bản thân mình trước đã. Tâm sự đó gói ghém trong tác phẩm của anh. *"Biến loạn khởi đầu bằng cuộc xô xát trước cửa hàng của phú thương. Trên bục gỗ cao để diễn tuồng ngày hội, một thanh niên tóc rối râu xồm, nước da xanh mét, giậm chân vung tay nói những lời ngô nghê khó hiểu. Lắng nghe thì thấy như: Tôi là chủ, các ông là chủ… Chúng ta là chủ. Lại thấy như, nó đánh ta, ta phải diệt nó. Dân chúng nghe mà bỡ ngỡ ngẩn ngơ, nhưng vì hiếu kỳ tụ lại mỗi lúc một đông."*[1]

Tôi được xem bài này trên tờ sửa morasse. Thuở đó tôi chưa biết nhiều về Tuấn nên rồi, sau cái bắt tay xã giao, mọi sự lại rơi vào quên lãng.

Ngày vào Thủ Đức, tôi mới thật sự quen Tuấn. Anh có một cá tính rõ rệt. Một người lý tưởng và nhiều tài năng. Hình như mẫu người quân tử Đông Phương là hình ảnh bất diệt ở anh. Giữa một xã hội vật chất đang lên, tâm hồn tinh thần lần lần đi xuống. Anh là một trong những người cuối cùng chống đối lại. Anh gắng chịu mọi áp lực từ người thân, bạn bè tới chính mình. Triết lý sống của anh là chiến đấu, kỷ luật và vị tha. Anh luôn luôn đề cao kỷ luật và trật tự. Hai danh từ này là kinh nhật tụng của anh. Bạn bè nhiều người không thích cho là gàn. Nhưng con ngựa có đường riêng đó bỏ ngoài tai tất cả, vinh hoa an phận chỉ là những chiếc lá úa héo trong vườn hoa chiến đấu nhọc nhằn. Tôi thấy mến Tuấn ở nhiều điểm. Anh đích thực là một kẻ sĩ của Khổng giáo. Nhất định không thể là đạo đức giả. Những buổi hành quân, tập trận, anh luôn luôn tự khép mình vào kỷ luật, sống trọn vẹn không khí nhà binh, nên bị nhiều người chỉ trích hoặc hiểu lầm. Tuấn chỉ biết cúi đầu theo ý nghĩ của mình nên anh trơ trọi và hoang vắng như một bóng dừa trên biển cát. Một pho tượng tĩnh tọa trong khu hỏa hoạn.

Tôi thường bắt gặp Tuấn tản bộ trong mỗi buổi chiều. Áo quần treillis thẳng nếp và đôi giày *Saut* bóng tới độ soi gương. Dáng Tuấn đi thật thẳng nhưng hơi khệnh khạng. Phải tinh ý lắm mới nhận ra nụ cười cởi mở, trên khuôn mặt lãnh đạm của anh. Có người bảo Tuấn quá khắc khổ. Tôi thì không tin như vậy. Một người viết văn, làm thơ, đọc sách với đủ cầm kỳ thi họa cùng những nghiện ngập của một người làm việc nhiều về tinh thần như thuốc lá, cà phê, biết thả hồn theo tiếng nhạc của mình thì không thể nào là khắc khổ được. Có chăng là Tuấn tự rèn lối sống theo lý tưởng vạch sẵn không phù hợp với lối sống mọi người chung quanh mà thôi. Những ngày ở quân trường làm tôi hiểu Tuấn hơn và anh lấy làm thích thú khi tôi so sánh khoảng đường đá củ đậu lổn nhổn như một thực tại rách nát hồi đó. Giữa chúng tôi có đôi chút dị biệt về chính trị, về chiến tranh, về tình yêu. Dù dị biệt nhưng tôi không thể phủ nhận bản chất trung thực của kẻ sĩ Nghiêm Sỹ Tuấn.

Ngày cuối cùng ở quân trường, tôi, Vũ Văn Tùng, Lê Sỹ Quang, Trần Xuân Dũng nẩy ý kiến ra một tờ báo lưu niệm. Đầu tiên định quay ronéo. Nhưng một buổi tình cờ xuống phòng đọc sách quân trường, thấy Sinh viên Sĩ quan Thủ Đức có những tờ báo in khá xuất sắc. Vì lẽ đó chúng tôi quyết định phải là báo in đàng hoàng. Bên ly coca có đá nổi phềnh và bọt hơi reo nhẹ, chúng tôi chợt nhớ tới Nghiêm Sỹ Tuấn và Tôn Thất Chiểu. Chiểu vì lý do riêng đã chẳng đóng góp được gì. Thế là cả bọn tìm Tuấn. Ở một căn phòng cuối dẫy, Tuấn ngồi yên trên giường giữa bóng tối buông rộng. Trong khoảng đen nổi bật vẻ linh hoạt của đôi mắt. Tuấn hân hoan nắm chặt tay chúng tôi khi nghe tin ra báo. Tuấn mất hết dáng dấp điềm đạm của ngày nào áo xanh hồ thủy cặm cụi trên vết thương của tôi. Giờ chỉ thấy vẻ nồng nhiệt của một nghệ sĩ.

Từ đó mỗi lần gặp nhau chuyện nổ như bắp rang: chuyện về tên báo, về bài vở, về số trang, cách trình bày… Có rất nhiều tên được nêu ra với đầy đủ ý nghĩa. Chuyển Hướng, Phóng Sự Lên Đường hoặc Xếp Bút Nghiên. Cuộc bàn cãi thật ồn ào, thật lâu nhưng chưa đưa tới kết quả nào cả. Một hôm trong ngày nghỉ xả hơi, Tuấn bảo:

- Tao mới nghĩ ra một tên cho tụi mày: Truyền Sinh. Truyền Sinh, ừ nhỉ! Tên báo hợp tình hợp lý quá. Truyền Sinh là mang sự sống đi, mang một thứ sinh khí một giao cảm tới. Tên báo được truyền ra trong sự vui mừng của một sản phụ đẻ khó lại sinh con trai. Niềm hân hoan của hai người bạn thâm giao bặt tin bất chợt gặp lại. Dũng đâu lo cái bìa đi. Tùng chạy tiền, Ngô Thế Quý với tập tài liệu mật được công bố. Lại có cả ông Babilac mập và trắng Lê Sỹ Quang như đứa bé bụ sữa viết bài nữa. Nhớ lại lúc ở một hành lang hút dài, tôi rút tập bản thảo của mình đưa cho Tuấn khuôn mặt tôi bi thảm làm sao vì sợ bị kiểm duyệt. Tuấn an ủi tôi, anh thả tầm mắt nhìn người lính đẩy máy cắt cỏ. Anh bảo tôi anh dịch một truyện ngộ lắm: Đất chẳng trở về.

Tuấn ơi! Đất cũ còn đây, mà Tuấn thì không bao giờ về nữa. Tuấn đã đi rồi, anh đã tìm thấy Mùa Xuân bên đất lạ chưa hả Tuấn? Bài vở xong chúng tôi mang in, vẫn nhà in Tương Lai quen thuộc, Tuấn bỏ nhiều thì giờ lo việc ấn loát. Anh chạy tới chạy lui, chọn mẫu chữ, lo cách trình bày. Anh bỏ mọi công việc trong lúc bè bạn tìm mọi thú vui giải trí cho bõ lúc bị kìm tỏa ở Thủ Đức.

Đất chẳng trở về. Nissim Aloni Gilberte Sollacaro. *Người ăn cơm một mình, Para Bellum.* Ý thức hành động. Việt Nam đi về đâu? Cách mạng, dân chủ, độc lập. Hàng rào danh từ. Bác nông phu hiền lành đã gục ngã vì bị lôi cuốn trong một hành trình phiêu lưu mà trong thâm tâm bác chỉ yêu vợ con, mảnh vườn xanh um cây cỏ và con bò sữa hiền như bụt. Nhân danh những danh từ bác bị hy sinh. Sao lại vô lý như vậy? Ai cứu bác đây? Nghiêm Sỹ Tuấn chấp nhận trọng trách này. Mùa xuân đối với anh không phải là một kinh đô phồn hoa mà là đồng mạ xanh rì dải nước phù sa loáng ánh mặt trời vậy. Ít người học thức trong chúng ta được gần gũi với nông dân để thấy sự vất vả, hy sinh vô bờ bến cho tổ quốc của họ.

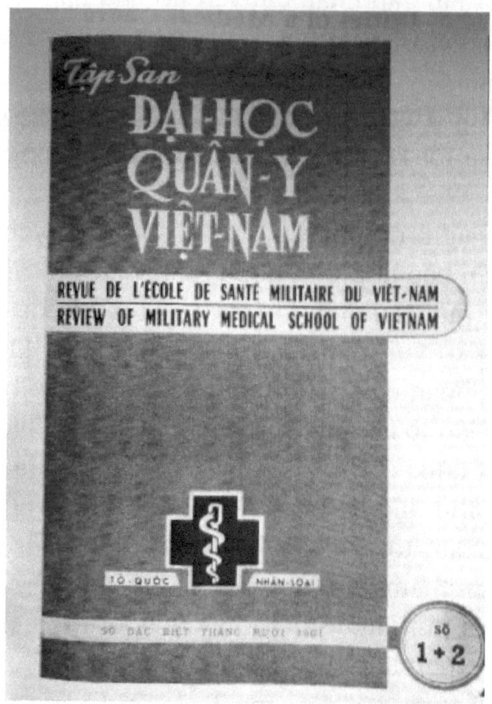

Bìa Tập San Đại Học Quân Y Việt Nam,
Số 1&2 Tháng Mười 1961
[tư liệu BS Trần Xuân Dũng]

Trước khi lên đường, khóa chúng tôi tổ chức dạ vũ chia tay. Tuấn đề nghị mấy người làm báo mặc quân phục đại lễ. Tôi chiều ý Tuấn. Đêm của vui nhộn và đèn màu. Tôi thấy Tuấn len lỏi từng bàn mang tặng từng người từng tờ báo. Bao nhiêu là ý nghĩ tâm huyết được gửi gắm. Tuấn say mê công việc ấy cho tới lúc mọi người ra sàn nhảy. Tờ báo màu lợt lạt bên cạnh ly nước ngọt uống dở nằm từng dẫy. Chưa bao giờ có một trơ trên như trơ trên này. Ảo tưởng hào khí một Kinh Kha mang chí lớn ra đi, mà buổi tiễn hành có đầy đủ thi vị của rượu, thơ, của gươm lẫn giọng tiêu nức nở của Cao Tiệm Ly bên bờ sông Dịch. Tuấn không bao giờ thấy được. Thực tế chỉ có nhạc Pop, Rumba, Slow, những du hý của người ngoại cuộc.

Tôi không biết nhảy. Tuấn nói ngay thẳng và không mặc cảm như vậy. Ngồi trước ly nước cam, giọt nước đọng đầy ven ly, anh trầm ngâm, nửa như suy tư, nửa như chăm chú vào đám người trên sàn nhảy. Tôi không biết anh đã nghĩ gì. Đêm đó Tuấn về lúc nào tôi không rõ nữa.

Tuấn tình nguyện vào binh chủng Nhảy Dù. Anh muốn đóng góp thực sự cho tổ quốc bằng hành động. Từ đó mỗi người mỗi hướng. Tôi thu xếp hành trang đi Kontum. Dũng vào TQLC, Tùng về Cà Mau, bạn bè phiêu bạc mọi nẻo. Ở Kontum thỉnh thoảng tôi được vài tin tức về Tuấn. Tuấn đi hành quân hoài! Một buổi mưa rừng rũ rượi, gió thốc tứ bề. Ngồi buồn Chiểu mang guitare và nhạc hát cho tôi nghe. Bản nhạc viết tay của Tuấn *Feuilles Mortes, Bésamé Mucho, Về Miền Trung* và nhiều bản khác tôi không nhớ hết. Sống với Chiểu [Tôn Thất Chiểu] tôi nghĩ về Tuấn. Hai con người. Hai khác biệt nhưng đều dễ thương.

Lần nghỉ phép về Sài Gòn tôi đến thăm Tuấn. Tình cờ chúng tôi gặp nhau. Nhà Tuấn ở một khu hỗn tạp vùng Dakao. Nửa năm cách trở bây giờ mới mặt thấy mặt. Anh siết chặt tay tôi. Niềm vui tưởng như đã vỡ. Trên bàn trang sách của Tư Mã Thiên còn bỏ ngỏ, sát tường tủ sách cao vời vợi, truyện của Dostoevsky bên sách của Khổng, Triết học của Kant. Nghiêm trang giữa chồng tiểu thuyết thời danh. Tiếng Anh, tiếng Pháp, tiếng Đức và chữ Hán hòa đồng thành khối. Tự nhiên tôi liên tưởng tới một lý tưởng trong sạch, và rắn chắc như kim cương. Vì mắc bệnh chủ quan nên tôi coi Tuấn là cây hoa quý giữa một vùng cỏ dại này. Xin những người không đồng quan điểm tha thứ cho tôi khi ca tụng một người mới nằm xuống, đã làm những công việc mà chúng ta không làm. Nhưng rồi một buổi chiều, đường dây nói từ TQLC của Trần Xuân Dũng báo tin cây hoa quý đó không còn nữa. Hoa đã tàn héo ở một hoang địa Khe Sanh.

Nghe xong tôi thấy mình bải hoải, nước mắt như ứa lên. Thế là xong, thế là Tuấn đi, vĩnh biệt hết thảy. Hai lần bị thương ngoài mặt trận không làm Tuấn lùi bước. Làm gì có chuyện quá tam ba bận. Trên chiếu bạc cuộc đời, Tuấn đã xả láng. Nhưng vận nước đen đủi từ hơn 20 năm nay vẫn chưa thay đổi và Tuấn mất hết. Tuấn thua lỗ đến nỗi khiến bạn bè thấy ngẩn ngơ tiếc hận.

Một lần cuối cùng gặp Tuấn ở bệnh viện Cộng Hòa, vào khoảng mùng 6-7 Tết gì đó, tiểu đoàn anh hành quân lùng địch ở mạn này. Đầu xuân xác pháo còn bay. Tuấn chạy ra nắm lấy tay tôi. Chúng tôi hàn huyên bên một ngôi nhà sụp đổ. Anh hỏi thăm bạn bè, trong lúc đó những người lính Dù len lỏi từng ngõ ngách. Tuấn bảo đang ở Cao Nguyên thì được lệnh về giải cứu thủ đô. Tết rồi Sài Gòn vui chứ, chúng tôi cùng cười. Vâng, vui lắm, có rượu ngon và nhiều người đẹp, có pháo và xe hoa không tưởng tượng được. Câu chuyện bỏ lửng khi đoàn quân được lệnh lên đường. Đấy là lần chót tôi gặp Tuấn nếu không kể lúc gác quan tài anh sau này.

Anh đã nằm xuống quá vội, nhưng nếu ý Chúa đã muốn như vậy, chúng tôi chỉ còn biết cúi đầu cầu nguyện trong nỗi tiếc thương.[2] Nhưng nếu được gặp Chúa tôi sẽ hỏi: *Dưới mắt Thượng Đế* chúng con phải làm gì? Hãy tha thứ lỗi lầm cho nhau. Thượng Đế sẽ thương yêu chúng con. Còn gì tuyệt vời hơn tình yêu trong tâm hồn chúng con.[3]

Nhưng sao chúng con quá đọa đày thế này, thưa Chúa. Người bạn con về với Chúa đã nói được gì với Người, Nghiêm Sỹ Tuấn ơi!

BÙI KHIẾT

[trích Tập San Quân Y Quân lực VNCH 1968]

---

(1) trích *"Những người đi tìm mùa xuân"*, Tình Thương số 2, Xuân Giáp Thìn 1964.
(2) trích điếu văn của những người bạn cũ Chu Văn An.
(3) trích *Dưới Mắt Thượng Đế,* bản dịch của Nghiêm Sỹ Tuấn, Nguyễn Vĩnh Đức. Tình Thương Số 2, Xuân 1964.

Trần Mộng Lâm sinh năm 1942, nguyên quán Nam Định, Bắc phần. Di cư vào Nam năm 1954, trung học Chu Văn An, tốt nghiệp Y khoa Sài Gòn 1967, trong ban biên tập báo Tình Thương, phục vụ trong quân đội VNCH từ 1968-1975. Cựu Nội trú các Bệnh viện Sài Gòn. Tù cải tạo từ 1975-1977 tại U Minh Hạ. Ra tù ngày 30 tháng 4 năm 1977, trở về làm Bác sĩ phường Cái Khế Cần Thơ, Giáo viên trường Trung Học Y Tế Hậu Giang. Vượt biển năm 1978, tới Canada, hành nghề y khoa tại Montréal và nghỉ hưu từ 2018.

Y sĩ Đại úy Trần Mộng Lâm

Viết Về Nghiêm Sỹ Tuấn

TRẦN MỘNG LÂM

Không hiểu sao, mỗi khi nói về anh Nghiêm Sỹ Tuấn, tôi lại luôn luôn liên tưởng đến một danh nhân khác của Việt Nam: Cụ Nguyễn Bỉnh Khiêm. Cả hai người đều sống tại Việt Nam trong thời kỳ Nam-Bắc phân chia, cả hai người đều là những nhân vật có ảnh hưởng quan trọng tới văn hóa của dân tộc, nhưng điều kỳ lạ nhất là họ đều là những nhà tiên tri. Cụ Trạng Trình thì ta không còn lạ gì với những lời Sấm của cụ, còn Nghiêm Sỹ Tuấn thì trong một tác phẩm của anh, bài *Những Người Đi Tìm Mùa Xuân*, anh có đề cập tới một quốc gia, một lý thuyết không tưởng, nói đem lại Hạnh Phúc cho toàn dân, kết cục chỉ là, xin quý vị cùng tôi đọc lại:

"Biến loạn nổ bùng, lan nhanh như vết dầu loang trên giấy bản. Lần lượt, kho lương rồi kho vũ khí phủ Nguyên Soái, phủ Thủ Tướng rồi đến Hoàng Cung, loạn quân xông vào chiếm giữ. Bị tấn công bất chợt, binh lính trở tay không kịp, đều phải bỏ giáp quy hàng. Nguyên Soái lúc ấy đang dự cuộc chọi gà, Thủ Tướng đương hầu cờ Thiên Tử, nhà phú thương đương đánh Tổ Tôm, và cố nhiên thi sỹ đang ngâm thơ, nàng nghệ giả đang múa hát. Dân

chúng thừa cơ đốt phá, tràn vào cung điện, dinh thự như nước vỡ bờ. Trong đám gươm đao hỗn loạn, Vua, Hoàng Hậu, Nguyên Soái bị bầm nát như tương. Người ta sục sạo tìm giết Thủ Tướng, reo hò treo cổ phú thương. Có kẻ nói Thủ Tướng đã trốn thoát ra nước ngoài...”

Cảnh nào đây? Nếu không là Việt Nam trong những ngày sắp tới? Chế độ nào đây? Nếu không phải chế độ Cộng Sản mà tác giả đã mô tả như một thời Vua Chúa xa xưa?

Anh Nghiêm Sỹ Tuấn là học sinh Chu Văn An, cùng trường nhưng không hiểu có cùng lớp với người anh ruột của tôi, anh Trần Mộng Hùng hay không. Trong nhóm bạn của anh Hùng, hay đến nhà tôi chơi thuở các anh còn ở Trung học, tôi có thể kể mấy người: Nghiêm Sỹ Tuấn, Mạnh Xuân Văn, và hình như có cả Lê Sỹ Quang. Anh Hùng là người anh sát tôi, nên chỉ hơn tôi 3 tuổi. Mấy người bạn của anh, chắc cũng cùng tuổi, họ sinh vào những năm 1939 hay 1940. Tuy khoảng cách tuổi tác rất ít, nhưng giữa nhóm người này và tôi, quá xa. Thời ông anh tôi, trường còn dạy Hán Văn (Cổ Văn) năm Đệ Thất, nên mấy người này biết, không nhiều thì ít, chữ nghĩa của thánh hiền. Hồi tôi vào Trung Học tại trường Nguyễn Trãi Hà Nội, môn Cổ văn bị bỏ. Sau này khi trường chuyển vào Nam, tôi cũng chưa hề học tới *Tam Tự Kinh* (Gia - nhà, Quốc - nước, Tử - mất, Tồn - còn, Tiền - trước, Hậu - sau, Tử - con, Tôn - cháu v.v...). Bởi vậy cho nên, hồi mới lớn, trong khi tôi đang còn say mê Sylvie Vartan (*La plus belle pour aller danser*), Françoise Hardy (*Et mon amie la Rose*), thì mấy ông anh tôi hay nói tới những chuyện đứng đắn hơn, như là sĩ phu, người quân tử, đến nỗi mấy đàn em chúng tôi xếp các anh vào nhóm các ông cụ non. Tôi không biết các ông Trạng Trình Nguyễn Bỉnh Khiêm người ra sao, nhưng trong trí tưởng tượng của tôi, chắc anh Nghiêm Sỹ Tuấn cũng hao hao như vậy. Các anh không biết đến quần áo, đến thời trang, và cách cắt tóc cũng, nói xin lỗi, chúng tôi xếp vào loại người hơi nhà quê.

Một sự tình cờ, nhóm những người anh nói trên, khi lên Đại Học, họ đều chọn Y Khoa, trừ anh Hùng tôi vào Nha Khoa. Mấy năm sau, tôi cũng theo chân các anh vào trường Y. Lúc này là vào những năm đầu của thập niên 60. Khi tôi lên năm thứ 3, thì tình hình Việt Nam trở nên sôi động. Sau nhiều năm tương đối ổn định, chính quyền ông Ngô Đình Diệm gặp sự chống đối mãnh liệt, kể từ khi có cuộc tranh đấu gọi là chống sự Đàn áp Phật giáo, với vụ Thích Quảng Đức tự thiêu, bà Trần Lệ Xuân đi giải độc tại Mỹ, ông Thích Trí Quang, ông Thích Tâm Châu, ông Mai Thọ Truyền… Toàn những nhân vật mà sau này tên tuổi đi vào lịch sử, vang bóng một thời, thời của chúng tôi, khi còn ở đại học. Thành thật mà nói, tôi sống tại Sài Gòn, nơi trung ương, nên với sự thành thực, không thấy đàn áp gì cả, chỉ là, các bàn tay lông lá ở phía sau. Tình hình ngoài Trung thì tôi không biết, nên không dám nói.

Ông Diệm bị lật đổ, sinh viên thở phào, vì có thể tiếp tục học hành, sau những vụ bãi khóa làm chúng tôi phải nằm nhà, tuy rằng lúc đó tôi cũng như một số các bạn như Phan Hữu Thành, Nguyễn Phúc Bình… chủ trương không nên đem chính trị vào học đường, như Trương Thìn, Huỳnh Tấn Mẫm. Sinh viên Y Khoa sau vụ này, ý thức được là nếu chúng tôi không quan tâm đến Chính Trị, thì Chính Trị một lúc nào đó, sẽ quan tâm đến chúng tôi.

Tờ báo *Tình Thương* của Y Khoa ra đời. Chỉ đến lúc này tôi mới chú ý đến anh Nghiêm Sỹ Tuấn và những bài viết của anh. Lúc này tôi đã có đủ chín chắn để hiểu được một chút tâm tình của người đàn anh, luôn luôn muốn đi *tìm Một Mùa Xuân vĩnh cửu* cho nhân loại nói chung, dân tộc Việt Nam nói riêng. Tôi cũng có hân hạnh được đứng chung với anh trong tờ Tình Thương nhưng những bài viết của tôi thời bấy giờ vẫn chỉ dưới mặt đất với những nỗi thống khổ của người dân nghèo phải bán máu lấy tiền nuôi con, hay những cái chết của trẻ em trong Bệnh viện Nhi Đồng (*Tại sao em chết?*) trong khi anh Nghiêm Sỹ Tuấn luôn luôn có những bài viết để mổ xẻ, tìm giải pháp cho những vấn đề to lớn hơn. Nhờ những bài viết của anh, tôi ý thức được thế nào là Chính Trị và sự quan trọng của nó đối với Hạnh Phúc của đa số thầm lặng, luôn luôn bị bóc lột bởi một thiểu số nhân danh lý thuyết này, tư tưởng nọ nhưng sau cùng, tất cả chỉ là bánh vẽ. Lý thuyết Cộng Sản và cái gọi là Xã Hội Chủ Nghĩa hiện nay cũng không thoát ra được chân lý đó.

Chiến tranh trở nên ác liệt tại miền Nam với sự tấn công của phương Bắc, với những thanh niên miền Bắc vượt Trường Sơn, theo đường mòn Hồ Chí Minh đi giải phóng miền Nam để tránh việc mất nước về tay Mỹ. Éo le thay, chính họ đã xả thân xây dựng con đường cho Trung Cộng thôn tính Việt Nam ngày nay. Những cô cậu Quàng Khăn đỏ hồi đó ngày nay còn sống sót (trong đó có Huỳnh Tấn Mẫm) có tỉnh ngộ ra chưa, hay đợi tới phút cuối cùng như An Dương Vương đợi thần Kim Quy nói cho biết là kẻ thù là người ngồi kế bên mình? Dù sao chăng nữa, thì bom rơi, đạn nổ giữa những người Việt Nam với nhau đã cuốn theo Nghiêm Sỹ Tuấn vào cuộc chơi xương máu này.

Cái mà tôi ngạc nhiên chút ít là không hiểu tại sao anh lại chọn binh chủng Nhảy Dù, khi anh người nhỏ bé, nho nhã, không thuộc loại chịu chơi như những ông sĩ quan Mũ Đỏ. Anh gần như lạc lõng nơi chiến địa với vóc dáng của một nhà nho, mà khí giới chỉ là ngọn bút.

Sau Tết Mậu Thân, đến lượt tôi khoác chiến y. Sau khi thụ huấn về quân sự tại trường Võ Bị Đà Lạt xong, chúng tôi về Sài Gòn chờ ngày chọn nhiệm sở ra đơn vị, trong thời gian chờ đợi đó, một hôm, tôi nhận được lệnh đi gác xác một đồng nghiệp vừa tử thương. Hỡi ôi, tôi vẫn còn lạnh người sởn gai ốc đến ngày hôm nay khi nghe tên người đàn anh: Nghiêm Sỹ Tuấn. Đêm hôm đó, quân phục chỉnh tề, tôi đứng nghiêm cạnh quan tài của anh hồi 2 giờ đêm, giàn giụa nước mắt, muốn xỉu mấy lần. Anh Tuấn ơi, sao anh lại bỏ đi giữa khi chúng ta vẫn còn chưa tìm được *Một Mùa Xuân cho Dân Tộc*, cho đất nước chúng ta.

Nửa Thế Kỷ đã qua kể từ khi chúng tôi không còn thấy nhau nhưng tôi vẫn không quên được anh, cũng như các anh khác. Họ cũng đã người trước, người sau theo anh về miền Tiên Cảnh. Đêm hôm nay, chỉ còn có tôi ngồi viết về các anh… chua xót vô cùng. *Anh đi có bao giờ nhìn lại, chỉ còn tôi, còn tôi, im lặng đến tê người.* (Phú Quang)

TRẦN MỘNG LÂM

Montréal, 28.08.2018

Trần Đạt Minh Trung học Taberd, cựu cầu thủ bóng đá đội tuyển Taberd. Sinh viên Luật khoa. *Tốt nghiệp Sĩ quan Trừ bị Thủ Đức. Tốt nghiệp Sĩ Quan Hành Chánh Quân Y VNCH. Tình nguyện gia nhập binh chủng Nhảy Dù 1967. Cấp bậc cuối cùng Đại Úy Hành Chánh Quân Y Nhảy Dù. Tỵ nạn tại Hoa Kỳ từ 1975. Hiện sống tại Irvine, Orange County, Nam California.*

[Nguồn: Diễn Đàn QYND]

Đại úy HCQY Trần Đạt Minh

Trận Khe Sanh
Ngày Bác Sĩ Nghiêm Sỹ Tuấn Tử Trận

TRẦN ĐẠT MINH

Ghi Chú: Hai bài viết ở hai thời điểm khác nhau tuy cùng một tác giả Trần Đạt Minh, Đại úy Hành Chánh Quân Y TĐQY/ SĐND, nhưng do tính cách bổ sung nên cả hai phiên bản / versions được chọn đăng nguyên vẹn trong Tuyển Tập Nghiêm Sỹ Tuấn này.

Ghi chú của Đại úy Trần Đạt Minh, SQ Hành Chánh Quân Y, TĐQY/ SĐND: TRƯỜNG HỢP HY SINH CỦA Y SĨ TRUNG ÚY NGHIÊM SỸ TUẤN

[http://www.geocities.ws/qynhaydu/nstuan.html]

Trong trận do BS Trần Đông A và tôi cùng với một Toán Tản Thương đóng tại Làng Vây; khi nghe tin BS Nghiêm Sỹ Tuấn bị tử thương, tôi được lệnh của BS Hoàng Cơ Lân đưa BS Trần Đông A vào vùng hành quân bổ sung cho TĐ6ND. Trước khi lên trực thăng, BS Trần Đông A khóc và nói với tôi: Nếu *moi* có mệnh hệ gì thì toi ráng đưa xác moi về gia-đình. Lúc đó tôi cũng mất tinh thần rồi vì địch pháo kích nặng nề lắm không biết nếu mình bị "dính" thì ai đưa xác về Saigon.

Khi BS Trần Đông A đi một lúc thì trực thăng đem xác BS Nghiêm Sỹ Tuấn về. Chúng tôi thay cho BS Nghiêm Sỹ Tuấn một bộ Hoa Dù màu đỏ. Tôi còn nhớ BS Nghiêm Sỹ Tuấn trong người có mặc một cái quần đùi màu đỏ. Chúng tôi liệm Nghiêm Sỹ Tuấn vào một túi xác mới để kính trọng người Anh Hùng Quá Cố và đưa ra Huế.

Trong trận đó thương binh Nhảy Dù đưa về căn cứ TQLC / Hoa Kỳ ở Làng Vây nhiều lắm, chúng tôi làm việc mờ cả người. Độ một tuần sau BS Trần Quý Nhiếp vào vùng Hành Quân thay BS Trần Đông A. BS Trần Quý Nhiếp rất hiên ngang lên trực thăng còn hẹn tôi sau hành quân sẽ gặp nhau tại Huế để ăn nhậu. Cử chỉ và hành động của BS Trần Quý Nhiếp làm cho anh em chúng tôi rất kính phục và cảm động (cũng giống như cảnh đưa tiễn Kinh Kha trên sông Dịch) vì thế đến ngày hôm nay khi nghĩ đến BS Trần Quý Nhiếp tôi luôn luôn thương mến và kính trọng người Y sĩ trẻ tuổi hào hoa và hiên ngang ấy. Bây giờ mấy chục năm đã qua, nhớ lại các kỷ niệm xưa buồn có, vui có thật là xúc động, BS Trần Đức Tường nếu gặp BS Trần Quý Nhiếp cho tôi gởi lời kính thăm.

Trần Đạt Minh

*

Chuyện xảy ra đã trên 50 năm nên thời gian không đúng lắm. Tôi được lệnh của Đơn vị trưởng chuẩn bị hành quân, thành lập một toán cấp cứu gồm có BS Trần Đông A làm Y sĩ trưởng lo điều trị lựa thương, tôi thì lo liên lạc với Hoa Kỳ xin tản thương và thêm 10 y tá giúp sức.

Chúng tôi sẽ đóng chung với đơn vị Quân Y TQLC / Thủy Quân Lục Chiến Hoa Kỳ. Nhiệm vụ là yểm trợ cho 3 Tiểu Đoàn Nhảy Dù trong đó có Tiểu Đoàn 6 Nhảy Dù / TĐ6ND để giải tỏa Làng Vây và Khe Sanh. Trước ngày hành quân, chúng tôi gặp Bác sĩ Nghiêm Sỹ Tuấn đáo nhiệm TĐ6ND, đáng lẽ ra BS Tuấn được hoán chuyển về Bệnh xá Đỗ Vinh và BS Trần Quý Nhiếp sẽ ra thay y sĩ trưởng TĐ6ND nhưng vì lý do gì đó BS Nhiếp không ra kịp nên BS Nghiêm Sỹ Tuấn phải ở lại TĐ6ND chờ BS Nhiếp.

Từ trái qua phải: các Y sĩ Trung úy Nguyễn Đức Vượng, Nguyễn Văn Thắng, Bùi Cao Đẳng, Vĩnh Chánh, Nguyễn Thành Liên, Y sĩ Thiếu Tá Tiểu Đoàn phó TĐQYND Trần Quý Nhiếp, Lê Quang Tiến, Nguyễn Tấn Cương, Dược sĩ Khánh – Khóa Quân Y Nhảy Dù 1974; BS Trần Quý Nhiếp là người ra thay thế BS Nghiêm Sỹ Tuấn TĐ6ND. *[Tư liệu BS Vĩnh Chánh]*

Chúng tôi đóng chung với Quân Y (Quân Y Hoa Kỳ) tự đào hầm trú ẩn. Vấn đề ăn uống tôi ngoại giao với Mỹ nên anh em y tá không phải lo việc này, làm họ vui vẻ vì hành quân có Trung úy Minh đi theo là no đủ… Trước khi hành quân, Bác sĩ Nghiêm Sỹ Tuấn nói với tôi là sau khi hành quân sẽ đưa nhau đi trên đò sông Hương.

Đóng quân được một ngày thì nghe tin TĐ6ND đụng nặng. Một sĩ quan Quân Y của Mỹ gọi tôi lên vì có điện thoại của Bác sĩ Cố vấn Sư Đoàn Nhảy Dù muốn gặp. Lúc nghe điện thoại tôi mới biết là Đơn vị trưởng Sư Đoàn Quân Y Nhảy Dù lệnh cho tôi bất cứ giá nào cũng phải tìm phương tiện đưa Bác sĩ Trần Đông A vào TĐ6ND Hành quân và đem xác BS Nghiêm Sỹ Tuấn về, lúc đó tôi mới biết BS Nghiêm Sỹ Tuấn đã tử trận. BS Trần Đông A lúc đó đã mất tinh thần và tức tối cho là tại sao Đơn vị trưởng không ra lệnh cho ông mà lại ra lệnh cho tôi.

Tôi bảo Y tá chuẩn bị hành trang và cùng ông Trần Đông A nhảy vào mặt trận. Đến nơi, tiếng súng đạn vẫn còn liên hồi. Xác BS Tuấn nằm cạnh hố cá nhân có y tá bên cạnh. Tôi đẩy BS Trần Đông A xuống trực thăng và đưa xác BS Nghiêm Sỹ Tuấn và thương binh lên tàu, đến phiên tôi lên trực thăng, tên xạ thủ Đại liên không cho tôi lên tàu. Tôi nhanh trí nói tao mới đưa bác sĩ vào thay thế và phải đưa xác bác sĩ tử trận về làm *autopsy*, tên xạ thủ ngu ngơ cho tôi lên tàu.

Tôi quên nói là BS Trần Đông A trước khi xuống trực thăng còn nghẹn ngào nói với tôi: Nếu *moi* tử trận thì *toi* cố gắng đem xác *moi* về. [BS Trần Đông A hiện giờ là Dân biểu Quốc hội của Cộng sản Việt Nam]. Anh A, nếu Anh đọc được bài viết của tôi, tôi xin Anh nhớ là Nhảy Dù không bao giờ bỏ xác đồng đội, dù phải tan xương nát thịt chúng tôi cũng phải đem xác đồng đội về với gia đình họ.

Về đến căn cứ TQLC Hoa Kỳ, chúng tôi lo tắm rửa cho Anh Tuấn. Tôi lại được lệnh xin trực thăng đưa xác về Phú Bài rồi xin phương tiện C130 đưa về Tân Sơn Nhất, khi đến nơi có Đại đội Xe Hồng thập tự đưa xác Anh Tuấn về Nghĩa trang Quân Đội Biên Hòa.[1] Tôi lại phải đến gia đình Anh Tuấn báo tin buồn. Tôi bất mãn, vì mất ăn mất ngủ mấy ngày, quân phục không được thay, không được nghỉ ngơi, trong khi ông Phụ tá Hành Chánh Tiểu Đoàn Quân Y Nhảy Dù, quân phục sạch sẽ thơm tho nhàn hạ thì không làm việc đó.

Tôi đến nhà Anh Nghiêm Sỹ Tuấn vừa báo tin thì sóng gió nổi lên ngay. Họ cho là chúng tôi phe đảng bất công, giữ BS Tuấn ở Tiểu đoàn Tác chiến quá lâu nên con của họ phải tử trận. Tôi buồn bã thất thểu ra về, nghĩ là mình đã liều thân phóng mình vào lửa đạn để đem Anh Tuấn về mà còn bị những lời xỉ vả oan uổng này.

Cô em Anh Tuấn, mỗi lần tôi đến thăm đều rót cho tôi ly nước trà, nhìn tôi oán hận. Có lần tôi nói đùa khi cô lập gia đình có ý chọn người chồng tương lai là bác sĩ hay là giáo sư như các Anh khác của cô. Cô nói cô không thích nhà binh, chồng cô không được xa cô, không vất vả như Anh Nghiêm Sỹ Tuấn nhưng phải có học hơn cô nghĩa là có bằng đại học. Tôi nói đùa với cô là tôi bị rớt đài rồi, cô an ủi tôi: Thì anh cố cầu nguyện đi thì anh sẽ có được hy vọng.

Như tôi đã kể, tôi cũng là thân tình với gia đình Anh Nghiêm Sỹ Tuấn, nhưng bây giờ thì không còn gì vì tôi đến với họ chỉ toàn là đem tin buồn thêm cho gia đình thôi.

Anh Tuấn ít giống như các Y sĩ TĐND. Anh không có vẻ oai phong ngang tàng đầy quyến rũ như các Y sĩ QYND khác. Anh là một thư sinh, như một giáo sư triết học. Tôi quý mến Anh. Mong được làm bạn với Anh nhưng bây giờ thì hết rồi. Tôi luôn luôn nhớ đến Anh, đến gia đình Anh trong đó có tất cả mọi người mà tôi quý mến.

Thời gian qua mau, bây giờ sống trên đất Mỹ, lại là kẻ vô tổ quốc sống nhờ ở đậu, nghĩ đến cuộc chinh chiến đã qua mong sao nó chỉ là giấc mộng.

TRẦN ĐẠT MINH

Orange County, 2018

---

1. Nghiêm Sỹ Tuấn tử trận ở Khe Sanh, trong khi linh cữu chưa về đến Sài Gòn, Bác sĩ Lê Văn Châu tức nhà văn Trang Châu gốc TĐ6ND là người đầu tiên được chỉ định đến báo tin cho gia đình Nghiêm Sỹ Tuấn. Linh cữu Nghiêm Sỹ Tuấn từ Quân Y Viện Nguyễn Tri Phương Huế được đưa về Tân Sơn Nhất, quàn ở Sài Gòn, chứ không đưa về Nghĩa Trang Quân Đội Biên Hòa. Nghiêm Sỹ Tuấn sau đó được an táng tại Nghĩa trang Mạc Đĩnh Chi, Sài Gòn.

Lê Văn Tập sinh năm 1940 tại Kim Long Huế, Trung Học Quốc Học Huế, Y Khoa Sài Gòn 1959-1966, cựu Nội trú các Bệnh viện Sài Gòn, Khóa 8 Trưng Tập Quân Y Trừ bị, Bác sĩ giải phẫu Quân Y viện Nguyễn Tri Phương, Mang Cá, Huế 1967-1971; Bệnh viện Quân Dân Y Phối Hợp, Rạch Giá 1971-1975. Cấp bậc cuối cùng Thiếu Tá. Sau 1975, bảy năm tù giam ở Rạch Giá vì "tội tuyên truyền phản cách mạng." Tỵ nạn Hoa Kỳ, định cư tại San Jose từ 1992.

Y sĩ Thiếu tá Lê Văn Tập

Nhớ Về Nghiêm Sỹ Tuấn

LÊ VĂN TẬP

Bắt đầu từ năm thứ hai, Nghiêm Sỹ Tuấn được xếp vào cùng nhóm B đi thực tập bệnh viện với chúng tôi. Anh là con người hiền lành, ít nói nhưng luôn luôn tươi cười với bạn bè. Anh ăn mặc gọn gàng quần áo sạch sẽ, đi xe gắn máy màu đỏ, và là một sinh viên chuyên cần mẫu mực, ít khi vắng mặt trong các giờ học hay thực tập ở bệnh viện.

Năm thứ ba, tôi càng gặp anh nhiều lần hơn vì anh phụ giúp tôi trong công việc ghi chép các bài giảng của thầy Nguyễn Huy Can về môn Anapath / Cơ thể bệnh lý để in ra cours ronéo cho anh em cùng lớp.

Có một lần anh bị lường gạt vì lòng nhân đạo thương người. Chuyện xảy ra như sau: *"Khu Dermatology / Ngoài Da Bình Dân có một bệnh nhân người Huế bị giang mai lở lói đầy người. Hắn có tài ngon ngọt kêu ca xin sinh viên giúp đỡ. Hắn gặp tôi thì mừng quýnh nhận ra người quen từ hồi còn nhỏ ở Huế, xin vay tiền. Nhưng tôi biết hắn là con nhà giàu vì ham chơi bời mà ra nông nỗi này, với lại tôi đâu có tiền bạc dư dả. Thế mà hắn gặp Nghiêm Sỹ*

Tuấn hắn ca bài con cá sao đó Nghiêm Sỹ Tuấn xoay sở cho nó vay 200 đồng. Hôm sau hắn trốn mất tiêu.”

Đầu năm 1966, Nghiêm Sỹ Tuấn được trưng tập vào khóa 7 Quân Y. Sau khi thụ huấn ở quân trường Thủ Đức và học xong khóa hành chánh ở trường Quân Y, Nghiêm Sỹ Tuấn chọn binh chủng Nhảy Dù. Cùng lớp có anh Dương Hữu Thành, người nhỏ nhắn, mang kính cận thị cũng xin vào Nhảy Dù tuy các anh ra trường với điểm cao có thể chọn những đơn vị nào tùy thích. Có lẽ tiếng tăm của Nhảy Dù và lòng ham muốn phiêu lưu đã lôi cuốn các anh.

Thế rồi mỗi người một ngả, chúng tôi xa nhau từ đó…

Tôi xin ở lại làm Nội trú Bệnh viện Bình Dân thêm một năm nữa nên khi vào quân đội thuộc khóa 8 Quân Y trưng tập. Mãn khóa, tôi chọn Quân Y viện Nguyễn Tri Phương vì muốn về phục vụ nơi chôn nhau cắt rốn. Tôi còn rủ rê được Nguyễn Phú Cường, Nguyễn Thế Huyền. Mới trình xong luận án, tôi được lệnh anh Hoàng Cơ Lân bắt buộc phải ra Huế ngay bằng máy bay quân sự ngày 21-7-1967 vì chiến trận ở Huế đang gay cấn. Nhảy Dù đang hành quân miệt Phú Thứ, quận Phú Lộc.

… Thế rồi đến Tết Mậu Thân, Huế bị Việt Cộng chiếm đóng hơn 21 ngày, gây biết bao nhiêu tang tóc cho đồng bào. Binh sĩ Nhảy Dù từ Đà Nẵng bay trực thăng xuống sân bay Quân Y viện Nguyễn Tri Phương trong thành Mang Cá, từ đó phối hợp với Thủy Quân Lục Chiến đánh ra từ từ, vây Việt Cộng vô tử thủ trong Đại Nội.

… Sau khi Huế được giải tỏa, một Tiểu đoàn Nhảy Dù có phận sự lục soát vùng Kim Long từ cầu Bạch Hổ trở lên núi. Tiểu đoàn trưởng của BS Bùi Quý Nhiếp tạm trú ở nhà Ba Mẹ của chúng tôi, còn BS Nhiếp thì ở một nhà khác cạnh bờ sông Hương… Mọi sự đã trở lại yên ổn, dân Huế ra sức xây dựng lại thành phố đổ nát.

… Thế rồi một buổi chiều, Quân Y viện Nguyễn Tri Phương chúng tôi được báo cho biết có một bác sĩ Nhảy Dù tử trận mới được trực thăng tải thương đưa về.

…

Kéo zíp xuống. Mở poncho nhìn cho kỹ: than ôi, Nghiêm Sỹ Tuấn nằm đó, khuôn mặt bình thản như đang ngủ ngon, mình mẩy thì bị vô số mảnh đạn nhỏ và, đất đá bùn đen ghim vào người, bụng anh sình trương lên trông quá thảm thương.

Tội nghiệp, thương cho người bạn hiền, mấy năm chưa gặp lại thì bây giờ thấy anh đang nằm đó trên bàn đá lạnh lẽo của nhà xác. Ôi chiến tranh… nghiệt ngã là thế!

Y sĩ trưởng Trung tá Nguyễn Duy Đương nghe báo liền ra lệnh cho khâm liệm BS Nghiêm Sỹ Tuấn theo lễ nghi quân cách, có sĩ quan Quân Y canh gác quan tài, chờ được chở vào Sài Gòn. Anh em bác sĩ và nhân viên, y tá Quân Y viện lần lượt viếng thăm chào từ giã anh Nghiêm Sỹ Tuấn…

Nhớ lại vẻ mặt bình thản của anh Nghiêm Sỹ Tuấn, chúng tôi nghĩ là chính anh cũng không ngờ anh bị Việt Cộng pháo kích trúng ngay anh, và cũng không ngờ rằng mình vắn số như thế.

… Anh chắc cũng không thể ngờ rằng, 7 năm sau Việt Cộng chiếm được miền Nam Việt Nam, và các bạn của anh sống sót qua cuộc chiến cũng đã phải bị tù đày gian nan cực khổ trăm chiều. Rốt cuộc thì một số anh em cũng qua được những đất nước tự do bằng cách vượt biển hay ra đi theo chương trình nhân đạo.

Chúng tôi sực nhớ tới những người bạn thân thương đã bỏ mình trong chiến tranh chống Cộng sản bảo vệ tự do cho miền Nam Việt Nam.

Nhắc lại những chuyện xa xưa mà chúng tôi biết về anh, người bạn hiền đã khuất, chúng tôi rất khâm phục anh: anh đã tình nguyện phục vụ trong binh chủng Nhảy Dù và bị tử thương khi đang làm nhiệm vụ băng bó cho binh sĩ.

Anh Nghiêm Sỹ Tuấn, chúng tôi không bao giờ quên anh.

LÊ VĂN TẬP

San Jose, tháng 02.2019

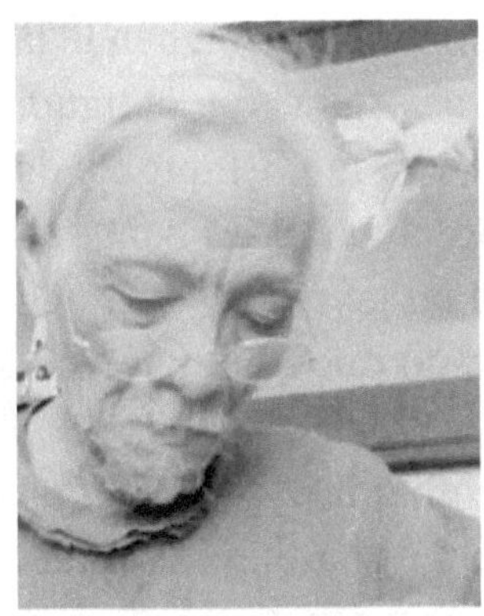

Trần Hoài Thư bút hiệu, tên thật Trần Quí Sách, sinh năm 1942 tại Đà Lạt, trung học Quốc Học Huế, đại học Sài Gòn; GS trung học Trần Cao Vân Quảng Tín. 1967, khóa 24 SQTB Thủ Đức. Phục vụ 4 năm tại đại đội Thám kích Sư đoàn 22, bị thương 3 lần. Sau đó làm phóng viên chiến trường vùng IV. Sau 1975, tù cải tạo hơn 4 năm, 1980 vượt biển, định cư tại Mỹ, tốt nghiệp Cao Học Toán Ứng Dụng. Làm cho công ty điện toán IBM trước khi nghỉ hưu.

Nhà văn Trần Hoài Thư

Và Niềm Hối Lỗi Muộn Màng
Viết Về Nghiêm Sỹ Tuấn

TRẦN HOÀI THƯ

Đã cộng tác với Bách Khoa, Văn, Văn Học, Vấn Đề, Khởi Hành, Ý Thức... *Tác phẩm: Trước 1975,* Nỗi bơ vơ của bầy ngựa hoang, Những vì sao vĩnh biệt, Ngọn cỏ ngậm ngùi, Một nơi nào để nhớ. *Sau 1975: 16 Tập truyện, Tạp bút và 7 Tập Thơ. Từ 2001, cùng Phạm Văn Nhàn sáng lập tạp chí* Thư Quán Bản Thảo. *Trần Hoài Thư đã có công phục hồi bộ báo* Tình Thương *từ Thư viện Đại học Cornell.*

I. Chuyện làm số báo 83

Bạn xa:

Bạn hỏi tôi, vậy thì *"10 khuôn mặt văn nghệ chết trận"* chủ đề của số báo 83 này có gì đặc biệt? Tôi xin trả lời: Có chứ.

Một Nghiêm Sỹ Tuấn, người y sĩ tiểu đoàn 6 Nhảy Dù, với ba bài tiêu biểu 3 lãnh vực khác nhau. Một thuộc lãnh vực sáng tác. Một thuộc nhận định biên khảo. Và một thuộc dịch thuật. Ông thông thạo Đức ngữ, dù trẻ nhưng bảo thủ. Có một chuyện bên lề là khi sưu tập về tác giả Nghiêm Sỹ Tuấn, tôi may mắn có một người bạn đồng hành. Đó là nhà văn / bác sĩ Ngô Thế Vinh. Chúng tôi đã chia nhau đánh máy bài vở. Cả hai chúng tôi đều chỉ gõ bằng hai ngón. Và tôi nói đùa là 4 ngón chúng ta họp lại gõ đại hồng chung để kêu cố bác sĩ Tuấn về hầu giúp chúng ta có được hình ảnh bài vở tư liệu về ông!

Và đây là một tấm hình quý giá của Nghiêm Sỹ Tuấn, chụp lúc ông là sinh viên y khoa năm cuối, để chúng ta thấy hình ảnh một ông đồ hơn là một sinh viên y khoa và sau này là trung úy y sĩ Nhảy Dù:

Rồi đến nhà thơ Trầm Kha – bút hiệu của cố đại úy hải quân Nguyễn văn Đồng, người nằm xuống trong trận hải chiến Hoàng Sa. Chỉ có tạp chí này mới đăng tất cả 6 bài thơ quý hiếm của Trầm Kha – trong số có hai bài lục bát. Bạn sẽ có dịp đọc những câu mà hồn phách của Lục Bát và của ngôn ngữ như nhập vào từng chữ một cách diệu kỳ!

Ví dụ 2 câu sau đây của Trầm Kha tôi rất tâm đắc:
Lưng ngàn tóc có xanh mây?
Em ơi! Áo phủ cho gầy thời gian!

Rồi đến Nguyễn Phương Loan, người pháo thủ chết ở Pleime, thơ làm nhiều nhưng thơ bay vào cát bụi và hư vô. Tôi quen NPL, và từng ngưỡng mộ NPL qua những bài thơ mà tôi được đọc trước đây. Tôi muốn NPL có mặt trong số báo này. Vì NPL là một thi sĩ. Nhưng biết tìm thơ NPL ở đâu? Lục thư mục Cornell thấy họ có lưu trữ tạp chí Sóng số 1 xuất bản lúc NPL làm thơ ký tòa soạn. Mừng quá, vội làm thủ tục mượn qua Interlibrary loan, nhưng thư viện cho biết là có người khác đã mượn trước rồi! Nhưng may mắn tôi tìm được hai bài đăng trên báo Tình Thương!

Rồi một Doãn Dân, với giấc mơ tập truyện *Bàn tay cho Yến*. Anh mong được mấy ngày phép để về Saigon nhìn mặt mũi đứa con tinh thần của mình, nhưng giấc mơ ấy đã bị vụn vỡ tan tành cùng với thịt da banh ra như xác pháo trên đường Huế-Quảng Trị vào mùa hè năm 1972. Thêm một lần *Bàn tay cho Yến* có mặt, để bạn thấy ngòi bút của người cựu sĩ quan Sư Đoàn 22 BB, được đổi về Saigon nhưng sau đó bị đày ra Sư Đoàn 3 ngoài Quảng Trị.

Một Song Linh, một sĩ quan của tiểu đoàn 4 Thủy Quân Lục Chiến. Tôi đã tìm được bài đầu tiên trong đời viết văn của anh và bài cuối cùng trước khi anh nằm xuống. Bài đầu đăng trên Sáng Tạo và bài cuối đăng trên Khởi Hành. Mặt khác có một bài viết của Tuấn Huy về cái chết của Song Linh rất cảm động. Tôi đã đánh máy bài này. Vừa gõ vừa rưng rưng.

Bìa Tạp chí Thư Quán Bản Thảo số 83
tháng 01.2019 với chủ đề: 10 khuôn mặt
văn nghệ hy sinh trong chiến trận, trong đó
có Y sĩ Trung úy Nhảy Dù Nghiêm Sỹ Tuấn.
[tư liệu Trần Hoài Thư]

Một Hoàng Yên Trang / Trần Như Liên Phượng, một thầy giáo gầy guộc như lau sậy, vậy mà vẫn chấp nhận vào nơi gió cát, đầu quân vào đơn vị tác chiến. Không phải vì muốn trở thành người hùng, nhưng vì cái tiết tháo của kẻ sĩ! Và truyện "Lên Đường" chỉ gởi đến tòa soạn Văn Học hai ngày trước khi anh nằm xuống!

Rồi Hoài Lữ, Phan Huy Mộng, Dzũng Chinh, rồi Y Uyên...

II. Khuôn mặt văn nghệ

Bạn xa:

Hằng năm ở Huế có truyền thống ngày lễ "Cúng âm hồn" hay "Cúng cô hồn".

Ít ra người sống vẫn còn nhớ đến những cô hồn vất vưởng, không nấm mồ, bị bỏ quên, xiêu lạc...

Câu hỏi: *Còn những người làm văn nghệ của miền Nam chết trận thì sao? Có liệt họ vào hàng ngũ "cô hồn" được không?*

Câu trả lời là KHÔNG!

Họ hữu danh chứ không phải vô danh. Họ đã có một thời mà tên tuổi, thơ, văn, nhạc của họ thấm đẫm vào trái tim người. Thơ họ vẫn còn đó, văn họ vẫn còn đó. Tên tuổi họ vẫn còn đó mà.

Họ có xứng đáng là khuôn mặt văn nghệ không?

Xứng đáng!

Giả dụ họ chưa chết. Doãn Dân được bình an sống ở Saigon. Giả dụ Song Linh về làm bên cạnh Du Tử Lê, Tô Thùy Yên vì anh nổi tiếng ngay từ thời Sáng Tạo. Giả dụ Hoàng Yên Trang / Trần Như Liên Phượng nhịn đói vài ngày để lúc khám nhập ngũ được hoãn dịch. Giả dụ Nghiêm Sỹ Tuấn sau hai lần bị thương có đầy đủ điều kiện để từ giã chiến trường trận mạc và đồng đội tiểu đoàn 6 Nhảy Dù... Giả dụ Hoài Lữ (Lữ Đắc Quảng) – em ruột của tướng Lữ Lan – nhờ vào bóng của anh. Mới 19 tuổi đã xuất bản tập thơ. Thơ được báo Mai dành hết sức trang trọng. Giả dụ Nguyễn Phương Loan còn sống chịu làm thơ đăng báo, giả dụ Phan Huy Mộng không tình nguyện vào Biệt Động Quân... thì chắc chắn chúng ta sẽ có thêm tác phẩm, có thêm những áng thơ văn hay nhạc bất hủ để đời.

Cái chết của họ được vinh danh, chẳng lẽ về mặt văn nghệ, sự đóng góp của họ cho văn chương miền Nam không được vinh danh hay sao?

Đó là lý do thúc đẩy chúng tôi thực hiện số báo này.

Bạn có đồng ý không?

III. Niềm hối lỗi muộn màng

1.

Trong bất cứ thời nào, ở đâu, có lẽ thành phần bác sĩ, y sĩ, nôm na là thầy thuốc, là thành phần được trọng vọng và được ưu đãi nhất. Bởi vậy, có lẽ niềm ao ước của bậc làm cha mẹ, là không ít thì nhiều mong con trong tương lai trở thành một bác sĩ. Không phải ở VN ta, mà cả quả đất này cũng nên. Tôi đọc ở đâu đó, bên Nhật, các bậc cha mẹ mang bông hoa đến ngoài trường y khoa và cầu khẩn khấn vái Đấng quyền năng ban may mắn cho con mình được trúng tuyển.

Một câu hỏi là *họ có phải là "kẻ sĩ"?*

Thú thật, trong thời chiến, tôi có cái nhìn hơi khe khắt về đội ngũ trí thức, dĩ nhiên trong đó có thành phần y sĩ, bác sĩ này. Ngay bản thân tôi, được Quân Y viện Ban Mê Thuột chuyển về Cộng Hòa hai lần để giám định về mắt và tai, cũng phải trở lại mặt trận, tiếp tục mang lại cái kính cận dầy có buộc sợi dây lưng quần đàn bà.

Nhưng mà không sao, nhờ vậy tôi mới trở thành nhà văn, và viết về chuyện chiến trường mà không hổ thẹn là viết "phịa"!

Không phải tôi vơ đũa cả nắm. Vẫn có những vị bác sĩ, y sĩ mà tôi nể vì, ngưỡng phục. Ví dụ bác sĩ Hà Thúc Nhơn chẳng hạn.

2.

Nhưng từ khi thực hiện chủ đề báo *Tình Thương*, tiếng nói của sinh viên Y Khoa Saigon vào những năm 64, 65, 66, 67 tôi có cơ hội để mở tầm nhìn về cái thế giới "chuẩn y sĩ" này hơn. Nó giúp tôi thấy rõ về vai trò của kẻ sĩ trong một xã hội mà quyền lực là súng đạn và kỷ luật, để thấy thế nào là nhiệt huyết của tuổi trẻ trí thức ở thành phố.

Dù là tờ báo sinh viên y khoa, nhưng nó là tờ báo rất có uy tín ngoài công chúng thời bấy giờ. Nó có mặt ở các sạp báo ở thủ đô và cả toàn quốc. Có tòa soạn riêng. Làm việc trên tinh thần dân chủ và "team work", "team brain". Dám viết, dám nói. Tôi không thể đếm bao nhiêu trang bị bôi đen, cả trang hay một phần và khi ra trường, những người trong nhóm chủ trương lại chọn những binh chủng dữ dằn nhất và đầu quân:

Chủ nhiệm Phạm Đình Vy đi Thủy quân lục chiến, Chủ bút Ngô Thế Vinh (từ số 9…) về Biệt Cách dù, Tổng thư ký tòa soạn Trần Xuân Dũng (từ số 1 đến số 8) về TQLC, Thư ký tòa soạn Nghiêm Sỹ Tuấn (từ số 1 đến số 13) và Trang Châu (từ số 14) cùng về Nhảy Dù…

Và một người trong nhóm chủ trương ấy đã nằm xuống tại Khe Sanh. Đó là bác sĩ Nghiêm Sỹ Tuấn.

3.

Nghiêm Sỹ Tuấn giữ chức vụ Thư ký tòa soạn đúng một năm từ số 1 (tháng 1 năm 64) đến số 13 (tháng 1 năm 65)…

Ông ít sáng tác, nhưng nghiêng nhiều về nhận định, biên khảo và dịch thuật. Rành tiếng Đức nên ông và Nguyễn Vĩnh Đức (rành tiếng Pháp) cùng hợp tác dịch tập truyện *Dưới Mắt Thượng Đế* qua hai bản: Một bản tiếng Đức (nguyên bản) và một bản tiếng Pháp. Khó có một bản dịch nào lại thận trọng và kỹ lưỡng như vậy.

Văn dịch của hai dịch giả rất trong sáng, dễ hiểu mặc dù tác phẩm đề cập nhiều đến vai trò thầy thuốc và cõi siêu hình… Chúng tôi đã đánh máy truyện ngắn *Tờ Di Chúc* của tập truyện dịch *"Dưới Mắt Thượng Đế"* để quý bạn đọc thấy được sự dễ hiểu và trong sáng này.

Ngoài ra, ông cùng với Hà Ngọc Thuần dịch tác phẩm *Lịch Sử Y Học* của Kenneth Walker.

Trong lúc ông là sinh viên, ông có một bài tản mạn về nỗi đau đớn của con người, và bổn phận của người y sĩ:

… Do đó, y-học luôn-luôn tìm mọi cách để hoàn-tất công cuộc khắc phục đau đớn thể-xác, khởi từ những giây phút đầu tiên của đời sống nhân-loại trên mặt trái đất. Và nếu thuở xưa, làm hết đau đớn được coi như một việc "thiêng liêng", thì ngày nay, làm hết đau đớn lại chính là bổn phận thiêng liêng tối-thiểu của người y-học.

(Xin đọc bài *Niềm Đau Nỗi Khổ* của Nghiêm Sỹ Tuấn đăng ở phần sau)

Và ông đã thực hiện cái bổn phận thiêng liêng tối thiểu ấy, không phải từ phòng mạch, bệnh viện, mà ngay ngoài mặt trận.

Tôi đọc được trên Internet, hai người bạn học cũng cùng binh chủng Dù với ông kể lại về cái chết của ông như sau:

"Anh hy sinh khi đứng dưới hố cá nhân săn sóc vết thương cho một thương binh nằm cáng trên miệng hố. Anh chết liền (khoảng 6 giờ chiều) khi cuộn băng (bandage) còn cầm trên tay!" (BS Trần Đức Tường, Y sĩ Trưởng Tiểu Đoàn 3 ND)

... Tin dữ từ mặt trận đưa về. BS Nghiêm Sỹ Tuấn học cùng lớp, là BS dân y trưng tập, tình nguyện về TĐ6ND, cũng chỉ còn một tháng nữa là mãn nhiệm kỳ phục vụ cấp Tiểu đoàn bị tử trận tại Khe Sanh khi đang săn sóc thương binh. Anh đã 2 lần bị thương, một ở Dakto, một ở Cao Lãnh. (Trần Đoàn – Y sĩ trưởng tiểu đoàn 2 ND)

4.

Cái chết của người y sĩ Nghiêm Sỹ Tuấn có lẽ chỉ được nhắc nhở tưởng tiếc qua đồng đội đồng môn và bạn hữu, đặc biệt trong giới y khoa. Nhưng không phải ông chỉ là y sĩ, mà còn là nhà văn và dịch giả, là người thư ký đầu tiên của tạp chí Tình Thương.

Trong ba-lô của ông có lẽ có nhiều bản thảo. Không biết sau khi ông nằm xuống những bản thảo kia trôi dạt ở đâu hay là theo chủ của chúng cùng xuống tuyền đài.

Chúng tôi chỉ biết dựa vào những số báo Tình Thương để viết về ông. Và chỉ biết dùng hai ngón tay gõ vào trái tim mình như thể gõ vào chuông vào mõ, vào đại hồng chung của chốn không cùng cho một khuôn mặt văn nghệ nằm xuống trong chiến tranh.

IV.

Theo lời kể của bạn bè, bác sĩ Nghiêm Sỹ Tuấn có nhiều cơ hội để từ giã mặt trận, nhưng ông vẫn sát cánh bên đồng đội của ông.

Có một lần ông được đề bạt đi học khóa chuyên môn về giải phẫu một năm, nhưng ông yêu cầu sau khi mãn khóa phải cho ông về phục vụ tại Bệnh viện Đỗ Vinh của Nhảy Dù ông mới chấp nhận.

Thấy cấp trên không bảo đảm, ông từ chối.

Vì sao vậy? Tôi bỗng hỏi tôi. Vì sao?

Tại sao bốn năm trời tôi lại có mặt ở đơn vị thám kích?

Có phải: "Sống bên em chết bên bạn?"

Em nào? Một người yêu bé nhỏ ở hậu phương? Hay cũng có thể là em gái giang hồ tìm quên sau khi về dưỡng quân ở hậu cứ. Bạn nào? Có phải là bạn bè đồng đội của mình. Có phải là những hạ sĩ, binh nhất, binh nhì, là trung sĩ, trung sĩ nhất, là chuẩn úy, thiếu úy... những người đã cùng chia sẻ với mình trong cơn hoạn nạn nguy khốn hay cùng chung với nỗi vui nỗi buồn. Cần gì cái chết nhẹ như lông hồng hay da ngựa bọc thây. Những ví von rập khuôn từ đâu, được mấy ngài nho sĩ thổi phồng, để trở thành những ví von không tưởng. Cả một đất nước hết chiến tranh này tiếp đến chiến tranh khác triền miên, và biết bao kẻ đã tham dự, bộ không tìm ra một câu thâm trầm ý nghĩa sao.

Sống bên em chết bên bạn", câu nói nằm lòng của người lính trận. Nhớ lắm những chén rượu dưỡng quân: *"Tôi hỏi ông thầy, bạn bè là cha mẹ hay vợ con là cha mẹ. Khi ông thầy tử trận ai mang xác ông thầy? Khi ông thầy bị thương ai cõng ông thầy?"* Biết rằng, họ khích rượu mình, họ muốn mình cho chó ăn chè, hay họ muốn thử mình, nhưng cũng phải nâng chén mà nốc. Bởi vì chỉ có họ mới là cha mẹ, mới hiện diện bên mình trong khi lâm nạn. Bởi vì chính mồ hôi của họ là mồ hôi của mình. Máu của họ là máu của mình. Nước mắt của họ là nước mắt của mình. Không ai hiểu mình bằng họ và không ai hiểu họ bằng mình. Đâu cần huynh đệ chi binh khi mặt trời thì xa ngàn dặm khi mặt trăng thì không bao giờ soi gần những thân phận thấp hèn. Ngôn ngữ chữ nghĩa đâu cần phải là nho chùm, mượn điển tích này điển tích nọ, mà là ngôn ngữ từ trái tim, đọc lại người trong cuộc tự nhiên phải xôn xao xúc động. Đó là một thứ ngôn ngữ ngang tàng và đầy bi tráng được phát sinh từ sự thật, chứ không phải từ những hư tưởng viển vông của những tay thi sĩ văn sĩ nhạc sĩ chưa nếm mùi tân khổ là gì.

"Sống bên em, chết bên bạn". Đã quá thừa hiểu miệng lưỡi của những kẻ lợi dụng xương máu của họ để vinh thân phì gia, để có những kẻ hầu hạ mà không trả tiền công, hay có những cận vệ súng ống rình rang còn hơn lãnh chúa. Đã quá biết những giọt nước mắt cá sấu. Đã quá phẫn nộ vì những bất công:

> *Kẻ mập ở nhà lon sáng bóng*
> *Lính gầy vác võng vác tai ương*
> *Nỗi buồn nghèn nghẹn nồi cơm sống*
> *Khói bốc cay theo khói chiến trường...*
>
> (thơ THT)

Khói làm cay mắt bạn cũng làm cay mắt tôi.

TRẦN HOÀI THƯ

New Jersey, 01.2019

Hà Ngọc Thuần sinh năm 1940 tại Hà Nội, di cư vào Nam 1954, Trung Học Chu Văn An, Sài Gòn. Tốt nghiệp Y khoa Sài Gòn 1966, trong ban biên tập báo SVYK Tình Thương, Khóa 13 Quân Y Hiện dịch, phục vụ qua các đơn vị: Đại đội 11 Lựa Thương, Quân Y Viện Tây Ninh, Viện Bài Lao Ngô Quyền, đơn vị cuối cùng là Tổng Y Viện Cộng Hòa. 1975 di tản bằng tàu qua Subic, Guam, chọn định cư Úc Châu, hành nghề Y khoa và hiện sống ở Brisbane.

Y sĩ Đại úy Hà Ngọc Thuần

Người Thư Sinh Muôn Thuở. Sau 50 Năm Nhớ Về Nghiêm Sỹ Tuấn

HÀ NGỌC THUẦN

A book is a bit like an iceberg. The author's name is on the cover, but ninety percent is below the surface, with the names of many others who deserve credit.

Michael Ruse; Darwinism and Its Discontents — 2006

1.

Nghiêm Sỹ Tuấn sanh năm 1937, vào một ngày đầu năm. Tính theo âm lịch Anh thuộc tuổi Bính Tý, tuổi con Chuột, không phải năm Đinh Sửu, tuổi con Trâu, như những người sanh sau ngày Tết Nguyên Đán. Sau này khi viết văn Anh lấy bút hiệu là Yến Thử. Thử là Con chuột. Nhưng khi hỏi Anh là Yến Thử có ý nghĩa đặc biệt nào, và vì lý do nào Anh lại chọn bút hiệu đó, thì Anh chỉ cười mà không giải đáp. Lẽ cố nhiên chúng ta phải biết hai chữ yến và thử này viết sang chữ Hán như thế nào thì mới có thể nói chuyện tìm kiếm trong tự điển Đào Duy Anh hay tự điển Thiều Chửu. Đây là một bí mật mà Anh đã mang theo về bên kia thế giới. Quý vị thông thạo chữ Hán có thể đoán biết được, nhưng dù có đoán đúng chăng nữa cũng chỉ là "đoán" mà thôi.

Sau này tôi, Hà Ngọc Thuần, người viết bài này, được kể như một người bạn thân trong số những người bạn thân của Anh, định cư tại Úc Đại Lợi là xứ sở của những con Kangaroo. Kangaroo, tiếng Việt, hay tiếng Hán Việt, dịch là đại thử. Tôi không đủ kiến thức khoa học để biết con chuột và con Kangaroo giống nhau hay khác nhau như thế nào, nhưng nói một cách đại khái thì con Kangaroo lớn lắm và hình thù như thấy trong tranh ảnh thì có hơi giống con Chuột một phần nào nên gọi nó là đại thử thì thật là phải. Nhưng cũng mới sau này, một người bạn khác là ông Đỗ Thông Minh, gốc là người Việt Nam nhưng cư ngụ tại Nhật đã lâu năm, có soạn từ điển Việt Nhật – Nhật Việt song ngữ, rất lớn, cho biết "đại" ở đây là "cái túi", không phải là "lớn"; phải là người có biết đọc chữ Hán mới phân biệt được. Đại thử, như vậy không phải là một bí mật, như là "yến thử" nói trên, mà là một điều lầm lẫn mà nhiều người (trong số đó có tôi) đã phạm. Cũng tại chúng ta đã quen dùng chữ abc cũng gọi là "quốc ngữ", mà không còn dùng chữ Hán như người Nhật vẫn còn dùng một số kanji xen lẫn với chữ viết của họ. Sách học tiếng Nhật có tới 2000 chữ Hán hay kanji (Hán tự), hay nhiều hơn thế.

Quý bạn đọc tới đây xin đừng mất kiên nhẫn; xin đọc tiếp tục. Sau đây tôi sẽ cho biết Nghiêm Sỹ Tuấn là nhà Nho học hay Hán học, có thể là cỡ lớn nếu giờ này Anh còn sống trên trần gian. Tôi nghĩ là nói quanh co về mấy chữ Hán này là nhập đề rất thích hợp để mở đầu một bài tưởng niệm Nghiêm Sỹ Tuấn. Và nếu còn sống Anh đã nói cho tôi biết thế nào là yến thử, thế nào là đại thử, vân vân...

2.

Nghiêm Sỹ Tuấn học chữ Hán có thể từ ông nội, hoặc có thể từ ông ngoại. Có thể cả hai Cụ là những nho sinh đã dự kỳ thi cuối cùng tại Nam Định năm 1915, như Nguyễn Tuân đã tả trong *Vang Bóng Một Thời*, nhưng có thể là đã không đỗ, và 30 năm sau, năm

1945, vẫn còn sống trong thanh bạch, vẫn còn nhớ chữ Hán, vẫn còn thương chữ Hán, vẫn còn muốn dạy chữ Hán, và môn sinh chẳng ai khác lạ hơn là cậu cháu trai đầu lòng Nghiêm Sỹ Tuấn.

Trước năm 1954 những ngày còn ở Hà Nội, tôi không có dịp đến nhà Anh; sau này những ngày ở Sài Gòn, tôi có dịp lại thăm Anh luôn, có khi ngồi nói chuyện rất lâu, nhưng không bao giờ thấy bóng dáng Cụ Nội hay Cụ Ngoại. Gia đình Anh theo Công Giáo, hay Ky Tô Giáo, nên không có bàn thờ tổ tiên ở giữa nhà, và cũng không có hình ảnh treo trên tường. Tôi không thể biết được Cụ đã dạy ra sao, Anh đã học ra sao, nhưng chỉ biết là Anh khá giỏi, có thể là rất giỏi. Khoảng năm 1963-1964 Anh đã thông-thạo *Đạo Đức Kinh* của Lão Tử, *Nam Hoa Kinh* của Trang Tử và *Tam Quốc Diễn Nghĩa* của La Quán Trung … qua bản chữ Hán, và đã nhiều lần chỉ cho tôi những chỗ sai lầm của Từ Điển Đào Duy Anh. Cố nhiên tôi rất lấy làm sợ hãi. Những sách vở đương thời nói về Lão Trang, Anh coi như không đáng đọc (!). Tôi càng lấy làm sợ hãi bội phần. Hai bản dịch của Nhượng Tống, cuốn *Nam Hoa Kinh* vừa nói trên và cuốn *Tây Sương Ký* của Vương Thực Phủ thì gần như là Anh thuộc nằm lòng. Riêng cuốn *Kinh Thư*, bản dịch cũng của Nhượng Tống, thì Anh cũng công nhận là dịch chưa thoát với rất nhiều chỗ khó hiểu.

3.

Thân-phụ của Anh là Ông Nghiêm Sỹ Phụng, tên của Bà Thân mẫu thì tôi không biết. Cả hai vị tôi ít có khi gặp, nhưng đều có vẻ hòa nhã mà nghiêm trang. Hai Ông Bà không có dịp nào trực tiếp nói chuyện với tôi một vài câu, nhưng cũng có thái độ quý mến vui vẻ.

Ông Nghiêm Sỹ Phụng làm việc tại một cơ quan của Mỹ nhưng lương bổng không nhiều. Gia-đình có liên hệ bà con xa với Ông Nghiêm Văn Trí, nguyên Tổng Trưởng Quốc Phòng trong Chính Phủ Nguyễn Văn Tâm từ ngày 06.06.1952 đến 08.01.1953. Năm 1954 khi di cư từ Hà Nội vào Sài Gòn, gia đình của Tuấn có cư ngụ tạm một thời gian tại nhà riêng của Ông Nghiêm Văn Trí tại đường Hai Bà Trưng (đường Paul Blanchy cũ), Sài Gòn. Theo Tuấn cho biết, trong gia đình của Ông Nghiêm Văn Trí này, dù là ở nhà, trong mọi trường hợp mọi người đều luôn luôn nói tiếng Pháp. Chắc là một người thành đạt trong xã hội Nam kỳ, nhưng thành tích chính trị không ai được rõ. Sách báo cũng ít có tài liệu về chính khách Nghiêm Văn Trí.

4.

Nghiêm Sỹ Tuấn là Anh lớn của chừng 10 anh chị em, tôi không biết hết, trừ người em trai sát với Tuấn, học sau chúng tôi một hay hai lớp, tên là Nghiêm Sỹ Anh. Sau này tôi đã trao lại cuốn *Nhật ký* của Tuấn cho Nghiêm Sỹ Anh, vào khoảng năm 1972 hay 1973. Cuốn này tôi nhận được từ Bác Sĩ Lê Văn Châu, là Thi Sĩ Trang Châu, Khóa 12 sinh viên Quân Y hiện dịch, y sĩ thuộc Sư Đoàn Nhảy Dù. Cũng Bác Sĩ Lê Văn Châu năm 2017 khi tái-bản tác phẩm đầu tay *"Y Sĩ Tiền Tuyến"* tại Canada đã gửi tới Úc Châu một bản cho tôi vì tôi, 50 năm xưa, đã là bạn thân của Nghiêm Sỹ Tuấn.

Tuấn có tài khéo về thủ-công, một năm hai lần làm đèn ngôi sao cho các em vào dịp Tết Trung Thu và Lễ Sinh Nhật. Có một năm Anh dùng bìa cứng cắt hình Chúa Hài Đồng trong cảnh tượng Hang Bê-Lem, đèn nến sáng trưng, rất ấm cúng và đẹp mắt. Nguyễn Tuân tả một cảnh thu muộn trong "Vang Bóng Một Thời" có lẽ cũng chỉ đẹp đến thế.

5.

Chúng tôi cùng học 3 năm tại trường Trung Học Nguyễn Trãi Hà Nội 1951-1954 và 3 năm tại trường Trung Học Chu Văn An Sài gòn 1955-1958. Riêng năm 1954-1955 Tuấn học trường Nguyễn Trãi Sài Gòn, còn tôi chuyển sang trường Trần Lục (học nhờ trường Tiểu Học Nguyễn Đình Chiểu tại Tân Định) cho gần nhà. Chính nhờ vậy mà được học Việt Văn với Thầy Doãn Quốc Sỹ (sau này Thầy trở thành nhà văn nổi tiếng tại miền Nam) và tôi đã học được nhiều từ Thầy Doãn Quốc Sỹ. Dường như chỉ khi học lớp Đệ Ngũ B4 và lớp Đệ Nhất B3 là Tuấn và tôi học cùng lớp.

Sức học của Anh đều đặn về đủ các môn. Việc học của Anh bị gián đoạn, như trường hợp những người cùng lứa tuổi, vì cuộc chiến khởi đầu ngày 19.12.1946 và cuộc tản cư trước đó. Đáng lẽ Anh phải học trên tôi ba lớp. Bởi vậy, thái độ của Anh có cái vẻ điềm đạm của một người lớn tuổi không ganh đua với lớp sau. Tuy nhiên cho đến khi học hết hai phần Tú tài, Tuấn không có đậu Ưu hay Bình, và cũng không bao giờ nộp đơn xin du học tại Mỹ, Âu Châu hay Úc Châu. Việc Anh chọn Y Khoa với học trình 7 năm cũng là một ngạc nhiên; đáng lẽ Anh phải chọn một ngành với học trình ngắn hơn, để sớm đi làm có tiền lương giúp đỡ Bố Mẹ, nuôi các em. Gia đình và cá nhân của Tuấn có những điều tôi không thể biết mà cũng không nên hỏi để bắt buộc Anh phải giải thích.

Những người bạn của Tuấn tôi cũng không biết hết. Có lẽ trong số đó có Nguyễn Thanh Giản, em trai của Bác Sĩ Nguyễn Thanh Giá. Giản cũng là người kín đáo ít nói, sau này cũng có làm thơ và viết văn, và từng đảm nhiệm chức vụ Chủ Tịch Hội Văn Bút tại Hoa Kỳ. Theo bạn Giản thì người bạn thân hơn cả của Tuấn là một anh bạn tên Mậu, tôi không nhớ rõ họ. Anh Mậu này cùng học trường Trần Lục năm 1954-1955 nên tôi cũng có biết chút ít; tuy khác lớp (đệ tứ) nhưng Anh Mậu là Trưởng Lớp và có hoạt động trong trường. Tuấn và Mậu gặp nhau ở lớp Đệ Tam B6 trường Chu Văn An, và cùng là người Công-giáo. Cùng một đức tin, có lẽ hai anh Mậu và Tuấn có những trao đổi trong những ý kiến, những quan niệm hay những nhận định, khác biệt với những anh em khác.

6.

Anh học 7 năm Y khoa không vấp váp; với sức học của Anh có lẽ Anh có thể trúng tuyển nhưng Anh không dự kỳ thi nội trú bệnh viện. Trong những bạn cùng khóa từ Trung Học Chu Văn An thì Nguyễn Hoàng Hải là người thành công nhất trong y nghệ. Nguyễn Hoàng Hải thi đậu nội-trú, trở thành y sĩ giải phẫu, được bổ nhiệm làm Chỉ Huy Trưởng Bệnh Viện 2 Dã Chiến, và tới cuối năm 1974 được thăng cấp Y Sĩ Trung Tá hoàn toàn nhờ khả năng, công lao và thành tích của một người Quân Y Sĩ.

Cho đến giữa năm 1965, lúc đã chấm dứt học trình 7 năm, dường như Tuấn cũng chưa được Thầy nào bảo trợ đề tài Luận án Tiến sĩ Quốc Gia. Chuyện đó càng khó khăn hơn khi Anh đã "ra trường" và bận rộn với đời lính chiến. Những bạn lớp sau kể từ 1965 trở về sau được hưởng ít nhiều dễ dãi hơn, vì quả thật số sinh viên hoàn tất học trình tăng lên rất nhiều trong khi thành phần giảng huấn không thay đổi.

Trong thời sinh viên, Anh có xin học bổng của Bộ Y Tế, và cũng có chút tiền mua sách. Năm thứ nhất Anh mua một bộ Anatomie của Testut; mấy năm sau Anh mua một bộ *Pratique Neurologique* mà soạn giả là một bậc Thầy của ngành Neurologie của Pháp. Anh không có ý thích hay ý hướng hẳn về một bộ môn nào, nhưng rất thán phục Thầy Trần Quang Đệ khi Thầy giảng dạy bài *le Péritoine* (Phúc Mô) và Thầy Đặng Văn Chiếu với bài LCR *liquide céphalo- rachidien* (Dịch Não Tủy) coi như những bài giảng tuyệt vời trong y học mà Anh đã nhận được trong thời sinh viên.

7.

Ngoài Việt ngữ, Pháp ngữ, Anh ngữ và chữ Hán, Tuấn học thêm Đức ngữ và tiếng La Tinh. Đức ngữ thì cố nhiên là học theo cuốn "Deutsche Sprachlehre fur Auslander" của Schultz & Griesbach; Anh đã học xong cuốn bìa xanh là cuốn cao cấp hơn, trong khi tôi còn lúng túng với cuốn bìa tím trình độ thấp hơn tuy cùng là Grundstufe.

Còn tiếng La-tinh tôi không biết Tuấn học theo sách nào. Anh có đọc cuốn *Éthique* của Spinoza, bản La-tinh Pháp ngữ đối chiếu của Charles Appuhn. Sau 1975 tại Úc tôi hì hục làm photocopy trọn bộ cuốn sách này, rồi có mua thêm bản dịch tiếng Anh, và vài cuốn sách bình luận. Tuy-nhiên tôi chưa bao giờ đọc quá được vài trang; phải chờ khi sau này có thời giờ thật là rảnh rỗi. Tuấn mong muốn tìm được một cuốn khảo cứu về Spinoza của Alain. Khi tôi mua cuốn sách này thì vẫn nhớ tới Anh – và mua cũng chỉ vì nhớ tới người Bạn Cũ. Sách mua vẫn để đấy chờ một ngày nào đó… Để tự bào chữa tôi thường dựa vào lời khuyên của Lâm Ngữ Đường, là đã không thích sách nào thì chẳng nên đọc sách đó, nhất là khi đọc mà không hiểu, như trường hợp tôi đọc Spinoza. Lời khuyên này nếu không thật là của Lâm Ngữ Đường thì cũng là của một Thầy nào đó, xin quý vị tùy nghi tìm kiếm.

8.

Tuấn viết đẹp và vẽ đẹp. Không thấy Tuấn nói nhiều về hội họa, nhưng nói về "dessiner" nghĩa là "vẽ bằng nét bút" thì Tuấn vẽ rất là sạch sẽ. Xin đề nghị dịch là "tuyến họa", khác với tranh vẽ bằng màu nước (watercolours), pastel hay sơn dầu (oil paintings). Và Tuấn chép nhạc cũng rất đẹp. Tuấn có chép cho tôi hai bài hát. Vào năm 1953 thì khó mà mua được bản nhạc in của nhà xuất bản Tinh Hoa, cho nên thay vì chạy nhảy thì chúng tôi chịu khó ngồi chép bài nhạc. Một là bài *"Con Đường Vui"* của Phạm Duy và Lê Vy. Bài này mới đây Anh Em Cựu Học Sinh Trần Lục đồng ca trong dịp hội ngộ 60 năm, 1958- 2018, có thấy trên mạng. Thấy quang cảnh mọi người ca hát rất là hăng hái và hân hoan, tôi cũng vui theo, chỉ vì tôi học trường Trần Lục năm 1954-1955 nên không được mời. Bài thứ hai là bài *"Cành Hoa Trắng"* của Phạm Duy, cả lời lẫn nhạc. Về bài *"Cành Hoa Trắng"* này có hai điều nên nói. Ông Phạm Duy viết bài này với 4 dấu giáng (bémol), âm giai Fa thứ, rất là khó cho người mới học nhạc, và rất là khó cho người đệm đàn tây ban cầm, cũng mới học. Và nàng tiên Giáng Hương trong bài hát, phải viết là *Ráng Hương* mới đúng theo tự vị Thiều Chửu. "Ráng" có nghĩa là màu đỏ, Giáng Hương dịch sang tiếng Pháp là *l'Encens Vermeil,* theo Phạm Duy Khiêm trong Légendes des Terres Sereines. Sở dĩ có sự nhầm lẫn là vì người Tàu không có đọc được phụ âm R, không có tiếng "ráng" và trong tiếng Tàu cũng không có tiếng "dáng", vốn chỉ có trong tiếng Việt.

Viết đẹp và chép nhạc đẹp thì tôi nhường Tuấn vài bước, hay đúng hơn, nhiều bước. Năm 1965 khi đi thực tập tại Clinique Médicale Bệnh Viện Nguyễn Văn Học Gia Định, mỗi lần tôi đọc xong bản Observation Clinique, BS Nguyễn Thế Minh thường khen là *"très belle écriture!".* Lúc đó Đặng Vũ Vương là Nội Trú. Đôi khi, tôi cũng nghi hoặc. Có lẽ bài quan sát bệnh lý dở quá, không có gì đáng khen nên Thầy Minh nói tới chữ viết đẹp. Nhưng nghĩ lại, lúc đó tôi là sinh viên năm thứ 5 thực tập, không có gì xuất sắc, không có gì đáng quý mến, không có gì đáng sợ hãi đến mức Bác Sĩ Nguyễn Thế Minh phải khen lấy lòng, hoặc là khen cho vui. Chuyện đáng bỏ qua, nhưng nếu Nghiêm Sỹ Tuấn mà viết bài quan sát bệnh lý thì Bác Sĩ Nguyễn Thế Minh còn phải khen ngợi nồng nhiệt hơn nữa về chữ viết đẹp.

Về hội họa thì Tuấn không mấy khi nói tới. Tôi nhờ có Anh Bạn Đàm Xuân Khôi quen biết với Họa Sĩ Ngọc Dũng nên cũng biết đôi chút, chúng tôi mượn sách của Ngọc Dũng, trong đó có mấy cuốn nói về Ingres, về Renoir. Khôi rất thích cuốn sách về Renoir, và ngày nay đã có một phim màu về Renoir bố, Auguste, giới thiệu Renoir con, Jean, là một chuyên viên điện ảnh. Khi nhập ngũ Khôi cũng chọn một binh chủng nhiều gian nguy là Thủy Quân Lục Chiến, không kém gì Tuấn chọn Nhảy Dù. Sau 1975 Khôi định cư tại Florida, và trở thành một cardiologist rất thành công. Khôi qua đời năm 2011. Một cuốn khác là về Maurice Utrillo, người họa-sĩ chuyên vẽ phong-cảnh thành phố Paris, mùa đông, lạnh lẽo, quạnh quẽ và rất buồn. Không phải Paris kinh thành hoa lệ với Montmartre, với Moulin Rouge ... Từ Utrillo sau này tôi được biết tới Bùi Xuân Phái với những bức tranh phố cổ Hà Nội, nhưng ngay những ngày đó đã có tranh của Bernard Buffet gởi sang Sài Gòn triển lãm với những bố cục và đường nét rất đặc biệt. Sau này tôi gặp vài người Pháp hỏi về Buffet về sau ra sao thì chỉ được cho biết là ông này rất nhiều tiền vì tranh được nhiều người hâm mộ. Tuy nhiên Buffet đã tự tử vì bệnh Parkinson; bệnh run tay đối với người họa sĩ thì cũng tương đương với bệnh điếc tai đối với người nhạc sĩ như trường hợp Beethoven. *"Quelque belle que soit la comédie ..."*

Tuấn có lần đưa bức tranh *"Về Yêu Hoa Cúc"* treo lên tường, ngay nơi bàn học. Bức họa chỉ vẽ một người thiếu nữ, mặc áo dài kiểu Việt Nam, màu vàng. Tôi có ngớ ngẩn hỏi *"sao lại về yêu hoa cúc"* thì Anh chỉ cười không trả lời. Lúc đó tôi chưa được biết bài thơ của Nguyên Sa và bài hát của Ngô Thụy Miên. Về sau tôi có tìm hiểu thêm và hỏi nhiều người tác giả bức tranh đó là ai; cuối cùng thì bạn Bác Sĩ Nhạc Sĩ Phạm Anh Dũng cho biết đó chỉ là tranh vẽ trên bìa sách, hoặc là trên bao sách, cuốn sách cùng tên *"Về Yêu Hoa Cúc"* của Duyên Anh.

9.

Trở về với âm nhạc thì Tuấn có phần khá hơn. Anh học vĩ cầm từ ngày còn ở Hà Nội với Thầy là Lưu Quang Duyệt là một vị cao tuổi tới 1953-1954 vẫn mặc quốc phục Việt Nam, mặc dù dạy một món nhạc khí rất Tây phương là vĩ cầm và thêm vào đó, dương cầm. Tại Sài Gòn, Anh tiếp tục học với Thầy Nguyễn Khắc Cung, đã một lần trình diễn cùng với các học trò khác của Thầy tại Trường Quốc Gia Âm Nhạc. Là tín đồ Thiên Chúa Giáo, Anh biết nhiều về J.S. Bach và nhạc đại phong cầm (orgue). Nhân khi bàn chuyện caractérologie của René Le Senne, Tuấn nhất định không thể đồng ý phân loại J.S. Bach vào loại "flegmatique" – non E A S – viết tắt của *non Émotif Actif Secondaire*. Với 20 đứa con sanh ra với 2 bà vợ, Tuấn cho là J. S. Bach không thể nào là người *non-émotif* được.

Anh theo dõi chương trình Nhạc Cổ Điển Bình Giải của Đài Phát Thanh Sài Gòn một cách đều đặn và học hỏi được khá nhiều. Anh có ghi lại nhan đề của tất cả nhạc phẩm đã được bình giải. Chúng tôi cũng chuyền tay nhau cuốn sách *Histoire de la Musique* của Émile Vuillermoz, tuy là sách bỏ túi nhưng cũng khá đầy đủ. Chúng tôi, gồm cả Đàm Xuân Khôi, Lê Sỹ Quang, và đôi khi Bác Sĩ Nguyễn Thế Minh là khán thính giả lui tới Trường Quốc Gia Âm Nhạc và Goethe Institut. Bác-Sĩ Nguyễn Thế Minh cũng là một vĩ cầm thủ có hạng, như nhiều người biết, và chắc chắn có tâm hồn nghệ sĩ. Lúc đó là thời của Toscanini và Herbert Karajan, của Van Cliburn… Mới từ Pháp du học về âm nhạc về nước phục vụ thì có Thầy Michel Nguyễn Phụng, Ông Bà Nguyễn Khắc Cung, Ông Bà Đỗ Thế Phiệt…

10.

Tuấn có lẽ không đọc nhiều về triết học, ngoài cuốn Spinoza nói trên, như tôi biết. Có lẽ Anh cũng đọc nhiều Propos của Alain. Có lẽ Anh đã thấm nhuần đạo học của Đông phương nhiều và có lẽ Anh đã nhận những Giáo huấn của Đạo Thiên Chúa nên Anh không đọc sách triết học thời thượng như triết lý hiện sinh, không tìm hiểu về Heidegger hay Jean-Paul Sartre...

Nhưng về văn học Tuấn đọc khá rộng. Với số tiền học bổng của Bộ Y Tế, Anh cũng tìm mua cho được trọn bộ tác-phẩm, loại bìa cứng, của Tolstoy và của Dostoevsky dịch sang tiếng Pháp, khá đắt tiền. Năm 1975 có lẽ hai bộ sách này đã bị đốt. Anh cũng đặc biệt thích cuốn *Le Grand Meaulnes* của Alain-Fournier, mà nhà văn Mặc Đỗ đã dịch thành cuốn *"Anh Môn"*. Ngoài ra về những sách khác, có lẽ đại loại tủ sách của Anh cũng giống như tủ sách của anh em cùng thời. Cũng có *Bác Sĩ Zhivago*, cũng có *Dịch Hạch* và cũng có *Lão Ngư Ông và Biển Cả*.

11.

Cuối năm 1963, sau biến cố chính trị ngày 1 tháng 11, một số sinh viên Y khoa gặp nhau để "làm" một tờ báo. Người khởi xướng có lẽ là Bác Sĩ Trần Xuân Ninh, với ý nguyện đặt tên báo là "Thông Reo". Tên báo "Thông Reo" này về sau không được chấp nhận. Người em của Bác-Sĩ Trần Xuân Ninh là Bác Sĩ Trần Xuân Dũng lôi kéo Nghiêm Sỹ Tuấn và tôi cùng tới một buổi họp có tính cách phát động khởi đầu. Tới nơi thì gặp thêm Phạm Đình Vy, Nguyễn Vĩnh Đức, Lê Văn Châu tức Trang Châu, Đặng Vũ Vương, Lê Thành Ý (tức Liza) và nhiều Anh Em khác. Tôi nhớ không rõ nên không thể ghi hết tên của Anh Em có mặt trong buổi họp đầu tiên này. Tuy nhiên xin được phép nhắc lại một nhận xét của Bác-Sĩ Trần Xuân Dũng trong cuốn *"Sống Chẳng Còn Quê"* mới xuất bản năm 2018, là có ba người đã từng điều hành tòa soạn hoặc ở trong ban biên tập Nguyệt San *Tình Thương* đã đoạt giải Văn Học Nghệ Thuật: Lê Văn Châu năm 1969 với *"Y Sĩ Tiền Tuyến"*; Ngô Thế Vinh năm 1971 với *"Vòng Đai Xanh"* và Trần Xuân Dũng năm 1998 với *"Chiến Sử Thủy Quân Lục Chiến"*.

Trong phiên họp đầu tiên bạn Phạm Đình Vy nhận làm chủ nhiệm. Thân phụ của Anh là Giáo Sư Phạm Đình Ái, lúc đó là cố vấn của Thiếu Tướng Đỗ Mậu. Chủ bút là bạn Nguyễn Vĩnh Đức. Tên báo sau khi thảo luận lấy là "Tình Thương". Kinh phí ấn loát sơ khởi là 40 ngàn đồng do Luật Sư Trương Đình Dzu gửi tặng, nhờ đó ban biên tập có tòa-soạn để cùng nhau làm việc.

Với số ra mắt Anh Em trong Ban Biên Tập xin Thầy Khoa Trưởng Phạm Biểu Tâm một bài. Thầy viết một bài gửi tới Anh Em, trong đó Thầy nói qua nói lại một vài điều thông thường, nhưng có nhắc nhở trong đoạn kết là *"làm gì thì làm, Anh Em chớ có để Tình Thương biến thành Tình Tiếc"*. Anh Em đọc bài của Thầy có hơi sững sờ và bối rối. Mọi người bàn cãi. Có nhiều ý kiến, nhiều giải pháp. *"Nhưng đối với Thầy, đã xin bài mà không đăng bài là không được. Có bài rồi mà đòi sửa bài thì không biết chuyện sẽ tới đâu. Chúng ta nên chấp-nhận và chỉ có thể chấp-nhận. Thầy đã có lời răn dạy thì chúng ta nhận lãnh. Miễn là đúng như lời Thầy nói, chúng ta sẽ không để cho Tình Thương biến thành Tình Tiếc. Đó là chuyện của chúng ta, và chúng ta rất nên cẩn thận về sau này."*

Đó là ý kiến sau cùng của tôi, đúc kết ý kiến của Anh Em trong ban biên tập đã thảo luận. Mọi người cũng đành đồng ý. Rồi bài của Thầy được đăng nguyên vẹn. Rồi cũng không có tiếng vang hay phản ứng nào đáng kể. Mọi người thở ra nhẹ nhõm với trở lực đầu tiên đã vượt qua trong số báo đầu tiên.[1]

Nhờ việc nhỏ Tình Thương Tình Tiếc này tôi có một chỗ ngồi vững vàng trong ban biên tập, cộng thêm với bản dịch *"Bản Tuyên Ngôn Leysin"* sẽ nói dưới đây. Thật tình là tôi không có khả năng viết văn làm thơ, và nếu có chăng nữa thì cũng không đáng kể. Thời gian làm báo không biến tôi thành văn nghệ sĩ, nhưng cũng giúp cho tôi học hỏi được nhiều, như là làm một cái "maquette" cho một số báo, viết một cái "chapeau" trên đầu một bài tham luận có vẻ quá khích, hay làm một cái "vignette" khi trang báo có một khoảng trống trơ trọi. Ngoài ra tôi còn học được nghề "thầy cò" là việc sửa lỗi những bản vỗ tại nhà in. Cũng trong nghề "thầy cò" này, Tuấn làm việc rất chăm chỉ và nghiêm túc, và rất được tín nhiệm.

12.

Người có cảm tình nhiều nhất với Nguyệt san Tình Thương là Giáo-Sư Trần Ngọc Ninh, chuyên khoa giải phẫu chỉnh trực, chuyên khoa giải phẫu nhi đồng, và chuyên khoa giải phẫu kích xúc (traumatologie). Năm 1961 Thầy đơn thương độc mã qua Pháp thi cho được Thạc sĩ, bởi vì giáo sư Thạc sĩ mới được tham dự Hội Đồng Khoa, và mới được có tiếng nói trong việc điều hành Trường Y Khoa Đại Học Sài Gòn. Những kỷ niệm về kỳ thi này chính Thầy đã ghi lại trong một cuốn hồi ký. Thầy đã có những ưu tư về việc chữa bệnh, về việc học và dạy học; Thầy đã viết hai bài châm biếm, một bài gọi bộ Y Tế là bộ "Ỳ Tệ", và một bài nói việc học Đại Học lúc bấy giờ là "học đại", "đại" ở đây không có nghĩa là "lớn" mà có nghĩa là "bừa bãi", không có tôn chỉ hay đường hướng rõ rệt. Thầy cũng có lòng ưu ái đưa cho Tình Thương đăng dần cuốn tiểu thuyết *"Nuôi Sẹo"* của Triều Sơn vốn là một người bạn thân của Thầy từ thời niên thiếu.

Thầy có viết một bài ghi nhận một cuộc đối thoại hay hội thoại tưởng-tượng về giáo dục, giữa Platon, Socrates, Trang Tử và James Conant (1893-1978, người từng là Viện Trưởng Đại Học Harvard). Khi được đọc bản thảo bài này thì Nghiêm Sỹ Tuấn không đồng ý. Anh gặp Thầy Ninh xin nói chuyện lại, và Thầy, cuối cùng, chịu sửa lại là Tuân Tử, thay vì Trang Tử. Thầy Ninh không phải là người kiêu ngạo như nhiều người thường lầm tưởng.

Năm 1965 khi Thiếu Tướng Nguyễn Cao Kỳ thành lập nội các chiến tranh, Thầy được mời tham chính. Thầy có hỏi ý kiến Anh Em Tình Thương. Lẽ cố nhiên là Anh Em hoan nghênh nhiệt liệt. Nhưng thành tích của Thầy trong chức vụ Tổng Ủy Viên Văn-Hóa Giáo Dục thì không thấy nói đến nhiều.

Thứ đến là Thầy Ngô Gia Hy, chuyên khoa Gây Mê và chuyên-khoa giải phẫu tiết niệu cũng có vài bài đóng góp. Thầy là Khoa Trưởng Y Khoa Đại Học Sài Gòn, nối tiếp Giáo Sư Phạm Biểu Tâm, lấy lại trường Y Khoa đem về vị trí cũ, sau thời gian ngắn trường được đặt trực thuộc Phủ Thủ Tướng và điều hành bởi một ủy ban 5 người. Thầy cũng là thành viên của Thượng Hội Đồng Quốc Gia. Những bài viết của Thầy tôi không nhớ rõ. Khi Thầy đã ngoài 80 tuổi, Thầy có lên tiếng một lần cuối cùng, nhắc nhở những người thầy thuốc lớp sau nên tôn trọng y đức. Đó là những điều tôi được nghe, trước khi Thầy qua đời tại Việt Nam; đó là tiếng nói của một lớp sĩ phu đáng kính của một nước Việt Nam văn hiến đã không còn nữa vì lỡ nằm trong "thế gọng kềm của lịch-sử". Chưa biết đến bao giờ phượng hoàng sẽ trỗi dậy từ đám tro tàn, nhưng chúng ta chờ đợi và không bao giờ tuyệt vọng.

Đặc biệt có Giáo Sư Nguyễn Đình Cát, chuyên môn nhãn khoa, đã đóng góp cho Tình Thương với những bài mệnh danh là "ca dao vệ sinh", cùng làm với Bác Sĩ Nguyễn Gia Quýnh. Đây là những bài giảng-dạy y học cho phổ thông đại chúng, lời lẽ nôm na, đặt theo thể lục bát có vần có điệu cho dễ nhớ. Thầy có bút hiệu là Cát Minh. Không biết tìm được ở đâu, Nghiêm Sỹ Tuấn cho biết Thầy có bút hiệu nữa là Tú Gân: cùng với Tú Xương (Trần Tế Xương), Tú Mỡ (Hồ Trọng Hiếu) và Tú Nạc (?) bốn vị hợp thành đủ bộ một đĩa thịt gà (!). Khám-phá này của Nghiêm Sỹ Tuấn không có nhiều hưởng ứng. Tôi xin ghi lại đây vì ít người biết, và cũng vì chuyện này cần kiểm chứng đàng hoàng.

13.

Trong số báo Tình Thương đầu tiên, đóng góp của tôi là bản dịch một tài-liệu mệnh-danh là *"Declaration of Leysin"*. Đây là bản đúc kết những thảo luận trong một họp mặt sinh viên quốc tế, họp tại Leysin năm 1963, đưa ra đường lối và chương trình hoạt động cho các hiệp hội sinh viên. Leysin có lẽ là một thành phố hay một tỉnh tại Thụy Sĩ, nay là một trung tâm du lịch. Ngày nay tôi đã quên hết, nhưng lúc đó Nguyệt San Tình Thương, nhờ tài liệu đó có vẻ nghiêm trang, đứng đắn, có đường lối đấu tranh ôn hòa, không chủ trương biểu tình bạo động, và có vẻ như sẵn sàng vượt ra khuôn khổ quốc gia để góp mặt nơi quốc tế.

Cũng trong số báo đầu tiên tôi viết một bài ngắn nhan đề là "Dựng" như là tiếng nói đầu tiên xác-nhận sự hiện hữu cũng như lập trường của Nguyệt San Tình Thương. Cố-nhiên là có sự "thông qua" của các bạn Phạm Đình Vy, Nguyễn Vĩnh Đức... Theo tôi được biết số báo này còn lưu-trữ trong Collection Wason của Cornell University, New York. [2]

Tuấn và tôi cùng nhau dịch sang tiếng Việt cuốn *"Lịch-Sử Y-Học"* (The Story of Medicine) của Kenneth Walker (1882-1966). Sách xuất bản năm 1955, nguyên viết bằng tiếng Anh, nhưng có bản dịch bằng tiếng Pháp. Chủ ý của chúng tôi rất thực tế, là bài vở gửi tới từ bên ngoài cùng với những bài viết từ bên trong (của ban biên-tập) chắc chắn là không đều đặn, và có thể không đủ một số báo với số trang đã định sẵn. Trong trường hợp thiếu bài đó thì cứ việc đăng bài dịch *"Lịch Sử Y Học"*. Sau này tôi đã cố gắng dịch hết cuốn sách, nhưng bản thảo nay đã mất.

Cũng trong ý hướng đó Nghiêm Sỹ Tuấn hợp sức cùng với Nguyễn Vĩnh Đức dịch những truyện ngắn *"Dưới Mắt Thượng Đế"* nguyên văn tiếng Đức, *"Hinter Uns Steht Nur Der Herrgott"* của Hans Killian xuất bản năm 1957, với bản dịch tiếng Pháp *"Sous le Regard de Dieu"* của Max Roth. Trong khi cộng tác, trước sức học, sự hiểu biết, lối sống và cư xử đàng hoàng của Tuấn, Bạn Nguyễn Vĩnh Đức trong tình quý mến và cảm phục, đã tặng Tuấn mỹ danh *"Người Thư Sinh Muôn Thuở"*. Có lẽ không gì đúng và không gì hay hơn đối với Nghiêm Sỹ Tuấn.

Riêng với tôi, chúng tôi dự định cùng chung sức dịch *Les Faux Monnayeurs* của André Gide, và đồng thời cuốn *Arrowsmith* của Sinclair Lewis. Tuy là vừa dịch vừa học hỏi, nhưng tham vọng có hơi thái quá, chúng tôi chỉ thực hiện được vài trang và sau đó bỏ dở.

14.

Tuấn học hết Năm Thứ Sáu Y Khoa vào hè năm 1965. Như các bạn cùng lớp, Anh được trưng tập vào quân đội và được huấn luyện để trở thành một Quân Y sĩ.

Khi tốt-nghiệp Khóa 7 Trưng tập, Tuấn đã cùng với Anh Em xuất bản một đặc san lấy tên là *"Truyền Sinh"*, dịch nghĩa "Reproduction" của Anh và Pháp ngữ. Người Tàu dịch là "phồn thực", hàm ý việc sinh đẻ cần được nhiều, như chúng ta thường nói "sinh sản", hay là "đẻ thêm lắm việc". "Truyền Sinh" không diễn tả được cái ý "sinh sôi nẩy nở" đó nên cũng không mấy người đồng ý dùng để dịch "reproduction". Những người cùng góp sức thực hiện tờ Đặc San là Lê Sỹ Quang, Trần Xuân Dũng, Dược Sĩ Bùi Khiết và Dược Sĩ Vũ Văn Tùng. Đó là một số báo trình bày rất đẹp và nhã, bài vở khá nhiều và có những bài thật hay. Không biết có ai còn giữ được một số làm kỷ niệm?

15.

Việc Anh chọn binh chủng Nhảy Dù là một điều làm mọi người ngạc nhiên. Binh nghiệp của Anh kéo dài chừng 2 năm từ 1966 đến 1968. Trong trận Khe Sanh Anh bị tử thương. Đám tang cử hành tại Sài Gòn. Khi nhận được tin Anh chết tôi đang sửa soạn trở về nhiệm sở tại Phước Long (Bà Rá) sau khi đã vắng mặt vài ngày, và cố nhiên không thể có mặt trong tang lễ.

Theo lời được nghe kể lại, Cụ Nghiêm Sỹ Phụng rất là xúc-động, và nhất-định từ chối cấp bậc Đại Úy, đúng ra là Y Sĩ Đại úy, mà Anh được truy tặng. *"Con tôi không phải là Đại Úy, con tôi là Bác-Sĩ Nghiêm Sỹ Tuấn…"* Chúng ta có thể thông-cảm với nỗi đau lòng trong cơn tang tóc, của người Cha mất đứa con đầu lòng, mới vừa tốt nghiệp, mới bắt đầu sự nghiệp, mới bắt đầu nhận lãnh trách nhiệm ngoài đối với xã hội, trong đối với bố mẹ già và các em nhỏ còn thơ dại.

Lần chót tôi còn liên lạc với gia-đình Tuấn là khoảng năm 1972, tại Viện Bài Lao Ngô Quyền Thủ Đức, khi Nghiêm Sỹ Anh tới thăm và tôi đã trao lại di vật là cuốn Nhật Ký của Tuấn, gửi lại gia-đình. Cuốn này là do bạn Trang Châu trao tay lại.

16.

Giờ này nói tới văn nghiệp của Nghiêm Sỹ Tuấn, tôi không còn tài liệu nào trong tay. Tất cả chỉ có những số báo Tình Thương (mà Anh Em tại Hoa-Kỳ đương cố gắng thu thập), một tờ Đặc San Truyền Sinh 1966, và một cuốn *"Nhật-Ký"*; gọi thế thôi nhưng thật ra đây chỉ là một cuốn vở chúng ta gọi là scrapbook, một cuốn giấy nháp trong đó không có ghi nhận hay sơ thảo nào đáng kể, trừ một bài lục bát bắt đầu với câu *"Rộn ràng chim hót rừng thưa"*… Rất tiếc là tôi không nhớ hết.

Tuấn viết truyện ngắn *"Những Người Đi Tìm Mùa Xuân"* trong đó có thể thấy ảnh hưởng của Vũ Khắc Khoan với *Thần Tháp Rùa*. Đây là tác phẩm đầu tay và ưng ý của Anh. Sau đó có bài *"Người Ăn Cơm Một Mình"* là nỗi niềm băn khoăn và lời tự bào chữa của Tuấn khi Anh khó có thể hòa mình trong một đám đông ồn ào xáo trộn. Cuối cùng là một bài phiếm luận về văn-hóa *"khâu đít chuột"* (sic), trong đó Anh không đồng ý với việc ồ ạt dịch văn ngoại quốc – dù là những danh phẩm quốc tế trong kho tàng văn hóa chung của nhân loại, – mà phải có những sáng tác của người Việt, cho người Việt, bởi người Việt, viết bằng tiếng Việt. Mà lại phải "hay" nữa! Tuấn đôi khi cũng có những đòi hỏi tuyệt đối như thế, và Tuấn cũng đã gặp nhiều khó khăn vì thế.

Anh có chừng 5 hay 10 bài thơ tứ tuyệt và *thơ 28 sao*, giống như thơ Trần Xuân Dũng; một số đã được in và một vài bài còn đang trong vòng tìm chữ tìm vần sửa đổi. Nhiều Anh Em còn nhớ mỗi người vài bài, và tới đây tôi xin được mọi người giúp sức. Có thể là bạn Ngô Thế Vinh sẽ góp nhặt tất cả thành một sưu-tập.

17.

Nghiêm Sỹ Tuấn từ giã bạn bè đã năm mươi năm. Cách đây chừng năm hay sáu năm Nguyễn Vĩnh Đức, Chủ Bút Nguyệt San Tình Thương, cũng đã ra đi. Mới đây là Phạm Đình Vy, Chủ Nhiệm Nguyệt San Tình Thương, qua đời tại Pháp. Anh em Tình Thương còn lại tản mát nơi hải ngoại. Lê Thành Ý, Trang Châu, Nguyễn Thanh Bình, Trần Mộng Lâm tại Canada. Đặng Vũ Vương, Nguyễn Hoàng Hải, Đỗ Hữu Tước, Ngô Thế Vinh tại Hoa Kỳ, Trần Xuân Dũng và tôi tại Úc… (Lý Lê Trần và còn ai nữa?)

Trong niềm thương nhớ và thương mến đối với Nghiêm Sỹ Tuấn chúng ta đã tìm lại những kỷ niệm từ một thời xa xưa, một thời đầy tin tưởng, một thời đầy nhiệt huyết.

Đã tới lúc chúng ta phải trả lại Nghiêm Sỹ Tuấn về nơi Anh yên nghỉ. Tôi xin kết thúc nơi đây với mấy câu thơ của Tế Hanh trong bài *"Vu Vơ"* hay *"Những Ngày Nghỉ Học"*. Đây là lời một cậu học trò nhỏ rảnh rỗi tới nhà ga xe lửa chơi, và nhìn cảnh người đi kẻ ở. Bài thơ có lẽ thích hợp với bài viết của một người học trò về một người học trò khác, *Người Thư Sinh Muôn Thuở Nghiêm Sỹ Tuấn.*

> *Kẻ về không nói bước vương vương*
> *Thương nhớ lan xa mấy dặm trường*

Lẽo đẽo tôi về theo bước họ
Tâm hồn ngơ ngẩn nhớ muôn phương.

Y sĩ Đại úy HÀ NGỌC THUẦN
Brisbane Úc Châu. Tháng 10 năm 2018

---

(1) Bài viết của GS Phạm Biểu Tâm, nhan đề "Tình Thương và Chúng Ta", được Thầy viết sau một khóa Hội thảo các Khoa trưởng Đại Học Y Khoa Đông Nam Á, cuối năm 1963 tại Manilla, và gửi đăng trên TT, không phải số ra mắt mà là số 3-4 tháng 3 và tháng 4 năm 1964.

(2) Bộ báo SVYK Tình Thương đã được nhà văn Trần Hoài Thư, Thư Quán Bản Thảo phục hồi gần như toàn bộ, dưới dạng flipbook và độc giả có thể tìm đọc qua link TQBT: https://tranhoaithu42.com/2019/03/17/pho-bien-toan-bo-flipbook-nguyet-san-tinh-thuong-saigon/ PW: tht42

Vũ Văn Tùng tốt nghiệp Dược khoa Đại Học Y Nha Dược Sài Gòn. Chủ nhiệm Nguyệt san Đất Sống 1964 của Sinh viên Dược khoa, Tổng Thư ký Tập san Quân Y Quân Lực VNCH, Nguyệt San Truyền Sinh 1970 của Bộ Y Tế; Nguyệt San Y Tế tại Hoa Kỳ. Di tản sau 1975, hành nghề dược sĩ tại Canada và Mỹ. Hiện cư ngụ tại Little Saigon, Nam California. Tác phẩm: Hoa Đồng Nội, tập truyện (2001); Thung Lũng Hoàng Hôn, tập truyện (2003); Vườn Địa Đàng, tập truyện (2007).

Dược sĩ Đại úy Vũ Văn Tùng

Viết Về Nghiêm Sỹ Tuấn

VŨ VĂN TÙNG

Tôi từ nhà in trở về trường Quân Y thì nhận được điện thoại của K. (Bùi Khiết). Giọng nói vướng mắc và nghẹn ngào khiến tôi nghi ngờ những điều nhận được qua chiếc máy nhỏ: *"Tùng… Tùng… Nghiêm Sỹ Tuấn chết rồi, chết ở Khe Sanh sau khi lên Đại úy".*

Những cảm giác châm đốt, tê dại chạy trên khắp thân thể. Tôi ngơ ngác. Những hạt mồ hôi thoát vội, thấm ướt bàn tay vẫn còn vướng mực. Tôi chỉ còn nghe thoang thoảng những lời K. nói rất nhiều. Những ý nghĩ về Tuấn chiếm cứ trọn vẹn và dầy đặc trong đầu óc. Có lẽ nào, có lẽ nào Tuấn lại chết nhỉ. Tôi muốn người đối thoại phải xác nhận thật nhiều về điều vừa nói.

Tôi hoàn toàn bất động lúc này. Tôi thẫn thờ đặt chiếc ống nghe về chỗ cũ. Một hồi chuông điện thoại thứ hai đến với tôi. Điện thoại của Q. (Lê Sỹ Quang) từ Hóc Môn gọi về. Khung cảnh xung quanh nhòe dần. Tôi chớp mắt thật nhiều. Thật buồn! Thật buồn! Hình ảnh hớn hở như sẵn sàng chờ đón một sự bất ngờ trong đêm mãn khóa sẽ chẳng bao giờ đến với Tuấn. Thế rồi chúng tôi chia tay.

Tôi không gặp lại Tuấn. Tôi chỉ nhận được một bức thư của anh. Chúng tôi hẹn nhau sẽ nói chuyện nhiều trong dịp Tết Mậu Thân. Những biến cố dồn dập đưa đến là nguyên nhân chính đã chiếm đoạt mất cơ hội hẹn hò. Tôi gởi thư đi và chưa nhận được thư trả lời thì tin Tuấn mất đưa tới. Tôi giở bức thư cũ và đọc đi đọc lại nhiều lần:

Dakto, 28-12-67
Tùng
(1)… Sau đây xin tóm tắt hành trang của tôi từ ngày chia tay ở Trường Quân Y sau buổi dạ vũ đầy hơi người và phấn sáp nước hoa.

(2) Tôi bắt đầu lội từ 11-8-1966. Tới nay đã tham dự 11 cuộc hành quân hay chiến dịch. Dài nhất 78 ngày, ngắn nhất 2 ngày, có mặt tại đủ 4 vùng chiến thuật. Ba lần ở địa đầu nước Annam Cộng Hòa. Một Saut trận ở mật khu Thới Lai Cờ Đỏ thuộc Vùng 4. Một lần bị thương cũng ở Vùng 4 trong cuộc đi ngắn nhất. Ngắn nhất vì trúng đạn được về, chứ không phải chính nó ngắn có hai ngày thôi đâu. Hai tháng khập khễnh dưỡng thương ở nhà. Tái xuất giang hồ từ đầu tháng 7-67 và bây giờ mừng lễ Giáng sinh ở Kaktom sau khi leo núi xuống đèo 15 ngày ròng rã. Đã lên ăn ngủ trên mấy đỉnh 1416, 1556. Đại khái thì nhiều mệt nhọc mà cũng nhiều thích thú. Giá có nhiều hứng thì ít ra đã có 3-4 ký sự chiến trường rồi đấy. Nhưng thấy rằng kể thì nhiều, nhưng kết quả chẳng bao nhiêu, nên cứ mặc cảm anh hùng rơm, bèn thôi hết.

(3) Tôi vẫn nhận được Tập San Quân Y đều. Cũng được Tập san BV 2DCK, trong đó các bạn thở than quá xá. Đọc chỉ thêm rầu và bực mình.

(4) Sau cuộc đi này — khoảng Tết Mậu Thân, tôi sẽ về Sài Gòn. Lúc đó sẽ gặp lại các bạn và làm lại cuộc đời. Đói rách quá rồi.
Thân ái,
Nghiêm Sỹ Tuấn

Bức thư tóm tắt gần đủ cuộc sống quân ngũ của anh. Rất tiếc không được phổ biến tập nhật ký của anh đã được viết tại nơi lửa đạn trong những ngày hành quân. Tình nguyện vào đơn vị Dù, tham dự những cuộc hành quân khắp nơi. Đứng trước sự sống chết trong gang tấc thế mà anh vẫn thản nhiên và vẫn cho rằng: *"kể thì nhiều mà kết quả chẳng bao nhiêu"*.

Tham vọng của anh quá lớn, anh muốn nhiệm vụ hiện tại phải thật hoàn toàn. Anh không muốn ta thán trước hiện tại dù hiện tại đó là gì đi nữa. Ta thán buồn phiền chỉ khiến ta "bực mình". Anh không tìm kiếm những sơ hở những lỗi lầm để quy trách nhiệm hay phê bình bừa bãi. Anh thận trọng từ hành động nhỏ. Tất cả tạo thành một Nghiêm Sỹ Tuấn trầm lặng, không phung phí lời nói. Anh im lặng để hành động. Phải sống hay làm việc bên anh mới thấy rằng Nghiêm Sỹ Tuấn là con người hành động đúng nghĩa. Anh chấp nhận hiện tại với tất cả hăng say cuồng nhiệt đến độ quên cả bản thân mình nữa. Khi tất cả đã qua đi, anh lại giơ tay chào đón nhiệm vụ mới với tất cả những khó khăn và gai góc.

Nói thật ít, làm việc thật nhiều. Với một dáng điệu nhỏ nhắn nhưng chứa đựng một sức mạnh vô biên, một tinh thần vững mạnh, tuyệt đối không tìm thấy ở những người khác. Tất cả đặc biệt. Đặc biệt về con người Tuấn, về nếp sống, về suy tư, về hành động, về cách cư xử, khi gần anh tôi ngạc nhiên không ngờ Nghiêm Sỹ Tuấn cởi mở đến thế. Anh cười thật dễ dãi, và thẳng thắn, trái hẳn với một vài lời lẽ khắc nghiệt, phê bình anh có "thái độ khinh người". Một người bạn nói với tôi đây chỉ là một "hành động sợ hãi Nghiêm Sỹ Tuấn". Quả thật những lời phê bình chỉ trích không ngoài mục đích hẹp hòi để cố tình tạo ảnh hưởng lấn át ngôi sao quá sáng Nghiêm Sỹ Tuấn. Anh đã có một đất đứng quá vững chắc trong lòng những người đồng lứa. Nghiêm Sỹ Tuấn xứng đáng là mẫu mực lý tưởng.

Khi tôi viết những hàng chữ này không biết bức thư gửi đi đang lưu lạc đến phương trời nào? Chắc không bao giờ đến tay Tuấn nữa. Tôi biết viết như thế này là lạm dụng người đã khuất.

Nghiêm Sỹ Tuấn sinh ngày 7-2-1937 tại Hà Đông*, Bắc phần. Kể theo âm lịch thì Tuấn được 33 tuổi ta. Cũng như đa số các trẻ em miền Bắc, anh không được tới trường học từ hồi nhỏ để theo học lớp đồng ấu hay mẫu giáo. Tuy nhiên nhờ ông thân sinh, anh đã học vỡ lòng tại gia đình vào hồi 7 tuổi. Tuổi này đáng lẽ phải theo học những lớp cao hơn. Mãi đến năm 14 tuổi anh mới thực sự cắp sách đến trường. Có lẽ vì lý do muộn màng này đã khiến anh phải làm việc nhiều hơn, suy nghĩ nhiều hơn để bù đắp vào những ngày đã mất.

Những cố gắng của anh không thừa và đến năm 1965 thì anh tốt nghiệp Y khoa Bác sĩ. Chỉ cần một con tính nhỏ đủ thấy anh đã mất 14 năm học để trở thành y sĩ. Khi bước chân tới ngưỡng cửa trường anh đã 14 tuổi và anh học ngay lớp Nhất. Như vậy Tuấn đã không học bậc tiểu học. Điểm đặc biệt là từ lúc đi học đến khi ra trường anh không hề bị rớt một khóa nào. Bảy năm Trung học và bảy năm Đại học. Hầu hết học sinh niên khóa 53-54 trường Nguyễn Trãi đều biết Tuấn. Tới niên khóa 55-56 anh đổi sang trường Chu Văn An với một phần thưởng ưu hạng về các môn: Việt văn, Hán văn, Pháp và Anh ngữ. Tôi phải mất khá lâu mới đọc hết những phần thưởng ban khen học sinh Nghiêm Sỹ Tuấn.

Sinh trưởng trong một gia đình không giàu và thật đông anh em, tới trường muộn màng thế mà anh vẫn cố gắng tiếp tục nghiệp bút nghiên cho đến thành công. Quả thực là có nghị lực và ý chí. Tôi còn nhớ đến thăm Tuấn vào một ngày mưa, căn nhà đặc biệt của những gia đình Việt Nam với tất cả những thiếu thốn cố hữu của nó. Một hàng tủ gỗ thấp tựa lưng vào tường mang đầy ắp những cuốn sách ngoại ngữ, được chăm sóc và xếp đặt thứ tự. Khi chúng tôi bước vào nhà, trời đổ mưa dữ dội. Tuấn kéo ghế. Anh cười tự nhiên và nói với người em đi lấy chậu hứng mưa dột để khỏi ướt sách. Anh không mặc cảm mảy may gì hết và chúng tôi tiếp tục im lặng ngồi ngắm mưa. Những kết quả tốt đẹp trong lãnh vực học vấn của anh là do sự cố gắng không ngừng nhưng ít ai, ngay đến cả người trong gia đình, thấy anh phải vất vả chúi mũi vào sách vở.

Con người trầm lặng, nghĩ nhiều hơn nói đã ảnh hưởng rõ rệt đến tất cả mọi hành động của anh. Ngoại ngữ đã lôi cuốn anh nhưng anh vẫn khiêm nhường từ việc học tới việc trình bày kiến thức ngoại ngữ. Tôi còn nhớ trong những lần đèo Tuấn trên chiếc Scooter chạy vội trong thành phố ngập lụt, nghẹt người và đã tò mò hỏi anh học ngoại ngữ với ai, như thế nào? Anh không do dự đáp học lấy: hai năm học một sinh ngữ và cứ như vậy suốt mười năm trời. Một lý do đã giúp đỡ anh đã có đủ điều kiện theo học tại Trung và Đại học là nhờ những học bổng của Bộ Giáo Dục và Bộ Y Tế. Nếu không có học bổng của Bộ Y Tế tôi chắc Tuấn khó theo học Y Khoa được. Khi thi đậu xong tú tài phần hai, anh hỏi ý kiến bà thân sinh anh, muốn anh học gì. Anh đã chiều bà học Y Khoa. Có lẽ ý kiến này đã khiến bà thân sinh đã nuối tiếc nhiều sau khi nghe Tuấn tử trận ở Khe Sanh.

Những ngày còn là học sinh, trong gia đình không dư dật, anh đã hiểu thế nào là giá trị thiếu thốn cho nên anh tỏ ra luôn luôn bao dung, rộng rãi với những quân nhân thuộc cấp. Vấn đề phí phạm đồng tiền chắc không thể tìm thấy được ở anh. Thường thường anh lãnh lương để cho đi hơn là tiêu cho cá nhân anh hay đưa về nhà. Những quan niệm vị kỷ chắc sẽ cười những hành động này và không ngại ngùng tặng những lời mỉa mai. Nhưng hãy nhìn xa một chút, hãy gần gũi với những người quân nhân chất phác có lẽ vì thế nên Nghiêm Sỹ Tuấn thường lặng lẽ lấy tiền của mình giúp người. Tuy vậy chẳng bao giờ tỏ ra một dấu hiệu là làm tốt hay chứng tỏ hành động giúp đỡ vô tư cho đến khi anh mất hành động này mới được phát giác. Trong đơn vị anh có một người binh sĩ tử nạn, anh không ngần ngại đến viếng người đã khuất, tự tay treo lên chiếc máy hình của chính anh vào bàn thờ để tặng người đã khuất. Không biết lúc đó anh có cảm nghĩ như thế nào? Nhưng tôi biết chắc chiếc máy chụp hình đối với anh chỉ là một nhu cầu cần thiết để ghi lại những nơi mà anh đã đặt chân đến, trong lúc vội vã không thể ghi lại hết được tất cả những chi tiết vào trong những trang giấy nhỏ hẹp. Anh đã từ bỏ chiếc máy chụp hình. Một hy sinh hiếm có. Tôi đã tỉ mỉ ngắm nhìn những bức hình anh chụp trong cuốn album nhỏ. Tất cả những chi tiết của tấm hình được ghi chép rõ ràng, ngày giờ nơi chốn năm tháng…

Có lẽ Tuấn không dành cảm tình riêng cho một người nào. Anh cư xử một cách thẳng thắn, không thiên vị. Anh nói thẳng. Tôi chưa thấy anh phê bình một người nào trong vắng mặt. Có thể nói những ai biết Tuấn đều mến anh. Dù anh rất ít nói. Với quân đội anh đã có một ma lực lôi cuốn sự kính mến. Quả thực tình đồng đội của anh đã vượt mức thông thường, nó bao dung rộng lớn quá cho đến khi anh hy sinh đã khiến cho mọi người mất hẳn chỗ nương tựa. Không còn gì có thể diễn tả đủ khi người binh sĩ Dù, chỉ biết anh trong hơn mười tháng trời, đã đến mộ anh hàng ngày để khóc thảm thiết như mất một người ruột thịt.

Cũng ngay trong cuộc hành quân tại Khe Sanh, khi nghe Nghiêm Sỹ Tuấn tử nạn vì đạn của địch, một người thiếu úy trong tiểu đoàn anh như điên dại, khi bắt được một Việt cộng tại trận đã căm hờn coi hắn như thủ phạm giết Tuấn, người sĩ quan nổi giận vừa khóc vừa đấm tới tấp vào mặt tên địch cho tới khi tên VC bị lòi mắt ra ngoài mà anh không hay biết gì cả. Nguyên nhân nào, sự kiện nào đã khiến người sĩ quan hành động như vậy. Nếu không phải Nghiêm Sỹ Tuấn là thần tượng của anh, của tiểu đoàn 6 Dù. Khi tình nguyện vào đơn vị Dù, anh đã tìm cớ làm yên lòng cha mẹ, *"Con vào Nhảy Dù như thế này thì được gần nhà luôn luôn, nếu không, đi đơn vị khác tại nơi đèo heo hút gió thì khó về nhà lắm."* Nhưng trong bức thư anh gửi cho tôi anh đã kiêu hãnh nhắc tới vùng hỏa tuyến, vùng địa đầu của đất nước nhỏ bé. Tôi còn nhớ những ngày cuối của lớp Trưng tập 7, anh rủ tôi tình nguyện vào Dù. Tôi chở anh trên chiếc Vespa nhỏ dưới trận mưa ngập lụt cuối mùa để tới trại Hoàng Hoa Thám. Tôi đã không được nhận vì nhiều lý do. Tuấn hơi buồn vì Tuấn đã thúc giục tôi hơi nhiều. Khi mới vào đơn vị Dù, đã có nhiều huyền thoại về con người nhỏ bé này. Trong những buổi thực tập, anh thích nhảy cao hơn cả những người quân nhân Dù chuyên nghiệp. Một thân hình nhỏ bé đu đưa như chiếc lá rụng trong cơn gió lộng đã tạo nên niềm mến phục, kính nể nơi những người quân nhân mũ đỏ. Một kỷ luật chỉ được thực hiện thi hành nghiêm chỉnh nếu người chỉ huy ý thức và thi hành một cách tuyệt đối, từ đó đem lại những ấn tượng cao đẹp cho quân nhân trực thuộc.

Với Nghiêm Sỹ Tuấn người ta thấy ngay một kỷ luật thép và đã được thi hành bằng tình thương. Chính anh đã tự mình khép vào khuôn thước, vào nghiêm minh, không cần phát biểu và đã đem những thành quả tốt đẹp trong trung đội. Nếu tất cả mọi người đều nhận rõ cương vị của mình như Tuấn chắc đất nước này đã không đến nỗi quần quại, chìm đắm đến bây giờ. Những điều đã trình bày trên đây về Tuấn, chỉ nhằm mục đích gợi lại vài hình ảnh của người đã khuất. Chắc không hoàn toàn và còn nhiều khiếm khuyết. Quả thật con người thực, tư tưởng của anh ít ai có thể đoán chắc là hiểu biết được. Tôi còn nhớ những ngày ở Quân trường Thủ Đức đã có một lần Tuấn hãnh diện nói: *"Viết thì được, nhưng có ai hiểu gì đâu"* và anh cười qua khói thuốc.

Một điểm đặc biệt ở Tuấn là anh chỉ có bạn trai, tôi đã nói chuyện với anh nhiều lần nhưng chưa hề được nghe Tuấn nói về tình yêu. Con người ngoài 30 tuổi vẫn thản nhiên đơn độc. Có những dư luận cho rằng anh đã từng yêu và không được yêu. Nhưng tôi chắc đó chỉ là một suy diễn thông thường, gán ghép để cho có chuyện mà thôi. Nếu muốn hiểu anh, không gì bằng tìm lại những tác phẩm đã để lại qua những tập Tình Thương, Truyền Sinh và Gió Khơi. Những ngày sửa soạn để cho ra mắt tập Truyền Sinh khiến anh đã đóng góp và làm việc thật nhiều. Nếu có thể trong Tập san số tới chúng tôi sẽ giới thiệu những tác phẩm của anh.

Với muôn vàn trở ngại trên con đường dài, chúng tôi tưởng cùng sát cánh bên nhau nhưng anh đã ngã xuống và đất nước mất một thiên tài độc đáo. Tôi ngoảnh lại và không thấy anh.

VŨ VĂN TÙNG

[trích Tập San Quân Y Quân lực VNCH,
Tháng 8 Năm 1968]

(*) Theo Thẻ thực tập bệnh viện Nhóm B, năm thứ Ba Y khoa niên khóa 1961-1962 thì Nghiêm Sỹ Tuấn sinh tại Nam Định.

Trần Đức Tường sinh năm 1937 tại Bắc Ninh, Bắc phần, di cư 1954. Học tại các trường: Cô Nhi Viện Têrêxa (Hà Nội), Trường Puginier (La San Hà Nội), Trường Taberd Sài Gòn. Tốt nghiệp Y khoa Sài Gòn 1966, Quân Y Hiện dịch khóa 13, Y sĩ Trưởng TĐ3ND, Tiểu đoàn trưởng TĐQYND, có bằng Nhảy Dù điều khiển, cấp bậc sau cùng Thiếu Tá. Sau 1975, tù cải tạo tới năm 1978. Vượt biên năm 1980, định cư tại vùng ngoại ô Paris, Pháp.

Y Sĩ Thiếu tá Trần Đức Tường, 1975 [1]

Trường Hợp Hy Sinh Của Y Sĩ Trung Úy Nghiêm Sỹ Tuấn

TRẦN ĐỨC TƯỜNG

Lời ghi chú:

Trong chiến trận chống Cộng Sản của QLVNCH, có rất nhiều sự hy sinh cá nhân chưa bao giờ được kể lại, nói gì đến việc vinh danh những cá nhân vô danh xấu số ấy cho Lịch Sử. Trường hợp hy sinh tại căn cứ Khe Sanh năm 1968 của Y sĩ Trung úy Nghiêm Sỹ Tuấn phục vụ tại Trạm Cứu Thương TĐ6ND thuộc Binh Chủng Nhảy Dù được ghi lại một cách mộc mạc và chân thành sau đây, do chính những đồng đội của người quá cố, cũng chỉ là một ví dụ trong số những hy sinh cao cả, âm thầm của những người lính QLVNCH trong cuộc chiến. Những dòng ghi chú sau đây về cái chết của cố BS Nghiêm Sỹ Tuấn được đăng lên trang web QYND để cống hiến cho độc giả khắp nơi và cho... Lịch Sử.

[http://www.geocities.ws/qynhaydu/nstuan.html]

Ghi chú của BS Trần Đức Tường,
Y Sĩ Trưởng TĐ3ND:

Bác sĩ Nghiêm Sỹ Tuấn tử trận tại 5 km phía tây Khe Sanh khoảng tháng 4 năm 1968 (giữa Khe Sanh và Làng Vây, trên 1 ngọn đồi). TĐ6ND, TĐ3ND và TĐ8ND hành quân với Lữ Đoàn 3 Nhảy Dù / LĐ3ND do Đại Tá Nguyễn Khoa Nam chỉ huy. Anh bị tử thương vì pháo kích (cối 61) trước khi địch xung phong. Rủi cho anh và TĐQY bị thiệt hại mất 1 Bác sĩ nhưng trận đó VC thua để lại trên 50 xác. Anh hy sinh khi đứng dưới hố cá nhân săn sóc vết thương cho một thương binh nằm cáng trên miệng hố. Anh chết liền (khoảng 6 giờ chiều) khi cuộn băng (bandage) còn cầm trên tay!

Lúc đó tôi và TĐ3ND cũng đụng trận cách đó khoảng 1km. Vài chi tiết đóng góp liền kẻo quên mất.

Trận đánh vào Tây Khe Sanh do LĐ3ND chỉ huy nhằm chặn hậu cho TQLC Mỹ rút khỏi căn cứ Khe Sanh. LĐ3ND đổ bằng trực thăng từ phi trường Ái Tử, Quảng Trị và căn cứ Cà Lu, rồi từ Cà Lu được First Cavalry / Không Kỵ đổ vào trận địa với hàng trăm trực thăng. Thứ tự đổ quân là TĐ6ND rồi TĐ8ND cộng BCH / LĐ3ND vào thiết lập FSB (firing support base). Sau cùng là TĐ3ND.

Trái: Y Sĩ Trung Úy Trần Đức Tường, Tiểu Đoàn 3 Nhảy Dù 1967. Phải: Y Sĩ Trung Úy Trần Đức Tường TĐ3 /ND trong một cuộc hành quân gần Huế 1968.

[tư liệu BS Trần Đức Tường]

Lúc ở Cà Lu tôi có gặp Nghiêm Sỹ Tuấn, lúc anh sắp sửa lên trực thăng vào trận địa. Tôi có hỏi anh: "Nhiếp nó sẵn sàng thay toa rồi. Sao không về?" Tuấn nhỏ nhẹ trả lời: "Anh Lân cũng muốn mình bắt cái Đại Úy. Nhưng đó là chuyện nhỏ. Mình sống chết với tiểu đoàn, bỏ về trong trận lớn này không đành..." Rồi trực thăng tới mang theo thương binh của đợt đầu! Antenne chirurgicale của TĐQY take care (hình như anh Bùi Thiều chỉ huy). Vì thế Nghiêm Sỹ Tuấn theo quân vào chiến địa.

Để trả lời anh Nguyễn Đức Liên: Sau đó Trần Quý Nhiếp về thay Nghiêm Sỹ Tuấn ở TĐ6ND. Trần Đông A thay Hồ Trí Dõng TĐ8ND, *baptême du feu* mặt tái không còn hột máu. Về súng cối thì cộng sản thường dùng cự ly lớn hơn Mỹ 1mm. Hiệu quả là bắt được đạn của mình thì VC nó vẫn bắn được. Còn mình bắt được đạn nó không sử dụng được. Vì thế VC có súng cối 81 và 61. Lâu ngày có lẽ anh Nguyễn Đức Liên quên.

(Diễn Đàn Quân Y Nhảy Dù
http://www.geocities.ws/qynhaydu/nstuan.html)

Cục trưởng Cục Quân Y thăm bệnh viện dã chiến ngầm dưới đất do TĐ3ND bảo vệ: thứ hai từ trái Y Sĩ Đại Úy Trần Đức Tường, YS Thiếu Tá Bùi Thiều, Y Sĩ Thiếu Tướng Vũ Ngọc Hoàn, Y Sĩ Trung Tá Hoàng Cơ Lân. BS Bùi Thiều lúc đó là TĐT/TĐQY/SĐND.[2]

[Tư liệu BS Trần Đức Tường]

Addendum_ Email Bác sĩ Trần Đức Tường gửi Ngô Thế Vinh, ngày 16 tháng 02, 2019:

Rất vui vì anh viết về anh Nghiêm Sỹ Tuấn. Có lẽ [tôi là] người đồng nghiệp cuối cùng gặp anh [Nghiêm Sỹ Tuấn] và trao đổi mấy câu trước khi anh lên trực thăng cùng với Trạm Cứu Thương TCT / TĐ6ND vào vùng trong đợt thứ nhì, trong lúc trong chuyến bay ra đón đợt của anh Nghiêm Sỹ Tuấn đã chở những thương binh của lính dù và lính Mỹ (phi hành đoàn những chiếc trực thăng bị hạ) của đợt đầu về căn cứ Cà Lu. Vì thế, hình ảnh của anh Nghiêm Sỹ Tuấn ghi đậm trong ký ức khó mà phai nhòa.

TRẦN ĐỨC TƯỜNG

---

(1) Y Sĩ Thiếu Tá Trần Đức Tường, bức hình cuối cùng chụp tại căn cứ Non Nước, Đà Nẵng ngày mồng Một Tết Ất Mão (ngày 11.02.1975), trước khi các đơn vị Dù hành quân rút về Sài Gòn.

(2) Đây là bệnh viện mẫu trình Cục Quân Y đầu năm 1969, được thực hiện tại Ấp Đồn phía đông bắc Sài Gòn, lập lại theo sơ đồ bệnh viện hầm tại căn cứ Cà Lu của SĐND/ HQ bên cạnh Bộ Tư Lệnh tiền phương. *Bệnh viện hầm* của Nhảy Dù có hai kiểu: chữ H và chữ L. Mô hình chữ H thông dụng hơn có phòng lựa thương, phòng mổ, phòng điện tuyến / polaroid và phòng thí nghiệm. Các mô hình này sau đó đã được áp dụng cho mặt trận An Lộc và Bình Long.
[Ghi chú của YS Thiếu tá Trần Đức Tường, qua email gửi Ngô Thế Vinh 23.02.2019].

(3) Theo BS Thân Trọng An, nguyên Y Sĩ Trưởng BVTK Bình Long 1973 thì do tình hình chiến trường, *Bệnh Viện Hầm* là một hầm hình chữ nhật đã có sẵn, không có dạng chữ H hay chữ L; đó là một căn hầm cũ của Biệt Động Quân Biên Phòng, tiền thân là một trại Lực Lượng Đặc Biệt Mỹ / US Special Forces được trưng dụng: làm phòng mổ dã chiến, kho thuốc, nơi trú ngụ của các bác sĩ và y tá trực. Bệnh viện hầm này sát nách với BCH tiểu khu và hầm truyền tin; hầm xây béton dầy hơn 30 cm, có những "cửa sổ" dài hàng 5-6 m, cao 20 cm để thông hơi và có đặt súng phòng thủ từ trong bắn ra được.

Đặng Vũ Vương sinh năm 1941 tại Phú Thọ, Bắc phần. Di cư vào Nam 1954, trung học J.J Rousseau, tốt nghiệp Y Khoa Sài Gòn 1965, cựu Nội Trú các Bệnh viện Sài Gòn. Viết báo Tình Thương mục Quan điểm của Sinh Viên Y Khoa Sài Gòn 1963-1965. Quân Y sĩ hiện dịch Quân Lực VNCH 1966-1975, đơn vị phục vụ cuối cùng là Quân Y Viện Nguyễn Huệ, Nha Trang. Cấp bậc Thiếu Tá. Tỵ nạn Hoa Kỳ từ 1975 và hành nghề Y khoa, nghỉ hưu 2012. Hiện sống tại tiểu bang Michigan, Hoa Kỳ.

Y Sĩ Thiếu tá Đặng Vũ Vương

Nghiêm Sỹ Tuấn Và Tôi

ĐẶNG VŨ VƯƠNG

Bạn Ngô Thế Vinh có gọi điện thoại cho tôi và cho biết đang liên lạc với những bạn bè cũ và các cộng sự viên của Nghiêm Sỹ Tuấn ở báo Tình Thương của Sinh Viên Y Khoa Sài Gòn năm xưa hãy gửi bài về cho Vinh để làm một thứ *monograph* về Nghiêm Sỹ Tuấn – của một thời hoạt động trí thức thật sôi nổi, hào hứng của SVYK Sài Gòn thập niên 60.

Nghiêm Sỹ Tuấn đã ra đi đúng nửa thế kỷ. Đối với những bạn bè, thân hữu và cộng sự viên đã quen biết và mến Tuấn trong thời gian ngắn ngủi trên thế gian của Tuấn, nhân cách, kiến thức cũng như tư tưởng của Nghiêm Sỹ Tuấn đã để lại sự nuối tiếc khôn nguôi về một hành trình trí tuệ và học hỏi đầy hứa hẹn và đầy những nguyện vọng đâm chồi bị cắt ngắn bởi thời cuộc.

Sự hy sinh của bao nhiêu Y sĩ trẻ trong cuộc chiến vừa qua là những mất mát to lớn cho đất nước và xã hội và để lại bao nhiêu đau xót cho gia đình và thân thuộc của họ.

Nghiêm Sỹ Tuấn với tài năng và nhân cách trong cuộc đời ngắn ngủi của một Sinh Viên Y Khoa và một Y Sĩ trong thời chiến là điển hình của một thầy thuốc kiêm một "quân tử" (gentleman), một mẫu người tượng trưng cho cái hỗn hợp (amalgame) tốt và đẹp nhất của truyền thống văn hóa cổ truyền VN và kiến thức, tư tưởng tân tiến của Tây phương.

Những đặc điểm của Nghiêm Sỹ Tuấn đã được bộc phát và thể hiện trong thời gian sinh hoạt với báo Tình Thương từ 1963 đến 1965. Lượng sản xuất (output) bài viết của NST không nhiều nhưng những kiến thức, những ý tưởng cộng với tinh thần làm việc và sự cố công tìm tòi và học hỏi của Tuấn trong thời gian đó đã mang nhiều đóng góp để đưa báo Tình Thương trở thành một sản phẩm ngôn luận trí thức với những sáng tác văn hóa và văn nghệ đặc thù của một thời gian và không gian thật sôi động và nhiệt huyết của Đại Học Y Khoa Sài Gòn những năm 60.

Nghiêm Sỹ Tuấn và tôi vào Y Khoa cùng một năm và cùng ra trường năm 1965, tôi bên Quân Y và Tuấn là dân Y. Chúng tôi có quen biết nhau và giao thiệp với nhau vì học chung lớp và chung bạn nhưng sự thân thiết thật sự có từ ngày cùng làm chung tờ báo Tình Thương.

Nhìn bề ngoài về vóc dáng và hình thể thì Tuấn thân hình thấp nhỏ và nét mặt không gì đặc biệt trừ đôi mắt thông minh và cách ăn nói trầm tĩnh rành mạch. Nhìn Tuấn mặc quốc phục áo dài đen quần ống dài trắng và chít khăn thì không khác gì hình ảnh một ông tú, ông cử ngày xưa.

Cái dáng dấp thư sinh và nho nhã bề ngoài của Tuấn che lấp một ý chí, tâm hồn vững mạnh và những hoạt động nội tâm và trí tuệ mãnh liệt ở bên trong.

Vì phải bàn luận về những đề tài "Quan điểm" của báo nên tôi thường hay sang nhà Tuấn ngồi nói chuyện hết giờ này qua giờ kia.

Vừa bước qua cửa căn nhà tường gỗ 3 căn phòng của gia đình Tuấn, ngay tại phòng ngoài rộng độ 12 hay 14 thước vuông thì thấy cái bàn khá lớn phủ đầy sách, đằng sau bàn là tủ sách, buồng thì nhỏ chỉ còn chỗ cho vài cái ghế và chừa lối đi vào buồng trong và cũng là chỗ để gác chiếc xe đạp hay xe gắn máy qua đêm.

Tò mò nhìn vào đống sách trên bàn thì thấy đủ loại sách: sách tiếng Việt, sách Hán Nho, sách tiếng Pháp và cả tiếng Đức, có cả đàn guitare espagnole và sách dạy chơi guitare của Carulli. Đặc biệt trên kệ tủ sách còn thấy toàn bộ đầy đủ 9 symphonies của Beethoven, Von Karajan conductor, thu trên đĩa nhựa được đựng trong một hộp lớn, theo tôi nghĩ anh sinh viên nghèo Nghiêm Sỹ Tuấn này chắc phải bóp bụng để dành tiền mới mua được bộ đĩa nhạc này khá bộn tiền, hồi đó chưa có cassette hay CD.

Nếu là mùa Giáng sinh thì vừa bước qua cửa nhà thì thấy ngay có 2 cái biểu ngữ viết chữ Latin lớn dán cao trên tường, một biểu ngữ với câu GLORIA IN EXCELSIS DEO và cái kia với câu IN TERRA PAX HOMINIBUS. *[Vinh danh Thiên Chúa Trên Trời, Bình An Dưới Thế Cho Người Thiện Tâm.]*

Nhờ đó tuy không hỏi nhưng tôi nghĩ rằng gia đình Tuấn theo đạo Công giáo.

Trong những buổi bàn luận về các đề tài triết lý Tây phương, Tuấn rất chú ý tới phần Éthique. Tuy tiếng Việt đều gọi morale và éthique là đạo đức / nguyên tắc xử thế vì hai thứ đó đều liên quan tới những giá trị và nguyên tắc xã hội, morale thì vạch rõ những cái tốt cái xấu, cái đúng cái sai, cái gì được chấp nhận hay không, để mọi người tuân theo trong khi đó éthique không đặc biệt liệt kê những giá trị và nguyên tắc xã hội mà điểm chính là tăng cường sự suy nghĩ và suy xét về những giá trị và nguyên tắc đạo đức để tìm đạt được những quy tắc hướng dẫn cách ứng xử đối với bản thân, thích hợp với mọi tình cảnh và hoàn cảnh khác nhau.

Nghiêm Sỹ Tuấn đặc biệt chú ý tới triết lý của Schopenhauer. Đại ý, Schopenhauer coi *thế giới hiện tượng* (monde phénoménal) mà các con người sống trong đó như là một *thế giới hão huyền* (illusoire) luôn luôn bị điều khiển bởi *"volonté"* (ý lực). Chính volonté ("ý lực") cấu tạo ra và chỉ đạo mọi sinh vật – kể cả những con người phải sống trong trạng thái đấu tranh thường xuyên đưa đến khổ đau. Con người vẫn thích tin rằng đời sống của bản thân mang một ý nghĩa cao cả nhưng theo Schopenhauer không còn có gì nữa trong đời sống của họ hơn là sự thúc giục để thỏa mãn những ham muốn (désirs).

Theo Schopenhauer phương cách để cố thoát khỏi cái guồng máy đó là cố chấm dứt mọi ham muốn, hoặc là bằng sự theo đuổi các hoạt động nghệ thuật như âm nhạc hay bằng sự trầm tư (contemplation) hoặc nữa là sống một cuộc đời hy sinh khổ hạnh. Nghiêm Sỹ Tuấn sống không thể nói là khổ hạnh nhưng Tuấn sống sơ sài giản dị, ngoài việc học hành thì ham mê văn chương, đọc sách và âm nhạc; về đời sống tình cảm không thấy Tuấn có người yêu dù lúc vào học y khoa đã trên 22 tuổi và ra trường cũng đã 28 tuổi, nếu năm sinh đúng là 1937. Chỉ sau khi Tuấn mất có loan truyền là Tuấn có một mối tình lớn với một nữ y tá tại Bệnh viện Nhi Đồng?

Khi làm báo Tình Thương, phụ trách mục Quan Điểm đòi hỏi có kiến thức triết lý khá vững ngoài những kiến thức xã hội, chính trị v.v... nên chúng tôi cần phải đọc và tham khảo nhiều sách. May mắn hồi đó nhà sách Khai Trí có nhập cảng nhiều sách văn chương và triết lý tiếng Pháp loại édition bìa mềm, giá tương đối rẻ nên tôi dốc tiền mua rất nhiều sách loại đó.

Tôi còn nhớ khi một bài viết có đề cập tới quan niệm về tiến hóa của Teilhard de Chardin thì Nghiêm Sỹ Tuấn đã có ngay cuốn *Le Phénomène Humain* cho tôi mượn tham khảo để nắm rõ những ý niệm như *"Omega Point"* và *"noosphere"* ... trong tư tưởng triết lý về tiến hóa của De Chardin.

Nhờ thế tôi mới rõ thêm là Tuấn cũng ham mê đọc sách về triết lý như tôi và nhờ đó tôi có cơ hội bàn luận với Tuấn về những tư tưởng của Kant, Spinoza và những triết gia hiện sinh như Camus và Sartre v.v... Tôi cũng biết ngoài mục Quan điểm, Nghiêm Sỹ Tuấn còn đóng góp trong các mục khác bằng việc dịch sách (như là *Lịch sử Y học*, tuyển tập *Dưới Mắt Thượng Đế*...), viết truyện v.v...

Ra trường, vì là Quân Y Hiện Dịch nên tôi ra đơn vị đầu năm 66, vài tháng sau đó Nghiêm Sỹ Tuấn bị trưng tập và tình nguyện đi Nhảy Dù.

Đã là Quân Y hiện dịch và đã ăn lương của quân đội trong bao nhiêu năm thì có lựa chọn hay phải bị bổ nhiệm đi các đơn vị tác chiến nguy hiểm thì cũng dễ chấp nhận còn như Tuấn là dân y bị trưng tập thì nếu có lựa chọn được nơi bổ nhiệm ít nguy hiểm như Không quân, Hải quân hoặc nha sở v.v… thì không ai thắc mắc. Tôi tin rằng việc lựa chọn đi Nhảy Dù của Tuấn là một thử thách đặc tính (character) và ý chí cá nhân để chứng tỏ với bản thân khả năng phục vụ trong vai trò của một Quân Y sĩ bình thường trong những tình cảnh và hoàn cảnh khác thường hoặc phi thường.

Như tôi đã viết phía trên sự theo đuổi *Éthique* của Nghiêm Sỹ Tuấn luôn luôn thúc đẩy Tuấn vào những lựa chọn thích hợp với ý tưởng và ý chí của mình trong đó có sự can đảm, sự tự kìm chế, sự hy sinh và có cả lòng trắc ẩn.

Những tính nết trên của Tuấn được các bạn đồng ngũ và thuộc cấp tại đơn vị cho biết sau khi Tuấn đã mất kể lại những giờ phút cuối cùng của Tuấn khi Tuấn vẫn hăng say cố băng bó chữa trị cho đồng đội bị thương đến khi lìa đời.

Một chuyện được kể lại như huyền thoại là có một thuộc cấp của Tuấn nói rất mong có được cái máy ảnh như của Tuấn đang đeo trên vai, chẳng bao lâu sau đó người quân nhân này tử trận, Tuấn đến đưa đám tang anh đó rồi sau đó lặng lặng để lại cái máy ảnh trên bàn thờ của anh ấy.

Lần cuối cùng tôi gặp Tuấn là buổi chiều hôm đó, tháng Ba hay tháng Tư năm 68, sau Tết Mậu Thân, đang cùng với bà xã đi trên con đường Hai Bà Trưng thì Nghiêm Sỹ Tuấn ngồi trong xe Jeep mặc quân phục Nhảy Dù, cho ngừng xe nhảy xuống lôi kéo chúng tôi ghé vào tiệm cà phê gần đó (cách nhà thờ Tân Định không xa). Tuấn cho biết sắp phải rời Sài Gòn đi hành quân có thể là ra miền Trung và vội phải từ giã, dù gặp nhau chưa đầy mươi phút và đó cũng là lần cuối tôi gặp Nghiêm Sỹ Tuấn vì vài tuần sau đó có tin Tuấn tử trận tại Khe Sanh.

Cái đêm buồn nhất là đêm ngồi trông quan tài Tuấn trong cái phòng khá rộng chỉ có tôi và 1, 2 quân nhân thay phiên nhau ngồi canh quan tài.

Những năm sau đó tôi thỉnh thoảng có ghé thăm nhà Tuấn để hỏi thăm cụ thân sinh và nói chuyện với em trai (Nghiêm Sỹ

Anh?) của Tuấn, lúc này đã dọn nhà về Gia Định. Nhà mới này ở trong ngõ hẻm nhưng có tường gạch và sàn đá hoa, nhà cũng nhỏ nhưng thoáng hơn nhà cũ trong cư xá, đặc biệt vẫn có cái bàn giấy cũ và kệ sách ở phòng ngoài, và đập vào mắt vẫn còn thấy cái hộp đĩa nhạc Beethoven năm xưa mà tôi nghĩ gia đình vẫn giữ lại để anh linh của Tuấn được toại nguyện khi trở về thăm chốn cũ giữa những đồ vật đã quen thuộc.

Mỗi người trong chúng ta trong đời đều có cơ may hay duyên số được gặp, quen biết hay thân thiết với một số người và rồi họ ra đi. Trong thời gian tuy ngắn ngủi được giao tiếp với những người này, nhân cách, tính tình, kiến thức và tư tưởng đặc biệt của họ đã để lại những ấn tượng khó phai mờ mà chúng ta trân trọng giữ như bảo vật làm hành trang cho cuộc đời mình.

Tôi có vài người bạn như vậy. Tôi coi hình ảnh của Nghiêm Sỹ Tuấn trong thời kỳ tuổi trẻ sinh viên của tôi như là một sao chổi xẹt qua bầu trời của một thời Đại học, của một thời Tình Thương, chợt bay qua rồi chợt biến nhưng dấu vết nhân cách và trí tuệ của Nghiêm Sỹ Tuấn sẽ mãi mãi được ghi trong kho tàng ký ức và luyến thương của tôi.

Bài này được viết với trí nhớ nay đã thấp kém về những sự việc đã xảy ra trên 50 năm nhưng có những điểm nét về Nghiêm Sỹ Tuấn vẫn còn nổi bật và sáng loáng dù thời gian dài đã trôi qua và tôi cố ghi lại ở trong bài viết này trước khi trí nhớ hoàn toàn buông bỏ tôi.

Tôi xin chấm dứt bài này bằng vài nhận xét triết lý. Trên 50 năm đã trôi qua từ ngày chết của Nghiêm Sỹ Tuấn, tuổi đời của anh em mình nay đã cao, ai cũng trên 75 tuổi. Nay đến lượt chúng ta phải đối phó với cái mortalité (tính cách tử vong) của chính bản thân. Cicéron đã nói *"philosopher ce n'est autre chose que s'apprêter à mourir"*. Sửa soạn và sẵn sàng với sự ra đi của chính mình cũng là cơ hội để đặt câu hỏi về nghĩa lý của đời sống mình và nhìn lại đời sống và cái chết của các người thân và bạn bè và hỏi: tại sao? Nghĩa lý gì của cuộc đời họ với chúng ta?

Riêng đối với tôi được làm bạn và được làm việc với Nghiêm Sỹ Tuấn cùng chia sẻ kiến thức và tư tưởng cũng như được quý trọng nhân cách và lý tưởng của Tuấn trong cái thời gian tuổi trẻ đẹp đẽ và thăng hoa nhất của đời mình là một đặc ân (privilège) mà tôi trân trọng gìn giữ kỷ niệm báu vật của tình bạn đó suốt nửa thế kỷ vừa qua.

ĐẶNG VŨ VƯƠNG
Michigan, 28. 08. 2018

TRANG HÌNH ẢNH

Nghiêm Sỹ Tuấn

Trái: di ảnh Nghiêm Sỹ Tuấn, Y Sĩ Trung Úy Tiểu Đoàn 6 Nhảy Dù tử trận tại chiến trường Khe Sanh 1968 ở tuổi 31; phải: chân dung Nghiêm Sỹ Tuấn qua nét họa của Y sĩ Đại úy Lê Văn Công, Quân Y Hiện Dịch khóa 15 Y Khoa Sài Gòn, Virginia, USA 2018 *[size 16 x 20'', acrylic on canvas]*

Nhóm B thực tập bệnh viện, năm thứ ba Y Khoa Sài Gòn niên khóa 1961-1962, trên từ trái: Lê Văn Tập, Tôn Thất Chiểu, Huỳnh Ngọc Phương, Nguyễn Ngọc Trân, Nghiêm Sỹ Tuấn; dưới từ trái: Đinh Xuân Dũng, Huỳnh Trúc Lâm, Trần Bá Cơ, Nguyễn Gia Ân, Nguyễn Tiến Hải.

[tư liệu BS Đinh Xuân Dũng]

Nghiêm Sỹ Tuấn nơi sinh Nam Định, chính thức ghi trên Thẻ thực tập bệnh viện Nhóm B, năm Thứ Ba Y Khoa Sài Gòn niên khóa 1961-1962.

Lớp Y khoa 65, hình chụp năm 1963, khi ấy Nghiêm Sỹ Tuấn đang là sinh viên Y Khoa năm thứ 4, cùng với các bạn đồng môn và Giáo Sư Mahoudau từ Faculté de Médecine de Paris, qua dạy các đề tài Nội khoa Thần kinh. Hàng đứng từ trái: … Minh, Đàm Quang Toản, Nguyễn Trọng Dzực, Nguyễn Hải Nam, Lê Xuân Lộc, Nguyễn Đình Khoát, Lê Văn Ba (dân vệ), Đoàn Bá, Trần Đoàn (ngón tay chữ V sau lưng Bá), Giáo Sư Mahoudau, Lê Tất Giao, Michell Quyên, Chị Nguyễn Thị Lý, Dương Quang Trí, Trần Bá Cơ, Nghiêm Bảo Thạch, Đinh Hà, Nghiêm Sỹ Tuấn, Phan Giang Sang, Nguyễn Anh Tuấn (Râu), Trần Tiến Huyến, Đỗ Thức Diêu, Lê Văn Tập; hai người đứng rùn gối: Nguyễn Thượng Vũ (quần đen), Trần Xuân Dũng (quần trắng).

[tư liệu của BS Lê Văn Tập]

Nghiêm Sỹ Tuấn, như một Ông Đồ với khăn đóng áo dài trong mấy ngày
Tết cùng với các em, hình chụp năm 1963 lúc đó NST đang là sinh viên
Y khoa năm thứ Tư, Tuấn là anh cả trong một gia đình thanh bạch đông
anh em

[tư liệu Nghiêm Mậu, em gái Nghiêm Sỹ Tuấn]

Khóa Y Khoa 1965, chụp ở bệnh viện 1963, theo chị Đỗ Thức Diêu / Ngọc Thủy, lúc đó đang là năm thứ 4, vì Anh Diêu chồng chị, Quân Y Hiện Dịch đã là Trung úy. Hàng ngồi: từ trái, Đỗ Thức Diêu, Nguyễn Văn Lâm, Nguyễn Ngọc Trân, Đinh Xuân Dũng, Lê Khắc Minh, Huỳnh Ngọc Phương. Hàng đứng: Trần Tiến Huyến, Nghiêm Sỹ Tuấn, Huỳnh Trúc Lâm, Trần Bá Cơ, Nguyễn Hoàng Hải, Tôn Thất Chiểu, Nguyễn Tiến Hải, Dương Hữu Thành, Đinh Hà, Lê Hữu Lộc, Nguyễn Anh Tuấn, Ngô Thanh Quế. Trong nhóm này thì ĐT Diêu, NS Tuấn, NV Lâm, NA Tuấn và Ngô Thanh Quế đều đã qua đời. Ghi chú của BS Nguyễn Hoàng Hải.

[tư liệu của BS Đặng Vũ Vương, và Chị Đỗ Thức Diêu]

Nghiêm Sỹ Tuấn, người thứ hai trong hàng, trước giờ lên máy bay cho một Saut nhảy dù bồi dưỡng.

[tư liệu của BS Vũ Khắc Niệm & Trang Châu]

TÁC PHẨM
Nghiêm Sỹ Tuấn

THƯ MỤC NGHIÊM SỸ TUẤN

Truyện ngắn

- Những Người Đi Tìm Mùa Xuân
- Para Bellum

Thơ 28 Sao

- Đầu thai tỉnh giấc
- Ngụp lặn từ đây
- Trở về cát bụi

Sáu Buồn trước tử biệt sinh ly:

- Quê Hương, Tuổi Đứng, Bạn Cũ, Người Yêu, Đám Đông, Đất Lạnh

Biên khảo

- Ý thức tinh thần Đại học.
  [Nghiêm Sỹ Tuấn, ĐV Vương, HN Thuần]
- Tình Thương và Tuyên Ngôn Leysin
- Một Năm Học tập
- Niềm đau nỗi khổ: Công cuộc khắc phục đau đớn
- Những ám ảnh của chứng nan y: Nan y hay dịch tế xã hội

Tạp bút

- Thịt Chuột và Văn Hóa

Tác phẩm dịch:

- Lịch Sử Y Học. Kenneth Walker
  (Hà Hợp Nghiêm - Nghiêm Sỹ Tuấn & Hà Ngọc Thuần)

- Dưới Mắt Thượng Đế. Hans Killian
  (Nghiêm Sỹ Tuấn & Nguyễn Vĩnh Đức)
  Tờ di chúc
  Phép Lạ
  Thiên đường đã mất
  Văn Sợi, Người Phụ Tùng
  Chết trên bàn mổ / Mors in tabula
  Thác chảy trong đầu
  Người bệnh tưởng
  Phía bên kia con đường có bóng
  Người bạn tốt nhất
  Cha tôi
  Quyết định to tát

- Đất Chẳng Trở Về. Gilberte Sollacaro
  (Nghiêm Sỹ Tuấn)

Truyện ngắn

Những Người Đi Tìm Mùa Xuân

Kể cho Mậu cùng anh
sau những ngày Vàm Láng tôi đã bày tỏ ý truyện này
S.T.

I

Mấy ngày nay một chuyện lạ làm xôn xao khắp kinh đô. Ba hôm trước, có người khách thương từ phương Tây lại, đem theo hàng quý nhiều không biết bao nhiêu mà kể. Này gấm trải rực rỡ như muôn hoa bướm, này the buông mỏng mướt tợ hồ khói sương; đĩa bạc, chén vàng chói lọi như bình minh, châu ngọc trang sức lấp lánh hơn sao trời. Nhà vua vời vào để Hoàng hậu và bốn chục nàng Công chúa lựa mua. Các quan to trong triều, các phú hào ngoài nội, tranh nhau tìm đón. Trong lúc yến tiệc mời chào, khách cao hứng tả lại những miền đã kinh qua. Vùng mộ vua ở Ai-cập có những kim tự tháp đồ sộ, vườn treo lộng lẫy của bà Hoàng Semiramis ở Ba-ti-luân, thành Bá-đa huyền ảo thủ phủ xứ ngàn lẻ một đêm, đền Taj Mahal cẩm-thạch lung linh dưới trăng Ấn Độ; rồi Vạn lý trường thành ở Bắc Hoa, Phú sĩ sơn bên Phù tang, thực khách sững nghe, ngồi mà quên gắp. Nhưng tất cả bỗng buông đũa, ngừng ăn, lắng hết tinh thần khi nghe đến Thung lũng Trường Xuân, một quốc gia nhỏ trên đường về Eden xưa. Tên gọi thế vì ở đấy mùa xuân là cả bốn mùa. Cây cối lúc nào cũng hớn-hở xanh tốt; hoa thắm, bướm vàng, chim hót, suối reo, người dân nhởn nhơ vui chơi. Em bé bụ như măng, thanh niên hùng như núi, thiếu nữ kiều diễm như quỳnh mùa thu, cụ già vững mạnh như tùng bách mùa đông. Thổ sản, rau tươi, quả ngọt, suốt năm sẵn có thì trân; cầm thú; chim núi, muông đồng, trĩ, long phượng đỏ, chồn xạ lan thơm, bốn mùa mặc tình săn bắn. Và rượu, rượu rất nhiều; có thứ nồng ấm như da Thái Chân, có thứ nhẹ say như mình Phi Yến, uống vào sảng khoái, tưởng chừng chắp cánh lên tiên, hơn hết mọi thứ mỹ tửu trên đời.

Thắng cảnh thì toàn quốc là một thắng cảnh lớn, phía bắc núi ngọn lọt mây, phía nam ruộng đất mầu mỡ, đông tây rừng già, xanh um một màu tùng bách. Quý nhất là khu rừng nhỏ phía đông bắc thung lũng, trồng đầy kỳ hoa dị thảo, ngoài trăm dặm còn ngát hương. Du khách đến thăm được phép hái hoa, bứt quả làm kỷ-niệm. Tùy theo ý muốn hoa quả hái rồi biến thành vàng hay ngọc hay kim cương. Và như một lá bùa linh, châu ngọc ấy cho du khách được ước một điều, miễn phải gìn-giữ nó hoài như một phần thân thể. Bởi thế có tên là rừng Vạn Ý. Lại còn gọi là Tứ Vọng Lâm.

Kể tới đây, khách móc trong túi áo ngực ra một trái cây nhỏ, mọng như đào tơ vừa độ "trái này xưa đã làm cho người đàn ông đầu tiên phạm tội bất tuân đấy quý ngài ạ!" Mọi người đều thấy nước miếng ứa trên đầu lưỡi; chuyền tay nhau xem thì thấy là một thứ ngọc lạ chưa hề được ngắm, tỏa ra những ánh dị-kỳ như từ một con mắt ma quái, có sức thu hút quyến rũ đến mê say mọi con mắt người. Hỏi đến điều khách ước, thì khách chỉ mỉm cười không nói, đôi mắt nheo lại thành đuôi. Người ta nhao nhao lên xin chỉ đường tới thung lũng Trường Xuân. Nhà vua đề nghị phong vạn hộ hầu, thưởng vàng muôn lạng, ngọc bạch bích trăm đôi và ngàn cây gấm tía, nếu khách bằng lòng làm hướng đạo. Phủ phục trước bệ rồng, khách từ chối:

– Tâu Bệ hạ, kẻ hạ thần đành cam tử tội, chứ không thể chiều theo thánh ý. Đấy cũng như Thiên Thai, như Nguồn Đào làm gì có đường lối tới rõ ràng như mọi nơi khác trên trần thế. Bệ hạ ví như quyết chí đi tìm, ắt là sẽ gặp. Chứ bắt hạ thần dẫn lộ, thần chắc khó thoát tội khi quân, vì ai là người có diễm phúc trở lại Thiên Thai, tìm được Nguồn Đào lần nữa?

Vốn thông hiểu chuyện xưa, vua cho lời ấy là phải, nên không bắt tội mà còn trọng thưởng khách thương. Hàng-hóa bán xong, khách thu xếp hành trang lên đường, để lại hy vọng nao nức cho cả kinh đô.

*

Thế là mọi người Kinh đô rủ nhau đi tìm Mùa Xuân. Nhà vua đi trước nhất cùng hai quan văn võ đầu triều, Thừa tướng và Nguyên soái, với trăm viên kiện tướng, nghìn lính ngự lâm theo hộ giá, quyết mang lại cho quốc dân Mùa Xuân trường cửu. Sau mười tháng mông trần, nhà vua trở về, đem theo một cành thiên tuế, chín bông vạn thọ, tất cả bằng vàng, hái được trong rừng Vạn Ý.

Ngày hồi loan, người Kẻ Chợ treo đèn kết hoa, lập đàn bái vọng, tụ đông như kiến, tung hô vang trời. Đấng Chí tôn mặt rồng hớn hở, tức khắc giáng chỉ xá thuế chợ ba ngày, phóng thích tù nhân hơn một vạn. Hôm sau đại triều, chiếu chỉ truyền xuống tuyên cáo cho trăm họ biết kết quả cuộc tuần du phương tây và ý định tân dân của Thiên tử. Chiếu rằng:

"Trẫm thụ mệnh trời, kế thừa đại thống, nối chí Tiên vương, kể đã ba mươi năm có dư. Nghĩ mình người thường trách dầy đức mỏng, Trẫm hằng lo lắng, ngày biếng ăn, đêm quên ngủ, dậy sớm thức khuya, lúc nào cũng tâm-niệm cầu xin anh linh Liệt thánh Hoàng khảo phò trì xã tắc, giúp cho quốc thái dân an.

"Bởi thế, Trẫm cùng Thừa tướng và Nguyên soái quyết định tìm đến nước Trường Xuân, tận mắt thấy cảnh thần tiên an lạc, đem cảnh ấy về cho trăm họ, để nước ta ngày thêm xứng đáng là một nước có nhiều nghìn năm văn hiến.

"Canh cánh nhớ câu "Dân vi quý", Trẫm chẳng quản khó nhọc, đi thăm cùng hết xứ. Danh bất hư truyền Trường Xuân quả thật không những thanh bình mà còn phú cường hơn nước ta gấp bội.

"Xem qua dân tình thấy trăm họ Trường Xuân kính mến quốc vương như con đỏ đối với hai đấng từ thân, Trẫm càng thêm thẹn mình ở ngôi cao mà mười phần ấy không sao được một.

"Trẫm đã vì trăm họ cùng Thừa tướng khảo xét các kế hoạch làm dân giàu, cùng Nguyên soái nghiên cứu mọi lược thao để nước mạnh. Nay Trẫm hồi loan, tuyên cáo cho mọi người rõ ý tân dân của Trẫm. Thừa tướng, và Nguyên Soái sẽ đem các điều sở đắc trong cuộc tuần du với Trẫm ở Trường Xuân, họp cùng các quan sáu bộ, mà soạn thảo mọi sách-lược quốc gia, đệ trình Trẫm phê chuẩn thi hành.

"Để ghi việc này cho hậu thế, Trẫm truyền Khám thiên giám cải hiệu năm tới làm Vĩnh trị nguyên niên. Lại truyền bộ Công khởi xây đài Nhật tân dựng cành thiên tuế, cất gác Thiên trường cắm hoa vạn-thọ, và toàn dân mở hội Thủy Lạc để trẫm cùng chung vui."

Chiếu-chỉ ban ra kinh đô tức khắc trống reo, cờ mở; hội hoa đăng sẽ kéo liền trong bốn mươi đêm.

*

Tối hôm ấy, ở Tướng phủ, Thừa tướng chăm chú đọc lại tờ biểu tấu ngày mai về những nhận xét của mình trong chuyến du lịch Trường Xuân.

"Phụng mạng ghi chép các việc mắt thấy tai nghe ở Trường Xuân, hạ-thần bắt đầu bằng đến thăm Trường Xuân Tể tướng. Thần đã cùng Tể tướng đàm đạo liền ba đêm ngày về đại kế quốc gia. Lại cùng Tể tướng đi thăm khắp nơi trong xứ, dò xét dân tình.

"Trong thư viện Tướng phủ thần đã may mắn được đọc nhiều tác giả Đông Tây bàn cách trị quốc, bình thiên hạ. Đáng kể có Công tôn Ương ở Tần tinh việc hình pháp, một ngày dám chém hơn bảy trăm tù đồ trên bến sông; Quản Trọng ở Tề rành việc thuế khóa, năng làm nước mau phú cường; Machiavel ở Ý, giỏi việc chính trị, chuyên giảng bá thuật, Talleyrand ở Pháp, khéo việc ngoại giao, trải thơ sáu triều, so với ông già Trường Lạc bội phần tài giỏi.

"Phàm mọi quốc kế ở Trường Xuân đều khởi hứng xuất nhập ở mấy nhà này, tỉ như bắt dân làm việc thì dựa các phép tịch thổ, bản phú của họ Vệ; để đầy công khố thì khai mỏ đúc tiền, đục đất lấy muối, mở nhà buôn và nhà nữ lưu theo kế Di Ngô; củng cố vương quyền trị yên trăm họ, đã có Machiavel viết cuốn "Ông Hoàng"; hòa dịu lân bang trung lập thu lợi, đã có Talleyrand khuyển nho múa lưỡi. Còn các tiểu kế như sinh đồ ba quan đời Lê Trịnh, tú tài trăm ngàn ở Thiên nam, tùy thời ứng dụng, đều là những kế sinh lợi rất nhiều cho quốc gia.

"Ngoài ra, hình luật nghiêm khắc viết bằng huyết lệ, lao thất lạnh lẽo đục trong đá núi, là những biện pháp hữu hiệu cho một xã hội thanh bình trật tự."

"Thế nên, nhận xét chung, thần thấy dân Trường Xuân nhàn cư rất mực. Trà đình, tửu điếm, nhà nữ lưu ở Kinh đô lúc nào cũng như Nguyên tiêu, Hàn thực. Còn ở thôn quê, ít người cày bừa mà rộng mênh mông ruộng đất, nộp thuế xong là vừa bát ăn bát để, đủ đến mùa sau. Phải chăng vì mùa xuân trường cửu, tính dân phác thực, nên ai cũng cho thế là tự nhiên, bỏ ngoài tai lời họ Mặc, cho rằng vu khóa thảo huyền? Hỏi xem thì Trường Xuân Tể-tướng cũng đồng ý với thần như vậy."

"Khi chào cáo biệt, thần được Tể tướng Trường Xuân hái tặng một trái cây bằng vàng có bảy ngón, lớn như trái bưởi, ở Trường Xuân người ta gọi là quả phật thủ. Sau đây thần xin dâng trình ngự lãm cùng với bản điều trần của Lục Bộ về đại kế tân dân".

*

Trong khi đó, ở Soái phủ, sau khi đã dâng vua xem một cành nguyệt quế bằng vàng, một bản đồ Trường Xuân đầy đủ chi tiết, có cả đường giao thông, và một bản đề nghị canh tân binh bị rất dài, Nguyên soái họp các tướng lại bàn rằng:

"Muốn cho nước mạnh, không gì bằng luyện binh, muốn cho nước rộng, không gì bằng dụng binh. Kìa như Bạch Khởi chém 45 vạn quân Triệu, máu chảy đỏ sông; Gia cát Võ hầu thiêu sống trăm ngàn rợ Đằng giáp, mỡ khét hang núi; thật là những võ công hiển hách còn ghi nơi thanh sử, làm rạng rỡ giang sơn. Chúng ta rồi phải lập nên huân nghiệp, mới mong Mùa Xuân trường cửu của ta được huy hoàng, nước nhà ta được cường thịnh, trên chẳng phụ Hoàng ân, dưới vỗ yên lê-thứ.

"Tôi đây mong ân Thánh thượng, tùy giá thăm xứ Trường Xuân, khảo về binh bị, nhất định bác bỏ cái thuyết khờ khạo của người Khâu nước Lỗ, bảo rằng túc binh không quan-trọng, quyết đưa võ nghiệp đến chỗ vẻ vang. Binh lính tuyển thêm, luyện tập cẩn thận, kỷ luật cho nghiêm-minh, trận đồ thật tinh thục, gươm sắc, giáo dài, lo gì đánh đâu không được đấy? Cành nguyệt quế tôi hái ở Trường Xuân chính là biểu tượng cho những Xuân chiến-thắng sau này của dân-tộc ta."

"Rồi đây Kinh đô xây thêm yên đài, các trấn dựng nhiều Lân các, tên tuổi ta và các ông đều ghi vào trúc bạch, ngang với Khứ Bệnh, Vệ Thanh. Vậy các ông nghĩ thế nào ta gắng sức tận trung báo quốc; các ông nghĩ thế nào?"

Các tướng đều cho lời nói chí lý.

*

Dân chúng kinh kỳ rất nhiều người đi tìm xứ Mùa Xuân nhưng phần lớn quay về tay trắng, hoặc vì thối chí, hoặc vì thiếu tiền, đều phải giữa đường bỏ dở.

Trong số những người đi tới, có một phú thương, một thi sĩ và một nàng nghệ giả.

Nhà phú thương, sau hơn nửa năm bôn tẩu của Trường Xuân, dẫn về một đoàn lạc đà dài dặc, chở không biết bao nhiêu là hàng quý lạ. Này đây bộ ngọc ky ngũ hành tỏa ra năm sắc, này đây nệm lông chim hạc mỏ sắc ở hồ Stymphale; nọ là ngà voi, công xứ Tây-bá-lợi, kia nữa da sư-tử Némée. Rồi nào trầm, nào xạ, nào lụa, nào the; giò heo của nữ quái Circé, gân chân hươu của Thái âm thần, vây ngư nữ trên đảo Caprée.

Bè bạn, họ hàng xúm lại thăm hỏi, phú thương vui vẻ kể chuyện xứ Mùa Xuân.

"Thương mại ở Trường Xuân phồn thịnh lắm. Thật đúng với lời thường nói: một trăm kẻ bán, một vạn người mua. Nhiều khi bác phải nối đuôi đứng đợi hàng giờ mới đến lượt mua gạo ăn hay vải mặc. Những đồ vưu vật rất nhiều, nhưng chắc vì nhìn mãi đã quen, nên dân Trường Xuân thảy đều thờ ơ không buồn hỏi đến. Trong nước có chừng mười nhà buôn lớn, chi nhánh khắp nơi, buôn tận gốc, bán tận ngọn, vốn một lời mười, lời trăm. Những người buôn giỏi như Chí-di Tử-bì, giàu có địch quốc như Vương Khải, Thạch Sùng, đếm được trên đầu ngón tay.

"Công nghệ cũng rất phát đạt. Có năm nhà lớn, sản-xuất thượng vàng hạ cám, đủ các thứ hàng hóa, vật dụng. Cách tổ chức thật là chu đáo, theo phép của Taylor: có ban tư tưởng hoạch định kế sách; có ban quản lý coi việc tiền lương; người làm thì đứng thành dẫy, mỗi người chuyên một việc sản xuất mau chóng dị thường. Nước ta nếu Đức Kim thượng muốn toàn dân, ngành công nghệ tưởng không gì bằng theo cách ấy".

Rồi nhà phú thương đưa ra khoe với họ hàng, bè bạn một số trái cây bằng vàng – chắc là táo – hái ở rừng Vạn Ý, trái nào cũng lớn đầy gang tay, tròn trịa và mát rượi.

Chàng thi sĩ "thì tóc vồng trên đầu như túp lông con cò, con hạc, đi ở giữa đời mà cứ tưởng vọng nghìn xưa". Bấy lâu ca tụng mãi tình yêu trong vũ trụ, vẻ đẹp trong đất trời, cái hào khí của tráng sĩ Ngô môn, vóc đắm say của giai nhân thôn Trữ, chàng thấy quen quá, thuộc quá, đến hóa tầm-thường. Bởi thế chàng hăm hở đi tìm Mùa Xuân mới, làm nguồn thi hứng cho những tác phẩm sắp tới của chàng.

Chàng ở Trường Xuân một thời gian khá dài, có lẽ đến hai hay ba năm. Qua những lá thư thưa thớt chàng nhờ một vài khách thương may mắn ghé qua thung lũng Mùa Xuân chuyển về cho bạn bè, người ta được biết chàng mới tìm ra một lối làm thơ kỳ diệu. Trong thư chàng kể:

"Các bạn có nhớ quỷ tài Lý Hạ làm thơ trên vách nhà xia không? Trường hợp tôi cũng thế, khác chăng là tôi không những làm thơ mà còn đặt ra cả một thể thơ, một bút pháp thơ.

"Sáng hôm ấy, khi xuân mát rượi, thức dậy tuy trong mình hơi nặng, tôi cũng thơ thẩn dạo chơi rừng Vạn Ý chờ đợi nàng Thơ. Đang lúc mắt ngắm sóc giỡn quả thông, tai lắng tiếng suối rì rào, mũi ngát mùi thơm hoa tím, thần trí phiêu phiêu, tôi bỗng thấy quặn đau bụng dưới, sôi sục như trong đó sắp nổ tung một bầu hỏa diệm. Xong việc rồi, nhìn thấy tràn lan mặt đất một vùng lờ mờ trăm sắc tôi lại nhớ đến các thứ trân cam trong buổi dạ yến hồi hôm ở viện Hàn Lâm. Chợt như ánh chớp lóe soi đám ý-tưởng hỗn độn trong đầu, một tứ mới vụt hiện. Rồi thi-tứ theo nhau ào ào dồn dập như cơn mưa rào theo ánh chớp mở đầu. Tôi thoát cảo [1] rất nhanh, bài thơ dài hơn vạn lời. Sung sướng quá, tôi cất tiếng ngâm vang cả rừng, làm sóc ngưng đùa, suối bặt reo, hoa tím thôi tỏa hương thơm. Hơi ngâm vừa dứt, tôi khám phá ngay ra bí quyết làm thơ hay. Là thơ phải đủ muôn hồng, ngàn tía, hòa hợp nhau như màu xanh rau ghém, sắc đỏ hồng thị, ánh vàng kê đan, bày trong chóe sứ Giang tây trắng muốt. Thể thơ phải phiêu diêu tràn lan, vứt bỏ hết mọi câu thúc của luật lệ; nhạc thơ nhờ đó mới biến đổi đến tận cùng, lúc nhẹ như hoa bay, khi hùng như thác ngàn đổ.

"Chủ-trương và đường lối đã định, từ ấy thi hứng dồi dào, ý thơ uẩn súc, đặt bút Trường Cát phải kinh, ứng khẩu Tử Kiến chịu hàng, ngữ ngữ cụ nhân [2], chứ không còn cái cảnh quẹt bút thôi sao như Liễu sinh ở Động đình thuở nọ. Nhớ câu "Lôi động Nam bang; Vũ qua Bắc hải" [3] của Trạng Quỳnh đối đáp sứ Tàu, tôi đặt tên cho thi pháp mới này là Lôi vũ.

"Thi khả dĩ hội ý, bất khả ngôn truyền, tôi chép theo đây bài "Nàng Thơ tóc xõa vai gầy" thi phẩm mới nhất của tôi, để các thi hữu thẩm xét lối thơ Lôi vũ cho được tường tế hơn".

Mở xem, thấy chữ như cỏ may rối, ngang dọc đặc kín mười lăm trang hoa tiên khổ rộng. Có câu thật dài, có câu thật ngắn, xen lẫn quấn-quít, lại có nhiều tiếng tán thán và nhiều dấu ngắt câu điểm xuyết khắp bài, khi ngâm phải lấy hơi, vận khí. Ý tứ u ảo, đọc kỹ năm bảy lượt mới thoáng tựa trăng hạ huyền sau lớp mây dầy. Hình ảnh thật tân kỳ, như tả sự buồn chán thì giọng văn ẩu thổ nôn nao, kể nỗi nhớ mong thì lời thơ cuống cuồng sôi bỏng. Hơi văn bách khí tán hạ, phải chú ý, thưởng thức mới khỏi văng lọt ngoài thi giới.

Bài thơ in ra, hôm sau Kinh đô có thêm ngay ngót bốn vạn nhà thơ trẻ.

*

Cùng đi với thi sĩ có nàng nghệ-giả. Họ vốn là đôi bạn tri âm từ lâu, thường tự ví với gái già Hà Mô gặp được Giang Châu Tư Mã. Lấy lẽ rằng ly phụ còn biết lo việc nước, nàng nghệ giả đi tìm xứ Trường Xuân đem về cho thanh sắc nước nhà những nét độc đáo, góp phần vào công cuộc tân dân.

Đến Kinh đô Trường Xuân, nàng ghi tên ngay vào giáo phường, ngày đêm học ca, luyện vũ. Giọng nàng xưa kia như khúc ngọn ngô đồng, nay đổi hẳn sang khúc gốc, nồng nàn hơn, tha thiết hơn. Tiếng hát quyện vào nhau, ríu rít như tiếng chim anh vũ, chỗ này láy thêm vần, chỗ kia lược bớt chữ, khiến người nghe phải "chau mày" ngồi im cho hai lỗ tai được đầy lời, đầy nhạc.

Về vũ, nàng phối hợp các vũ điệu cổ truyền của dân tộc với các điệu múa xứ Mùa Xuân, vốn là tổng hợp của nghệ vũ bốn phương, sáng tác ra nhiều vũ khúc mới. Tỉ như vũ khúc *Tạp Phiến* thì nón trắng, quạt lông, lui một bước, tiến ba bước, tượng trưng cho sự nhảy vọt của nghệ thuật; vũ khúc *Kích Cổ Thôi Hoa* thì trống quít đeo trước bụng xiêm y tỏa rộng rồi tung lên như hoa trà mãn khai.

Nàng cũng nối ý Đường Minh Hoàng chế vũ y bảy màu cầu vồng, mà họa nhiều kiểu y thường, nào áo Bồng đảo, nào xiêm Lưỡng mông, nào quần Triển cổ. Ngoài ra hương chi, lan phấn và các mỹ cụ chốn buồng khuê, nhất nhất nàng đều để tâm nghiên cứu.

Nàng về Kinh đô cùng với thi sĩ. Tặng vật ở rừng Vạn Ý của đôi bạn nghệ sĩ là một bó trăm hoa bằng đủ một trăm thứ ngọc, cành lá bằng vàng, ngụ ý đem về cho vườn văn nghệ nước nhà đủ hương sắc bốn phương.

II

Mười năm, Kinh đô bây giờ hoàn-toàn đổi khác.

Ngay từ khi Thiên tử xuống chiếu tân dân, liên tiếp nhau những kế-sách của Thừa-tướng, những võ công của Nguyên soái, những công cuộc kinh doanh của phú thương, những hoạt động văn nghệ của thi sĩ và nàng nghệ giả, đã làm chốn đế kinh hoan lạc bất tận và phồn thịnh rỡ ràng, khiến cho mọi người đều hoan-hỉ.

Nhà vua hoan-hỉ thấy nhiều cung điện nguy nga được xây cất thêm, nhiều ngự uyển tráng lệ được trồng thêm, nhiều chim kỳ thú lạ được nuôi thêm; thấy toàn dân ca tụng thánh quân, thấm nhuần vũ lộ, và nhất là thấy nhiều tượng đồng tượng đá của ngài và của hoàng gia — trong đó có cả con chó nhỏ của công-chúa út — đủ kiểu, đủ cỡ, được dựng lên nhan-nhản khắp nơi.

Thừa tướng hoan hỉ thấy công khố mỗi ngày thêm chặt, công thự mỗi ngày thêm rộng, khiến nhớ đến câu "chu môn tửu nhục" của Đỗ Công Bộ mà lòng thêm tự đắc; thấy Quốc tử-giám vắng tanh — nạn thất học còn đâu nữa; thấy lao thất đầy người — bao nhiêu vô loại bắt hết; và nhất là thấy dân quê cứ thêm chăm chỉ trong việc nông tang mẫn cán trong việc thuế má, mà hé môi nửa tiếng không hề.

Nguyên soái hoan hỉ thấy đông tan đoài tĩnh, lân bang xứ xứ đến triều dâng cống; thấy ba quân dung mãnh tựa hổ lang, khí thế như ngói tan trúc chẻ, thấy oai danh mình lừng lẫy, thoáng nghe bọ ngựa hết dám giơ càng, ễnh ương thôi không phồng bụng; và nhất là thấy hình mình đeo hổ phù, ngồi da báo, chễm chệ trên chỗ nhất ở Yên đài.

Phú thương hoan hỉ thấy kinh doanh phát đạt, sản xuất từng chùm; thấy tiền bạc hanh thông, buôn một lời trăm lãi vạn; thấy cửa nhà san sát, ruộng nương thẳng cánh cò bay và nhất là khi nhấp chén trà Trảm-mã, gật gù lẩm nhẩm đọc đôi liễn sơn chữ vàng *"Thư danh Đào Trí Phú — Kim thành một nại hà"* treo hai bên tủ kính lớn trong bày những trái cây vàng ở Tứ Vọng lâm và nhiều khối vàng khác đúc đủ kiểu hình kỷ hà học.

Thi sĩ hoan hỉ thấy thơ mình càng thêm uyên ảo thâm trầm, mà cả đến đám phu dội nước, bọn lái buôn tôm cũng tụng đọc ngâm nga; thấy thơ in của mình tràn ngập phố phường, làm giấy vọt tăng giá đắt; thấy người người ngưỡng mộ thơ mình, cả đến lọ tương cũng bọc thơ Lôi Vũ; và nhất là thấy tài mình đắc dụng, quân vương chú ý, phong làm học-sĩ, cho cầm đầu hết mọi văn trào, tự ý thi thố tài năng.

Nàng nghệ giả hoan hỉ hơn ai hết. Được vua tin yêu, vời vào cung lập giáo phường và huấn luyện đoàn Hồng cẩn đệ tử, nàng có thế lực rất lớn, đến thi-sĩ là bạn tri-âm mà đôi lúc cũng phải gờm. Nhờ những hăng hái ấy, không khí nghệ thuật cực kỳ sôi nổi tưng bừng.

Thi nhân đông hơn bách tính, Tao đàn lập nhiều như nấm rạ sau mưa, đến nỗi thiếu cả tên đặt. Mỗi tuần lại có vài trăm danh kỹ trúng tuyển vào giáo-phường.

Người ta tính ra trong mười tám triệu dân, có đến tám triệu gieo vần chọn chữ, tám triệu lựa giọng ca ngâm. Thấy đông như vậy, Thừa tướng – người lúc nào cũng nghĩ đến lợi tức quốc gia – đã một phen dâng biểu xin đánh thuế và bán bảng nghệ sĩ cho những ai muốn làm thơ, làm nhạc. Không may cho Thừa tướng, Thiên tử lại yêu thơ nhạc hơn cả Dionysos và Néron cộng lại nên biểu văn bị bác và Thừa tướng suýt bay đầu.

Dân chúng cũng hoan hỉ khi thấy nàng nghệ giả nhảy múa, lòng mừng nước vui, thấy thi sĩ ngâm thơ, lòng mừng nước có văn hiến; thấy hàng hóa tràn ngập của phú thương, lòng mừng nước có tài nguyên; thấy gươm giáo sáng lòa của quân binh Nguyên soái, lòng mừng nước mạnh; thấy vựa thóc thuế cao chót vót của Thừa tướng, lòng mừng nước giàu; và nhất là khi thấy Thiên tử ngự giá tuần du, lòng mừng nước có anh quân.

Khi ấy voi ngựa đầy đường, giáp binh chật đất, quan văn mũ đai đường bệ, quan võ giáp trụ hiên ngang, cung nga thể nữ xiêm nghê lả lướt, xúm xít quanh đấng Chí tôn. Dân chúng đứng kín hai bên đường, cứ trông bóng cờ nhật nguyệt long phụng mà tung hô vạn tuế.

Khắp nước thanh bình, bốn phương phẳng lặng. Thảng hoặc có đánh dẹp vài nhóm thổ hào, thì Thiên tử hội triều, Thừa-tướng dâng kế, Nguyên soái cầm quân, phú thương vận lương tích thảo, thi sĩ cất bút thảo-hịch, nàng nghệ giả ca bài *Lương-Châu*, múa khúc *Tái Hạ*, ba quân nức lòng. Và trăm họ càng thêm hoan hỉ, cố cho nước mình là một Thung lũng Trường Xuân trên cõi đời.

Thế mà vẫn có người chưa thấy mình được Mùa Xuân.

Ấy là vợ một anh nông phu, sống trong làng nhỏ phía đông kinh thành, cách non trăm dặm. Thấy nghiệp nông tang có phần vất vả, việc phùng xuyến nhạt tẻ thế nào, chị đã đôi phen ngỏ ý rời quê, lên sinh sống nơi Kẻ Chợ. Rồi chẳng biết nghe ai kể chuyện Trường Xuân, chị luôn thôi thúc chồng đi tìm rừng Vạn Ý, để có một chút vàng ngọc điểm trang. Ước mong có thế mà chồng vẫn như không biết đến. Bèn mặt sa chữ nãi, miệng hến ngậm tăm, làm ra vang mình sốt mẩy, đóng cửa ôm gối thở dài.

Anh nông phu sở dĩ bỏ qua lời vợ, bởi tính anh vốn giản dị chất phác. Đời cày ruộng quanh năm bận rộn, hết chiêm đến mùa, qua ngô rồi đỗ, đâu còn thì giờ nghĩ tới phục sức điểm trang. Nhất là từ khi tân pháp ban hành, nha lệ lui tới luôn luôn, nổi trống khua mõ, họp dân truyền lệnh quan trên, nào cày bừa cho chăm, trồng cấy cho khéo; nào sớm ươm tơ, chiều dệt lụa; nào chăm chút trẻ thơ, nuôi béo gà lợn, đến nỗi nhiều khi anh phải bỏ cơm sáng, bãi cơm chiều, đi nghe hiểu dụ — anh lại càng phải ra sức cho chóng về Mùa Xuân trường cửu.

Dáng người cục mịch chắc chắn tay mạnh như đôi trăn lớn, hai chân thẳng tắp vừng trồng, anh được người làng yêu mến vì tính cần-cù cẩn-thận, ít nói hay làm. Anh lại có một giọng hát mê hồn, và người ta vẫn bảo anh là hậu thân Trương-Chi thuở trước, tuy diện mạo anh chẳng có nét chi đến tủi lược, hờn gương. Vợ anh nổi tiếng hoa khôi, treo cao giá ngọc, mà chịu gá duyên cầm sắt với anh, cũng vì giọng hát đầm ấm rung động đến tận những sợi tơ lòng mảnh nhất.

Trước kia anh hát ca dao, mỗi khi cất giọng, mọi người nín thở, tưởng nghe hồn nước thở than, cổ sơ mộc mạc; núi sông lên tiếng, vàng sắt giao chen. Những đêm xuân trăng sáng, anh hát khúc ân tình lời ca tan trong ánh trăng, thôn nữ tim non thổn thức. Rồi khi trời thu đỏ ráng, cò trắng lẻ bay, anh ca bài du tử, không khí trong trẻo ngân vang, bồi hồi mẹ già tựa cửa. Bây giờ anh ngâm những bản âu ca của thi sĩ, như bài rủ nhau đi cày, bài ơn trên mưa móc, lời thơ dễ dãi, đậm màu thịnh trị, nhờ giọng anh cũng được dân quê thưởng thức khá nhiều.

Nghe vợ thôi thúc mãi, dù hiền như cục đất cày, anh cũng

động tâm, huống hồ lần này vợ làm mặt giận. Một phần nể vợ, một phần muốn cho xong chuyện, ngày kia gặt hái thuế má tạm xong, anh khăn gói vắt vai đi tìm Thung lũng Mùa Xuân. Tức thì vợ anh bách bệnh tiêu tan, mặt mày tươi rói, lúc nào cũng bấm tay giờ khắc và tính trước cân lượng những hoa, hột, xuyến, vòng. Không biết anh có đi tới nơi không, mà chỉ tuần sau anh đã trở về. Nét mặt nhuốm chút ưu tư, anh ừ ào cho qua lời săn đón của vợ. Khăn gói mở ra, hai bộ quần áo nâu vẫn còn nguyên nếp. Lấp-ló bên dưới có một ánh vàng. Vợ anh mừng quýnh, lật vội ra xem, thấy chỉ là hai bông lúa lép. Chị giận, bỏ thẳng về nhà mẹ đẻ, mặc anh thui thủi với con chó vện già.

Từ ấy, anh lầm lì cày cấy, có phần chăm chỉ hơn xưa. Và anh thôi không hát nữa. Khiến cho mấy cô thôn nữ mới lớn bâng khuâng nhớ tiếc, mỗi khi chiều lên, trâu về ngõ xóm.

Năm ấy, trong nước mất mùa.

*

Ba năm sau Kinh-đô lại một phen xao-động.

Nhưng lần này không phải do một khách thương nào từ phương xa về tha hồ kể lại, mà do một cuộc nổi loạn bất ngờ. Nguyên nhân chính thật không ai biết rõ. Người ta đang vui vì mùa mới được to, bù lại hai năm đại hạn, lúa mạ bỏ héo, đất phải thay trồng cây mà lấy sợi, theo kế hoạch "xã nông, cơ hóa" của Thừa tướng. Nhờ thế xuân sắc giữ được phần nào, người dân cố sống, khô miệng âu ca trong khi chờ giờ ăn tập thể. Dân số kinh kỳ chợt tăng gấp bốn, gấp năm.

Cây mạ cũng không chịu nổi nắng, người ta phải bỏ làng mà đi. Mùa cấy năm nay, trời bỗng mưa to, trong ba ngày liên-tiếp. Đến hạt khô vãi từ năm trước cũng phải nứt vỏ ra mầm. Và bây giờ người ta đang sửa soạn về đồng, vì lúa vàng đã rũ nặng khắp nơi.

Người ta cũng chẳng biết tên tuổi, mặt mũi kẻ thủ-xướng ra sao. Chỉ thấy đồn đại rằng đấy là một thư sinh đã từng du lịch xứ Mùa Xuân, hình khô, vóc nhỏ, cả người nổi nhất có cái trán rộng và gồ, làm thêm sâu đôi mắt sơn miêu vốn được che dưới hai hàng mày rậm.

Trước ngày đại biến, Kinh-đô mở hội đã ba hôm, mừng nhà vua sinh Công chúa thứ bốn mươi mốt. Đầy tháng vào đúng ngày đầu mùa gặt mới, vua cho là tường triệu, ra lệnh mở hội thật to. Tạm quên lo nghĩ, người Kẻ Chợ đổ hết ra đường, phô trương quần áo, chen nhau đi như nước chảy.

Biến loạn khởi đầu bằng cuộc xô xát trước cửa hàng của phú thương. Trên bục gỗ cao để diễn tuồng ngày hội, một thanh niên tóc rối, râu xồm, nước da xanh mét, giậm chân, vung tay, nói những lời ngô nghê khó hiểu. Lắng nghe thì thấy như: tôi là chủ, các ông là chủ, chúng ta là chủ… Lại thấy như: nó đánh ta, ta phải diệt nó… Dân chúng nghe mà bỡ ngỡ ngẩn ngơ, nhưng vì hiếu kỳ, tụ lại mỗi lúc mỗi đông. Chàng trai râu xồm lại phát cho mỗi người một tờ giấy nhỏ, mặt trước vẽ người quỳ giơ đầu chịu chém, mặt sau đại khái cũng vẫn những lời nói khi rồi. Dân chúng xem hình, đọc chữ, lại càng thêm ngẩn ngơ bỡ ngỡ.

Bỗng vệ binh ở đâu chạy tới, tuốt kiếm bắt im.

Chàng trai không chịu; thế là biến loạn nổ bùng, lan nhanh như vết dầu loang trên giấy bản. Lần lượt, kho lương rồi kho vũ khí phủ Nguyên soái, phủ Thừa tướng, rồi đến Hoàng cung, loạn quân xông vào chiếm giữ.

Bị tấn công bất chợt, binh lính trở tay không kịp, đều phải bỏ giáp quy hàng. Nguyên soái lúc ấy đang dự cuộc chọi gà, Thừa tướng đang hầu cờ Thiên tử, nhà phú thương đang đánh tổ tôm, và cố nhiên thi-sĩ đang ngâm thơ, nàng nghệ giả đang múa hát.

Dân-chúng thừa cơ đốt phá, tràn vào cung điện, dinh thự như nước vỡ bờ. Trong đám gươm đao hỗn loạn, Vua, Hoàng hậu và Nguyên soái bị băm nát như tương. Người ta sục sạo tìm giết Thừa tướng. Reo hò đòi treo cổ phú thương. Có kẻ nói Thừa tướng đã trốn thoát ra nước ngoài; còn phú thương thì biệt vô âm tín. Bốn chục nàng Công chúa tản lạc khắp nơi, Công chúa áp út trong khi chạy, tay vẫn khư khư ôm con chó nhỏ. Trong cung chén đũa ngổn ngang, rượu thịt cháy khét; dầu sáp đổ thành vũng, gương vỡ lấp lánh như sao sa, gấm vóc chất đống như cỏ ngựa.

Người ta kéo đổ hết các tượng vua chúa, đốt cháy Yên đài, phá tan nhà hàng của phú thương, và bắt giam thi sĩ. Nàng nghệ giả bơ vơ thân gái, lại trở về xóm Ngũ Lăng. Cung thất khói lửa nghi ngút ba tháng chưa tắt, thiêu hủy không biết bao nhiêu vàng ngọc, bao nhiêu lụa là. Bới đống tro tàn, người ta tìm thấy đủ hết các bùa linh rừng Vạn Ý, cành Thiên tuế, hoa vạn thọ, quả phật thủ, lá nguyệt quế, hoa trăm sắc, quả ngàn cân, đều đã thành than khẽ đụng là hóa ra tro bụi.

*

Mùa gặt đã xong.

Ở Kinh đô cũng như trong các thôn xóm, sôi nổi lắng dịu, đời sống dần trở lại bình thường. Người Kẻ Chợ, quá quen với mọi trò vân cẩu, lại tiếp tục ồn ào, tới lui đông nghẹt các nơi giải trí. Người thôn quê thêm một lần phải lắng nghe những bài biện thuyết tràng giang đại hải, khó hiểu ngô nghê chẳng kém những lời của chàng râu xồm ngày nọ; thêm một lần lại lặng lẽ tiếp nhận, thi hành các điều lệ mới, lúc nào cũng sẵn sàng như đất mầu giữ hạt hàng năm mà không hề mỏi. Sớm sớm dậy cùng gà gáy, người dân quê vác cày dẫn trâu ra ruộng, để chỉ trở về khi đỏ úa trời tây. Chiều chiều, các cụ già họp nhau ở đầu làng, bàn luận một vài tin mới, nghiệm lại một câu sấm cũ kỹ truyền lại không biết tự đời nào.

Và anh nông phu lại hát. Anh lại hát ca dao. Nhưng giọng anh bây giờ nhuốm một vẻ buồn, nhẹ nhàng chua xót; tắt rồi cái giọng đầm ấm hồn nhiên. Trán anh chớm nhăn tuy khóe miệng vẫn đượm nụ cười tươi tuổi trẻ. Vợ anh, thôi mê tiếng hát đã bỏ anh lên Kinh đô tìm Mùa Xuân từ trước khi biến loạn. Anh chẳng biết nàng còn sống sót hay chăng và cũng không buồn tìm kiếm.

Nhân lúc anh ngừng hát, một người làng hỏi anh:

– Vậy chứ hồi ấy anh có tìm thấy Mùa Xuân không? Thì anh trả lời: "Có chứ!"

Rồi yên lặng, mắt nhìn đồng mạ, xanh rì gần khắp, chỉ còn đôi dải nước phù sa loáng ánh mặt trời.

NGHIÊM SỸ TUẤN

[Trích Tình Thương số 2, Xuân 1964]

---

(1) **Thoát cảo**: thoát ra khỏi bản thảo, ý nói "viết xong, làm xong".

(2) **Ngữ ngữ cụ nhân**: mỗi chữ làm người ta phải sợ, ý nói "có những tứ lạ, những ý tưởng đặc sắc".

(3) Câu đối đáp của Trạng Quỳnh với sứ Tàu chỉ là giai thoại dân gian chứ không phải chuyện thật được ghi trong sử sách. Theo giai thoại, một viên chức trong sứ bộ Tàu làm một phát trung-tiện trên thuyền. Hắn bèn nói với các bạn: *Lôi động Nam bang / Sấm động nước Nam*. Trạng Quỳnh trong vai người chèo thuyền bước lên đầu thuyền, vén quần đái xuống sông rồi nói to cho cả sứ bộ Tàu nghe: *Vũ qua Bắc hải / Mưa qua bể Bắc*.

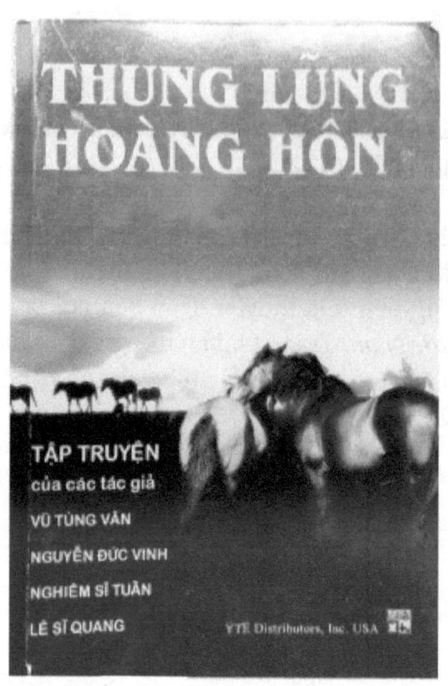

Para Bellum [1]

Đoạn kết của bài *Zone* trong tập thơ *Alcools* của Apollinaire có câu:

Et tu bois cet alcool brûlant comme ta vie
Ta vie que tu bois comme une eau de vie
(Và anh uống ly rượu bỏng cháy này như đời anh.
Cuộc đời anh mà anh uống như một thứ rượu mạnh).

Ly rượu và cuộc đời đều nồng cháy say sưa. Hãy nghe Nghiêm Sỹ Tuấn đối thoại với mọi người về *Para Bellum* nghĩa là *Sửa Soạn Cho Chiến Tranh*. Lời nói của ông đầy đủ vẻ phóng khoáng và hào hùng của một người ra đi, nhập cuộc, nhưng cũng phảng phất như một lời di chúc.

Người thứ nhất: Ông tức Nghiêm Sỹ Tuấn.
Người thứ hai: Người yêu của ông.
Bởi anh còn gì nữa đâu ngoài thân thể này, với đầu óc mơ màng với trái tim hay đập mạnh; với bàn tay vụng về chỉ thích viết về bâng quơ, xây lầu trên cát. Đắm say sẵn có, lại thêm chữ nghĩa

điểm tô, khiến anh chỉ biết cảm thấy thơ thới hòa vui khi nhìn em nét cười tươi sáng, áo trắng đơn sơ. Còn khi xe ngựa lặng thinh, sừng sững chập chờn tuổi đứng, một mình sao anh nghe buồn nản len lỏi từ đâu. Ồ! Anh lại muốn làm thơ rồi phải không em? Mà thơ chắc là em không thích.

Người thứ ba: Bạn của Nghiêm Sỹ Tuấn.

Bàn về hành động, người bạn này có nhiều khuyên nhủ ông chớ quá lý tưởng mà lại tiếc hận thở than.

Ông trả lời:

Làm gì có xương nào phơi vô nghĩa, càng vô nghĩa bao nhiêu càng ý nghĩa bấy nhiêu. Vả chăng xương nào thay được xương mình. Trái đậu thì hoa tàn. Hạt giống có chết cây mới nẩy mầm xanh, sao nói là vô nghĩa được.

Người thứ tư: Ông bác của Tuấn.

Vậy ư! Cháu đã đến thời nhi lập rồi đấy. Ôi lo lắng và mong mỏi bao nhiêu. Thế hệ bác và cha cháu qua đi không hương vị sắc màu. Không có gì để lại cho cháu đã đành, mà khi chúng nó lớn khôn cũng không có gì nói với. Nối tiếp chỉ có trên hình hài, còn tâm tư mỗi người một nẻo. Râu tóc bạc trắng kinh kỳ, tiếng quyết tâm nhất loạt ngót 700 năm trước còn nghe rung chuyển (Hội nghị Diên Hồng) mà lòng luống ngậm ngùi. Lịch sử bây giờ đã thành một đồ trang sức. Anh hùng hào kiệt được dành chung số phận và vinh quang với đào kép sân tuồng…

Người thứ năm: Trẻ thơ, cháu của Tuấn.

Người thứ sáu: Một người lính qua đường.

Người thứ bảy: Bà hàng chè.

Mỗi câu, mang một ý nghĩa Nghiêm Sỹ Tuấn đã mạch lạc đối thoại với mọi người trước khi ông yên nghỉ. Chúng tôi không dẫn trích thêm. Cắt xén nhặt nhạnh đều làm giảm giá trị văn tài của ông.

*

Người thứ nhất: Chào em, có gì bỏ việc lại thăm anh lúc này?

Người thứ hai: Em vừa nghe đọc tên anh. Bao giờ anh đi?

Người thứ nhất: Ngày mai, ngày kia, một tuần, một tháng, không chừng.

Người thứ hai: Anh có vẻ nhàn nhã thế. Không lo chi cả sao?

Người thứ nhất: Có gì phải lo đâu em. Anh sẵn sàng đã lâu rồi. Em muốn nói với anh, sao ngập ngừng?

Người thứ hai: Hơi khó nói một chút. Anh thật đã sẵn sàng, không còn gì bận tâm?

Người thứ nhất: Anh hiểu. Em vừa hỏi anh câu ấy. Thực ra, khi vừa rời sách vở, lúc ấy người ta mới rất nhiều bận tâm. Thân mình, ruột thịt, bạn bè, tình yêu. Với mặt trời, hoa cỏ và chim kêu. Tìm giữ tất cả ngần ấy thứ bên mình và trong đầu óc một hình ảnh, một mục đích, một điều ước mơ gì đó. Khó mà tìm ra đường lối giữ và khổ nhất là theo đúng đường lối tìm ra. Sao cho luôn luôn có thể nhìn ngay được những bận tâm ấy mà lòng vẫn nhẹ nhàng. Nhưng hôm nay em lại hỏi anh thế: Từ cả năm nay có khi nào đâu? Anh cũng vậy, chưa khi nào.

Người thứ hai: Tại anh không hỏi đấy chứ.

Người thứ nhất: Em hay đổ lỗi lắm. Bây giờ nghe anh hỏi đây. Này em, ví thử có người nói chuyện thương yêu, mà không hề phát một hành vi chứng tỏ, thì chỉ nhìn mắt nhìn, nghe miệng nói, em có tin được không?

Người thứ hai: Em tin.

Người thứ nhất: Vậy hãy nhìn anh. Em đã nghe anh nói nhiều từ lúc nãy. Như thế đó. Giờ em tin anh không?

Người thứ hai: Em tin.

Người thứ nhất: Cám ơn em.

Người thứ hai: Vậy thôi ư anh?

Người thứ nhất: Bởi anh còn gì nữa đâu ngoài thân thể này, với đầu óc mơ màng với trái tim hay đập mạnh; với bàn tay vụng về chỉ thích viết vẽ bâng quơ, xây lầu trên cát. Đắm say sẵn có, lại thêm chữ nghĩa điểm tô, khiến anh chỉ biết cảm thấy thơ thới hòa vui khi nhìn em nét cười tươi sáng, áo trắng đơn sơ. Còn khi xe ngựa lặng thinh, sừng sững chập chờn tuổi đứng, một mình sao anh nghe buồn nản len lỏi từ đâu. Ồ! Anh lại muốn làm thơ rồi phải không em? Mà thơ chắc là em không thích.

Người thứ hai: Nhưng anh nói đã sẵn sàng phải còn gì hơn nữa.

Người thứ nhất: Phải, anh còn nhiều nữa, rất nhiều. Anh còn lòng tin ở em, ở mọi người.

Người thứ hai: Nói nữa đi anh.

Người thứ nhất: Em thích nghe? Trước kia không nói, vì em thường bảo không hiểu; vả anh cũng rất sợ phiền. Giờ chắc êm đềm hay ngắn, sao đem nhiều lời khuấy động? Anh cứ để qua đi mà không hay. Đến lúc oanh vàng quen thuộc rộn ràng hót mấy thanh từ giã, mới vội vàng tìm miệng trao lời.

Thường tình vẫn thế, chỉ khi chiều muộn đường xa mới thấy bếp lửa dịu dàng. Anh đã cố gắng thoát khỏi thân riêng, tìm kiếm và tạo dựng cộng hưởng nơi người. Hiển hiện đâu đây, nét dẫn khởi đang muốn trở thành dẫn lực. Liệu anh có lầm chăng?

Người thứ hai: Anh nhiều tin tưởng thế kia mà. Hãy để thời gian trả lời chứ.

Người thứ nhất: Em lại cười anh rồi. Nhưng sống là mỗi phút mỗi giây cứ hay quên đi điều mình vừa tự hứa. Anh rất giàu tin nên phải tin điều đó. Thành ra trong khi sắm nắm để được thời gian trả lời, biết bao thấp thoáng bơ vơ, biết bao khép nép đợi chờ. Em thấy lời tâm ca nọ buồn chăng?

Người thứ hai: Mưa ngàn tuôn lụy nhớ, mây núi bạc tóc thề. Người đi không về mà tình còn đẹp thế, sao anh không bận tâm một cách nhẹ nhàng?

Người thứ nhất: Em lượm hai câu ấy ở đâu hay vậy? Làm anh tưởng đến những đau khổ buồn sầu khi đi tìm lại nhau của hai nửa mảnh người đôi bị chúa tể càn khôn đem bàn tay ghét ghen chia xẻ. Phải rồi, khi hai còn là một, vóc dáng tròn trịa, hai mặt đối nhau, với tám chân tay mạnh mẽ, loài người dám ngạo mạn cả thánh thần, dựa vào sức lực vô biên của tình yêu, thể hiện trong một thân mà đựng chứa hai hồn. Bậc thánh mới quên, kẻ ngu không hiểu, những người đứng giữa phải lặn lội núi cao biển rộng, để gặp lại nhau.

Người thứ hai: Để tan hòa vào nhau, hầu tìm lại sức mạnh khi xưa?

Người thứ nhất: Đấy là giá của thương yêu. Chỉ lúc ấy mới bận tâm mới thành nhẹ nhàng vì nó đã chuyển thành hoan lạc. Em nghe chăng trong dịu dàng có màu đắng cay? Rồi đây, chim thèm mãi bay cao, khi nào mới gặp mây êm cản cánh. Nghĩa gì đâu một buổi sớm hay một buổi chiều, cần thiết cho chúng ta là giữ hoài trong lòng cái huy hoàng của bình minh khởi sắc hay niềm an lành của chiều êm dịu hoàng hôn. Thôi chúc em ở lại muôn vàn tươi đẹp, muôn vàn hạnh phúc, muôn vàn dấu yêu. Và hãy giữ luôn luôn miệng cười tươi sáng.

Người thứ hai: Cám ơn anh. Đi xa rồi, nhớ kể chuyện thời gian về em nghe. Đừng quên, đừng quên là em tin anh.

Em tin anh.

*

Người thứ ba: Đã nghe thấy tên chưa mà còn ngồi đấy an nhàn hút thuốc?

Người thứ nhất: Rồi.

Người thứ ba: Sao trông mày mơ mộng quá. Buồn vì xa ai chăng?

Người thứ nhất: Có lẽ.

Người thứ ba: Thì cứ thú nhận cho rồi. Ai bắt mất ly nào đâu. Dấu tích còn rõ rành-rành, *"Chí kim, tam tải văn dư hương"*[2]. Hà tất phải chối bỏ quanh co.

Người thứ nhất: Tôi chối bỏ điều gì đâu?

Người thứ ba: Mày bao giờ cũng thế. Chịu đựng hết, không chối bỏ gì cả. Cứ làm như chó sói đến bước đường cùng. Tao hỏi rồi mày chịu đựng được bao lâu. Tao thì phải chối bỏ, phá phách, san bằng. Để làm lại tất cả, từ đầu. Mày đi?

Người thứ nhất: Thế mày muốn tao ở lại chối bỏ, phá phách, san bằng?

Người thứ ba: Phải làm gì chứ, dù là phá phách, hủy diệt. Đây cũng như kia z z z z z gì để giữ z z z z z.[3] Đâu có gót ngọc dồn hương, nở bừng ánh sáng, như với mày ở đây.

Người thứ nhất: Mày tưởng tao không thấy gì hết? z z z z z z[3] mà mặt nào cũng ra vẻ vui cười, mời đón. Người ta thế đấy. Và bọn mình thì hàng ngũ mấp mó, ồn ào như hàng rau chợ cá, lại cứ tưởng đang mài gươm dưới nguyệt, lẩm bẩm chê bai phường z z z z z [3] phách lối gặp thời.

Người thứ ba: Mày ngồi yên quan sát nào hơn được ai. Để trở về quay ngược mũi dao trong vết thương đã sâu rộng sẵn. Xắn tay áo lên, làm mặt kia khiếp phục, bóng nọ hết cười trơ. Và mọi mấp mô ồn ào thành một sức mạnh nhịp nhàng. Biết đi tới nơi mình muốn.

Người thứ nhất: Được thế còn gì đáng nói. Nhưng lửa cháy qua rồi, vụn tan ngọc đá, còn đống tro vô dụng, bắt đầu tự chỗ nào? Chúng mình đang ở trong một tình trạng hỗn tạp, chẳng ai hơn ai, như mày vừa nói. Đấy mới là cái khó, cái khổ của những ngày mới qua đi đã cho thấy rõ. Hăm hở mà không nhịp nhàng, sẵn sàng lại không sửa soạn.

Người thứ ba: Sửa soạn với sẵn sàng. Cứ như mày mấy chốc mà đống tro vô dụng đã cao bằng núi. Lúc ấy chính mày mới không biết bắt đầu tự chỗ nào. Mày sợ?

Người thứ nhất: Đúng thế, tao sợ chính mình không muốn và không dám vượt nổi hơn ai, vượt nổi hơn mình. Vì thế mà nhiều người sợ hơn nữa, sợ ngay cả sự an lạc. Không dám ước mơ, không dám muốn có.

Người thứ ba: Sao lại thế được? Hai mươi năm chưa đủ, mày còn muốn bao nhiêu?

Người thứ nhất: Tao đâu có ý nói thế. Chiến tranh chỉ xấu và tàn bạo trong mắt những người đứng xa chỉ trỏ. Nên người phải ngừng hay tiếp tục nó với những lý do đẹp đẽ. Cha ông chúng ta xưa kia đã nhất định tiếp tục nó, và đã chiến thắng, chắc vì hiểu rằng trật tự và kỷ luật trong sức mạnh con người là một cảnh tự nó đẹp, dễ làm cảm động, dễ làm thán phục. Nhất là khi có những sức mạnh bên ngoài để gây xáo trộn trật tự và kỷ luật ấy.

Người thứ ba: Còn chúng ta bây giờ?

Người thứ nhất: Bây giờ à? Có lẽ chúng ta không hiểu hay ít ra không nhớ điều đó. Tiếng nói tổ tiên vẫn còn, những biến chuyển dồn dập cuốn lôi đã át đi mất cả. Làm thế nào vang dội lại tiếng ấy trong tim?

Người thứ ba: Hành động đi.

Người thứ nhất: Hò hét, đả phá, mày muốn nói thế? Để làm lại từ đầu, mày chưa đổi ý? Được lắm, miễn trăm miệng cùng hò, trăm tay cùng phá. Và quan hệ nhất là trăm tay ấy còn cùng phải cất xây. Nhưng ngàn năm và trăm năm tranh đấu có lẽ hơn nhiều, chúng ta thừa hưởng dễ dàng quá, nên chóng mệt mỏi. Đến độ không dám kiến tạo, sợ lại kéo dài thêm ngàn năm và trăm năm. Thiếu ồn ào hẳn sẽ kém vui, kém sôi nổi. Bởi có ai mất thời giờ ngồi trong bóng tối ngắm cử chỉ tầm thường mà trang nghiêm của người nông phu gieo mạ, bóng tay vươn đến tận sao trời?

Người thứ ba: Có mày ngồi ngắm đó thôi. Kẻo sợ một ngày phơi xương vô nghĩa, lại tiếc hận thở than.

Người thứ nhất: Làm gì có xương nào phơi vô nghĩa, càng vô nghĩa bao nhiêu càng ý nghĩa bấy nhiêu. Vả chăng xương nào thay được xương mình. Trái đậu thì hoa tàn. Hạt giống có chết cây mới nẩy mầm xanh, sao nói là vô nghĩa được.

Người thứ ba: Rút lại, để cho thời thế an bài, để người ngoài đứng xa chỉ trỏ. Còn mày ở lại trong vòng, trông đợi vẻ tự đẹp của một sức mạnh kỷ luật và trật tự chỉ có trong tưởng tượng. Không biết sao cho sức mạnh thành cụ thể, há chẳng thấy nhỏ yếu là buồn?

Người thứ nhất: Buồn đó cố nhiên. Làm hiện rõ và dùng được năng lực tiềm tàng của mình, ai không mong muốn. Mục đích có đấy chỉ thiếu cách làm. Đối với mình, nếu làm kiểu "Bất khả sử tri" hẳn bây giờ chúng ta đã có thêm hai kẻ địch lợi hại là họ Chu, họ Khổng. Ép buộc cần thiết nhiều khi, tự ngộ luôn luôn phải có. Chúng mình thiếu cả hai thứ ấy, hay là mỗi thứ chỉ lướt mắt nhìn qua mà chưa từng nếm thử. Còn đối với người, nhiều lúc tao nghĩ giá có quyền phép gì bế quan tỏa cảng như xưa, biết đâu lại không êm đẹp.

Người thứ ba: Mày thật đến lúc điên rồ, mơ toàn không tưởng. Rõ ràng đen trắng, phải lựa một đường. Làm gì có thứ nhờ nhờ nửa đen nửa trắng.

Người thứ nhất: Chính chúng ta là cái thứ nhờ nhờ đen trắng ấy. Nhìn kỹ con người mày xem. Có gì đúng là của mày không? Họa chăng một đống thịt xương cha sinh mẹ đẻ. Bao nhiêu thứ ngoại thân và nội tâm mày đều hằn in dấu vết của người. Nay mày lại muốn rõ ràng đen trắng, tao biết gọi mày bằng tên gì bây giờ?

Mày cũng không biết nữa? Nếu chưa tìm được tên nào thích đáng, mày nên về nhà, đóng cửa, cởi áo mà suy nghĩ, đừng ồn ào. Tay áo cũng hãy để yên, nhà mình ọp ẹp, những chớ vội tưởng đã đáng đem làm nhà táng. Ở lại nữa, nếu cần. Núi sông không phải hòn non bộ, mỗi chốc có thể khuân đi. Tao cũng thế. Nếu tao im lặng. Cho dễ chú ý vào mình, vào người, mong kiếm ra một tên gọi xứng đáng hơn.

*

Người thứ nhất: Thưa bác, tay bác hôm nay bớt chưa ạ?

Người thứ tư: Cháu đấy à? Cũng khá hơn chút đỉnh, gượng nhẹ cầm đũa được rồi, mắt nhìn không có, giờ lại bại liệt chân tay. Tuổi chưa mấy cao mà thân đủ chứng. Cháu vẫn đi học đấy chứ? Cha mẹ cháu độ rày khỏe không, sao lâu không thấy lại chơi?

Người thứ nhất: Cám ơn bác, cha mẹ cháu vẫn như thường, còn cháu vừa xong học.

Người thứ tư: Vậy ư! Cháu đã đến thời nhi lập rồi đấy. Ôi lo lắng và mong mỏi bao nhiêu. Thế hệ bác và cha cháu qua đi không hương vị sắc màu. Không có gì để lại cho cháu đã đành, mà khi chúng nó lớn khôn cũng không có gì nói với. Nối tiếp chỉ có trên hình hài, còn tâm tư mỗi người một nẻo. Râu tóc bạc trắng kinh kỳ, tiếng quyết tâm nhất loạt ngót 700 năm trước còn nghe rung chuyển (Hội nghị Diên Hồng) mà lòng luống ngậm ngùi. Lịch sử bây giờ đã thành một đồ trang sức. Anh hùng hào kiệt được dành chung số phận và vinh quang với đào kép sân tuồng.

Này cháu, người xưa tiễn nhau bằng lời nói. Bác chẳng dám sánh với cổ nhân, nhưng lúc này cháu sắp vào một đoạn đường mới, bác cũng cố nói mấy lời, chẳng lẽ ngồi im nhìn nhau ngượng nghịu. Sinh sống trong một thời đại – thôi cũng đành đổ lỗi cho thời đại chứ biết sao – một thời đại tuy kém hương vị sắc màu, bác đã quyết giữ không để mình mê trong những rừng hương ngột ngạt, hoa lá loẹt lòe. Màu xám đất mầu, đục lờ nước ruộng, áo tơi nón lá cày cuốc dưới mưa phùn mù mịt giá căm, đò đồng xộc xệch tròng trành trên mông mênh ruộng ngập, vốn là những phong cảnh lạt lẽo của quê hương. Bởi vì chúng ta đã sinh ra và sống ở đó.

Người thứ nhất: Cháu sẽ không bao giờ quên.

Người thứ tư: Hãy cẩn thận cháu ạ. Những bước tới khổng lồ cho con người nhiều cảm giác to lớn, nhưng vội vàng làm chi khi biết mình đang đi đến đoạn đầu đài. Ào ạt, sôi nổi, tranh đuổi thời gian, tìm bắt không gian, biết đâu rằng mình đang tự trốn chạy, lao đầu vào những khoảng trống rộng lớn hơn nhiều. Phải biết thất vọng trong ảo tưởng để còn hy vọng. Đừng đem kiêu hãnh đặt lầm chỗ cao vời, dù hồng nhạn bay về từ biển có bao giờ thèm nhìn ao nhỏ, vũng lầy. Cũng đừng buồn thấy lan nhược nở đỏ rồi rơi êm giữa rừng gai cằn cỗi. Một khoảnh khắc bừng sáng, dẫu khỉ vượn không hay, bác cho thế là đủ lắm rồi, sá gì những tiếng đục trong hỗn độn.

Người thứ nhất: Điều ấy cháu xin ghi nhớ.

Người thứ tư: Giếng trong trăng sáng, nhưng ếch nhái ẩn núp dưới đáy, đá rêu nhỏ giọt trên bờ. Huống hồ đời người, ba đào là chuyện tất nhiên. Cô đơn, đau khổ, gắng chịu một mình. Có thế mới thấy hết vẻ đẹp thanh tao của giếng êm, trăng rạng.

Người thứ nhất: Cháu cũng đang tập như thế.

Người thứ tư: Giờ bác chỉ còn một mộng ước đem truyền cho cháu mà thôi. Giản dị nhưng biết bao thương mến. Là làm sao yên nghỉ giữa làng xóm cũ. Lũng đầu hương xứ vọng, chỉ kiến bạch vân phù, các cháu phải sống thế nào để bác còn trông đợi.

Người thứ nhất: Cháu hứa xin hết sức nối tiếp mộng ước ấy, *đan tâm thiên vạn lý, quy lai thể tư thu.*

Người thứ tư: Được lắm. *Quy lai thể tư thu. Mỏm cao nhìn quê cũ, chỉ thấy trắng ngàn mây. Lòng son ngoài vạn dặm, thề sẽ về thu này.* Thề sẽ về thu này.

Người thứ nhất: Sao đấy, cháu bé? Mắt mũi đỏ hoe, con gái gì mà xấu thế?

Người thứ tư: Ấy, má nó vừa cho nó trận đòn. Cứ cái tội nô nghịch hò hét ngoài đường, lại hay gây gổ. Nó chưa có em, chẳng biết chơi với ai, thành thử không sao cấm được. Bác vẫn bảo trẻ con phải để nó chơi chạy nhởn nhơ. Khổ nỗi nhà chẳng có ai, bác lại ngồi một chỗ, nên cứ roi cùng vọt suốt ngày.

Người thứ nhất: Thôi nín đi cháu. Chú cháu mình ra vườn đuổi bướm chơi. Rồi chú kể chuyện cổ tích cho nghe.

*

Người thứ nhất: Này cháu có thấy con chim con kia không? Nó đang làm nũng mẹ nó đấy. Nhưng nó không khóc nhè như cháu đâu nhá.

Người thứ năm: Nó đòi đi chơi phải không chú?

Người thứ nhất: Ừ, mà nó chơi vui lắm, ngoan lắm. Mẹ nó thưởng nó một con sâu béo ngậy kia kìa. Chúng mình cũng chơi chứ.

Người thứ năm: Chơi đi trốn đi tìm nhé, chú. Chú bịt mắt đi, cấm ti hí đấy.

Người thứ nhất: Năm, mười, mười lăm, hai mươi, hăm lăm, – một trăm. Rồi chưa?

Người thứ năm: Rồi đố chú tìm thấy. Chú đếm ăn gian quá hà!

Người thứ nhất: Đi trốn mà lại cười khích khích như thế. Cây gì đây? À, quỳnh. Ý thơm nở đêm thanh, cánh trắng bạn cô lữ. Ngoại mình ngày xưa trồng nhiều lắm. Chẳng biết cụ có được ngắm quỳnh nở nửa đêm lần nào không. Mình thì chỉ biết ngắt lá làm đạn bắn súng lông ngỗng thôi. Nổ lép bép mà rát phỏng cả da. Hụt rồi. Cô bé nhanh quá. Mình chắc suốt đời chỉ thế thôi. Cybèle. Si Belle. Nụ cười thật đẹp. Trong sáng quá. Mà sao mình lại im. Không ném thăm viên sỏi nhỏ cho lung linh mặt nước. Sợ mất hình ảnh. Thì bây giờ mất rồi còn gì. Cô bé đâu rồi? Im lặng. Chắc muốn hú òa mình đây. Này, ta thấy rõ tinh nghịch trong mắt cô rồi. Lại còn chớp mi nữa chứ. Nhưng sao em nhìn ta thế? Một thoáng rồi cúi xuống, e dè. Có phải là thơ, là nhạc đó không. Hay chỉ là những rên rỉ dịu êm vấn vào hồn buồn dễ đắm say, làm lạnh thêm ngoài sương vùng cúc động.

Người thứ năm: Òa! Chú giật mình rồi nhá. Người ta trốn ngay bên cạnh mà không biết.

Người thứ nhất: Chú biết sao được. Chú đang tìm bà tiên đây.

Người thứ năm: Thế hả chú? Bà ấy có nhiều đồ chơi không chú? Bà ấy có đẹp bằng con búp bê biết nhắm mắt mở mắt của cháu không hả chú?

Người thứ nhất: Nhiều đồ chơi đẹp lắm. Ngồi xuống đây chú kể cho nghe. Chạy mãi mệt rồi.

Người thứ năm: Chú đừng kể chuyện yêu tinh ăn thịt trẻ con nữa nhá. Cháu ghét mấy con yêu tinh ghê đi.

Người thứ nhất: Ừ, chú kể chuyện Tết với chuyện bà tiên, không thèm kể chuyện yêu tinh nữa. Này nhá, ngày xưa có một đứa bé, bé bằng cháu thôi, ở với mẹ trong một căn nhà tối tăm ẩm thấp. Trời lúc ấy mùa đông. Gió rét ghê lắm. Tay chân để hở ra ngoài là sưng giá hết. Chú bé suốt ngày đi đất, nên các ngón tay ngón chân phồng lên, đau cứng tê dại. Bụng lại đói nữa chứ. Thế mà đợi mãi chẳng thấy mẹ thức dậy mua bánh cho ăn, để chú ngồi hoài, hà hơi vào tay cho đỡ buồn và quên đói. Rồi mon men lại giường mẹ, gọi: Má! Má! Nhưng mẹ chú không trả lời. Đưa tay lay, chú lấy làm lạ rằng sao mặt mẹ lạnh như tường đất. Chú bé suy nghĩ một tí, à phải rồi, tại rét quá. Đang loay hoay gọi mẹ thì một tiếng nổ làm chú giật bắn mình, quay ngoắt lại. Tết mà. Người ta đốt pháo đấy. Chú bé nghĩ đến bánh mứt, náo nức muốn ra đường xem. Nhưng còn con chó to tướng ở đầu ngõ. Nghe nó sủa cũng đủ sợ. Nó táp một miếng thì còn gì thịt da. Nhưng bánh mứt và pháo nổ hấp dẫn quá. Chú bé rón rén lần ra cửa sợ mẹ biết mẹ rầy thì sao. May quá, con chó bị xích lại rồi, chỉ nhe răng gầm gừ dọa hão. Chà, sao mà đông người thế! Áo len, áo dạ nức mùi băng phiến làm chú ấm lây. Nhà nào cũng đóng cửa im lìm.

Người thứ năm: Người ta đi làm gì nhiều thế hả chú?

Người thứ nhất: Người ta đi hái lộc. Để cả năm được sung sướng?

Người thứ năm: Chú ơi, sao thằng bé nó không đi hái lộc mà lấy sung sướng?

Người thứ nhất: Nó cũng như cháu, nó đâu có biết. Có ai bảo nó đâu.

Người thứ năm: Ờ há. Mẹ nó bị rét quá đi gì nổi, hả chú? Sau này, cháu phải nhớ đi hái lộc thật nhiều mới được.

Người thứ nhất: Chú bé mon men lại gần một cánh cửa hé, bên trong có tiếng ca hát cười đùa. Bốn năm đứa trẻ, bảy tám người lớn. Ai cũng hồng hào, lạnh quá làm máu chạy đỏ da. Một cành đào sù sì chật hẳn góc nhà, điểm hoa chúm chím. Ô, sao mà đẹp thế! Mắt chú sáng lên, dán vào những hộp kẹo mứt đủ sắc. Bánh chưng xanh rờn, buộc lạt nhuộm đỏ. Hạt dưa đỏ, câu đối đỏ. Chóa cả mắt. Nhưng đẹp nhất là ba ông đứng trong tủ kính với một chú bé trái đào. Người gì mà râu dài thế, trắng thế. Ông kia râu lại ba chòm đen nhánh như nhung. Quần áo vải vóc cứ y hệt thật. Ba ông đang nói chuyện với nhau, chú bé chỉ thấy ba cái miệng mấp máy. Tại kính ngăn lại đấy, nếu không chắc chuyện phải hay lắm. Chả thế mà chú bé trái đào cứ ngước nhìn hoài. Chú bé thèm nghe lắm, cứ lách lại gần cho thấy rõ hơn. Bỗng một bàn tay mềm mại ấm áp giúi vào tay chú một đồng bạc cắc mới tinh. Rồi bàn tay ấy đưa chú ra ngoài, đóng cửa lại.

Người thứ năm: Ai thế hả chú, có phải bà tiên không?

Người thứ nhất: Không phải, người ta đấy. Người ta mừng tuổi mà. Đồng bạc còn ấm hơi người. Nhưng tay chú bé lạnh quá, phồng cứng, nắm lại không được. Đồng bạc rơi xuống hè, kêu leng keng, rồi lăn tuột xuống cống. Đang lúc ngẩn ngơ thì một đứa lớn đi qua, đánh chú một cái trên đầu, lại thêm cái đá móc ngay khoeo chân. Chú bé ngã sõng soài, cả thân mình cứng tê. Chú sợ quá. Liếc mắt không thấy ai, chú mới đứng dậy, rồi chạy thục mạng vào ngõ hẻm. Ở đây tối khuất chẳng ai biết mà bắt nạt. Chú thấy yên ổn, ngồi bệt xuống, tựa lưng vào đống củi, thở phì phò. Chú nghe có tiếng nói êm dịu bên tai, gọi chú. Chú kêu: Má! Má! Nhưng không phải. Chú đứng dậy đi theo. Chao ôi, sao mà đẹp thế, sáng thế! Cũng cành đào to, điểm nụ chúm chím. Cũng bánh mứt, hạt dưa. Đồ chơi nữa chứ. Còn toàn thì trẻ con rách rưới như chú cả, nhưng hồng hào, chạy nhảy như chim bay lướt như thiên thần. Chú thì thầm: Chúng mày chơi gì đấy? Đây là nhà ai thế? Tao có bị đuổi ra không? Đây là nhà bà tiên. Vào chơi với chúng tao đi. Thế là chú bé thấy tay chân nhẹ nhàng, hết đau nhức, và chạy nhảy như chim, bay lướt như thiên thần. Má mày ngồi kia kìa. Chú quay lại, mẹ chú đang mỉm cười nhìn chú. Chú bay đến bên, hai mẹ con ôm nhau. Các bà mẹ khác cũng thế. Ôm con hôn và khóc lặng lẽ. Sáng hôm sau… Ồ, cháu ngủ rồi. Không đợi bà tiên sao? Tựa đầu vào lòng chú đây này. Giấc ngủ con trẻ cũng hết phẳng phiu. Mơ khóc, mơ nức nở. Trẻ con khóc làm chi nhỉ? Những nức nở ngây thơ này, giải nghĩa sao đây?

*

Người thứ sáu: Mây này không biết còn mưa đến bao giờ. Lại trễ xe mất thôi.

Người thứ bảy: Dễ đến sáu rưỡi rồi đấy, ông nhỉ?

Người thứ sáu: Bảy giờ hơn rồi, bà ơi!

Người thứ bảy: Cơ khổ. Giờ mà chưa về được, không biết mấy đứa trẻ ở nhà xoay xở ra sao.

Người thứ sáu: Bà được mấy cháu cả thảy?

Người thứ bảy: Cám ơn ông. Nhờ trời sáu đứa tất cả kia đấy. Bây giờ còn bốn. Thằng cháu lớn dẫn trâu đi giẫm phải mìn. Nó còn thì đỡ đần tôi được khối việc. Con bé thứ ba bị yết hầu, nóng sốt mấy ngày, cổ sưng dẫn như cái cột. Đem vào nhà thương, mấy ông bác sĩ bảo phải mổ mới sống được. Thế mà nó vẫn cứ chết. Bố cháu thì năm kia đi củi rừng, rồi biệt tăm luôn, chẳng biết ma quỷ nào bắt mất.

Người thứ sáu: Thế rồi bà bỏ lên đây luôn à?

Người thứ bảy: Đâu có. Ở nhà cây rau cái cỏ đi kiếm còn dễ. Nhưng sợ quá ông ơi, không mấy ngày là không phải chui xuống hố. Cực chẳng đã, mẹ con mới bồng bế nhau đi đấy chứ.

Người thứ sáu: Tôi thì cũng hầm hố với sình lầy cả tháng nay. Chờ mãi được chuyến bay về, lại gặp trời mưa tầm mưa tã thế này. Có mấy con mực khô mốc hết mất thôi.

Người thứ bảy: Gia đình ông còn có ông chống đỡ, chứ tôi thì mẹ một con đông, bố cháu chẳng biết sống chết thế nào.

Người thứ sáu: Phúc phận nhờ trời, bà ạ. Tôi đây chết hụt mấy lần, còn nhịn đói nhịn khát thì thôi khỏi nói. Hôm nay được ngồi chờ xe ở đây là phúc đức tổ tiên đã cao dầy lắm. Chứ nghĩ đến ruộng đất chờ mình, tôi lại héo cả ruột gan. Bà tính, đi nào đem được gì đâu, với lại mình có của cải nào khác ngoài mấy sào ruộng.

Người thứ bảy: Ông nói phải đấy. Chán vạn người khốn khổ, chứ riêng gì mình. Tôi phải thức khuya dậy sớm thật, nhưng sớm tối mẹ con hủ hỉ có nhau, chỉ mong chóng yên hàn làm ăn là vui thích nhất. Chứ như mấy cô này thì… Thưa cô, chè đậu đen. Hết đá rồi cô ạ, trời mưa lạnh mà. Cháu nấu đường trắng cẩn thận, không phải đường hóa học đâu. Cám ơn các cô. Năm chén cả thảy.

Người thứ sáu: Bà cho tôi một chén.

Người thứ bảy: Ờ, tôi quên khuấy đi mất, không mời ông một chén. Ăn cái này mát lắm. Thôi, chả đáng bao nhiêu. Tôi bán cũng cạn nồi rồi.

Người thứ sáu: Không được. Thế này vậy. Bà cầm mấy con mực khô về nướng cho cháu nó nhai. Vừa khỏe răng lại vừa bùi miệng. Bà con nghèo cả với nhau.

Người thứ nhất: Bây giờ bách bộ về ngủ cho ngon. Còn mươi ngày rảnh rỗi sẽ đi thăm nốt mấy ông bạn gàn. Mà chúng nó cũng đi hết ráo cả rồi, chả còn đứa nào. Đi xa nhất là vào nghĩa địa. Gần hơn tí nữa cũng cách mình cả ngày xe đò. Gần nhất thì vợ con đứng cửa, kèm chó dữ bên ngoài. Than ôi, mình vẫn là mình, vẫn thân sét rỉ nằm vênh một chiều. Này thi sĩ, sét rỉ mà lại nằm vênh thì đúng là ngu đần thật. Sắt kêu đâu phải không duyên cớ. Chính để đỡ đi những nản buồn không tên, không nguyên nhân, không xuất xứ của tuổi trẻ bây giờ. Cớ gì kêu la bai bải cho thêm ồn. Chén chè đậu mát, con mực nướng thơm, đơn giản thế mà cứ thắc mắc hoài, làm sao đến Hội Mùa Xuân có được vuông khăn điều phất phơ quàng cổ? Để lòng chua chát mãi, mật ngọt trên đời đã hóa độc dược đắng cay cả rồi sao? Thực mình thế hay không phải thế? Sức mạnh của ta hay ấy chính yếu đuối của người? Tơ đàn tạo vật chưa ngân tiếng reo vui, chắc vì mưa vừa tạnh, trăng hãy còn xa, về đi cho sáng trần gian, ẩn mãi sau mây đen dầy, hé nửa mặt mày cao ngạo nhìn đời chi thế? Ra đi, cho những kẻ yêu nhau có nơi thề chỉ, cho lòng trẻ vằng vặc để một mai về già không còn bôn ba, cho nhà nông xem thời tiết trồng cấy, cho con trẻ giong tóc hát chơi, và thân này mãi mãi mơ màng bay bổng trên trời trong, nhẹ và cao.

NGHIÊM SỸ TUẤN

[Trích Thung Lũng Hoàng Hôn, Nxb Y Tế 2002]

---

(1) *Si vis pacem, para bellum:* Nếu muốn hòa bình, hãy chuẩn bị chiến tranh.

(2) *Chí kim, tam tải văn dư hương:* Tối nay ba năm, còn nghe hương thừa (*Ký Viễn* - Thơ Lý Bạch)

(3) *zzz…* là những chữ bị Bộ Thông Tin kiểm duyệt năm 1967.

Đất Chẳng Trở Về

NISSIM ALONI
GILBERTE SOLLACARO

Kể cho các em tôi

*Câu chuyện của Nissim Aloni, Gilberte Sollacaro do **Nghiêm Sỹ Tuấn phỏng dịch** mà ông gọi là kể lại. Thật ra ông cũng gởi gắm không ít tâm tư vào câu chuyện trên để tặng lại các em ruột ông. Trong truyện gồm có:*

Một thi sĩ, tượng trưng cho một chính trị gia hoặc một sử gia hay một lãnh tụ.

Một người lính tượng trưng cho vị đại tướng.

Một bác nông phu.

Thi sĩ và người lính dùng lý luận và áp lực bắt bác nông phu cùng họ đi tìm vùng đất mới.

Trong khi bác không muốn vậy, chỉ thích quanh quẩn ở nhà với vợ con vườn tược. Nhưng cuối cùng bác phải lên đường, biết bao là lời nói ngon ngọt được nói ra để khích động bác. Nhưng con bò sữa, trứng gà vịt ở nhà hấp dẫn bác hơn. Khi qua một con sông, có quái vật trấn áp. Nó yêu sách chỉ cho 2 người qua còn một người để nó ăn thịt. Thi sĩ, người lính lại dùng lời lẽ biện minh cho sự cần thiết về sinh mạng của mình. Bác nông phu bị hy sinh. Qua sông, quái vật báo cho biết là họ sẽ bị ăn thịt cả hai nếu họ quay lại. Thế là thi sĩ và người lính vì sinh mạng của riêng mình mà đã phiêu lưu vô định với sự ích kỷ và hèn hạ của họ.

Phải chăng vì không muốn đóng vai một thi sĩ hoặc một người lính mà ông đã tử nạn ở Khe Sanh?

*

Thi sĩ và người lính đến gặp bác nông phu nói:

Chúng ta thiếu đất. Bác nông phu nhìn hai người, trong mắt họ đầy những tham vọng bác chưa từng cảm thấy bao giờ. Họ đến đây chắc sẽ kéo theo viễn cảnh của rất nhiều thứ hỗn loạn, ưu sầu và khổ cực. Tim bác se lại, trán bác nặng buồn. Hiện giờ bác có đủ công ăn việc làm hằng ngày, không còn thì giờ mơ tưởng đến những ước muốn cao xa của hai người mới đến. Dù hoàn cảnh không mấy dễ chịu, bác cũng chẳng tha thiết gì những thứ ấy bằng ruộng đất, nhà cửa, vợ con. Thế đủ cho bác lắm rồi.

Bác nói:

Xin các ông để yên cho tôi cày ruộng; tôi còn nhiều việc phải làm. Mỗi khi nhìn chân trời, từ lúc rạng đông đến buổi hoàng hôn, tôi đều thấy đất nhiều bao la rộng rãi. Ở đây không ai than phiền thiếu đất cả.

Thi sĩ nói:

Tâm hồn ông bạn thật là một tâm hồn nô lệ. Ông bạn không thấy núi non vây quanh cản bước chúng ta và làm ta khó thở đó sao? Lòng ông bạn chưa từng muốn biết còn có những gì khuất sau rặng núi, bên kia biên giới, sát với chân trời xa xôi ư?

Bác nông phu trả lời:

Không, ở đây tôi dễ thở lắm.

Người lính nói:

Ông bạn thật thiển cận, đáng buồn thay. Nay nhờ trời chúng tôi đã bỏ ngày giờ suy nghĩ, nghiên cứu và tìm hiểu về các đường lối trên mặt đất, tất nhiên chúng tôi phải nhìn xa thấy rộng hơn ông bạn nhiều. Nếu không thì chính ông bạn, vợ con ông bạn, súc vật ruộng nương của cải ông bạn sẽ ra sao? Tôi chỉ còn biết nói cho ông bạn hay rằng, nếu chúng ta không đi tới vùng đất bên kia sông, đời chúng ta thật không chỗ sống. Bởi kẻ thù chúng ta luôn rình rập ta, luôn luôn sẵn sàng mưu sâu kế độc chực hại ta. Ai cũng bo bo như ông bạn cả thì chúng nó mừng lắm đấy. Bây giờ không phải lúc đứng trong xó ruộng để cày cuốc đâu. Ông bạn nên theo chúng tôi đi, bằng không chúng tôi phải ép ông bạn vậy.

Bác nông phu gục đầu trước ngực, buông rơi cày cuốc, rồi mệt mỏi và buồn rầu vô hạn, bác trở về nhà. Qua song cửa sổ, hai mắt đẫm lệ, bác lặng lẽ ngắm ruộng nương bỏ dở cày bừa, mùa màng hoa quả gặt hái chưa xong. Bác lại tự sự cho vợ hay, dịu dàng vỗ về an ủi, hứa sẽ trở về ngay khi thi sĩ và người lính đã toại nguyện. Thiếu phụ thấy chồng ra đi, thấy mình cô đơn trong những đêm trường lạnh lẽo, mà lệ trên má rơi dài. Từ nay, ngoài việc trong nhà, còn thêm bao nhiêu cực nhọc đồng áng. Bác nông phu tìm gọi bầy con nhỏ, ôm chặt chúng vào lòng, hôn chúng thật sâu và cũng hứa với chúng là sẽ trở về.

Ba người đi thẳng nhắm hướng con sông. Họ gặp một lũ trẻ, vừa tan lớp học, đang chạy nhảy nô đùa. Đứa nào cũng xinh xắn khỏe mạnh, tóc tơ, mắt ngời. Ba người dừng lại nhìn ngắm hồi lâu. Thi sĩ mắt tỏa cảm hứng nhiệt nồng, vung tay nhảy múa như đang đứng trên vừng than đỏ. Chàng hát: Đây, mầm non của chúng ta. Tóc mướt làm sao! Má hồng biết mấy! Thân thể thật hùng mạnh như rừng núi hoang sơ. Kỳ diệu thay, vừa như sư tử lại vừa giống chiên non. Lúc này là bồ câu khả ái dịu dàng, phút sau đã thành beo tơ dẻo dai, hung dữ đáng gờm. Mắt ngây thơ non dại mà kiêu hãnh cao kỳ. Ôi vẻ đẹp các em, tràn đầy sức mạnh, sắt son ý chí! Các em đi trong ánh bình minh, lớn lên thành những hiệp sĩ kiêu hùng cương trực. Các em là nguồn vui sống đời ta.

Người lính cũng nói: Các em sẽ thành những quân nhân dũng mãnh cho quê hương. Chàng thầm đếm số lũ trẻ nhẩm tính xem được bao nhiêu đơn vị, giao cho chúng bao nhiêu vũ khí, sức di chuyển bao nhiêu quãng đường khi chúng trang bị hoàn toàn. Và xem đứa nào sẽ nên sĩ quan ưu tú, nên chiến sĩ can trường.

*

Bác nông phu một mình im lặng. Nhìn bọn trẻ nô đùa, lòng bác rầu rĩ. Chúng gợi hình ảnh mấy đứa con bác ở nhà, một ngày kia sẽ khôn lớn và cũng sẽ ra đi như bác. Bởi bác dự đoán rằng đất này rồi chẳng bao giờ đủ cho thi sĩ và người lính, không ngừng đòi hỏi những khoảng rộng lớn hơn với những chân trời mới mẻ. Trong khoảnh khắc, bác có ý muốn khuyên lũ trẻ vô tư nhiều sung sướng và sức sống này, đi tới nơi nào không ai biết mà tìm đến bắt qua phía kia sông. Song bác vẫn chẳng nói nửa lời.

Ba người tiếp tục đi. Con sông hãy còn xa lắc. Trước mặt họ sừng sững một hàng cổ thụ.

Thi sĩ: Các bạn nhìn xem cây cao hùng vĩ, cành lá lòa xòa vươn tận mây. Thật là đẹp và duyên dáng không gì sánh nổi. Đứng cùng cây cỏ, lòng tôi thanh thản; và cả trăm ngàn lần, mỗi khi thông cảm mối hòa hợp hoàn toàn giữa thảo mộc và đất mầu, một cảm giác thánh thần tràn ngập hồn tôi, các bạn nhìn xem, chim chóc tin cẩn làm tổ trên cành, vững vàng chắc chắn. Ước gì tôi hóa thành cây thẳng, vút chọc trời xanh, để gió dịu vuốt ve, sưởi ấm rễ trong lòng đất, quấn quít lá hoa với chim ríu rít bốn phương.

Đến lượt người lính nói: Đúng, quả một cây đẹp khác thường. Và nghĩ thầm: ta sẽ ghi vị trí nó vào bản đồ. Một mai qua đây hành quân, cây này chắc cả trăm phần hữu dụng. Ta có thể nhờ bóng nghỉ quân, nhờ lá xanh che giấu quan sát của địch. Thân cây là chỗ để vũ khí, cành cây làm cọc lều. Giả sử quân địch kéo tới, cây này có thể chặt ra xây đồn dựng lũy.

Bác nông phu không nói lời nào, an phận tưởng nhớ cây cối của mình, cản gió mạnh trước nhà và đem tươi mát lại trong giờ nghỉ mệt. Bỗng bác tự hỏi không biết vợ con bác công việc nhà đất xoay sở ra sao, trước mùa mưa biết có gieo xong mạ?

Cứ thế ba người tiếp tục đi, dọc theo hết đường lớn lại đến đường mòn, trèo non vượt lũng, mãi chẳng thấy bóng dòng sông. Bàn chân phồng nước, túi lương cạn dần, mà vẫn không sờn gì đến hăng hái của thi sĩ và người lính. Chỉ bác nông phu không thôi hy vọng họ thay ý kiến, quay trở về nhà.

Bữa nọ, ba người dừng bước trước một quả đồi trọc, đá cát gồ ghề và lởm chởm góc khô. Người lính chợt bắt cơn xúc cảm, nắm tay thi sĩ kêu lên: Mở mắt nhìn kìa bạn thơ, nhìn cho kỹ. Tôi e lời tôi nói đối với lời thơ của bạn sẽ là những câu lộn xộn mơ hồ, vì lòng tôi lúc này xiết bao rung động. Bạn thử tưởng tượng nơi đây một bãi chiến trường. Tôi thấy hàng hàng lớp lớp chiến sĩ xung phong, tôi nghe trăm ngàn đại bác gầm réo, với từng đoàn chim sắt vẫy vùng trong không, oanh tạc kẻ thù. Nếu tôi chỉ huy trận này, tôi sẽ gửi một cánh cảm tử đến chân đồi. Kinh nghiệm chiến trường cho biết phân nửa sẽ gục ngã dưới đạn thù, tôi phải giữ một cánh quân trừ bị, tiếp theo ngay làm đợt xung kích thứ nhì. Mặt khác một cánh quân thứ ba sẽ rót hỏa lực thật hùng hậu liên miên vào hông địch, cho chúng biết mùi lửa địa ngục trần gian. Tôi chắc chắn chẳng cần đến đợt xung kích thứ ba, song tôi cũng để một cánh quân thứ tư cách đấy không xa để phòng yểm trợ. Chiến thắng như thế phải về ta.

*

Và thi sĩ tưởng tượng bừng bừng, mắt tia như điện, má đỏ rực, giọng say mê: chiến hữu ơi bạn sẽ ngạc nhiên thấy tôi dự tài vẽ trước biến chuyển tương lai bằng những thi ảnh hùng tráng. Kìa những chiến sĩ của ta khinh thường nguy hiểm, liều thân cho chính nghĩa, lăn mình như gió lốc trong khói lửa chiến trường, mang theo trong tâm can tình yêu tổ quốc với lòng chấp nhận hy sinh. Tôi sẽ viết một thiên hùng ca vĩ đại. Ngoài tôi ra, ai đáng được chỉ định cầm bút hát lời ngợi ca can đảm hào hùng của những trai trẻ anh-dũng, một khi chiến tranh kết liễu, chiến thắng nở hoa? Dù có lục tìm trong khắp thi ca thế giới, hậu thế sẽ thất vọng khi thấy không thơ nào sánh nổi toàn bộ thi phẩm của tôi, dẫu phần trong muôn một.

Bác nông phu nghe cả hai người nói, không lộ vẻ mảy may hăng hái hoặc vui mừng. Trong thâm tâm, bác chỉ băn khoăn về nỗi vợ bác yếu ớt như sên làm sao vắt sữa bò, làm sao lượm trứng gà vịt đẻ rơi. Và bác mường tượng khi trở về, nếu bác về được, người bạn đời yêu dấu đã già nua, mệt mỏi, mất hết nhiệt tình.

Ba người cứ đi như thế cho đến dòng sông. Trên bờ sông nằm chắn ngang một con quái vật khổng lồ, cực kỳ xấu xí. Màu tím đọng từng vệt dài trên da vẩy sần sùi, khô đen thành lớp cứng hai bên môi mép. Hằng ngàn đầu quái dị quay cuồng uốn éo trên mình, mỗi đầu một giống khác nhau. Thoạt trông chúng thảy có vẻ xinh xẻo ưa nhìn, ngắm kỹ mới hay chúng đều tàn tạ cả. Bởi mắt chúng chói sáng toàn oán ghét, hận thù, ngu đần, phù phiếm; chứ tình yêu, tận tụy, khiết tinh, chỉ là những tia thoáng phút giây. Hàng chục ngàn tay thép bủa ra bốn phía, nhằm bắt và xiên nướng những người dám đến gần, dữ dội còn hơn mặt trời lửa mùa hạ. Và những tay ham hố ấy chẳng khi nào thỏa mãn hài lòng.

Ba người dừng lại, hết lối bước thêm.

Thi sĩ nói: Quái vật ơi, mi cho chúng ta qua sông nhé!

Nó trả lời: Ta cho phép các người qua sông, với điều kiện các người phải tuân theo đòi hỏi của ta.

Người lính nói: Mi đòi hỏi gì chứ?

Chỉ bác nông phu là không bàn cãi gì. Sợ hãi thất thần, bác muốn khuyên thi sĩ và người lính quay về: quái vật kia vốn chuyên lẻo mép và lòng nham hiểm khôn lường. Nhưng nhiệt thành của hai người không suy giảm, và bác biết họ sẵn sàng hứng chịu điều kiện của con quái vật dữ dằn. Rồi sau cùng sợ hãi lướt thắng ngại ngùng, bác la lên: Trở về đi! Trở về đi! Nó dối gạt chúng ta đấy. Đừng để bị những lời đường mật phỉnh phờ. Trở về đi!

Thi sĩ và người lính không thèm để ý đến những kêu gào ấy. Họ lại gần bảo con quái: Mi muốn gì, chúng ta sẽ cho.

Nó trả lời: Đã lâu lắm, không một ai dám đi qua đường ta. Những đứa may mắn thoát khỏi tay ta toàn thị phường nói xấu và gieo nhục nhã cho ta, khiến ai nấy đều sợ hãi. Nay ta nhận cho các người đi qua, các người sẽ quên mau chóng. Còn ta, ta đói, đói lắm. Từ bao năm tháng nay, ta chưa được nhai một thằng người nào ra hồn. Vậy ta chỉ cho hai trong các người qua sông thôi, còn một phải ở lại làm đồ nhắm cho ta.

Ba người khiếp đảm, van xin nó tha cho cái thuế quá nặng nề và bất công ấy. Bác nông phu hãi hùng hơn hết, nên van xin càng thê thiết não nùng. Thế là cả ba đứng bên trên bờ sông, cùng khóc lóc khẩn cầu. Con quái làm thinh. Cả ba bèn quỳ xuống, thề hứa đủ điều, giải thích lý do rời gia đình ra đi. Rồi lại giảng luân lý cho nó nữa chứ. Bảo rằng làm như vậy đâu phải là điều thiện. Con quái há ngàn cái miệng ra cười. Nó bảo: Thôi đừng lắm lời vô ích. Bấy nay ta nghe đã chán ngấy. Vả lại, những đứa đi trước cũng hùng hồn tràng giang đại hải với những chương trình to lớn xa vời. Các người nói đúng cả đấy. Ta có phản đối hay chế nhạo gì đâu. Duy phần ăn của ta phải có. Ta đói lắm rồi.

Ba người vô phương lay chuyển con quái ngàn đầu; bao nhiêu

can đảm mất hết, nhưng chỉ trong giây lát thôi, thi sĩ và người lính không thể bỏ tham vọng, để dự định tan ra mây khói. Họ héo hon mong ước vượt sông đã lâu rồi, một hy sinh có nghĩa gì. Ba người quay lại nhìn nhau; và bác nông phu nhận ra rằng hai người kia chỉ nhìn mình bác. Họ nhìn chăm chú, rất chăm chú, bác vẫn chẳng hé môi, lặng lẽ cúi đầu, tim nặng nề trong lồng ngực.

Thi sĩ nói: Này anh em, tôi là thi sĩ đại tài. Một thi sĩ như tôi không phải thời nào cũng có. Tôi tin chắc anh em không thể chấp nhận được là tôi sinh ra để làm mồi cho con quái tanh hôi này, trời đất sẽ bùng cháy tiêu diệt anh em, nếu anh em bắt tôi phải chết. Lịch sử vang mỗi tên tôi, toàn dân coi tôi như trân bảo. Người ta gặp tôi trong những khu đẹp nhất thành đô, thấy tôi trong đám vương hầu khanh tướng. Tôi phải đàm đạo hàng ngày với thần linh trên trời, với kỳ quan dưới đất, trong không gian của triết nhân và hiểu biết vô biên của khoa học. Không, tôi chưa thể hy sinh lúc này.

Người lính nói: Các bạn, tôi cũng thế, các bạn không thể đem tôi làm tiệc cho con quái này được. Nghĩ kỹ mà coi, tôi chết ai bảo vệ các bạn? Ai đẩy lui quân thù? Ai làm tổ quốc hùng cường, nhân dân an lạc? Ai canh gác biên thùy? Ai chiếm cứ lãnh địa? Không, tôi cũng chưa thể hy sinh lúc này.

*

Riêng bác nông phu vẫn câm nín hoàn toàn; bác vốn vụng ăn nói. Bác buồn rầu cay đắng nhìn thi sĩ và người lính đọc rõ trong mắt điều họ muốn nói. Bác nhớ những thửa ruộng rộng rinh đang cần đôi tay vun xới, nhớ vợ con, nhớ cửa nhà. Bác sống từ đầu, mê man như vừa hồi sinh trong thân thể. Bây giờ bác biết rằng bác sẽ không bao giờ được trở về, xem lại quá khứ và chờ đón tương lai.

Bác nói với thi sĩ và người lính: Làm ơn nói với gia đình tôi, là không giây phút nào tôi quên những người tôi yêu dấu.

Thi sĩ nhanh nhẹn rút bút, nghẹn ngào ghi lại những lời đơn sơ ấy. Chàng long trọng hứa sẽ thi hành thỉnh cầu và phác tả cho bác nông phu biết cách sẽ vinh danh và đưa tên bác vào lịch sử. Tượng đài kỷ niệm rồi đây dựng khắp nơi trong nước, ghi đậm hình ảnh bác trong lòng mọi công dân. Đặt tay nơi trái tim, thi sĩ hứa viết một cuốn sách kể lại những giây phút bi tráng này, để các em bé trong nôi học ngay trong khi vừa bập bẹ tiếng nói đầu tiên.

Người lính đứng nghiêm, hai gót chân thật sát, đăm đăm nhìn dãy núi xa. Mắt chàng một thoáng ướt mờ, chàng phải tự kềm chế, đè nén cảm xúc, đứng phắt như một tượng đồng trong nắng. Chàng nói: Nhân danh tổ quốc, tôi cám ơn bạn.

Bác nông phu nói: Tôi xin các ông đừng in thơ, dựng tượng, cũng đừng bắt tội con trẻ học biết tên tôi làm gì. Tên tôi, tôi thích được quên đi. Điều tôi cầu xin các ông giúp đỡ vợ con tôi yếu đuối dại khờ, không kham nổi công việc nặng nhọc, và xin nói với các con tôi rằng phải cẩn thận đừng có…

Nhưng điều này cả thi sĩ lẫn người lính chẳng ai muốn nghe. Những kể lể lôi thôi của bác nông phu làm họ thêm chán ngán, thêm nóng nảy, muốn qua sông cho lẹ. Họ túm lấy bác, quăng vèo cho quái vật. Nó nhai ngấu nghiến một cách ngon lành. Hai người qua bờ bên kia, tràn ngập hân hoan, vừa đi vừa hát. Chưa được bao xa, bỗng nghe sấm sét vang rền, tưởng đâu núi sập trên đầu, đất nứt toang dưới gót, và địa cầu giẫy giụa đau đớn trong cơn sáng tạo.

Họ run rẩy, quay nhìn con quái, thấy nó ngàn miệng đang cười, làm rung chuyển vũ trụ. Trăm triệu con mắt lóng lánh mỉa mai khinh bỉ, chứa chất từ bao thời đại xa vời. Những cánh tay thép xoắn lại múa may trong gió, như say máu. Không khí cũng đảo lộn quay cuồng, quật hai người ngã xoài trên đất. Quái vật vẫn cười vang dội đổ vỡ, như muôn đá lớn tung từ máy bắn, dập nát thành lũy. Người lính rất đỗi kinh ngạc, muốn biết nguyên do, bèn ráng đứng dậy, giơ tay hét lớn: Quái vật, sao mi cười? Nó không đáp, nhe cả ngàn vạn nanh dài lòa chói như gươm, khua động đất trời, tợ hồ muốn xáo trộn, đem vạn vật về thuở hổ mang.

Bấy giờ thi sĩ kêu lên: Quái vật kia, trên trời, dưới đất, nhân danh danh dự và vinh quang của nhân loại, ta xin hỏi mi, tại sao mi cười? Nhưng con quái vẫn cười không đáp. Thế là cả hai quỳ xuống, cao giọng gào lên: Quái vật! Quái vật! Tại sao mi cười? Tại sao mi cười?

Bỗng chốc tiếng cười ngưng bặt. Những cánh tay thép thôi múa may, chói lòa nanh dài tắt ngấm. Còn lại trăm triệu con mắt lóng lánh mỉa mai, soi mói thi sĩ và người lính, tia nhìn thương hại đượm ánh khinh khi.

Quái vật mỉm cười: Này những đồ ngu ngốc mạt kiếp kia, các người có ý định bao giờ qua sông trở về không?

Thi sĩ hỏi: Về thì sao?

Người lính gật đầu: Có chứ, chúng ta sẽ trở về.

Quái vật lại mỉm cười: Không đâu, đồ ngốc. Dù muốn về cách mấy, các người cũng chẳng bao giờ thực hiện ý định được đâu.

Người lính hét lên: Sao không?

Quái vật trả lời chậm rãi: Bởi vì lúc ấy ta đói hơn bây giờ chứ sao. Ta sẽ nuốt hết cả hai đứa bay, hà hà. Nó lại cười, những bàn tay thép xoa vào nhau ra chiều đắc ý, ngàn miệng nhớt nhãi chảy đầy.

Và bây giờ thi sĩ và người lính cảm thấy thật sự trong lòng một nỗi lo âu mênh mông. Họ bắt buộc phải đi mãi, đi mãi, không bao giờ được trở về dòng sông này nữa. Họ đành quên bác nông phu, đành quên gia đình bác, đành quên tất cả. Vì sợ, không dám trở về bờ sông cũ, nơi con quái đói bụng vẫn nằm chờ họ trở về.

NGHIÊM SỸ TUẤN kể

[Trích Thung Lũng Hoàng Hôn, Nxb Y Tế 2002]

Thơ 28 Sao

Đầu Thai Tỉnh Giấc

Cháo lú húp sôi, nhập thế ngay
Tiền thân cười khóc lẫn đời quay
Hồn mơ tinh đẩu, vành xe trật:
Bó gối, nghiêng đầu, khoanh hai tay
Yến Thử
[trích Tình Thương số 1, tháng 1, 1964]

Ngụp Lặn Từ Đây

Đầu ối vỡ toang, vào bể dâu
Nỗi trơ lặng lẽ chớm lên màu
Chín trăng lẻ ngủ không mơ bướm
Cắt rốn rồi ta bị buộc đâu?
Từ Dũ, xii/mcmlxiii
Yến Thử
[trích Tình Thương số 1, tháng 1, 1964]

Trở Về Cát Bụi

Nằm xuống mình đau, đất có đau?
Vin cây lành dữ, tội ai đâu,
Đại dương chìm thẳm hồn trong mắt,
Lòng nói tình yêu, tiếng nghẹn hầu.
Yến Thử
[trích Tình Thương số 2, tháng 2, 1964]

"Sáu Buồn" Trước Tử Biệt Sinh Ly

Cho L.M.N

Quê Hương

Rộn ràng chim hót rừng thưa
Lắng tai quen thuộc vườn xưa ngỡ ngàng
Đồi xa súng đạn ầm vang
Cành khô bặt tiếng giấc vàng tan mau

Tuổi Đứng

Cung dâu dựng nhắm phương nào
Ngập ngừng tên cỏ ngày cao chất chồng
Mai sau đó gửi về không
Bóng vươn tinh đẩu mơ vùng núi cao

Bạn Cũ

Ngủ đi chi chút thân mòn
Tay xương đếm mỏi chỉ còn mộng thôi
Đêm cửa mở hỏa châu rơi
Ngu đần la mãi bên trời sắt kêu

Người Yêu

Vàng son mấy ngả lên chiều
Dạt dào biển biếc ôm triều núi lam
Sóng ngân gợi nhớ xưa chìm
Hoa bay thấp thoáng tưởng em nét cười

Đám Đông

Đá im xa mã vội vàng
Vui chăng trong đục ríu ran hậu trường
Đá im bước vạn mê cuồng
Buồn chăng lửa dậy khơi nguồn hoang mang

Đất Lạnh

Hồ trường một dốc chưa say
Lưng đau cát sỏi ai đau thân mình
Điểm trang khô mắt đăng trình
Nghiêng thêm băng giá hồi sinh đợi ngày.

Y sĩ Trung úy
Nghiêm Sỹ Tuấn, 1968

[trích Quân Y Quân Lực VNCH 2000]

Ý Thức Tinh Thần Đại Học

ĐẶNG VŨ VƯƠNG
HÀ NGỌC THUẦN
NGHIÊM SỸ TUẤN

Lời Giới Thiệu: *Đặng Vũ Vương, Hà Ngọc Thuần, Nghiêm Sỹ Tuấn là bộ ba thuộc nhóm chủ trương "academic" ban Quan Điểm Nguyệt San Tình Thương, từ số ra mắt, cho đến ngày các Anh ra trường. "**Ý Thức Tinh Thần Đại Học**" đăng trên Tình Thương Số 1 (Tháng 1, 1964) là bài viết đầu tiên cùng đứng tên cả ba Anh, lúc ấy Nghiêm Sỹ Tuấn và Đặng Vũ Vương đang là sinh viên năm thứ 4 và Hà Ngọc Thuần năm thứ 3 Y Khoa niên khóa 1963-1964. Nghiêm Sỹ Tuấn đã hy sinh ở Khe Sanh 1968, Đặng Vũ Vương nay sống ở Michigan, Hoa Kỳ và Hà Ngọc Thuần ở Brisbane, Úc châu. Theo anh Hà Ngọc Thuần, bài viết tuy có sự góp ý của cả ba anh, nhưng người chấp bút là anh Nghiêm Sỹ Tuấn.*

*

Trường Đại học đầu tiên còn thấy nói đến trong lịch sử văn minh nhân loại là trường Đại học Salerne, một trường Y khoa thiết lập ở Âu châu vào khoảng giữa thế kỷ XII. Bấy giờ đế quốc La Mã đã sụp đổ, nền văn minh La Mã đi vào chỗ suy tàn. Salerne là một thành phố nhỏ ở bờ biển Ý Đại Lợi, gần thành Napoli, nhưng là nơi duy nhất còn giữ được nề nếp văn minh cổ Hy Lạp. Nhờ vị trí địa dư đặc biệt, Salerne quy tụ nhiều sắc dân: người Ả Rập từ Tây Ban

Nha tới, người Do Thái từ phương Đông qua, và cố nhiên người La Mã vẫn còn ở đó.

Trong trường Đại học đầu tiên này, người ta thâu nhận sinh viên đủ các quốc tịch, không phân biệt nam nữ. Các giáo sư cũng thuộc bốn nguồn gốc khác nhau La Mã, Do Thái, Hy Lạp và Ả Rập. Danh từ *"université"* có lẽ do đó được đặt ra. Kế tiếp có một phong trào đại học từ Montpellier ở Pháp, qua Oxford ở Anh, lên tới Uppsala ở Thụy Điển, tạo thành những trung tâm văn hóa Âu châu xưa nhất còn tồn tại đến bây giờ.

Nhưng không phải mãi đến thế kỷ XII, ý niệm Đại học mới thành hình. Ở Trung Hoa, sáu trăm năm trước Công nguyên, trong sách Lễ Ký, Khổng Tử đã viết chương *Đại Học*, bày tỏ chủ đích sự học của con người. Chủ đích ấy gồm ba cương lĩnh: *làm sáng đức sáng, canh tân con người, tiến tới chí thiện (Đại học chi đạo, tại minh minh đức, tại tân dân, tại chỉ ư chí thiện)*. Để thực hiện đạo Đại học ấy, người đi học phải thi hành tám việc: *cách vật, trí tri, thành ý, chính tâm, tu thân, tề gia, trị quốc* và *bình thiên hạ*, trong đó lấy tu thân làm gốc.

Dần dần với sự suy sụp của chế độ phong kiến, người ta đặt ra thi cử để tuyển lựa nhân tài. Vì nhu cầu "kỹ thuật", các lớp được chia ra làm tiểu tập, đại tập. Tiểu tập học từ ngữ, ứng đối; đại tập học thơ, phú, văn sách… Việc huấn luyện người đại học trở nên phù phiếm, chỉ vụ từ chương, xa dần tôn chỉ của đạo Đại học lúc sơ thủy.

Trong khi đó ở Tây phương, với những bước tiến dài của khoa học, nhiều ngành học mới xuất hiện. Kiến thức nhân loại ngày một nhiều, mẫu người đa hiệu kiểu Aristote hay Bacon, hiếm lần lần. Giáo dục, vì lẽ ấy, được chia làm ba cấp, hay đúng hơn ba giai đoạn liên tiếp. Theo quan niệm này, thì sau những năm tiểu và trung học để có một vốn căn bản về kiến thức tổng quát, Đại học là chặng cuối cùng, ở đó người đi học đã lớn thâu thập một hành lý kiến thức chuyên môn đủ để mai sau gánh vác một nhiệm vụ trong xã hội. Vai trò chuyên môn ngày một quan trọng, lấn át các tính chất nhân bản và phổ quát của Đại học xưa. Con người đi tới chỗ chia học vấn và kiến thức ra nhiều "buồng" *(compartimentage)* trong khi cứ tưởng mình đang tự chuyên môn hóa.

Sự cắt vụn kiến thức đã làm cho Đại học giảm giá trị và bớt hiệu lực, dù rằng đối tượng và mục đích của các đại học, tuy sinh hoạt dưới nhiều bảng hiệu khác nhau với nhiều kỹ thuật khác nhau, bao giờ cũng là một: *Chân lý để Phụng sự.*

Nho gia ở Trung Hoa cổ nhận ra là những người chuyên về thật tế nhiều hơn về lý tưởng. Đại học, sau khi đã minh định chủ đích, khởi đầu bằng sự thấu suốt tới chỗ uyên thâm của sự vật, nhiên hậu hiểu biết tận cùng về các lẽ trời, đất và người. Nhà nho là người học giỏi, trên thông thiên văn, dưới đạt địa lý, giữa hiểu nhân sự, đợi đem tài trí ra giúp đời, ích quốc lợi dân, chứ không vụ lấy sự vui thú trong tư tưởng. Học thuyết của nho gia chủ ở nhân sự, nên người tài tuấn mà không ra giúp đời, kẻ sĩ cho là vô nghĩa.

Tây phương xưa cũng thế, chủ trương một hiểu biết toàn diện. Những nhà hiền triết cổ Tây phương toàn là những bác học đa hiệu. Aristote là một thí dụ điển hình, tác phẩm của ông có thể coi như một bộ bách khoa, gồm hàng trăm cuốn, viết về đủ loại: luân lý, khoa học, thẩm mỹ, triết học... Thành ra, Đại học với mục đích tìm kiếm để phụng sự, đã là nơi quy tụ biết bao tư tưởng, khuynh hướng, học thuyết và cống hiến cho nhân loại bao nhiêu phát minh. Bacon, một triết gia đa hiệu khác, đã cho rằng không công việc nào phụng sự nhân loại một cách huy hoàng hơn là phát minh khoa học và phát triển mỹ thuật làm cho đời sống tươi đẹp hơn. Hơn hai ngàn năm sau ông già nước Lỗ, cái tính cách thuần nhất đối tượng của Đại học vẫn bất dịch. Ngày nay, người ta còn thấy nó rõ ràng nơi hai hàng chữ: *Cách vật, Minh đức* và *Scientia et Virtus* [1] trên huy hiệu của đại học đường Hương Cảng.

Như thế, Đại học đã mặc nhiên đảm nhận vai trò lãnh đạo, hướng dẫn con người. *"Dân có thể thì khiến dân làm, dân không thể thì làm dân hiểu"* vẫn là việc làm muôn đời của Đại học ở mọi nơi. Vai trò ấy được thể hiện bằng sự bảo vệ con người và những giá trị nhân bản vĩnh cửu, qua các thời đại và các biến cố lịch sử, bằng sự phát huy và quảng bá tư tưởng học thuật trong quần chúng.

Những chiến đấu chống đàn áp, bảo vệ giá trị con người gần đây nhất của Đại học đã diễn ra ở Hung, Angola, Việt Nam Tự Do. Kết quả tinh thần của những chiến đấu ấy đã được thể hiện bằng một bản Tuyên ngôn do người đại học của 32 quốc gia trên thế giới, họp lại soạn thảo và biểu quyết ở Leysin, Thụy Sĩ. Tuyên ngôn này đề cập tỉ mỉ đến vai trò của người đại học trong xã hội với ý niệm một Đại học tự do, một xã hội tự do và một hòa bình thế giới.

Song song với nhiệm vụ bảo vệ vừa nói, nhiệm vụ "làm dân hiểu" của Đại học rất là quan trọng. Công cuộc *Duy Tân* Nhật Bản là thành quả rực rỡ của sự ý thức được nhiệm vụ này trong con người đại học Phù Tang trong thế kỷ trước. Người đại học phải như *Chú Lái Khờ* [2] giàu có xưa kia, lòng say yêu dấu, không những đã phân phát hết cả vàng lụa, mà rút đến tận những kim cương sáng như sao động, ấp ủ bên ngực, đem cho lũ người hồng phấn [2]. Những phát minh lớn lao của người đại học trong lịch sử văn minh chính là những viên kim cương tinh tuyền nhất họ hiến cho nhân loại.

Từ sự thuần nhất đối tượng và mục đích đến vai trò "sử do và sử tri" [3], Đại học đã tự tạo cho mình một tinh thần đặc biệt. Tinh thần ấy gồm hai đặc tính: nhân bản và phổ quát (universalisme).

Đặc tính thứ nhất hiện rõ ngay khi Đại học tự đặt mục đích cho mình. Phụng sự con người, Đại học phải là một nền học vấn nhân bản, lấy con người làm gốc, và phải phát triển theo nhân tính. Khi xưa, các giá trị tinh thần được tôn trọng nhiều, tính cách nhân bản của Đại học hầu như là tất nhiên. Có lẽ vì thế mà người ta dùng danh từ "humanités" để chỉ việc học và nghiên cứu các cổ ngữ La Hy cùng các nền văn minh cổ.

Đặc tính nhân bản ngăn cản Đại học làm những thí nghiệm phi nhân dưới danh nghĩa khoa học. Người ta không thể nại sự tiến triển của Bào thai học để tạo nên những hài nhi trong ống nghiệm (bébé-éprouvette). Bảo rằng hài nhi ấy không có giá trị con người vì không thành hình một cách tự nhiên trong lòng mẹ, chỉ là ngụy biện, bởi lẽ mầm sống của hài nhi ấy gốc ở con người. Tấn thảm kịch của hơn 7.000 trẻ em bất thành nhân dạng ở Đức, ở Anh do thuốc an thần Thalidomide gây ra, và hậu quả của nó, vụ án Liège, chính là vì sự không ý thức nổi tinh thần Đại học của những người chế thuốc và những bị cáo. Cũng một lẽ đó, những cuộc thí nghiệm nguyên tử, những cuộc phóng hỏa tiễn vu vơ lên không gian dưới chiêu bài khoa học, lãng phí nhân lực và tài lực, đều là những vô ý thức về tinh thần nhân bản của Đại học.

Đặc tính thứ hai, tính phổ quát, của Đại học cũng có ngay từ khi Đại học đầu tiên được thành lập trên thế giới. Khác với đặc tính nhân bản, đặc tính phổ quát không có vẻ đơn thuần trong thời gian và không gian. Sự phức tạp của các giống người, của các sắc thái văn hóa, chính trị... làm cho tính phổ quát của Đại học nhiều khi như phi lý, đi ngược lại ý niệm quốc gia dân tộc. Hay lẫn lộn với các ý niệm khái quát, quốc tế...

Khi hai hay nhiều quốc gia gặp nhau để bàn cãi về một vấn đề gì, thì hội nghị ấy có tính cách quốc tế. Ý niệm quốc gia trong trường hợp này vẫn rõ rệt và nhuốm màu sắc chính trị. Trong một tầm rộng lớn hơn, một tổ chức thế giới, tổ chức Y tế Thế giới (OMS) chẳng hạn, không hàm ý niệm biên cương và có quyền hạn định rõ ở khắp các quốc gia. Quốc tế đối lập với quốc gia trên bình diện chính trị, pháp lý; thế giới đối lập với quốc gia về phương diện lãnh thổ địa dư.

Tính phổ quát khác hẳn các ý niệm quốc tế và thế giới. Nó là hằng tính của chân lý ở khắp nơi trên địa cầu và trong vũ trụ. Nó không bao giờ hàm ý nghĩa biên cương, những lãnh vực trong một nước, nó gần với dân tộc hay dân tộc tính.

Phổ quát cũng không phải là tổng quát. Một cách tổng quát, bao trùm tất cả, người ta có thể nói, tỉ dụ: tôn giáo nào cũng dạy làm lành, tránh dữ, thế là xét về hiệu quả. Một cách phổ quát, người ta phải nói: tôn giáo nào cũng nhằm cứu rỗi hay giải thoát con người, đấy là xét về khởi điểm, tất yếu. Sự hiện diện đồng thời của nhiều tôn giáo trong một xã hội có thể có được nhờ tính phổ quát này, nguyên tắc căn bản của tự do tín ngưỡng và khoan dung tôn giáo.

Từ bản chất phổ quát của tinh thần Đại học, người ta có thể suy diễn ra nhiều hệ luận:

Về phương diện sinh hoạt, việc giảng huấn ở Đại học không đặt vấn đề quốc tịch hay quốc gia. Một người Pháp, Đức hay Hoa Kỳ không hề giữ một chức vụ nào trong guồng máy hành chánh, nhưng có thể giảng dạy ở Đại học Việt Nam. Một Đại học không nhất thiết phải dùng tiếng mẹ đẻ làm chuyển ngữ trong tất cả mỗi ngành. Trong ngành Y khoa ở Việt Nam chẳng hạn, điểm quan trọng không phải là có thể giảng Cơ thể học hay Bệnh lý học bằng tiếng Việt, nhưng là gây dựng một nền Y học của Việt Nam, không phải thuốc Tây mà cũng chẳng phải thuốc Bắc. Ở đây, mọi vấn đề giới hạn quốc tịch hay quốc gia chỉ có nghĩa là bài ngoại. Hiểu như vậy, tính phổ quát của Đại học không hề trái với dân tộc tính; hơn nữa chính nhờ đó mà nền văn hóa dân tộc có thể xây dựng được.

Về phương diện học vấn, Đại học chấp nhận mọi tư tưởng, mọi học thuyết, mọi kiến thức ngoại lai: phản xạ có điều kiện của Pavlov, thuốc chủng ngừa lao của Calmette và Guérin, thuyết tương đối của Einstein… Cũng thế, khi Khổng tử bàn về người quân tử, thì không phải ông chỉ nói tới *quân tử Tàu* (honi soit qui en rit); ý niệm *quân tử* ấy đã phảng phất nơi người hiền triết Socrate rồi.

Về phương diện tinh thần, Đại học nghiên cứu một cách vô tư. Ở trung học người ta dạy địa lý các cường quốc, nhưng ở Đại học thì những Russier, Gourou, Dufeil nghiên cứu địa lý Việt Nam cùng với tinh thần đã có khi nghiên cứu về nước Pháp. Một du khách kinh tởm khi thấy những người già cả ở Phi châu bị con cháu ăn thịt, trong khi một người Đại học coi đó chỉ là vấn đề về *lão chứng học* (gérontologie) mà thôi.

Nhưng một tinh thần phát huy được những cái hay một cách rực rỡ, là nhờ ý thức được tinh thần của những người mang tinh thần ấy. Riêng về người đại học – người phát huy tinh thần Đại học – phải ý thức tinh thần Đại học bằng cách tạo cho mình tính tích cực, lòng hòa đồng và tinh thần tiền phong.

Giản dị nhất trong sự ý thức này là tích cực học, *"Học nhi thời tập"* [4] và *"bất như học dã"* [5] là câu khắc cốt ghi tâm của người đại học. Tuy giản dị, nhưng trong việc học theo nghĩa thuần túy, người đại học phải tránh ba tật: máy móc, thờ ơ và tự mãn. Tất cả ba tật này đều trái với mục đích của Đại học, là *Học* để *Phụng sự*. Máy móc thì kém hiệu lực, thờ ơ thì không hăng hái, tự mãn chẳng thể tiến xa. Một Malraux tham gia cách mạng Tây Ban Nha, một Sartre lên tiếng chống đối chính phủ trong chiến cuộc Algérie, là những thí dụ của người đại học không thờ ơ, tự mãn, cũng không bất mãn phá hoại, mà luôn luôn tỏ rõ lập trường.

Người đại học hòa đồng với mọi người, nhưng không bè đảng

với ai, phù hợp với một bên là tinh thần *nhân bản* và mục đích *phụng sự*, một bên là *tính độc lập, tự do* của Đại học.

Tiền phong là nét cuối cùng, nhưng là nét khởi sắc nhất, trong bức họa tinh thần của Đại học, làm cho Đại học thêm xứng đáng hơn. *"Buồn trước cái buồn của thiên hạ, vui sau cái vui của thiên hạ"* đã chẳng là câu gây cảm hứng cho những cuộc chiến đấu chống đàn áp của Đại học đấy ư?

Thành lập từ hơn 800 năm, Đại học nhờ có một tinh thần độc đáo đã gây được một truyền thống vững bền. Người Đại Học có thể theo Lincoln mà tóm tắt tinh thần Đại học trong sáu chữ: BỞI NGƯỜI, VÌ NGƯỜI, CHO NGƯỜI. Bởi người nên có phổ quát, vì người nên có nhân bản, cho người nên có hiệu lực. Thiếu một trong ba yếu tố, một nền Đại học, dù hay đến đâu, về bất cứ phương diện nào, cũng không thể là một Đại học thực sự đúng nghĩa.

[Tình Thương Số 1, Tháng 1, 1964]

---

(1) *Scientia et Virtus:* Kiến Thức và Đức Hạnh, châm ngôn ghi trên phù hiệu của Đại học

(2) *Chú Lái Khờ* đem cho lũ người hồng phấn: Nghiêm Sỹ Tuấn viết hình tượng Chú Lái Khờ từ một truyện ngắn cùng tên của Xuân Diệu: *"Người Thi Sĩ cũng khờ như Chú Lái, không hề giấu kho vàng ngọc với đời. Để mất trời xanh, nên người phải tìm uống trong mắt biếc. Người đời cười là ngu dại: kẻ mất của có khôn bao giờ!"* *Người Đại học* với cái đặc tính nhân bản và phổ quát, giống như vai trò lý tưởng của thi sĩ, không hề giấu sẵn sàng san sẻ cho đời kho vàng của mình chỉ có khác là kho tàng của người Đại học là cái nền hiểu biết nhân văn và những phát minh khoa học, để giúp cho sự tiến triển của đời sống và sự thăng hoa của nhân loại.

(3) *Sử do và sử tri:* một câu trong Luận Ngữ, thiên Thái Bá. Tử viết: *"Dân khả sử do chi, bất khả sử tri chi."* Nghiêm Sỹ Tuấn dịch: *Dân có thể thì khiến dân làm, dân không thể thì làm dân hiểu.* Nguyễn Hiến Lê dịch: *Dân chúng, có thể khiến họ theo (điều nào đó), chứ không thể giảng cho họ hiểu được.*

(4) *Học nhi thời tập:* Luận Ngữ, thiên Học nhi. Tử viết: *Học nhi thời tập chi, bất diệc duyệt hồ?* Nguyễn Hiến Lê dịch: *Học mà mỗi buổi mỗi tập, chẳng cũng thích ư?*

(5) *Bất như học dã:* Luận ngữ, thiên Vệ Linh-Công. Tử viết: *Ngô thường chung nhật bất thực, chung dạ bất tẩm, dĩ tư. Vô ích, bất như học dã.* Nguyễn Hiến Lê dịch: *Ta đã có lần suốt ngày không ăn, trọn đêm không ngủ để suy nghĩ; nhưng vô ích không bằng học.*

Tuyên Ngôn Leysin

LTS. Vào hạ tuần tháng 8 năm 1963, trong khi ở Việt Nam tự do, sinh viên nổi dậy chống đàn áp tự do tín ngưỡng của một chế độ độc tài, thì ở trời Âu, các tổ chức sinh viên của 15 quốc gia trên thế giới, họp tại Leysin, Thụy Sĩ, cùng nhau thảo luận về đề tài "Phong trào sinh viên quốc tế trong quá khứ, hiện tại và tương lai".

Trong những diễn văn của các sinh viên từ Phi, Á, Âu, Nam Mỹ, và trong những cuộc thảo luận của mọi người tham dự hội thảo, những chủ đích và sự phát triển của Tổ chức Hội nghị Sinh viên Quốc tế từ khi thành lập năm 1950 đã được đề cập tới. Một dự định đã được đề nghị qua sự phân tích kỹ lưỡng những vấn đề hiện nay và sự khả hữu của một hợp tác giữa sinh viên trên toàn thế giới trong tương lai.

Kết quả, toàn thể Hội thảo đã đồng thanh chấp thuận bản Tuyên ngôn Leysin, ghi lại sự tán đồng ý kiến của những người tham dự về những điểm sau đây:

Mục đích của Phong trào Sinh viên Thế giới.

Cuộc chiến đấu chống áp bức.

Quyền hạn và trách nhiệm của các Tổng hội Sinh viên Quốc gia.

Nhiệm vụ và cơ cấu tổ chức của Hội nghị Sinh viên Quốc tế.

Để xiển dương Tinh thần Đại học và để các bạn sinh viên nhận định rõ hơn về quyền hạn và bổn phận mình trong giai đoạn hiện tại, chúng tôi dịch nguyên văn dưới đây bản Tuyên ngôn Leysin.

*

Họp tại Hội thảo Sinh viên Quốc tế thứ 14 ở Leysin, Thụy Sĩ, từ 18-8 đến 2-9-1963, chúng tôi, những tổ chức Sinh viên ký tên dưới đây, long trọng cam kết đem hết năng lực và tinh thần phụng sự công cuộc khẩn cấp là thực hiện những nguyện vọng của nhân loại đề ra trong Bản Tuyên ngôn Quốc tế Nhân quyền.

- Chúng tôi tin tưởng rằng sự nhìn nhận phẩm giá cố hữu và những quyền đồng đều bất khả xâm phạm của mọi phần tử trong gia đình nhân loại là nền tảng của tự do, công lý và hòa bình trên thế giới.

- Chúng tôi tin tưởng rằng tất cả các quốc gia đều có trách nhiệm như nhau để thăng tiến những tiến bộ xã hội và những tiêu chuẩn sinh hoạt tốt đẹp hơn, để cùng nhau làm việc cho những nguyện vọng cao nhất của quần chúng là: một thế giới trong đó con người sẽ hưởng tự do ngôn luận, tự do tín ngưỡng, trút bỏ được mọi sợ hãi, thiếu thốn.

- Chúng tôi tin tưởng vào một nền pháp trị che chở con người, chống lại bất công, và bảo đảm – một cách hòa bình, qua sự thi hành vô tư của công lý – việc cáo chung của chế độ chuyên chế, và việc khai sáng một cộng đồng thế giới, trong đó, mặc dầu còn nhiều khác biệt về chủng tộc, về ý thức hệ, về tôn giáo, con người vẫn có thể đoàn kết trong hòa bình, trong tình huynh đệ và tinh thần dân chủ.

- Chúng tôi tin tưởng nơi Hiến chương của Liên Hiệp Quốc. Chúng tôi cũng tin tưởng rằng Liên Hiệp Quốc là cơ cấu duy nhất hiện nay có thể một ngày kia thiết lập một nền pháp trị trên toàn thế giới.

- Chúng tôi tin tưởng rằng mỗi dân tộc, trong những điều kiện hoàn toàn tự do, có quyền chọn một hệ thống xã hội và chính trị dân chủ tương ứng với nhu cầu và nguyện vọng của mình.

- Chúng tôi tin tưởng rằng cá nhân chỉ chịu những giới hạn về quyền lợi và tự do theo luật định, và như thế, chỉ là để bảo đảm sự tôn trọng những quyền lợi và tự do của đồng loại và công ích xã hội.

- Chúng tôi nhấn mạnh vào tính cách khẩn cấp của sự khuyến khích một cộng tác rộng lớn hơn giữa những sinh viên thế giới. Chúng tôi nhìn nhận rằng một cộng tác được khuyếch trương như thế là điều kiện tiên quyết cho sự gánh vác hữu hiệu hơn của Sinh viên trong việc kiện toàn trật tự của một thế giới đoàn kết và hòa bình, nguyện vọng chung của mọi dân tộc trên trái đất.

- Chúng tôi thỉnh cầu các Tổng hội Sinh viên Quốc gia hãy mở rộng sự cộng tác của họ giữa nhiều nước, giữa hai nước và ở địa phương, không kể đến những quan hệ quốc tế. Chúng tôi khẩn thiết xin Hội nghị Sinh viên Quốc tế lần thứ 11 (11th ISC) và Phối trí Thư ký đoàn (COSEC) hãy nhiệt liệt khuyến khích những sáng kiến này với tất cả hiệu lực có thể có được. Chúng tôi nhìn nhận bất cứ một khuếch trương nào trong sự hợp tác giữa Sinh viên như một bước tiến tới việc kiện toàn sự thống nhất Sinh viên Thế giới.

- Hơn thế nữa, chúng tôi nhấn mạnh đến tầm quan trọng của sự thấu hiểu rõ ràng và sự xét lại thường xuyên những đối tượng tích cực của hợp tác Sinh viên Quốc tế, cũng như những nỗ lực của sinh viên trên toàn thế giới chống lại sự đàn áp dưới mọi hình thức.

- Chúng tôi những người tham dự ký tên dưới đây, xác nhận nhiệt tâm của chúng tôi đối với lý tưởng hợp tác Sinh viên Quốc tế và với sự tranh đấu của Sinh viên song song với dân tộc họ; chống lại mọi hình thức đàn áp cho dù là thực dân hay tân thực dân, chính thể toàn nhất hay chủ nghĩa đế quốc, kỳ thị chủng tộc, độc tài hay bất công xã hội.

Sự hợp tác Sinh viên Quốc tế, để có thể phản ảnh trung thực được những mục đích của Sinh viên thế giới, phải đặt nền tảng trên một triết lý xuất phát từ *vai trò căn bản của người Sinh viên trong xã hội*.

Chúng tôi, những người tham dự Hội thảo Sinh viên Quốc tế thứ 14 ký tên dưới đây đã tìm tòi để định rõ những mục đích của hợp tác Sinh viên Quốc tế trong phạm vi của tổ chức Hội nghị Sinh viên Quốc tế. Phù hợp với những lời nguyện hứa với hy vọng của chúng tôi và tinh thần của Bản Tuyên Ngôn Quốc tế Nhân quyền, chúng tôi cần phải bắt đầu bằng một ý niệm về vai trò đó.

I.   MỤC ĐÍCH CỦA PHONG TRÀO SINH VIÊN QUỐC TẾ

Người Sinh viên của thế giới ngày nay không phải chỉ là một nơi tiếp nhận thụ động những phương pháp giáo dục, biệt lập khỏi những vấn đề xã hội và đại học của họ. Do bản chất, họ là những thanh niên trí thức đi tìm chân lý. Với tư cách một thanh niên họ có những lợi khí sắc bén nhất để giải quyết những vấn đề quốc gia và quốc tế của họ. Với tư cách một người trí thức họ phải phát huy mọi khả năng để phân tích và thấu hiểu những vấn đề đó. Với tư cách người đi tìm chân lý, họ luôn luôn bị thử thách để kịp thời thấy những góc cạnh chính xác hơn của thực tại và những quan niệm về công lý, vốn đã là một phần của chân lý. Công cuộc kiếm tìm ấy đưa họ đến sự tự do trao đổi tư tưởng, phương tiện duy nhất để làm nẩy ra những quan niệm tinh nhã hơn về chân lý. Công việc ấy cũng đưa họ tới phần trách nhiệm họ phải lãnh trong mối liên hệ, để áp dụng hữu hiệu thành quả của những nỗ lực lớn lao hầu minh định lý tưởng của chân lý và công lý.

A.   Từ những nhận định này nẩy ra ý niệm của một nền đại học tự do, một nơi tập trung những trao đổi cởi mở của ý tưởng, một phương tiện để nghiên cứu cho có hệ thống những vấn đề xã hội mà đại học là một thành phần và là một trung tâm trong đó xã hội có thể tự kiểm thảo thường xuyên qua sự thẩm sát những phần việc quy định làm nền tảng cho mỗi cơ cấu đại học. Bởi vậy Đại học phải được tự trị đối với những quyền lực định can thiệp vào để nắm lấy những quyền hành Đại học.

Đại học phải đảm nhận ba nhiệm vụ: văn hóa, kinh tế và xã hội. Đại học phải bảo đảm sự tiến triển văn hóa của mỗi sinh viên, cho họ phương tiện để có thể đứng vững trong nền kinh tế quốc gia, và sắp sẵn cho họ trách nhiệm để họ sẽ gánh vác trong xã hội. Tại nhiều nước trên thế giới, chính sự khuếch trương và dân chủ hóa nền giáo dục là vấn đề khẩn cấp nhất mà người sinh viên phải đương đầu. Sinh viên từ mọi giai cấp xã hội, từ mọi tư thế, chủng tộc, chính trị, tôn giáo, quốc gia và kinh tế đều bình đẳng tham dự vào Đại học trên căn bản những thích ứng cá nhân về việc học. Đó phải là một Đại học xây dựng trên nền giáo dục dân chủ, để bảo đảm sự gia nhập tùy theo khả năng cho tất cả mọi thành phần xã hội.

Đó phải là một Đại học được xã hội ủng hộ đầy đủ về kinh tế, cần thiết để điều hành các nhiệm vụ sống động của nó trong xã hội ấy, và trong đó những nhu cầu lợi ích căn bản của Sinh viên được tiếp nhận một cách thỏa đáng. Tiếng nói của Sinh viên, con người nhiều liên hệ đến nhất và ý thức được nhiều nhất những vấn đề của diễn tiến giáo dục, phải được lắng nghe ngay khi chính sách liên hệ tới diễn tiến ấy được thành lập.

B. Từ những ý niệm trên nẩy ra ý niệm *xã hội tự do*, bởi lẽ chỉ trong một xã hội như thế, sự tìm kiếm chân lý và công lý – nhiệm vụ của Đại học tự do – mới có thể theo đuổi một cách hữu hiệu. Một xã hội tự do hoàn toàn độc lập với mọi hình thức thống trị và kiểm soát ngoại lai; và dân chúng được tự do tổ chức đời sống quốc gia theo đường lối thích hợp với nhu cầu và nguyện vọng của họ. Trong xã hội ấy, mọi sinh hoạt chính trị, kinh tế, xã hội đều được tổ chức theo đường lối dân chủ, và như thế mỗi thế hệ mới có thể áp dụng những quan niệm riêng của mình cho cả dân tộc.

Nền dân chủ chính trị chỉ có thể hoàn thành khi quyền lực chính trị chịu sự kiểm soát tối hậu của toàn dân, vì chỉ như vậy mới có thể bảo đảm rằng quyền hành đã được thực thi theo quyền lợi của tất cả chứ không phải của một phần nhỏ trong xã hội; và khi đã có đầy đủ tự do ngôn luận, tự do phát biểu chính kiến, với điều kiện là những tự do đó không đương nhiên nguy hại tới sự toàn vẹn và an ninh của xã hội. Chính những điều này – chứ không phải những đòi hỏi tổ chức, hình thức – là tiêu chuẩn theo đó trình độ dân chủ của một hệ thống chính trị, đa đảng, lưỡng đảng hay đơn đảng, phải được xét xử.

Sự công bằng về kinh tế chỉ có thể hoàn thành qua sự bình đẳng của những thích nghi kinh tế và sự phân phối vô tư những sản phẩm kinh tế. Những chính sách thuế khóa, định giá hay điều chỉnh tiền tệ, an ninh xã hội và công ích từ thiện, kế hoạch kinh tế, cải cách điền địa, và những hình thức tư hữu các xí nghiệp, tất cả đều phụ thuộc về sự thực hiện những mục đích ấy. Mỗi quốc gia, được lịch sử cùng tin tưởng và đặc tính riêng hướng dẫn, sẽ chấp nhận một phối hợp nhiều chính sách riêng biệt thích hợp với nhu cầu chung. Đối với những xã hội chậm tiến vì kinh tế thiếu mở mang, kế hoạch trung ương về phân phối và sử dụng tài nguyên có thể là con đường duy nhất để phát triển nhanh chóng, điều cốt yếu để có một công bằng về kinh tế.

Công bằng xã hội chỉ có thể hoàn tất khi có sự nhìn nhận trọn vẹn những phẩm giá cố hữu và những quyền bình đẳng bất khả xâm phạm của mọi phần tử trong gia đình nhân loại, như đã được đề ra trong bản Tuyên Ngôn Quốc tế Nhân Quyền của Liên Hiệp Quốc. Công lý xã hội được biểu hiện trong bình đẳng về cơ hội và sự đối xử trước pháp luật cho tất cả mọi người, không phân biệt chủng tộc, nam nữ, hoàn cảnh kinh tế, nguồn gốc quốc gia hay xã hội, khuynh hướng chính trị hay tôn giáo; trong tự do trọn vẹn về tư tưởng, hiệp hội, phát biểu; trong sự giải thoát khỏi sợ hãi và thiếu thốn.

C.   Từ những nhận định này nẩy ra *quan niệm trật tự quốc tế*, ngõ hầu vạch ra những đường lối cho sự kiện toàn tự do quốc gia và công lý xã hội; mang đến những tiên quyết cho một hòa bình thật sự và bền vững, một trật tự bảo đảm hòa bình thế giới tiên quyết cho tiến bộ quốc gia và hạnh phúc nhân loại. Hòa bình không phải chỉ có nghĩa là không có những xung đột võ trang; hòa bình có nghĩa là diệt trừ tất cả những hình thức đàn áp và thống trị ngoại lai, có nghĩa là phát triển song phương hay đa phương sự hợp tác quốc tế trên căn bản bình đẳng, tôn trọng độc lập quốc gia và nhân quyền cá nhân.

Hòa bình chỉ có thể đặt nền tảng trên sự thỏa thuận của tất cả các quốc gia về việc đình chỉ các thí nghiệm nguyên tử, kể cả những thí nghiệm sâu dưới đất, và qua sự hoàn thành việc tài giảm binh bị toàn thế giới, dành lại những nguyên liệu dồi dào, hiện nay lãng phí vào công cuộc võ trang, cho những vấn đề cần thiết về phát triển kinh tế, xã hội hay giáo dục. Ở quan điểm này, sự hòa dịu của tình hình quốc tế nhờ việc đồng lòng ngưng các thí nghiệm nguyên tử, của một số lớn quốc gia trên thế giới, được coi như một đóng góp đáng kể cho hòa bình thế giới. Nhưng đấy chỉ là bước đầu; nhiều bước tiến xa hơn cần được thúc đẩy ngay để giữ vững và mở rộng đà tiến triển này.

Hòa bình chỉ có thể được đảm bảo nhờ sự lớn mạnh của Liên Hiệp Quốc, trong đó các quốc gia dù lớn hay nhỏ, đều có đồng quyền đề nghị việc xác định vận mệnh của nhân loại. Liên Hiệp Quốc phải là một trung gian làm trọng tài và giải quyết những tranh chấp quốc tế lớn, và phải trở nên căn bản của trật tự thế giới tương lai. Hòa bình chỉ có thể cứu vãn bằng cách xây dựng một nền pháp luật quốc tế vô tư, che chở cho mọi người, mọi quốc gia chống lại bất công và xâm lăng, để vạch ra những con đường hòa bình cho sự thực thi vô tư của luật pháp, để thúc đẩy sự cáo chung của nạn chuyên chế và để khai sáng một thế giới thống nhất trong tình huynh đệ, dân chủ, mặc dầu những dị biệt về ý thức hệ, chủng tộc, tôn giáo.

II. CUỘC CHIẾN ĐẤU CHỐNG ĐÀN ÁP

Chống lại những quan niệm kể trên về đại học tự do, xã hội tự do và trật tự thế giới trong hòa bình, có rất nhiều hình thức đàn áp. Tận diệt những đàn áp này phải là mục đích đầu tiên của sự hợp tác sinh viên quốc gia hay quốc tế: đế quốc, thực dân, tân thực dân, chính thể toàn nhất, kỳ thị chủng tộc, độc tài và bất công xã hội. Cuộc chiến đấu chống những hình thức đàn áp này không thể để bị lợi dụng cho bất cứ mục đích chính trị hay ý thức hệ nào. Hơn nữa ta phải bắt đầu bằng phán đoán khách quan và cương quyết xem rằng những gì đã gây hay không gây ra đàn áp. Chỉ khi đã thấu hiểu rằng đàn áp có thể khởi phát ở bất cứ lãnh vực nào, rằng nó không phải chỉ đặc biệt về chính trị, kinh tế, xã hội hay ý thức hệ, thì cuộc chiến đấu những dân tộc bị đàn áp của chúng ta mới được hướng dẫn một cách sáng suốt, chân thành và mạnh mẽ.

Bởi vậy, với tư cách Sinh viên, chúng tôi tự nguyện chiến đấu chống lại:

A. *Đế quốc chủ nghĩa:* đó là hành động một nước xâm lăng lãnh thổ một nước khác, hay thống trị nước ấy, nói riêng về phương diện kinh tế, nhưng cả về phương diện chính trị hay quân sự nữa. Đế quốc chủ nghĩa là một hiện tượng lâu đời, có thể mang nhiều hình thái, và được nhiều cường quốc Đông Tây thực hành, và không thể được coi là một cực điểm của một hệ thống kinh tế đặc biệt, hay là biểu hiện tự nhiên của một ý thức hệ đặc biệt. Sự xâm lấn của Cộng Hòa Nhân Dân Trung Hoa vào Ấn Độ là một minh chứng rõ ràng của đế quốc chủ nghĩa, cũng như sự xâm lấn của Pháp ở Bizerta, sự can thiệp chính trị và quân sự của Xô Viết ở Hung Gia Lợi năm 1959 và vụ Cuba năm 1961.

B.   *Thực dân chủ nghĩa:* đó là sự tiêu diệt một nước toàn thể chủ quyền kinh tế, chính trị và văn hóa một nước khác, không đếm xỉa gì đến quyền tự quyết cố hữu của nước này. Thực dân chủ nghĩa là một vi phạm nhân quyền trắng trợn, và làm ngăn trở mọi phát triển đầy đủ về kinh tế, xã hội và văn hóa của nước bị thực dân. Thực dân chủ nghĩa hệ thống hóa tàn phá nhân cách con người và hằng tính của quốc gia bị thực dân, cung cấp cho tân thực dân chủ nghĩa một nền móng để nẩy nở và xây dựng. Đơn cử một thí dụ: thực dân chủ nghĩa trong hình thức thô bạo nhất đang được nhà cầm quyền Bồ Đào Nha thi hành ở Angola để lại một di sản đẫm máu cho cái thực tại là tiếng nói của dân chủ và độc lập quốc gia không thể im lặng được. Nam Rhodesia là một thí dụ nóng bỏng khác của một hình thức thực dân chủ nghĩa tương tự.

C.   *Tân thực dân chủ nghĩa:* đó là sự thống trị, trước về kinh tế, nhưng cũng có thể văn hóa, chính trị hay quân sự, thi hành phần lớn nhưng không phải chỉ bởi những cường quốc thực dân cũ đối với những lãnh thổ có hình thức độc lập mà không có thực chất độc lập. Tân thực dân chủ nghĩa là một sự đàn áp tinh vi, làm tiêu hao chủ quyền quốc gia, tự do hành động và kiểm soát tài nguyên kinh tế của chính quốc gia đó. Nó trá hình ra một hợp tác kinh tế, văn hóa hay chính trị, đôi bên đều được hưởng lợi, căn cứ trên sự thỏa thuận tự do, trên sự tương kính và bình đẳng đôi bên. Cuộc bang giao của Pháp và nhiều thuộc địa cũ ở Tây Phi hiện nay là một thí dụ của tân thực dân chủ nghĩa.

D.   *Toàn nhất chính thể:* Sự cưỡng bách hệ thống hóa tất cả những khía cạnh của đời sống dân tộc vào một chủ thuyết hay một tín điều. Nếu nhà nước cưỡng bách phổ biến trong khắp xã hội một chủ thuyết ngược lại ý muốn toàn dân đã mất quyền tự do phát biểu ý kiến, xã hội ấy là một chính thể toàn nhất. Chính thể toàn nhất không nhất thiết chỉ hiện hữu ở những quốc gia đơn đảng, thi hành một triết lý chính trị riêng biệt, nếu hệ thống và triết lý đó dân chúng có thể chấp nhận được. Cũng như đế quốc chủ nghĩa, chính thể toàn nhất có nhiều hình thức – thí dụ nó có thể có tính cách kỳ thị chủng tộc như Đức ở trong kỷ nguyên phát-xít của Hitler, hay ở Nam Phi ngày nay; hay có tính cách một ý thức hệ như ở Tây Ban Nha, và ở Đông Đức.

E.   *Kỳ thị chủng tộc:* Đó là sự vi phạm quyền được đối xử bằng nhau và có nhiều cơ hội bằng nhau của mọi người căn cứ trên tài năng của họ. Đặt nền móng trên sự ngu dốt và thù ghét, kỳ thị chủng tộc tìm cách phá hủy phẩm giá và làm hư hỏng nhân cách con người. Thành kiến chủng tộc phải được hiểu khác với phân biệt chủng tộc; trong khi thành kiến chủng tộc chỉ biểu hiện một lòng hẹp hòi mù quáng, thì kỳ thị chủng tộc là một hệ thống khai thác chính trị, kinh tế và xã hội. Kỳ thị chủng tộc hiện hữu ở bất cứ xã hội nào, dù kinh tế ở đó đã phát triển thế nào chăng nữa. Thí dụ như ở Hoa Kỳ, tất cả những biện pháp chống kỳ thị chủng tộc chưa đủ để tiêu diệt nó. Ở Nam Phi, một quốc gia cuồng nhiệt của thuyết kỳ thị chủng tộc và toàn nhất chính thể đương đàn áp đa số dân chúng, nhất là quần chúng da đen, với những biện pháp càng ngày càng thêm tàn bạo, mất hết nhân tính, coi thường sự chống đối cương nghị của sinh viên và dân chúng.

F.   *Chế độ độc tài:* đó là sự thống trị dân chúng về kinh tế, chính trị, quân sự bởi một chế độ không đại diện cho dân chúng – hành động nhân danh một cá nhân, một giai cấp hay một đảng phái đại diện cho một thành phần ít ỏi trong dân chúng – chế độ ấy cố gắng duy trì quyền hành của mình bằng cái giá của sinh mạng và tự do con người. Cộng Hòa Dominica với Trujillo, Nam Việt Nam với Diệm,

Irak với Kassem, Á Căn Đình với Peron, Paraguay với Stroessner, Haiti với Duvalier, và Nicaragua với Somoza, tất cả đều là những trường hợp độc tài rõ ràng. Ở Ba Tư và Ma Rốc, người ta thấy một hình thức thống trị khác: nền quân chủ đã mang hình thức độc tài chống lại nguyện vọng của dân chúng, và để những kẻ trục lợi ngoại bang khai thác sự phong phú của cộng đồng ấy.

G.   *Bất công xã hội:* một thành phần dân chúng hưởng không xứng đáng và không bình đẳng những lợi ích kinh tế, giáo dục xã hội hay văn hóa. Nạn mù chữ, đói kém, nghèo khổ, bệnh tật rải rác khắp nơi làm hại những thành phần dân chúng đáng kể trong phần lớn các quốc gia trên thế giới, chứng tỏ tầm quan trọng và khẩn cấp của vấn đề này. Nguyên nhân một phần do nền kinh tế thiếu mở mang tại những quốc gia ấy, một phần do sự khai thác một thành phần xã hội bởi một thành phần khác.

Sự hiện hữu của những hình thức đàn áp kể trên là một đe dọa liên tục đối với đại học tự do, xã hội tự do và hòa bình thế giới, làm nguy hại đến quyền của người sinh viên trong khi tìm tòi để minh định tính cách những trách nhiệm của họ trong công cuộc chiến đấu cho công lý. Nói riêng, sự kiểm soát của thực dân, hay đế quốc chủ nghĩa tạo thành một nguy hiểm *cố hữu* cho hòa bình. Cuộc chiến đấu thực sự của một dân tộc bị đàn áp để giải phóng quốc gia họ, bằng sức mạnh của khí giới, nếu quả là cần thiết, như hiện đang xảy ra ở Angola và Guinea thuộc Bồ Đào Nha, sẽ tích cực góp phần vào hòa bình thế giới.

III. QUYỀN HẠN VÀ TRÁCH NHIỆM CỦA TỔNG HỘI SINH VIÊN QUỐC GIA

Tổng hội Sinh viên Quốc gia là kết quả của tự nhiên của nhu cầu tổ chức của Sinh viên để tranh thủ quyền hạn và nhận định trách nhiệm với tư cách là sinh viên và là phần tử của xã hội.

Trong khi minh định quyền hạn và trách nhiệm của Tổng hội Sinh viên Quốc gia, chúng tôi xác nhận một lần nữa lòng tin tưởng của chúng tôi rằng những mục tiêu đề ra trong bản Tuyên ngôn này chỉ có thể hoàn thành nhờ những tổ chức sinh viên tích cực tiến bộ và dân chủ, đặt căn bản trên ý nguyện cùng cần lao của chính người Sinh viên, và đại diện thực sự những mối quan tâm của Sinh viên.

Mỗi Tổng hội Sinh viên Quốc gia có trách nhiệm thúc đẩy hội viên của họ tham gia nhiệm vụ tiến bộ xã hội: trừ tiệt sự đói kém, nghèo túng, bệnh tật và nạn mù chữ, bất cứ nguyên nhân của sự chậm tiến này hiện hữu ở đâu. Mỗi Tổng hội Quốc gia có trách nhiệm hoạt động để thiết lập một nền hòa bình trường cửu trong một cộng đồng thế giới gồm những quốc gia dân chủ hoạt động cho sự cáo chung của mọi hình thức đau khổ và mọi hình thức đàn áp.

Mỗi Tổng hội Sinh viên Quốc gia có trách nhiệm thăng tiến tự do và bảo trợ kinh tế của đại học, để giữ vững một đối thoại hằng cửu với những ngành khác của cộng đồng đại học, để hoạt động cho công ích của sinh viên, cho tự do báo chí sinh viên, và bảo đảm rằng giáo dục mở rộng cho tất cả mọi người căn cứ trên khả năng của họ.

Mỗi Tổng hội Sinh viên Quốc gia có trách nhiệm quan tâm tới sinh hoạt chính trị và kinh tế của nước nhà và cố gắng để bảo đảm rằng hệ thống chính trị và kinh tế, trong đó Tổng hội sinh hoạt, được xây dựng trên những ý nguyện tự do bày tỏ của dân chúng. Mỗi Tổng hội Sinh viên Quốc gia có quyền tự tổ chức không có sự can thiệp ngoại lai và có quyền xuất bản mọi ý kiến riêng không sợ một ai bắt bớ.

Mỗi Tổng hội Sinh viên Quốc gia có trách nhiệm luôn luôn thức tỉnh để kịp thời chống lại sự thủ tiêu tự do ngôn luận, tự do báo chí, tự do di lại, của chính quyền hay của những nhà cầm quyền khác.

Mỗi Tổng hội Sinh viên Quốc gia có trách nhiệm suy xét, tỉ như những hội nghị hay những buổi họp mặt, tổ chức một cách dân chủ và cởi mở, qua những người thừa hành và nhân viên quản trị để tìm ra những nguyện vọng và cảm hứng thật sự, đặc biệt khởi phát từ cộng đồng sinh viên do Tổng hội ấy đại diện, ngõ hầu không một lực lượng bên ngoài nào có thể đặt ý thức hệ riêng hay chính sách riêng của họ lên Tổng hội, vi phạm những quan niệm đã được giữ vững một cách tự do của các hội viên.

Mỗi Tổng hội Sinh viên Quốc gia có quyền giữ vững độc lập hoàn toàn đối với những đoàn thể không phải sinh viên, dù là chính phủ, một lực lượng ngoại bang, một đảng phái chính trị hay một tổ chức thanh niên; cũng như mỗi Tổng hội Sinh viên Quốc gia có quyền hợp tác chặt chẽ với tất cả hay một lực lượng nào đó, khi sự hợp tác ấy phản ánh và thăng tiến ý nguyện được xác định một trong các tự do của hội viên Tổng hội.

Chúng tôi tin tưởng rằng, trong sự hợp tác giữa các Tổng hội Sinh viên Quốc gia, căn bản tuyệt đối là sự tán đồng những nguyên tắc phổ quát. Mỗi Tổng hội Sinh viên Quốc gia nên có trách nhiệm tích cực thăng tiến những nguyên tắc ấy.

Mỗi Tổng hội Sinh viên Quốc gia đã chấp nhận và thăng tiến những nguyên tắc ấy, được hưởng sự liên kết và hợp tác của những Tổng hội Sinh viên Quốc gia bạn, và được họ tôn trọng chủ quyền của Tổng hội mình.

Mỗi Tổng hội Sinh viên Quốc gia có trách nhiệm thăng tiến những nguyên tắc ấy một cách hữu hiệu ở trong cũng như ngoài nước, mặc dù hoạt động ấy có thể nguy hại đến tình trạng tài chánh hay bất cứ gì khác do chính phủ gây ra.

Một Tổng hội Sinh viên Quốc gia không có quyền liên kết và cộng tác với các Tổng hội bạn với lý do giản dị rằng mình là một tổ chức sinh viên toàn quốc. Tư cách đại diện của một Tổng hội Sinh viên Quốc gia phải được xét đoán ở sự tán đồng và thăng tiến những nguyên tắc phổ quát đề ra ở trên. Tư cách ấy là một yếu tố quan trọng cần xét đến, vì họ có quyền ứng cử để chia sẻ quyền hạn và trách nhiệm của hợp tác sinh viên quốc tế.

Trách nhiệm của mỗi Tổng hội Sinh viên Quốc gia là tán đồng những nguyên tắc phổ quát này, là làm việc tiến tới một thống nhất cuối cùng của phong trào sinh viên thế giới.

IV. VAI TRÒ VÀ CƠ CẤU TỔ CHỨC CỦA HỘI NGHỊ SINH VIÊN QUỐC TẾ VÀ NHỮNG CHI CUỘC PHỤ THUỘC

Sự tự nguyện phục vụ những nguyên tắc dân chủ của sinh viên và của xã hội là động lực thúc đẩy Tổng hội Sinh viên Quốc gia hoạt động trong nước và hợp tác với nước ngoài. Trong phạm vi tổ chức một cộng tác đa phương có ý nghĩa, đặt nền tảng trên những nguyên tắc phổ quát đã được chấp nhận, những tổ chức sinh viên, đại diện cho toàn thể sinh viên bằng một cuộc bầu cử tự do, sẽ cử những đại diện toàn quyền để bàn cãi một cách cởi mở những vấn đề thông thường hay những quan hệ, hoàn toàn tránh được kiểm soát ngoại lai; và sẽ đem áp dụng những nguyên tắc ấy trên toàn thế giới. Được như thế, tính cách hữu hiệu của hợp tác sinh viên quốc tế chỉ phụ thuộc trương độ của những nguyên tắc do chính hoạt động của hợp tác đưa ra.

Kiểm điểm lại phiên họp của Hội nghị Sinh viên Quốc tế, chúng tôi ghi nhận rằng những căn bản hợp tác và những quyết định đặc thù đề ra, luôn luôn phản ảnh một quan điểm không đảng phái. Những căn bản và quyết nghị ấy càng ngày càng phản ảnh được nhiều thêm sự tham gia hăng hái của sinh viên vào những vấn đề xã hội – mà chính họ là một phần. Chúng tôi xác nhận một lần nữa sự tán đồng tầm quan trọng của những nguyên tắc ấy trong tương lai. Đồng thời, phải ghi nhận rằng nhiều cơ cấu tổ chức của Hội nghị Sinh viên Quốc tế đã được bắt nguồn trong một thời kỳ mà những quan hệ rộng lớn này chưa được sinh viên khắp nơi trên thế giới cảm thấy rõ ràng.

Phái đoàn các Tổng hội Sinh viên Quốc gia chỉ còn phải kiểm điểm lại sự thích ứng giữa những mục tiêu, những cơ cấu của tổ chức và những cơ quan trung gian của Hội nghị Sinh viên Quốc tế có thể hoàn thành những mục tiêu đó.

Chúng tôi tin tưởng rằng những nguyên tắc và những mục tiêu được các Tổng hội Sinh viên Quốc gia tham dự Hội nghị Sinh viên Quốc tế xác nhận giúp cho Hội nghị dễ tổ chức các cuộc hợp tác hơn. Nhưng chúng tôi cũng nhận định rằng thống nhất sinh viên quốc tế phải được tìm kiếm ở ngoài phạm vi tổ chức của những cơ quan quốc tế hiện hữu. Hội nghị Sinh viên Quốc tế chỉ có thể cùng lắm là đảm nhiệm được công việc duy nhất của họ trong giới sinh viên. Hội nghị hết lòng hiến mình vào những cơ quan phụ thuộc cho công cuộc tuyên truyền và hoàn thành một số nguyên tắc thường được chấp nhận do những nhu cầu đặc thù, những nguyện vọng của sinh viên và của nhiều dân tộc ở mỗi lục địa.

Chúng tôi ý thức lòng ước ao tràn trề nơi các Tổng hội Quốc gia muốn nhờ hợp tác sinh viên quốc tế để thăng tiến sự hợp quần toàn thể, ngõ hầu đối phó với những vấn đề khẩn cấp đương đặt ra cho sinh viên và những cộng đồng có thành phần sinh viên. Hợp quần ấy có thể đem đến một viện trợ thực tiễn cho công cuộc phát triển quốc gia hay cho Tổng hội Quốc gia họ, trong cuộc chiến đấu xây dựng một xã hội và củng cố độc lập, chính trị, kinh tế. Trong kỳ hội thảo, một số đề nghị đã được đưa ra cho những hợp tác sinh viên quốc tế sau này. Đó là:

1. Những cuộc hội kiến song phương hay đa phương giữa sinh viên sống trong các quốc gia khác nhau về hệ thống xã hội và chính trị.

2. Những dự định liên hợp của nhiều Tổng hội Sinh viên Quốc gia hiện đương là hội viên những tổ chức quốc tế.

3. Những cuộc tiếp xúc địa phương tích cực khuyến khích sự thống nhất sinh viên trên nền tảng địa phương để nghiên cứu những vấn đề của địa phương ấy (Á châu, Phi châu và Nam Mỹ châu).

4. Những Hội thảo Quốc tế để thảo luận về các dị biệt căn bản trong giới sinh viên hiện đương bị chia rẽ.

Chúng tôi cùng nhận thấy rằng, một khi những Tổng hội Quốc gia đã tích cực ủng hộ và khuyến khích sự thực hiện những mục tiêu đó, một Hội Nghị Bàn Tròn có thể sẽ triệu tập được nhờ một Hội đồng Dự bị Quốc tế phản ảnh những khuynh hướng khác nhau và sự phân bố địa dư trong giới sinh viên.

Hội thảo cũng bàn cãi về cơ cấu và tổ chức phụ thuộc của Hội nghị Sinh viên Quốc tế. Mọi người đã thỏa thuận rằng những chi cuộc của Hội nghị sẽ có đủ quyền hạn để hành động trong mọi trường hợp mà đường lối vẫn theo đúng nguyên tắc, quyết nghị và tinh thần của Hội nghị. Những chi cuộc có thể thực sự thăng tiến những nguyên tắc của Hội nghị, áp dụng những nguyên tắc ấy theo một đường lối không đảng phái và các trường hợp phát triển lớn trên thế giới, và bảo trợ cho mọi hoạt động có cùng những nguyên tắc trên. Các chi cuộc có thể khuyến khích giúp đỡ những phần tử của giới sinh viên hoạt động cho những nguyên tắc ấy mà không cần biết đến những quan hệ của họ với các tổ chức quốc tế đặc biệt.

Một trong những đặc điểm của tổ chức Hội nghị Sinh viên Quốc tế vẫn là khả năng thích ứng với những đòi hỏi mới cho hoạt động sinh viên thế giới. Chúng tôi luôn luôn tin rằng tổ chức ấy sẽ tiếp tục biến đổi với thời gian, sẽ mang đến một phương tiện hữu hiệu hơn cho việc cố gắng áp dụng một cách vô tư các nguyên tắc phổ quát để giải quyết những vấn đề khó khăn của sinh viên và của các quốc gia trên thế giới.

USI Ái Nhĩ lan, UNEA Angola, NEWSEWNI Anh, Wales Bắc Ái Nhĩ Lan, OH Áo, NCUSI Ấn Độ, CIS Ba Tư, CUB Bolivia, NUIS Do Thái, DSP Đan Mạch, VDS Đức, NUGS Ghana, NFCUS Gia Nã Đại, USNSA Hoa Kỳ, NSR Hòa Lan, UFHS Hung, HKFS Hương Cảng, NUIS Irak, PKPTM Mã Lai, NSS Na Uy, NUSAs

Nam Phi, NUSRS Nam Rhodesia, NUNS Nigeria, SYL Phần Lan, UNEF Pháp, KUSU Sudan, TMTF Thổ, FFS Thụy Điển, VSS Thụy Sĩ, SUS Tô Cách Lan, UGET Tunesia, NUAUS Úc, UNURI Ý.

[Student Mirror, số 283 ngày 16.10.1963, và số 284 ngày 1.11.1963, Hà Ngọc Thuần dịch]

TÌNH THƯƠNG
VÀ TUYÊN NGÔN LEYSIN

*Khi tiếng súng cách mạng đã im, trường Đại học được giải tỏa, anh em sinh viên hân hoan gặp nhau tay bắt mặt mừng dưới mái trường thân yêu. Hai số báo Student Mirror đã tới tay chúng tôi vào lúc đó, cùng với hai phụ bản đăng trọn Tuyên ngôn Leysin. Thực là cảm động **khi thấy sinh viên Việt Nam chiến đấu chống sự xâm phạm tự do và nhân quyền**, sinh viên quốc tế đã họp mặt và ủng hộ sinh viên Việt Nam rõ rệt. Trong hứng khởi đó, chúng tôi đã mạo muội dịch Tuyên ngôn này sang Việt văn, công việc đáng lẽ phải nhường cho các bạn Văn khoa hay Luật khoa. Thế nên bản dịch còn nhiều sơ sót và lúng túng. Tuy nhiên sự vội vã ấy không phải là vô lý. Ngay trong vòng tháng 11 năm 1963, anh em Y khoa đã sửa soạn một nguyệt san: lúc ấy thì Ban Chỉ đạo, Đại diện Sinh viên Lâm thời, vì quá nhiều công việc và vì tính cách lâm thời, chưa nghĩ đến việc có một cơ quan ngôn luận chính thức.*

Vì vậy trước hết chúng tôi đăng tải bản dịch Tuyên ngôn này làm tài liệu. Thứ hai là sau Cách mạng, hình thành một Tổng hội Sinh viên Quốc gia, và sự gia nhập hàng ngũ Sinh viên Quốc tế lại được đặt ra. Phần 4 của bản Tuyên ngôn đã định rõ nhiều mục tiêu có thể làm căn bản để thảo luận, Sau cùng bản Tuyên ngôn, trong nguyên bản Anh văn, có lẽ là một áng văn chương có giá trị. Đặc biệt là báo Etudiant đã ra một số đặc biệt dành cho Tuyên ngôn ấy với nhiều hình ảnh của cuộc hội thảo ở Leysin. Chúng tôi rất tiếc không đủ phương tiện thực hiện điều đó.

Tổng hội Sinh viên Quốc gia sẽ được thành lập và sẽ định thái độ: hoặc chấp thuận – một phần hay toàn thể – hoặc phản đối bản Tuyên ngôn. Sau đó Tổng hội sẽ quyết định gia nhập Hội nghị Sinh viên Quốc tế hay không. Chúng tôi trong phạm vi báo chí, chỉ có mục đích phổ biến Tuyên ngôn Leysin.

Student Mirror, số 283 ngày 16.10.1963,
và số 284 ngày 1.11.1963
[Tình Thương Số 1-2, tháng 1-2, 1964]

Niềm Đau Nỗi Khổ
Công Cuộc Khắc Phục Đau Đớn

Bệnh tật là một điều tốt hay xấu? Chắc chắn là một điều xấu, ai cũng nghĩ như vậy. Nhưng những nhà ngụy biện của nước Cổ Hy Lạp, đã đón biết trước câu trả lời của mỗi người, đáp lại: "Không, không xấu đối với những nhà y sĩ!" Qua lời nói ấy người ta có thể hiểu rằng những nhà y sĩ sống nhờ vào người bệnh, chỉ mong người đời mắc thật nhiều bệnh để mong có dịp hành nghề kiếm tiền sinh sống. Suốt một đời Socrates đã chống lại lối suy tưởng bằng nghịch lý ấy. Y sĩ cũng chỉ là người, sớm muộn cũng phải mắc bệnh; bởi vậy bệnh tật quả là một điều xấu đối với con người, điều ấy không ai có thể chối cãi được nữa.

"Đau đớn là một điều tốt hay xấu?" Ngay trong định nghĩa sự đau đớn đã có câu trả lời. Thật vậy, cho đến nay, trong phạm vi tâm lý học cũng như sinh lý học, người ta không đưa ra được một định nghĩa khoa học về sự đau đớn. Đau đớn là một tình trạng khó chịu mà người ta muốn chấm dứt. Người bệnh thường thường tới phòng mạch y sĩ cũng vì đau đớn và muốn được chữa khỏi ngay tức khắc.

Tuy nhiên từ lúc khám bệnh cho đến lúc uống thuốc chữa bệnh không phải ngắn ngủi chỉ có năm phút biên toa. Người bệnh nào cũng muốn kể lể, mô tả cái đau của mình, đau lên đau xuống, đau ngắn đau dài… Lâu dần người y sĩ có kinh nghiệm, nghe kể bệnh xong đã đoán đúng căn bệnh đến chín phần mười. Sự đau đớn biến thành một triệu chứng quý báu để chẩn bệnh. Bổn phận của người y sĩ ngày nay, khi gặp người bệnh lần thứ nhất là tìm hiểu cái đau đớn của người bệnh. Nhiều khi nhà y sĩ còn đòi hỏi bệnh nhân làm một số động tác gây đau đớn để chẩn bệnh.

Ở ngay khởi điểm, như vậy, hình như đã có một sự bất đồng quan điểm giữa y sĩ và người bệnh về sự đau đớn. Đối với người y sĩ, đau đớn là một lợi khí vì nó là một triệu chứng thông thường nhất của bệnh tật.

Giá trị của lợi khí ấy, thật ra, rất tương đối. Trong việc chẩn bệnh, nhà y sĩ còn có nhiều phương cách khác: nghe tim, gõ ngực, chiếu điện, thử nước tiểu, thử đàm... Trái lại, kéo dài quá hay quá dữ dội, đau đớn làm thể xác hao mòn, tinh thần mệt mỏi vì lo âu sợ hãi; đau đớn trở nên một chướng ngại lớn cho việc điều trị, một *thứ bệnh cấp cứu* mà người thầy thuốc phải tìm đủ mọi cách để chế ngự tức khắc.

Cuộc chiến đấu chống đau đớn, cùng với lịch sử bệnh tật, bắt đầu ngay từ những thời thượng cổ. Sau những phương pháp thô sơ do bản năng và kinh nghiệm như đấm bóp, đắp lạnh, đắp nóng... con người lần đầu tìm ra những thuốc trấn đau hiệu nghiệm hơn. Người cổ sơ chắc đã nhiều lần ngẫm nghĩ khi thấy voi "đau bụng" chạy đi ăn đất sét, để chúng ta ngày nay uống Kaolin, Bismuth. Và có phải ngẫu nhiên con người uống chung với sư tử trong những hồ nước đầy cây ký ninh rữa nát để khỏi phải khổ sở vì nóng, lạnh và mồ hôi? Nhờ những khám phá ấy, y học ngày nay có thêm những phương tiện chống đau. Rồi với tiến triển của các khoa học y khoa như cơ thể học, sinh lý học, vi trùng học... khoa thủ thuật cũng được hướng vào công cuộc khắc phục đau đớn. Tiến thêm một bước, con người mong sẽ phòng ngừa được đau đớn. Dự tính này mới chỉ được phần nào thể hiện trong khoa đánh thuốc mê, một nhành phụ của khoa giải phẫu. Ước vọng của con người là sẽ có ngày diệt hết mọi đau đớn bằng cách ngăn chặn, không để bệnh tật tới được những giai đoạn "bất trị" mà đau đớn lúc ấy trở thành mối kinh hoàng khủng khiếp của con người.

Dưới mắt nhà sinh lý học, đau đớn thể xác là một giác quan đặc biệt, có "những đường dây riêng" trong hệ thần kinh. Nơi người đau, đau đớn là một trạng thái tri thức rất khó chịu, làm ta mệt nhọc, bắt ta rên rỉ kêu la. Nó là một thực trạng hoàn toàn chủ quan, chỉ người đau mới biết đau và chưa có cách gì đo lường được. [1]

Tất cả những từ ngữ người đau dùng để tả cái đau của mình, chẳng hạn: đau như xé, như cưa, như lửa đốt, như kìm kẹp, chỉ là những hình ảnh tưởng tượng, vì thực ra người đau ấy chắc có khi nào bị xé, bị cưa, bị đốt, bị kẹp đâu. Và đến khi quá đau, thì người đau chỉ còn mấy ý tưởng là: đau, đau và đau. Như thế đau đớn phụ thuộc nhiều yếu tố chủ quan: sức chịu đựng, trạng thái tâm thần, ký ức, ý chí… Thêm vào đó còn có rất nhiều yếu tố của môi trường người đau đang sống: phong tục, khí hậu, đồ ăn… khiến cho việc phân tích đau đớn rất khó khăn hay không thể được.

Trong y học cách chữa bệnh hay nhất vẫn là cách chữa tận gốc. Vì thế, trước đau đớn, y học phải gắng tìm ra khởi nguyên của nó, và theo Leriche, một thủ thuật gia của đau đớn, thì chỉ có vị thế của đau đớn là giúp ta làm sáng tỏ được điểm này. Leriche phân tích hai loại đau đớn thể xác. Nếu như cảm giác đau hình như cố định một chỗ, không lan rộng ra chỗ khác, không bị ảnh hưởng bởi những kích thích ngoại lai từ ngoài chỗ đau: ấy là cái đau của những dây thần kinh não tủy. Đối lại có thứ đau lan man, không có giới hạn rõ rệt trên thân thể, hay lan rộng, dễ chịu ảnh hưởng của các kích thích ngoại lai, kèm theo nhiều hiện tượng sinh lý khó chịu khác, làm cho thể xác hao mòn, tinh thần căng thẳng vì lo sợ: ấy là đau đớn của hệ giao cảm. Nhờ sự phân biệt này, Leriche đã chứng tỏ được sự hiện hữu của cảm giác đặc thù nơi một số tổ chức xưa kia coi như vô tri giác (xương, mạch máu…) Những yếu tố thể dịch như lượng calcium, lượng các kích thích tố thượng thận, kích thích tố sinh dục… trong máu, cũng đóng vai trò quan trọng trong sự phát sinh ra đau đớn thể hiện dưới nhiều hình thức khác nhau (ngứa cũng là một loại đau đớn). Công cuộc khắc phục đau đớn vì thế gặp nhiều khó khăn.

Hai thứ dược thảo đầu tiên làm dịu đau ghi trong lịch sử y học là cây ngải sâm (mandragore) và cây gai Ấn độ (haschich). Người Ai Cập cổ tin rằng cây ngải sâm là quà tặng nhân gian của Thần Mặt Trời; và người La Mã đã sớm biết xắt cỏ này với rượu nho uống cho bớt đau trong khi mổ xẻ. Mãi đến thời Trung Cổ, cỏ ngải sâm vẫn còn được dùng làm thuốc an thần. Cây gai Ấn độ hay haschich, mặc dầu chỉ xuất hiện trong kho thuốc từ cuối thế kỷ 19, đã được các dân Tiểu Á, Ba Tư, Ai Cập rất ưa dùng từ nhiều trăm năm trước công nguyên, vì tính chất làm say lơ mơ và cho những ảo giác rất thú vị.

Nha phiến, thuốc trị đau thần hiệu trong phần lớn trường hợp đau ghê gớm, dưới nhiều hình thức chế hóa khác nhau, cũng có một lịch sử rất dài. Biết thưởng thức nha phiến đầu tiên hẳn là người Trung Hoa. Trong thang ma-phế của Hoa Đà đời Tam Quốc dùng làm thuốc mê, chắc có cả nha phiến lẫn haschich. Bên trời tây, Hippocrates dùng nha phiến trong các chứng đau tử cung và đau ruột; Galien dè dặt hơn, rất ít dùng, lại cấm cho trẻ con uống. Thời cực thịnh của nha phiến trong y học vào khoảng thế kỷ 16 với Sylvius de la Boe, đồ đệ của Paracelse và được biệt hiệu là *"bác sĩ nha phiến" (doctor opiatus)*. Nha phiến có tác dụng làm teo các tua dây thần kinh, do đó cản trở sự dẫn truyền các cảm giác đau đớn. Nhưng chỉ sau các thí nghiệm của Magendie và của Claude Bernard, giới y sĩ mới để ý tới hậu quả tai hại của sự lạm dụng nha phiến trong việc điều trị đau. Tuy thế *"y sĩ nào lại không dùng nha phiến để trị liệu? Vì không những nó làm hết đau mà còn nâng cao tinh thần người đau, làm cho cái chết trong những trường hợp thiên định hóa ra êm dịu nhẹ nhàng"*. (Hufeland)

Trái lại, lịch sử những thứ "thuốc cảm" loại aspirin – kiệt phẩm của nhân loại [2] – chỉ bắt đầu từ hạ bán thế kỷ 19. Công dụng đầu tiên của acide salicylique lại là sát khuẩn cho những người mắc bệnh đậu mùa. Và khi đã nghiên cứu kỹ càng rồi đem thuốc này chữa chứng phong thấp khớp cấp tính vào năm 1877, Germain de Sée đã gây ra nhiều cuộc bàn cãi sôi nổi, trong đó có cả Bouillot, người đầu tiên mô tả bệnh phong thấp khớp. Sau những cuộc tranh luận ấy và nhiều cuộc khảo sát chứng tỏ rằng acide salicylique làm giảm hoạt động quá đáng của tế bào trong các chứng viêm, acide salicylique mới được công nhận làm môn thuốc chính thức của chứng phong thấp. Chúng ta cũng nên để ý rằng tất cả các thứ thuốc "giải cảm, thối nhiệt" đều có ít nhiều tác dụng chỉ thống, nhưng thường thường tác dụng này chỉ có khi dùng những liều khá mạnh.

Bên cạnh hai loại "lớn" kể trên, còn nhiều thứ trị đau loại "nhỏ", dùng trong vài trường hợp riêng. Một giọt aconitine đặt trên lưỡi, làm tê liệt các đầu dây thần kinh ba chẽ *(trigeminal nerve)* trong chứng nhức của thần kinh này, một chút colchique làm dứt cơn đau bệnh "gút" tức thì, trong khi các thuốc khác đều vô hiệu.

Bệnh đau thần kinh phù thũng vì thiếu sinh tố B1, chỉ hết đau khi được điều trị bằng sinh tố B1; cũng thế, đau đớn trong bệnh hoại huyết, chỉ hết với sinh tố C.

Mới hơn cả, có lẽ là những kích-thích-tố, dùng trị đau của ung-thư vú hay ung-thư nhiếp-hộ-tuyến. Và nói cho cùng thì mọi thứ thuốc đều có tác dụng chỉ thống cả, vì đau đớn dù sao cũng chỉ là một triệu chứng của bệnh tật.

Thế nên nỗ lực của nhân loại trong công cuộc chống đau phải tiến vào chiều sâu, tìm đến căn nguyên của đau đớn. Từ những phương pháp và thuốc men chỉ có thể làm dịu đau trong khi chờ đợi hay tiến hành song song một trị liệu tận gốc, con người đã sớm biết rằng chỉ có trị tận căn nguyên chứng bệnh làm đau mới là phương cách hữu hiệu nhất để khắc phục đau đớn.

Tuy nhiên, trong tình trạng hiện tại của sự vật, có những bệnh, tỉ dụ như ung thư, diễn tiến một cách âm thầm, và đến khi nhận được định rõ thì quá muộn rồi: bệnh đã vào giai-đoạn "bất-trị". Đau đớn lúc ấy là tất cả, người bệnh là hiện thân của đau đớn, chỉ biết có đau đớn, không cần để ý đến sự tàn phá trong cơ thể, đang đưa dần mình về cõi chết. Vì hiệu quả có hạn, những thuốc chỉ thống cho người đau ảo tưởng một êm dịu thoáng qua, để sau đó lại nổi lên những cơn đau mãnh liệt gấp bội. Con người đành tạm quên căn bệnh, đi tìm một cách trị đau hữu hiệu hơn. Chính trong những hoàn cảnh tuyệt vọng ấy mà khoa thủ thuật chống đau đớn ra đời. Tên gọi tuy mới, nhưng việc làm thì đã cũ. Y học thế-kỷ XVII đã biết cắt lấy thần kinh ba chẽ để chữa chứng nhức thần kinh ở mặt. Nhưng phải đợi đến khi có thể giải phẫu được trong những điều kiện hoàn hảo về kỹ thuật, về khử trùng... khoa thủ thuật chống đau đớn mới chính thức khai sinh. Từ đấy, các nhà thủ thuật không ngừng kiện toàn hay đặt thêm kỹ thuật. Trong số đông đảo các nhà thủ thuật này, phải kể đến Weir Mitchell đầu tiên tả chứng đau đốt; Harvey Cushing nghiên cứu chứng nhức thần kinh; Abbe, người thứ nhất cắt các dây sau tủy sống; Ruggi có sáng kiến cắt hệ giao-cảm; Von Oppel nêu rõ vai trò các tuyến nội-tiết trong sự phát sinh đau đớn; Leriche nới rộng tầm hoạt động của thủ thuật chống đau ra ngoài khu vực hai hệ thần kinh não tủy và giao cảm.

Một cách đại cương, nguyên tắc của thủ thuật chống đau là làm gián đoạn luồng thần kinh dẫn cảm giác đau đớn về trung khu thần kinh. Yếu tố nhận thức đau đớn của cơ thể bị loại trừ; người đau hết đau vì không biết đau nữa. Áp dụng nguyên-tắc này, nhà thủ thuật sẽ cắt, tùy theo trường-hợp, hoặc dây thần-kinh não tủy (radicotomie), hoặc tủy sống (myélotomie, cordotomie), hoặc ngay tại não bộ (thalamotomie, lobotomie) hoặc cắt hạch và các dây của hệ giao cảm (stellectomie, sympathectomie).

Vì áp dụng ngay trên hệ thần kinh, những cuộc giải phẫu này không phải là không nguy hiểm. Làm mất đau đớn, lưỡi dao giải phẫu có thể cho thêm tê bại, cho tim đập nhanh, cho trán đổ mồ hôi, cho chân tay lạnh ngắt; khốc hại hơn nữa là làm thay đổi tính tình người đau, những khi động chạm đến thị giác não. Điều này hiển nhiên, vì đau đớn là hiện tượng chủ quan trong đó thể hiện phần nào cá tính con người. Diệt được đau mà phương hại đến cá tính tức là diệt luôn giá trị của người đau. Bởi thế, ngoài những trường hợp thủ thuật có giá trị không thể chối cãi, như trong chứng nhức thần kinh, chứng đau đốt, đau mạch máu v.v... lưỡi dao giải phẫu chỉ rạch vào chất xám, chất trắng sau khi nhà thủ thuật đã đắn đo cân nhắc kỹ càng. Còn khi một căn bệnh đã hoàn toàn biến thành đau đớn, lưỡi dao thường chỉ được sử dụng để làm êm dịu những giây phút cuối cùng của đời người đau.

Đau là khổ. Và trên cái Hạnh phúc trần gian ngắn ngủi nhưng chính đáng của con người, đau đớn thể xác vẫn là một vết xám bẩn cần phải tẩy sạch. Nếu "vui quá hóa buồn" là một trạng-thái tâm lý hợp lý, thì trái lại không ai muốn được đau đớn, dù trong chốc lát, vì đã lâu không bị đau khổ e đời tẻ nhạt. Tạm gác một bên những ý niệm tôn giáo, thần bí, khắc kỷ, hoặc lấy đau đớn để hy sinh đền tội, hoặc cho rằng đau đớn để giao tiếp với thần linh, hoặc khinh bỉ coi thường đau đớn cho tâm hồn thêm cao cả, và gạt bỏ ý muốn tìm lạc thú trong đau đớn của những kẻ suy biến thác loạn, y học lúc nào và ở đâu cũng quan niệm rằng *"đau-đớn là một tai ương của con người, làm giảm giá-trị con người và làm con người bệnh hoạn thêm lên"* [3]. Do đó, y học luôn luôn tìm mọi cách để hoàn tất công cuộc khắc phục đau đớn thể xác, khởi từ những giây phút đầu tiên của đời sống nhân loại trên mặt trái đất. Và nếu thuở xưa, làm hết đau đớn được coi như một việc "thiêng liêng", thì ngày nay, làm hết đau đớn lại chính là bổn phận thiêng liêng tối thiểu của người y học.

NGHIÊM-SỸ-TUẤN

[Tình Thương Số 3-4, tháng 3-4,1964]

---

(1) Một phương pháp đo lường đau đớn đang được thí nghiệm: điện-bì động ký (électrodermographie)

(2) *"kiệt phẩm của nhân loại / chef d'oeuvre humain"* (R. Leriche)

(3) *"đau-đớn là một tai ương của con người, làm giảm giá-trị con người và làm con người bệnh hoạn thêm lên / la douleur est toujours un cadeau sinistre qui diminue l'homme, qui le rend plus malade qu'il ne serait sans elle."* (R. Leriche)

Những Ám Ảnh của Chứng Nan Y: Nan Y hay Dịch Tễ Xã Hội

TỪ JOB ĐẾN NHỮNG NGƯỜI CÙI TRÊN VỈA HÈ

Đời xưa, ở vùng Idumée, có một người cùi tên Job. Quần áo tả tơi, chấy rận nhung nhúc, da thịt nứt nẻ, lở loét từ đầu đến chân, Job ngồi trên đống tro tàn của cơ nghiệp mình, một mảnh bát vỡ cào gãi mụn nhọt trên thân thể. Job ngồi đấy trơ trọi, cô đơn. Vợ con, cháu chắt, bạn bè, tôi tớ... thảy đều trở mặt quay đi. Ngày tháng qua mau như thoi cửi, không một chút hy vọng. Và những nỗi đau khổ của Job còn nặng hơn cát biển.

Mấy nghìn năm sau, vào thời Trung Cổ, cảnh tượng thảm thương không mảy may bất nhẫn này lại diễn ra, khi những "trận dịch đen" bùng lên ở Âu Châu. Người chết từng loạt, con số lên tới hàng trăm ngàn. Người ta ào ào chạy trốn Thần Chết. Bạn bè bỏ nhau, vợ bỏ chồng, anh bỏ em, và hơn thế nữa, cha mẹ bỏ ngay con cái mình. Tử khí lan tràn thành phố. Người bệnh la liệt trong nhà, ngoài đường, nằm hấp hối chờ chết với nhau. Sợ hãi tới mức kinh hoàng. Làm sao giải thích nổi những cái chết tập thể, trong khoảnh khắc, nếu không kêu gọi đến một thần quyền. Tội lỗi quá nhiều. Job kia còn bị các bạn buộc tội, huống hồ con người của hàng nghìn năm sau. Luật lệ và hình phạt được đặt ra.

Người cùi phải tập trung vào một nơi. Người mắc dịch bị vứt bỏ ngoài đồng vắng. Người có bệnh mà trốn tránh, cũng như người lành giấu giếm, chứa chấp người bệnh, đều bị trừng trị nặng nề.

Nỗi kinh hoàng cùng với dịch tễ rồi cũng qua đi. Những người nan y đã quen và cam chịu sống riêng rẽ, tự tổ chức thành những xã hội nhỏ riêng rẽ. Ở Việt Nam trước kia đã có những "làng" người cùi. (Văn Môn, Khuya ở Bắc Việt) với lý trưởng, trương tuần cẩn thận. Sự hiện diện của họ chỉ còn được nhắc nhở tới bằng mấy tiếng lục lạc báo hiệu, hay cái bóng quái dị, nghiêng ngả, trong đống quần áo rách nát, bất chợt nghe, bất chợt gặp trên đường. Chúng ta tránh mặt họ, không muốn dây dưa với họ. Sự sợ hãi thuở xưa đã nhường chỗ cho một cảm giác ghê tởm với lòng khinh bỉ, tất nhiên, đi kèm.

Y học tiến bộ, ngăn chặn dịch tễ lan tràn, cản các chứng nan y bành trướng. Chẳng ai sợ nữa, khi thấy những bệnh kỳ quái, hao mòn cơ thể, biến dạng hình hài. Tổ chức Y tế xã hội chu đáo hơn. Với những trại cùi, làng tế bần, viện bài lao, viện ung thư. Người bệnh ngày nay có nơi ăn, chốn nghỉ, yên tâm điều trị. Ai cũng mong, tin thế. Cho đến một ngày.

Một ngày nắng ráo, một ngày lễ trên hè phố đông đúc, như những vết bùn đất của mấy ngày mưa dầm còn sót lại, giữa bao màu sắc rực rỡ linh động, loáng thoáng một vài người cùi ngồi ăn xin. Họ ngửng lên nhưng khuôn mặt không lông mày, không sống mũi; những mí mắt những vành tai dầy cộm, sần sùi. Họ giơ lên những bàn tay không ngón, loang lổ, cong queo. Chúng ta đi qua, đi lại ngay trước mặt họ, sát bên lưng họ. Mắt chúng ta nhìn mà không thấy, tai chúng ta lắng mà không nghe. Họ ngồi xệp dưới đất thấp quá. Vả lại họ có nói gì đâu. Họ là những gốc cây, những cột đèn, những ghế đá hay một thứ cồng kềnh nào đó trên mặt lộ. Cần gì phải la hét, trốn chạy, cần gì phải khinh bỉ, hắt hủi. Cứ tự nhiên mà bước, linh tính sẽ khiến ta không đụng phải họ. Họ là những gốc cây...

THỊT XƯƠNG LÀ SÔNG NÚI

Nhưng họ vẫn phải hiện diện, vẫn phải sống. Dù đau đớn, dù hao mòn, dù biến dạng. Trong thế giới riêng của họ với những ý nghĩ và mặc cảm đặc thù do bệnh tật gây ra. Ý nghĩ nan y, ý nghĩ thân mình tàn phế. Mặc cảm ký sinh, mặc cảm bị ruồng rẫy, mặc cảm tội lỗi. Với một ám ảnh lớn đè nặng tâm hồn. Sự chết.

Thời gian điều trị và nghỉ ngơi lâu dài cộng với việc phải chăm chút tẩm bổ — điều kiện cần thiết để lành hai lá phổi — tạo cho người lao phổi một mặc cảm ký sinh nặng nề. Ở trong một hình hài bề ngoài nguyên vẹn là một cơ thể đã bị gậm nhấm suy yếu. Dù có khỏi hẳn, cũng không xốc vác nổi những công việc đòi hỏi một sức khỏe dồi dào. Trong một giới hạn nào đó, người ấy vẫn có thể mãi mãi là ký sinh.

Người phong cùi cũng đau khổ về hình hài, nhưng ở đây là một hình hài không nguyên vẹn. Mặt mũi biến dạng, tay chân rụng rời, và cả xác thân ô uế. Tiếng kêu "Tôi ô uế! tôi ô uế!" của người cùi thuở xưa mỗi khi ra đường, vọng qua ngàn năm, hiện vẫn còn vang bên tai họ. Thực sự hay tưởng tượng, họ luôn luôn là những người bị rẫy ruồng, hắt hủi. Và đi dần đến chỗ cô đơn. Cùng chia sẻ với họ nỗi tủi nhục của tấm thân ô uế, họa chăng có những người hoa liễu. Bệnh phong tình, tự bao giờ đến giờ và ở đâu cũng vậy, vẫn là một bệnh đáng xấu hổ. Người ta che giấu nó nhân danh luân lý, đuổi bắt nó nhân danh thuần phong. Vì nó trái với đạo đức và làm bại hoại xã hội, người ta chỉ biết kết tội như thế.

Những ý nghĩ như thế châm ngòi cho những phản ứng khác nhau nơi người bệnh. Một người mềm yếu, kém ý chí, thì chỉ nghĩ nan y với hệ luận là cái chết sớm muộn không thể tránh, cũng đều cho người ấy đi đón trước Tử thần. Mạnh hơn một chút, người ta coi thường tất cả. Can đảm, liều lĩnh, ca hát, vui đùa hôm nay, thực ra chỉ để quên đi ý nghĩ cái chết cô đơn, lạnh lẽo ngày mai. Đó là những phản ứng một chiều, phản ứng có thể gọi là hướng nội.

Phản ứng hướng ngoại, ở một mức độ thấp chỉ có tính cách phá phách gây đổ vỡ. Lợi dụng tình trạng "bất khả xúc" của mình, người bệnh làm sống lại và đem gieo rắc sự kinh hoàng của thời dịch Trung Cổ. Những đoàn người cùi hành khất ở miền Bắc trong thế kỷ trước là một thí dụ.

Họ quấy nhiễu các đám hiếu hỉ, vầy vò đồ ăn thức uống trong mâm tiệc, để đòi hỏi bạc tiền và lương thực. Ở mức cao nhất của ý chí, người bệnh chế ngự mặc cảm, biến nó thành động cơ sản sinh ra những năng lực khác thường.

Nhưng dù ở mức độ nào, từ những người tự đi tìm cái chết đến những bậc thiên tài bệnh hoạn, phản ứng hướng nội hay hướng ngoại, chỉ làm dầy thêm bức tường bao quanh thế giới những người bệnh hoạn, được xây bằng những ý nghĩ và mặc cảm hằn in trong tiềm thức họ. Vô tình, chính những người bệnh cũng góp phần vào sự cách biệt giữa họ và những người lành mạnh. Trong thế giới của họ, ta xa lạ, bỡ ngỡ. Bầu trời điên loạn, đầy trăng sao và lạnh buốt dưới bàn tay không ngón của Hàn Mặc Tử, những phong cảnh hoặc ảm đạm, hoặc rực rỡ, mang những màu nét rung động, quần quại như hờn giận, đau thương, thoát ra nơi đầu bút của Van Gogh[1]; bậc siêu nhân đầy nghị lực, thông minh và kiêu hãnh trong con người tê liệt, yếu ớt như trẻ sơ sinh của Nietzsche. Tất cả đều mang một sắc thái khác thường, khó cảm thông, nếu không như có lực mạnh, đẩy bật ta ra.

Hình hài thay đổi, sinh lý xáo trộn, chính là những nguyên nhân đầu của sự xa cách, về cả hai phía, bệnh và không bệnh. Thịt xương ở đây còn hơn là sông núi [2]. Đó là vực sâu đầy gai góc, rắn rết; là vũng lầy không đáy, chướng khí mịt mù.

NHƯNG LÒNG NGƯỜI KHÔNG NGẠI NÚI E SÔNG

Bây giờ chúng ta muốn hai phía lại gần nhau? Còn gì giản dị và hợp lý hơn là lấp phẳng cái hố sâu ngăn cách kia.

Hãy sửa lại hình hài và đem quân bình sinh lý, tâm lý về cho người nan y. Giữ lại, hay bù đắp vào, những đường nét, hình thể và những cơ cấu Tạo hóa đã ban cho người. Bổn phận thiêng liêng của mỗi người – tự giữ cho mình và bù đắp cho người – mà sự chu toàn đòi hỏi bao nhiêu cố gắng, kiên nhẫn và hy sinh.

Những tháng năm cặm cụi trong phòng thí nghiệm, đun nấu, ghi chép, tính toán của những Koch, Hansen, Pasteur, Virchow… rồi của những Flemming, Waksman, Bửu Hội, Umezawa… đã đem lại nhiều khám phá, đáp ứng, có thể nói là trọn vẹn, cho những toan tính phá tan mặc cảm và trung hòa phản ứng nơi người nan y. Con người hôm nay tha hồ chết vì bom đạn, xe cộ, nhưng không được chết vì lao phổi nữa. Streptomycin, Isoniazid, PAS. Cũng không có lý gì tồn tại, những cơn tê liệt toàn thân của bệnh giang mai thời kỳ thứ ba. Penicillin, Bismuth. Phong cùi ư? Sulfones. Ung thư ư? Thì đây, bao nhiêu là thuốc, là chất phóng xạ, là quang tuyến, lại đây nữa, bao nhiêu phương thức thực nghiệp tinh vi, ngõ hầu phát giác ra những trường hợp mới chớm. Bỏ đi một mảnh phổi chai đá, cắt đi một bướu nham ruột già, bây giờ là việc thông thường của khoa thủ thuật. Lưỡi dao thuần thục hơn, uyển chuyển hơn, tế nhị hơn. Lưỡi dao tạo hình, ghép da, nắn mũi, sửa tay. Ấy là thủ thuật cho bệnh cùi.[3]

Tâm hồn lành mạnh trong thân thể hùng cường.

Bây giờ phải đảo ngược mệnh đề lại và nói: *thân thể lành mạnh chứa đựng tâm hồn hùng cường.* "Tứ chứng nan y" rồi đây chỉ còn là một từ ngữ thuộc vào y sử.

TRỜI XANH IM LẶNG

Vấn đề "nan y" xem ra như thế dễ dàng giải quyết, với những khám phá tiến bộ của y học. Một xã hội không còn người lao cùi … đâu phải là một điều không tưởng. Còn lại có vấn đề thời gian. Bao giờ?

Bao giờ, khi những người lao còn phải cong lưng, vừa ho vừa làm, mà vẫn không đủ tiền mua một miếng thịt nhỏ mỗi ngày? Bao giờ, khi người ta cứ phải ở chung lộn, chồng chất, chui rúc, trong những túp nhà lụp xụp, tối tăm, bên cạnh rác rưởi và sình lầy? Bao giờ, khi những người mua dâm và bán dâm, không những không kiểm soát được, lại còn tăng số mãi lên? Bao giờ, khi người ta vẫn chưa biết đường lối và chưa có phương tiện để dò ra một ung thư mới chớm ngay chính nơi thân thể mình? Bao giờ…?

Đấy là thảm trạng của những nước chậm tiến. Ở Đông Nam Á, ở Phi Châu, ở Nam Mỹ Châu. Và có gì lạ đâu, nếu đủ các thứ bệnh tật thi nhau phát triển. Nghèo khổ vật chất. Nghèo khổ cả tinh thần. Thiếu ăn, thiếu mặc đã đành. Mà lại thiếu cả một gáo nước rửa mặt, cả đến thước khối khí trời để thở, cả đến ánh sáng mặt trời để ngẩng đầu cao. Hãy nghe lời một người lao phổi thời tiền chiến nói với bạn trước khi tắt thở: *"Nếu mỗi ngày tôi có được một miếng thịt bò, thì đâu có đến nỗi chết".* Hãy nghe tiếng kêu cứu tuyệt vọng của một bà mẹ mắc chứng bạch huyết với bầy con nhỏ bên tay. Bà van xin những nhà thông thái, khẩn cầu các nhà hảo tâm. Bây giờ bà còn sống hay đã chết? Và chẳng biết có ai đáp lại lời kêu cứu của bà không? Chắc nó chìm ngay trên trang nhật báo, giữa những dòng rao bán chó, bán nhà, dạy khiêu vũ, sửa sắc đẹp… [4]

Chưa đủ. Thêm vào đó còn có mù chữ, thất học, mê tín, dị đoan. Và những tín điều viển vông, cao vời của những người quá yêu mến đồng bào. Bao nhiêu điều kiện thuận lợi, nuôi dưỡng, làm nẩy nở mọi mầm mống vi trùng, tạo nên môi trường thích hợp để "bảo tồn" bệnh tật. Có ích gì khi chữa lành một, hai lá phổi, để lại trở về thở hít chung bầu không khí với một hai chục người khạc nhổ suốt ngày? Có ích gì khi cứ ba bốn ngày mới chích được phân nửa liều thuốc, trong khoảng năm ba tháng, để trở lại bệnh viện với những con vi trùng mạnh mẽ hơn, dai dẳng hơn? Lưỡi dao giải phẫu thôi đành xếp lại trước những cục bướu nham lớn bộn, rắn chắc, kèm thêm ít nhiều hạch ung thư chuyển đi khắp cơ thể.

Đúng là những chứng nan y, không chữa được. Không chữa được, không phải vì chữa không được, mà vì chữa không đúng, không đủ, không nhanh, không kịp thời. Những chứng nan y đã khoác một bộ mặt mới. Bây giờ chúng không còn là "nan y" nữa, chúng là những *dịch tễ xã hội*.

Ở Việt Nam tự do, dân số 14 triệu, có 45.000 đến 50.000 người lao xác chứng (*active tuberculosis*). 70% trẻ em trên 15 tuổi có triệu chứng nhiễm lao rõ ràng. Và mỗi năm, cứ 1000 dân lại có một người chết vì lao. Tổng số người cùi vào khoảng 50.000 [5]. Còn những người hoa liễu? Ung thư? Chưa ai biết con số đích xác.

Từng ấy con người đau đớn. Những cơn ho vỡ cổ, đôi gò má điểm hồng. Những trận *"mê man chết điếng cả làn da"*. Cuồng điên, mất trí, tay chân run rẩy. Da dán vào xương, hơi thở hôi hám, bướu lớn dầy đặc trong miệng, khuôn mặt mất rồi những nét đều đặn nhịp nhàng. Bốn bề là bóng tối và im lặng. Cái im lặng ghê rợn, nặng nề của Tạo vật.

MỘT BUỔI LẠC QUYÊN KHÔNG KẾT QUẢ

Vậy chỉ còn lại những người với nhau. Để tự giải quyết lấy thân phận cho nhau. Để vượt, không phải ra khỏi, mà là vượt lên cái thân phận con người.

Đã từ lâu, người ta toan tính giải quyết bằng lòng từ thiện, dẫn xuất từ tính trắc ẩn trước khổ đau của đồng loại. Tổ chức những buổi từ thiện. Lập cơ quan từ thiện. Đi làm việc thiện. Có người chuyên môn, có người tài tử. Quyên tiền bạc, xin cơm áo, nhân danh người đau khổ. Rồi có một buổi đi thăm viếng trại lao, trại cùi. Những ông, những bà khỏe mạnh, quần áo tươm tất, đường bệ đi vào. Người bệnh xếp hàng: hai tay tuy đã hết ngón mà vẫn chẳng biết cất đâu, nét mặt chẳng biết nên vui hay nên buồn. Đôi lời ngỏ ra, đôi lời đáp lại. Cảm tạ. Biết ơn. Những tiếng chào từng loạt. Những ông, những bà bèn đi vòng, xem xét; để ra về. Như đi dự một buổi tiếp tân, như đi coi hát bóng. Và những cái bóng nói, cười, yêu đương trên tấm vải căng trong buồng tối kia có khác gì. Ở đây, người bệnh cũng là những cái bóng. Đủ hay, đủ lạ, để người khác nhìn xem trong chốc lát.

Rồi người ta mệt mỏi dần, dù chỉ là đi thăm viếng suông. Chán nhìn những hình hài bệnh hoạn, chán nghe những nỗi khổ đau diễn tả bởi những người không đau khổ. Người ta muốn được "yên thân" – như Scrooge, vì – cũng như Scrooge – đã "giúp đỡ nhiều cơ quan từ thiện. Như thế đủ tốn cho tôi lắm rồi" [6]. Lời từ chối thật đủ lý lẽ, đủ công bằng, để mắt khỏi nhìn, tai khỏi nghe, mà lòng vẫn bình yên trong im lặng đồng lõa.

TRÁI ĐẤT LÀ CỦA CHÚNG TA

Nhưng có nhiều người cho thế là chưa đủ. Những người thực sự muốn con người vượt lên trên thân phận con người. Những người yêu mến, nâng niu, kính trọng sự sống. Họ dang hết hai tay, mở rộng tâm hồn, phát triển cùng trí lực để đón nhận cuộc sống, với tất cả thương yêu, hoan hỉ. Họ dấn thân vào đám người bệnh hoạn, nghèo khó, đau khổ để những tình cảm thương yêu tràn đầy trong họ - tràn sang những người đang cần tình cảm ấy; để giải thích ý nghĩa cuộc sống – cho những người đang mất tin tưởng; để phá tan cái im lặng ghê rợn – đang bao phủ những người anh em ấy. Họ là những linh mục Pierre, những Schweitzer, những Follereau, là những người hiểu rằng Trái Đất là của Con Người.

Trái Đất là của Con Người. Trên đó sự sống là của tất cả, dù bệnh hoạn hay không. Mỗi người phải là một nghệ sĩ của cuộc sống để tô điểm cho nó tươi sáng, rực rỡ thêm lên. Không phải chỉ bằng những công trình kiến thiết đồ sộ, những tiện nghi tối tân, những ánh sáng điện năng hay nguyên tử năng. Mà còn và cần phải bằng những con người khỏe mạnh không mặc cảm, chuộng công bằng và biết thương yêu. Hãy đến cùng người "nan y" trong ý niệm ấy. Với thiện tâm nhân ái, với thiện cảm hoạt động. Tự giải thoát mình khỏi những cảm giác ghê sợ giả tưởng; giải thoát người khỏi những mặc cảm yếu kém, thiệt thòi – để chấp nhận và thích hợp hóa người "nan y" vào cuộc sống bình thường.

Mỗi người phải là một người thợ cần mẫn của cuộc sống để xây dựng cho nó ngày thêm giàu mạnh, phong phú. Trái Đất như một bà mẹ giàu có, rộng rãi, không hề tiếc gì với con người. Trở về với Đất, hai bàn tay chắc chắn, lòng yêu chuộng giản dị và sự làm việc – để *sản xuất và cung cấp*, đủ cho mình, đủ cho người. Kho vựa đầy, y thực đủ, nhiên hậu mới nghĩ tới thuốc men, đến thủ thuật trong những khi đau ốm, tai nạn, vốn bất trắc và phi lý của con người.

Mỗi người phải là một tiên tri cho cuộc sống để đoán biết tương lai, ngõ hầu áp dụng những cải cách thích nghi. Trong mọi lãnh vực văn hóa, xã hội, kinh tế. Với lòng khiêm tốn, thanh bạch, cúc cung tận tụy. Những gốc dâu của Khổng Minh. Những luống cày của Cincinnatus. Cần chi đâu những tín điều viển vông, cao vời. Trên mặt trăng hay trên thượng tầng khí quyển.

Mỗi người phải là tất cả mọi người trong cuộc sống. Để cảm thông, hòa đồng, để khoan dung, tha thứ, để chung vui, xẻ buồn. Để sẽ tới ngày mà *"con vua và hành khất đều trở thành anh em"* như lời thơ Schiller.

Một thế giới không còn bệnh nặng, làm ngạt thở vì đau đớn và kinh hoàng, không còn những giọt nước mắt ngây thơ vô tội, làm ta băn khoăn; không còn những cái chết non dại, mệt nhọc và xấu xa. Một thế giới trong đó đôi ba ngày nhức đầu số mũi chỉ là cái cớ để người ta thương yêu nhau hơn lên. Với những tiếng cười pha lê, làm ngơ ngác muôn ngàn tinh tú. Và sự chết lúc đó mang trọn vẹn ý nghĩa của hạt thóc gieo vào lòng đất. Chết không phải là chấm dứt sự sống. Mà là khởi đầu sự sống. Là móc nối liền những sự sống.

Tất cả, hãy sẵn sàng ngay tự bây giờ.

NGHIÊM SỸ TUẤN

[Tình Thương Số 10, tháng 10,1964]

----

1. Đoàn Thêm - *Tìm Hiểu Hội Họa*
2. *... thịt xương là sông núi*
   Chia biệt người ra từng xứ cô đơn (Huy Cận)
3. André Carayon - *Chirurgie de la Lèpre.*
4. Lời viết bằng tiếng Pháp đăng trên một nhật báo Thủ đô, cách đây chừng năm, sáu tháng.
5. Theo các bác sĩ Gilbert (OMS) và Nguyễn Văn Ái (Viện Pasteur Saigon)
6. Dickens - *A Christmas Carol.*

Thịt Chuột
và Văn Hóa

Văn hóa vốn là sản phẩm tinh hoa nhất của loài người. Mỗi dân tộc có một văn-hóa riêng. Theo ông, lấy văn-hóa của kẻ khác làm của mình phải rất thận trọng kẻo không sẽ bị bội thực vì không tiêu hóa nổi.

Nhân một người bạn thân của ông viết về văn hóa Việt Nam, Nghiêm Sỹ Tuấn đã góp ý dưới hình thức một chuyện phiếm "Thịt chuột và văn-hóa".

Con chuột ví với ông, là những kỷ niệm bình dị của thời thơ ấu xa xưa nơi thôn dã. Ông tuổi Tý, cầm tinh con chuột, sống ở nhà quê ăn thịt chuột, thưởng thức tranh vẽ đám cưới chuột, lớp học chuột, v.v...

Vì thế chuột với ông hay rộng ra với người Việt Nam có một liên hệ tinh thần thật đẹp. Con chuột đã mang trên nó một văn-minh, văn-hóa đặc thù Việt Nam vậy. Bởi thế ông không thích truyện "Dịch hạch" của Camus, truyện "Của chuột và người" của Steinbeck. Nói rõ ra văn-hóa ngoại lai nó thô bạo và kịch cỡm với ông cũng như trò khâu đít chuột của một học giả (Lê văn Siêu) bày ra vậy.

Nghĩ cho cùng, lời nói của ông hữu lý phần nào. Bởi vì nếu cứ ăn, cứ nhập mãi văn-hóa người khác, rất nghèo cái của mình và giàu những cái của người khác do mình tự cầm tới.

*

Tôi sinh năm Tý. Theo lời mẹ tôi, thì sinh tôi được một ngày là hết năm. Thành thử mới sống trên đời hai ngày, tôi đã mang nặng trên vai hai tuổi. Có lẽ vì thế mà vóc người tôi nhỏ bé, nhưng lại sớm ra vẻ già. Dầu vậy, tôi đã sống những ngày thơ ấu đầy đủ vô tư nơi quê ngoại. Đấy là một làng hiền lành nằm kề một con sông rộng mười lăm nhịp cầu tre, với khá nhiều vó bè hai bên bờ và thuyền nan trái sắn chèo xuôi ngược, nối liền sinh hoạt dân làng với sinh hoạt tỉnh ly. Ruộng thường cấy hai mùa, chen giữa là những vụ trồng bông, ngô, khoai, gọi chung là trồng mầu. Mực sống tương đối khá, nhờ thêm nghề đan cót. Có cả một bến nứa suốt ngày tấp nập. Mùi nứa ngâm lâu dưới nước khiến không khí trong làng nhiễm mùi đặc biệt, vừa nồng vừa ngái, vừa thoảng hương nước nắm Nghệ. Nhưng cót đan xong phơi khô, lại trở thơm mộc mạc. Gặt hái rồi, lúa mới thật nỏ quây trong cót mới tạo nên mùi ấm áp dịu dàng, cảm thấy dễ chỉ có những bàn chân gót dầy nứt nẻ vì lội nước gieo cấy mùa đông.

Vào khoảng ấy thường có những người đi bán thịt chuột. Chuột đây là chuột đồng, suốt mùa lúa, từ lúc trổ đòng xanh đến khi chín vàng, đã vụng trộm gậm nhấm của người. Bây giờ, trên đồng chỉ còn gốc rạ, người ta mới đem rạ hun bắt chúng ăn thịt trả thù. Con nào con nấy béo mẫm, thui vàng da cam, moi hết gan ruột, buộc túm đuôi lại từng chùm thịt chuột thui như thế, chặt con cờ, rang ăn với lá chanh tươi thái nhỏ như chỉ rối, là một món rất khoái khẩu. Không hiểu sao những nhà văn sành ăn lại quên, không ghi món thịt chuột rang này trong các tác phẩm ẩm thực của mình.

Tôi cho rằng các vị ấy sống nơi thành thị quá nhiều, chỉ biết có chuột cống rãnh, chuyên sống chui rúc nơi tối tăm, nhờ rác rưởi và thức ăn thừa, nên trông bộ bẩn thỉu hôi hám. Chẳng ai thèm bắt ăn thử xem sao. Cũng như các vị ấy cứ nhất mực tán tụng không khí trong lành nơi thôn quê, cứ thi vị hóa những buổi cấy, buổi gặt, mà quên bẵng đại khái cái mùi nứa đặc biệt tôi vừa nói trên cùng những gót chân dầy nứt nẻ sưng giá đi cấy, những lưng đẫm mồ hôi dầu muối đủ loại và những con đỉa trâu khổng lồ trong mùa gặt nắng lửa chói chang. Thịt chuột cũng thế. Nó là món ăn của dân quê, vua chúa trên đời không hề biết đến. Tôi sinh nhằm tuổi Tý, nên rất háu ăn, gặp được món thịt chuột rang, còn gì thích thú cho bằng.

Con chuột vô tình đã đóng một vai trò khá quan trọng trong đời sống dân ta. Ngay từ lúc còn mặc quần thủng đáy, chúng ta đã được thưởng thức tranh vẽ đám cưới chuột, lớp học chuột khăn đóng, áo dài, đi đứng hai chân, trịnh trọng như người. Nó lại đứng đầu trong đám con vật biểu tượng mười hai địa chi, trên cả con rồng, con hổ. Ấy vậy mà các ông vua, ông tướng của ta từ xưa tới nay cứ để yên thứ tự đó, kể cũng lạ. Nhất là bây giờ chuột đồng không có, chỉ có toàn chuột hôi, mang đầy mầm mống dịch hạch trên mình.

Tôi khởi sự đi học hơi muộn, hương vị thịt chuột rang hồi nhỏ nhờ đó đôi khi còn thức dậy nơi đầu lưỡi, làm tôi nhìn giống chuột với cặp mắt bao dung. Vì thế tôi cứ đận đà, không muốn xem những truyện Dịch Hạch của ông C.., truyện Chuột và Người của ông S, mặc dù nhiều người văn-hóa, trong đó có cả anh bạn học thân của tôi, nghiền ngẫm, dịch giải một cách say mê. Nghĩ rằng giống vật ăn thịt được hẳn là giống hiền. Ăn thịt nó cũng quá rồi, nỡ nào đem ra bới lông tìm bọ chét. Ác hơn nữa có nhà văn-hóa lại bày trò khâu đít chuột, làm chúng mắc chứng táo bón cấp tính, sinh cáu kỉnh, cắn hại lẫn nhau mà tự tiêu diệt.

Ngẫm cho cùng, chuột thời buổi này khổ cực nào kém chi người. Bắt buộc, chúng phải làm chuột thành phố hết thảy. Còn đâu đồng đòng non ngọt ngào, lúa chín vàng chắc nịch, cùng với không gian khoảng khoát nơi đồng ruộng. Hết ăn được chúng, loài người thù ghét chúng thậm tệ. Giả sử hiểu được tiếng nói, văn tự của người, chắc chuột sẽ là những đệ tử trung thành của ông lão Nam Hoa. Ông này vốn chỉ biết chuột đồng, không bao giờ ngờ rằng lại có thứ chuột thành phố. Chen chúc, tranh giành cơm thừa, canh cặn, còn bị đuổi xua giết chóc, chạy đâu cũng lủng củng những vỏ chai, vỏ hộp. Thét rồi chúng trở nên tinh ranh hơn, né tránh lẩn trốn tài tình và đúng lúc. Thành ra mẹo khâu đít chuột tuy hay mà chưa ai thực hiện nổi.

Tôi nghĩ mừng riêng cho chuột. Nhưng người chủ mưu kia khổ nỗi lại là người văn hóa khác, nghiện nặng sách của ông C., truyện của ông S., thấy mẹo hay hay, bèn đem áp dụng làm chính sách văn-hóa cho người mình, thì thật là tai họa lớn.

Các cụ nhà ta ngày xưa, mỏi miệng tử viết, thi văn thật nhưng ít ra còn biết đọc theo giọng của mình. Chứ bây giờ trẻ con mới ráo máu đầu đã uốn lưỡi tập nói giọng hầu, giọng mũi, tin ngây thơ theo các quảng cáo hùng hồn dán trên vách các nhà tiểu công cộng, rằng: chắc chắn nói được! cam đoan nói được! Tôi tinh nghịch đã tính bữa nào giả câm, giả ngọng lần đến các lớp ấy xin học thử xem có nói được không. Nhưng thấy nếu mình đã giả đò ú ớ, chắc gì mấy vị giáo sư kia hiểu nổi ý mình, đâm ra ú ớ thật theo luôn, tôi lại thôi.

Trở về chuyện văn-hóa, anh bạn tôi cứ loay hoay mãi, không biết nên dịch thuật trước hay sống và suy tưởng trước. Tôi thích ăn thịt chuột, nên không có ý kiến gì, ngoài việc nghĩ rằng làm gì thì làm, văn hóa cũng là một món ăn, cần phải tiêu được trước đã. Còn cái kiểu năng nhặt chặt bị của anh, theo thiển kiến, chẳng qua cũng chỉ là một lối khâu đít chuột. Tôi vừa nói trên kia, học vấn của tôi khởi sự muộn màng lại thiếu sót ngay từ căn bản, nên tôi đã từng choáng váng ngây ngất trước những lâu đài văn hóa rực rỡ cổ kim. Đông cũng như Tây. Khi được đi học, tôi vội vàng thu lượm, và chính anh bạn đã cười thấy tôi ngồi tỉ mỉ vạch từng nét ngang, nét sổ. Rút lại bây giờ cũng chỉ tạm đủ để đọc Đồ Long Đao với Thiên Long Bát Bộ hoặc ngâm nga mấy bài thơ quen thuộc cũ mèm viết tự đời Đường, đời Tống. Còn Văn-hóa thực ra là cái chi chi tôi vẫn mờ mịt như thuở nào.

Tội tôi thật đáng đánh đòn, biết chỉ một dúm mà cũng dám nói chuyện văn-hóa. Gia dĩ còn đem thịt chuột ra bàn lẫn vào, bạo gan hơn cả nhà thơ Ngỗng Trắng rượu say xáo trộn văn chương với chả cá. Song tôi trộm nghĩ, một mảnh bát vỡ còn được các nhà khảo cổ, lau chùi nâng niu, câu sáu tám nắm xôi thằng Bờm còn được đem làm đề tài cho bao phiên khảo luận tràng giang đại hải, không lẽ món thịt chuột rang thơm như thế, ngậy như thế, lại không dám nói tới. Cảm quan đại chúng thật ra đã cao lắm và đặt trên những nền tảng đơn sơ mộc mạc mà vững chắc. Nay bỗng dưng có vấn đề nâng cao cảm quan ấy, tôi hoang mang không hiểu nguyên do tại đâu. Cái này chắc phải đợi mấy ông Nghè Tây, Nghè Mỹ xứ mình trở về học thêm tiếng mẹ đẻ, rồi nghiên cứu lại ca dao cùng những điệu lý, điệu hò, mới có thể giải thích nổi.

Đến chuyện thời gian và không gian của văn-hóa nói chung, của văn-nghệ nói riêng, tôi càng bỡ ngỡ hơn. Một nhà văn lão thành, có tinh thần cách mạng, – cách mạng theo kiểu nghệ sĩ, cố nhiên – hồi sinh tiền đã chủ trương văn nghệ phải phi thời gian và phi không gian, nhưng đồng thời lại tự ví mình với con voi già Sở Thú nằm lù lù một đống. Khiến tôi thắc mắc không ít, chẳng hiểu thời gian của ông dài hay ngắn hơn tuổi con voi già, không gian của ông rộng hay hẹp hơn Sở Thú. Nhưng giờ này hương hồn ông, vốn nặng tình văn hóa, chắc cũng ngậm cười, thấy chủ trương của mình đã được các nhà văn trẻ noi theo, dù là vô tình phần lớn. Phi thời gian và phi không gian đến cái độ dám in rõ ràng trên bìa báo rằng "đọc văn ông X", trong khi ông X. chết cách đây đã cả chục năm có lẽ và chắc ông ngoại quốc X. ấy, trước khi thở hơi cuối cùng, vẫn chưa hề biết chữ S là hình thể nước ta, nói chi đến biết có một thứ văn tự dùng mẫu tự la tinh ở góc Đông Nam Á. Còn Văn Chương sáng tác, thời gian và không gian thu hẹp hơn, giới hạn trong một ngày xe đò hay mấy giờ máy bay, trong một quán kem, tiệm phở, hay trong một thân thể nào đó, nhưng lại hơn được điểm phi lý. Phi lý tất cả mọi chuyện. Ăn, ngủ, tiêu hóa, làm ái tình, đánh giết nhau. Đâm ra tôi cứ có mặc cảm tội lỗi, thấy mình hay nghĩ tới những chuyện không đâu, chuyện thịt chuột hôm nay chẳng hạn. Được cái may tôi không phải người làm văn hóa, nên lương tâm đỡ cắn rứt phần nào.

Nhưng mới đây, một anh bạn giỏi Đức ngữ kể cho nghe một câu chuyện chuột ăn thịt người chết hồi thế chiến thứ II, tôi tự bảo, thôi phen này hết bênh vực chuột nữa nhá. Lũ này thật lộng quá rồi, ngạo mạn chúng ta hết mực. Nhớ khi còn ở trường bộ binh, đi giầy da cao cổ, nện gót cồm cộp, mà chúng nó cứ vọt qua mặt tôi như thường. Dù thế mặc lòng. Tôi vẫn tự an ủi là chuyện chuột ăn thịt người đó xảy ra ở bên Đức. Nước ta tuy cũng bị chia cắt như nước này, song tôi chưa thấy ai viết những truyện loại ghê gớm đó. Tinh thần Đông phương sâu sắc hơn, chuyện ấy chắc bị coi là tầm thường kém xa chuyện làm văn-hóa khâu đít chuột. Một anh bạn khá giả khác của tôi, có vợ ba con, làm nghề gõ đầu trẻ, hiện đang đợi ngày trình diện, đã lo lắng rằng nếu ở cả hai miền đất nước ta, người ta cứ lầm hoài văn-hóa kiểu khâu đít chuột này, thì chỉ mươi mười năm nữa, lớp con anh lớn lên sẽ thành cáu kỉnh hết, lúc ấy không biết thế nào là thịt chuột rang, chúng nó không suy nghĩ gì cả khi gặp những lớp người đồng lứa tuổi với chúng vượt sông rúc bụi qua đây với súng đạn cầm tay. Tôi mới chỉ thất tình sơ sơ, nên cũng thấy hơi lo lo, e nếu tình cảm con người sau này biến đổi như thế, chắc tôi sẽ thất tình nặng mất. Viễn ảnh một phá sản tinh thần và truyền thống đang đe dọa lớp thiếu niên vừa lớn.

Trách nhiệm của những người làm văn hóa, như anh bạn tôi đây, rồi sẽ rất nặng nề. Tôi gửi đến anh những dòng này, như lời cầu kiên nhẫn cũng như ông cha ta khi còn mang tên Giao Chỉ đã kiên nhẫn mở mang bờ cõi từ ải Nam Quan đến mũi Cà Mau, cũng như thiên hạ bây giờ vẫn kiên nhẫn chen nhau mua xe gắn máy, mua sữa, mua đường, kiên nhẫn chen nhau lên xe buýt, chen nhau đi coi chớp bóng ở Lê Lợi và lời chúc thành công. Để ít ra tôi còn được thưởng thức thịt chuột rang với lá chanh tươi thái chỉ rối một lần nữa trong đời.

NGHIÊM SỸ TUẤN

[Trích Thung Lũng Hoàng Hôn, Nxb Y Tế 2002]

Kenneth Walker (1882-1966)

Hình bìa cuốn Lịch Sử Y Học của Kenneth Walker, Nxb Hutchinson, London 1954; được Nghiêm Sỹ Tuấn và Hà Ngọc Thuần dịch với bút hiệu chung Hà Hợp Nghiêm, đăng từng kỳ trên báo Tình Thương từ số ra mắt 01.1964.

Lịch Sử Y Học

KENNETH WALKER
Bản Quốc văn của HÀ HỢP NGHIÊM

TÁC GIẢ VÀ TÁC PHẨM

Kenneth Walker là một trong những thủ thuật gia lỗi lạc nhất của Anh quốc. Tốt nghiệp Đại học Cambridge và bệnh viện St. Bartholomew ở Luân Đôn, hội viên Học viện Giải phẫu Hoàng gia, ông nổi tiếng, ngoài y học thuần túy, về những tác phẩm y học và triết học của ông. Ông đã xuất bản: *Lịch Sử Y Học* và *Lịch Sử của Máu*. Ngoài ra ông còn cộng tác thường xuyên với nhiều tạp chí y học và khoa học lớn nhất hiện thời.

Trong cuốn Lịch Sử Y Học mà chúng tôi hân hạnh trình bày bản dịch dưới đây với quý vị độc giả, Kenneth Walker đã tóm tắt trong 20 chương, tất cả quá trình tiến hóa của Y học trong hơn 3000 năm, bắt đầu từ những văn minh tối cổ cho đến nền văn minh hiện đại, từ Hippocrates, Galien đến Pasteur, Fleming, cả một truyền thống lấy phụng sự làm động cơ, lấy lý trí làm hướng đạo, luôn luôn cố gắng cho đời thêm tươi đẹp, đáng sống.

Tác giả đã phác họa hình ảnh người Y sĩ qua các thời đại: từ thầy phù thủy đội gạc hươu, qua thầy tư tế, đến người Y sĩ khoa học ngày nay, đội mũ trắng, mặc áo choàng trắng, và dĩ nhiên hay đeo kính trắng! Phù hợp với hình ảnh ấy, người y sĩ được thân chủ kính trọng và biết ơn, được xã hội bảo đảm một mức sinh hoạt khá. Nhưng vinh lắm, lụy nhiều: xưa kia khoét mắt chặt tay, nay ba tòa kiện cáo, người y sĩ đã trải nhiều phen cay đắng. Ngoài ra, tác giả còn trình bày khái quát về việc huấn luyện y sĩ, từ khi tập sự đến lúc hành nghề, họ học hành ra sao và với tinh thần nào. Đấy là về phương diện nhân bản.

Về mặt chuyên môn, tác giả chủ ý kể lại cho những người không chuyên môn đà tiến triển của khoa học y khoa: manh nha từ thế kỷ XVII cơ thể học, sinh lý học, tế bào học… Cơ thể học chẳng hạn, lại bắt đầu nhờ những họa sĩ nổi danh, trong đó có Léonardo da Vinci, Michelangelo và Rembrandt. Sau đó rất nhiều ngành mới xuất hiện: cơ thể bệnh lý với Morgagni, vi trùng học với Pasteur, phân tâm học với Freud. Đến nỗi người ta phải nhận rằng ngày nay bảy năm học y khoa ở trường đại học còn là quá ngắn!

Những biến đổi về quan niệm căn bản của y học là quan niệm về bệnh tật cũng được tác giả trình bày cẩn thận. Khởi đầu là quan niệm siêu hình: bệnh do âm dương bất hòa, bệnh do thần linh quở phạt. Rồi đến Hippocrates, với quan niệm triết lý vững chãi hơn, đã dùng lý trí và quan sát thiết lập nền y học thực nghiệm. Cuối cùng là bộ ba Laënnec, Bernard, Pasteur đặt nền tảng khoa học cho nghề thuốc. Bởi là một hiện tượng xã hội, nên, hơn ở đâu hết, y khoa đã theo đúng tam trạng luật của Auguste Comte. Thời Trung cổ người ta còn tin rằng con người là một linh vật không thể mắc bệnh với các loài động vật khác. Khoa ký sinh trùng học ra đời đã lật đổ quan niệm đó. Bệnh dịch hạch chẳng hạn, theo quan niệm ngày nay, là một bệnh của loài gậm nhấm, mà con người chỉ tình cờ mắc phải.

Trong những chương cuối cùng, tác giả đã đặt ra những vấn đề khó khăn cho y học, mối nguy hại của những thầy "lang băm", vấn đề khảo cứu và phát triển khoa học, v.v…

Lịch sử y học bắt đầu cùng với lịch sử loài người và là một phần của lịch sử đời sống trên mặt địa cầu. Người ta chờ đợi ở tác phẩm một quan điểm tiến hóa, và quả thật Kenneth Walker đã chứng tỏ được sự tiến bộ của loài người. Ở giữa cái vô cùng lớn và cái vô cùng nhỏ, bước tiến ấy cũng không là bao nhiêu; nhưng nhìn chung những đau khổ của nhân loại, ta thấy y khoa đã tiến bộ hữu hiệu trong công cuộc chống lại bệnh tật. Nơi đây người ta có thể vững lòng tin tưởng ở lý trí con người, ở tiến bộ khoa học, ở một tương lai xán lạn của nhân loại chống lại hoài nghi và hư vô chủ nghĩa.

Tuy thế, ngay ở mấy dòng đầu của chương nhất, tác giả đã thốt lên những lời kinh ngạc, thấy sự sống loài người vẫn tồn tại sau bao phiêu lưu mạo hiểm, bất chấp định luật đào thải tự nhiên của Darwin. Đời sống rút cục vẫn là một mầu nhiệm.

Đấy là điểm hứng khởi của tác phẩm. Con tàu tự bến Luân Đôn, xuôi dòng sông Thames, đã tới cửa bể, du khách bàng hoàng nhìn chân trời mở rộng: một cuộc phiêu lưu mới bắt đầu. Chúng tôi ước mơ rằng, qua bản dịch dù còn nhiều sơ sót và sai lầm, mỗi độc giả viết thêm được cho cuốn sách "chương 21". HÀ HỢP NGHIÊM

*

Ghi chú 56 năm sau (1963-2019):

*Tác phẩm Lịch Sử Y Học của Kenneth Walker được Nghiêm Sỹ Tuấn và Hà Ngọc Thuần dịch và đăng từng kỳ trên Nguyệt san Tình Thương từ số đầu tiên. Cũng giống như các tác phẩm **Nuôi Sẹo** của Triều Sơn, **Dưới Mắt Thượng Đế** của Hans Killian còn đang dở dang… **Lịch Sử Y Học** của Kenneth Walker được Hà Hợp Nghiêm dịch / chỉ mới đăng đến Chương VII trong tổng số 20 chương của cuốn sách; lý do báo Tình Thương bị đình bản năm 1967. Theo anh Hà Ngọc Thuần, thì sau biến cố 1975, bản dịch Lịch Sử Y Học để trong Tổng Y Viện Cộng Hòa và sau đó đã thất lạc hay bị thiêu hủy.*

*Trong hơn nửa thế kỷ qua, Y học của nhân loại đã tiến thêm những bước khổng lồ, và trong Tuyển Tập Nghiêm Sỹ Tuấn này, chúng tôi vẫn cho đăng lại **Chương I: Y Học Thời Tiền Sử**, như bước khởi đầu của Lịch Sử Y Học, cũng để bạn đọc có chút ý niệm về một công trình dịch thuật tài hoa và thận trọng của hai anh Nghiêm Sỹ Tuấn và Hà Ngọc Thuần, khi ấy cả hai anh mới đang là sinh viên năm thứ 3 trường Đại học Y khoa Sài Gòn.*

*

CHƯƠNG I.
Y HỌC THỜI TIỀN SỬ

Đời sống là một cuộc phiêu lưu nguy hiểm, vì nó bắt ta phải thích ứng liên tục với một môi trường luôn luôn thay đổi. Nhìn những khó khăn cơ thể chúng ta phải chống trả, ta không khỏi ngạc nhiên thấy chẳng những đời sống đã trường tồn trên trái đất mà còn tiến hóa dưới nhiều hình thức khác nhau. Nào là thay đổi bất ngờ của điều kiện thiên nhiên như từ nóng sang lạnh, từ ẩm ướt qua khô ráo, từ trời quang mây tạnh tới bão táp phong ba; nào là phải luôn luôn tìm kiếm thực phẩm, nào là những cuộc tấn công của các sinh vật khác cạnh tranh với ta; và còn biết bao nhiêu khổ nhọc khác. Tóm lại, từ triệu năm qua, con người đã gặp cả ngàn lẻ một sự rắc rối bất ngờ.

Ngay từ lúc xuất hiện lần đầu trong đầm nước bùn lầy, con người đã phải chịu bệnh tật, ghẻ lở. Một trong những thiên ân quý giá nhất của con người là tự chữa lấy mình được, tự làm khỏi các bệnh tật được, là có cái tài mà ta gọi là *năng lực trị liệu của tạo vật (vis medicatrix naturae)*. Loài vật cũng có một linh tính thúc đẩy chúng đi tìm những dược liệu khả dĩ cho cái năng lực trị liệu kia: chó ốm nhai cỏ gà, cú mèo tắm bụi để trừ rận, động vật liếm các vết thương trên mình.

Y nghệ con người phát sinh từ cái linh tính sơ thủy ấy của loài vật. Thế nên lịch sử y học bắt đầu cùng một lúc với lịch sử của các bệnh tật, mà bệnh tật lại có từ khi đời sống bắt đầu nẩy nở trên mặt địa cầu.

Một mẫu tối cổ của bệnh tật còn giữ được trong bảo tàng viện cơ thể bệnh lý, có lẽ là dấu vết một chứng bệnh phát ra cách đây hàng triệu năm: mẫu đuôi của con khủng long tìm thấy ở tiểu bang Wyoming, Hoa Kỳ. Chú khủng long này bị ung thư xương, và nhờ mẫu xương, ta còn có thể viết lại cuộc đời đau thương của con khủng long khổng lồ kia, đau đớn vì cái đuôi mỗi ngày một thêm cứng nhắc. Con vật đáng thương chắc phải khó nhọc lắm mới di chuyển đi tìm kiếm mồi được, đến nỗi hao mòn dần mà thác.

Chuyện vật đã xong, giờ đến chuyện người. Cái mẫu cổ nhất về bệnh của con người đào thấy ở Java năm 1891, là xương đùi của một "ông tổ" chúng ta, người Pithecanthropus erectus: đầu trên cái xương có một mụn bự: lại ung thư xương!

Ngoài người Pithecanthropus bị tiêu diệt cách đây hàng triệu năm và chúng ta không biết chắc người ấy xuất hiện vào lúc nào. Thế nên thời đại của chiếc xương đùi trên kia cũng không xác định được, trừ phi… nói rằng: thời ấy xa xưa lắm lắm…

Chứng tích về bệnh tật con người phần lớn đều ở các xương, vì lẽ giản dị rằng di tích của tổ tiên con người chỉ có thể là những khúc xương. Những xác ướp Ai Cập còn giữ được nhiều dấu vết đặc thù của chứng cốt tiết viêm *(osteoarthritis)*, cặn thống phong *(gout)* trong các khớp xương, vết lao xương sống, và ngay cả một ruột thừa viêm đã dính kết xung quanh. Người cổ Ai Cập hay mắc nhất hai chứng nướu viêm độc và phong thấp kinh niên. Hai chứng này thường đi đôi nhau; có thể răng mục là nguyên nhân của phong thấp chăng? Lại nữa, nướu viêm độc và răng mục thường do thiếu ăn sinh ra, như thế dân Ai Cập có thể đã từng thiếu sinh tố C.

Vậy vào thời nào ta nên bắt đầu lịch sử y học? Một lịch sử bắt nguồn quá xa trong dĩ vãng đến nỗi những bước đầu chìm mất trong bóng tối thời gian? Ta hãy chọn là khởi điểm một thời đại xa ta chừng 17.000 năm. Thời đại này còn để lại tiểu tượng tối cổ của một vị phù thủy kiêm lang y, vẽ trên vách hang Ba-Anh-Em ở Pyrénées: thân mặc da thú, tay chân tô đầy vằn, trên đầu buộc một cặp gạc hươu. Khởi điểm rất thú vị cho cuộc nghiên cứu lịch sử y học, vì chính từ cái ông thầy lang phù thủy kia mà có người thầy thuốc ngày nay.

Coi những dụng cụ và khí giới bằng đá lửa tìm thấy trong hang, chúng ta có thể kết luận rất hữu lý rằng những người này tất có đủ thông minh để tìm ra phương thuốc trị các vết thương và bệnh tật của họ. Tuy ma thuật vẫn giữ một vai trò quan trọng, ta đừng vội lầm tưởng rằng ông thầy lang kia chỉ là một thầy phù thủy suông. Trong cuốn *"Y học, Ảo thuật và Tôn giáo"*, bác sĩ Rivers đã nhấn mạnh rằng, ngay thời bây giờ, các dân tộc sơ khai vẫn còn dùng những phương thuốc "mẹ truyền con nối" để trị các bệnh mà theo ý họ, chưa cần tới thầy mo của bộ lạc.

Như trường hợp thổ dân ở Tân Ghi-nê, ngoài những bùa phép cúng tế của thầy mo, người dân còn dùng nhiều bài thuốc rất giản dị như cao dán bằng trái thốt nốt, trích huyết chữa nhức đầu, dùng đĩa giác hết đau, tắm hơi khỏi phong thấp… Ông thầy mo đeo sừng trên kia chắc sẽ bổ khuyết các nghi lễ cúng vái quỷ thần của mình bằng những nước thuốc, cao dán và hương dược tạp nhạp.

Điều chắc chắn là người tiền sử đã liều mổ đầu, mổ óc. Vô số sọ tiền sử bị khoan thủng được tìm thấy ở Pháp, Áo, Ba Lan, Nga, Đức và Tây Ban Nha. Phần nhiều nhà nhân chủng học cho rằng đục như thế là để đuổi ma quỷ đã gây ra chứng điên, chứng động kinh hay nhức đầu, ra khỏi đầu người bệnh. Chung quanh lỗ khoan không có một vết thương nào khác; như thế đủ rõ rằng bị khoan không phải để nâng mảnh xương vỡ lên cho khỏi chạm vào não.

Một số khác lại cho rằng họ đã khoan như thế trong lễ nghi tôn giáo. Sự phân loại lỗ khoan đầu ra lỗ khoan nghi lễ và lỗ khoan trị liệu không giải nghĩa thêm được gì về sự khác biệt giữa hai lý do kể trên. Bất cứ ai nghiên cứu lịch sử y học cổ sơ cũng nhận thấy rằng ông thầy thuốc trước hết là một ông thầy tư tế. Những bổn phận tôn giáo và y học của ông ta liên hệ mật thiết với nhau, đến nỗi không còn là riêng rẽ nữa.

NHỮNG YẾU TỐ THIÊN NHIÊN
VÀ SIÊU NHIÊN TRONG Y HỌC

Độc giả sẽ thấy trong Lịch sử Y học, sự quan trọng tương đối của hai yếu tố – tôn giáo và nghệ thuật trị liệu – thay đổi tùy theo thời đại, lúc thì yếu tố này quan trọng hơn, lúc thì yếu tố kia. Trong nước cổ Ai Cập, yếu tố siêu nhiên hết sức quan trọng, chính ông thầy tư tế kiêm luôn nhiệm vụ thầy thuốc, vốn chỉ là thứ yếu. Trong những chỉ cảo về y học, thần chú và yêu thuật cũng nhiều ngang với thuốc men. Khi uống thuốc, con bệnh buộc phải đọc lời khẩn cầu, đại khái: *"Hỡi linh dược, ta hoan hỉ chào mi! Hỡi linh dược, hãy trừ những bệnh hoạn trong tim và tay chân ta!"*

Về sau vào thời Hippocrates, người ta mới nhận rằng thuốc quan trọng hơn, lời phù chú chỉ còn là vấn đề cá nhân, người bệnh có thể đọc hay không tùy ý.

Đến thời Trung Cổ, một lần nữa, yếu tố siêu nhiên lại được quan trọng hóa dưới hình thức những nghi lễ khu tà trốc quỷ, và những thánh tích có thần năng trị liệu.

Thế kỷ XVII, bình minh của nền Y học khoa học, ông thầy tư tế tưởng như sẽ bị vĩnh viễn loại trừ ra khỏi y khoa. Theo với thời gian, các y sĩ càng ngày càng có nhiều quan niệm y học "duy vật" hơn. Nhưng sau cùng, ông thầy tư tế xuất hiện trở lại, lần này vai trò của ông hoàn toàn trần tục. Sau thất bại của những toan tính cắt nghĩa đời sống vật chất bằng cơ học, giải thích bệnh tật bằng từ ngữ mô tả các máy trục trặc, người y sĩ mới chú ý tới phần tinh thần bệnh nhân và hiểu rằng không thể lãng quên phần này được. Thế là một lớp tu sĩ trần tục mới, những nhà trị liệu tinh thần xuất hiện để trị "tâm bệnh". Các ma thuật lại được dùng trong y học dưới hình thức khoa phân tâm và khoa dẫn dụ.

Nhờ năng lực hồi phục phi thường của cơ thể và sự mềm dẻo của tinh thần, con người khi đau ốm thường phục hồi hoàn toàn sức khỏe, bất kể đến những thay đổi thăng trầm và ngay cả những cách trị liệu đã chịu.

Giờ ta bắt đầu bước vào lịch sử của nghiên cứu y học trong những thời đại đầu tiên. Các ý kiến còn chưa thống nhất về việc định thời điểm cho cái ta gọi là "văn minh". Thôi thì chúng ta đành theo truyền kỳ mà khởi đầu từ lúc con người linh cảm thấy tai biến sắp tới, rời bỏ lục địa Atlantide trước khi lục địa này chìm sâu dưới biển. Người ta di cư sang bờ biển Phi châu và miền tây Âu châu, rồi tản cư về phương Đông, xây dựng nên ba nền văn minh lớn: Ai Cập, Su-me và tiền Aryen của Ấn Độ để rồi trở thành những trung tâm phát huy văn hóa quan trọng vào bậc nhất.

Y HỌC CÁC XỨ SU-ME VÀ BA-BY-LON

Càng nghiên cứu văn minh Su-me, ta càng thấy cái vĩ đại và tầm quan trọng của nó. Thành Ur, thủ đô Su-me, nằm trên bờ sông Euphrates, về phía đông vịnh Ba Tư, cách vịnh chừng trăm dặm. Nhờ công cuộc tìm tòi khảo cổ, chúng ta biết rằng người Su-me đã có một trình độ cao về thủ công cũng như về nghệ thuật. Đời sống cộng đồng được tổ chức rất chu đáo. Trên nhiều tấm bảng đất sét, những dòng chữ hình nêm *(cuneiform)* cho ta biết rằng ở Ur có một y sĩ đoàn có lương tâm nghề nghiệp khá cao.

Người ta đào được nhiều dao nhỏ bằng đồng, phải chăng đây là dao giải phẫu của các thủ thuật gia Su-me? Người Su-me bị tiêu diệt vào năm 2000 trước Công nguyên. Hai nền văn minh đến kế tiếp: người Assyrie ở bắc và người Ba-by-lon ở nam.

Chúng ta sở dĩ hiểu rõ y học Ba-by-lon hơn y học Su-me là nhờ một bộ luật được soạn thảo và khắc trên một cột đá đen, theo lệnh của ông Hoàng rất thông minh Hammourabi (1948-1905 trước Công Nguyên). Ông này thấy cần phải lập pháp quy chế nghề y sĩ, nên đã ra nhiều sắc lệnh, trong đó có cả sắc lệnh về thù lao của thầy thuốc:

"Trị bệnh, mổ nhọt, hay chữa mắt cho một nhà quý tộc, y sĩ được thù lao 10 đĩnh bạc. Nếu bệnh nhân chỉ là một nô lệ, người chủ phải trả 2 đĩnh bạc."

Cách điều xử trên đây rất có lợi cho người thầy thuốc, nhưng ở một đoạn văn khác, hành nghề y sĩ ở Ba-by-lon không phải là không nguy hiểm như:

"Nếu y sĩ mổ nhọt bằng dao đồng và làm chết bệnh nhân hay làm bệnh nhân hư một mắt, ông ta sẽ bị chặt hai tay".

Tuy nhiên hình phạt này chỉ áp dụng khi bệnh nhân là người quý tộc; chứ nếu chỉ là một tên nô lệ thì ông thầy ít may mắn kia phải bồi thường một nô lệ khác, hay phải trả nửa tiền mua nô lệ mới nếu tên nô lệ bệnh chỉ hỏng có một mắt.

Tóm lại các đạo luật cho ta biết ở Ba-by-lon đã có tổ chức y sĩ hẳn hoi, và y sĩ thời ấy đã dám làm những cuộc giải phẫu nhỏ. Điều này không lạ, vì công cuộc khảo cổ đã gặp nhiều nền văn minh cổ hơn nhiều mà chẳng hề quá sơ khai như ta tưởng.

Nghệ thuật thời thạch khí rất đáng được chú ý: lạ hơn nữa là đồ gốm đời cổ thạch khí lại có phần tinh xảo hơn đồ gốm thời tân thạch khí. Nói cách khác, càng biết nhiều chi tiết về người tiền sử, ta càng thấy người tiền sử khác xa với cái hình ảnh ước lệ của một động vật thô bạo nửa người, nửa khỉ, tay cầm rìu đá, tàn sát địch thủ.

Y học đã được coi rất quan trọng ở Ba-by-lon thời cổ. Sử gia Hérodote kể rằng bất cứ người Ba-by-lon trí thức nào cũng để ý đến y học. Cho nên có tục đặt bệnh nhân nằm ngoài đường để cho người qua lại, hoặc đã có cùng chứng bệnh, hoặc có biết những ca tương tự, có thể đoán bệnh và mách giùm cách chữa chạy. Không ai được quyền im lặng đi qua không hỏi đến căn bệnh của người nằm giữa chợ.

Một dân tộc tò mò về y học như thế, dĩ nhiên không khi nào hài lòng với các thầy lang tài tử chữa bệnh ở giữa chợ. Người y sĩ chuyên nghiệp đã đến lúc phải xuất hiện. Sau đó, nhiều ông tự chuyên môn, đến nỗi ở Ba-by-lon cũng như ở Ai Cập có rất nhiều thầy chuyên trị riêng từng thứ bệnh.

Y HỌC ẤN ĐỘ

Những tài liệu cổ nhất viết bằng Phạn văn có liên quan đến y học là hai bộ Rig-Veda (1500 trước Công nguyên) và Yajur-Veda (700 trước Công nguyên). Theo những tài liệu này thì môn thủ thuật giải phẫu Ấn Độ đã khá tiến bộ, mặc dầu kiến thức về cơ thể học rất ít ỏi. Ngày nay những nhà giải phẫu thẩm mỹ còn nói đến phương pháp vá mũi bằng một miếng da trán của thủ thuật Ấn Độ. Phương pháp này dùng để sửa những mũi quá tẹt và những cái mũi xấu số của các bà thích "ăn nem"*! Một thủ thuật gia danh tiếng tên là Suśruta đã mô tả tỉ mỉ hàng trăm dụng cụ giải phẫu được sử dụng trong thời ông. Ngoài ra, người Ấn còn biết mổ tử cung lấy con và mổ đường tiểu lấy sạn.

Bộ Rig-Veda tuy cổ hơn, nhưng chỉ viết nhiều về triết lý và khoa học. Bộ Yajur-Veda có mô tả hệ thống huyết quản, tiến trước cả Harvey, người khám phá ra sự tuần hoàn. Trong đó còn có nhiều nhận xét xác đáng, như dịch hạch sẽ phát sinh ở nơi nào có nhiều xác chuột, sốt rét cơn do muỗi sinh ra, các triệu chứng lao gồm có ho dữ dội, sốt và khái huyết. Hơn 700 dược thảo và một số lớn thuốc dán, thuốc xông, thuốc bột còn ghi trong bộ sách vĩ đại này.

Y sĩ Ấn Độ thời ấy không thuộc giai cấp Bà-la-môn, tức là giai cấp tu sĩ, mà thuộc giai cấp Vaisya. Theo luật, họ là người không thanh tịnh, không được hưởng các nghi lễ tống táng. Tuy không là thành phần của kinh Veda, bộ kinh điển tôn giáo của Ấn Độ, người ta cũng cho rằng bộ Yajur-Veda đã được thần linh hay vị đại sư nào đó đọc cho hai thủ thuật gia Charaka và Suśruta.

Y HỌC AI CẬP

Nền văn minh cổ rực rỡ thứ ba là văn minh Ai Cập. Các thầy tư tế giữ quyền hành nghề y sĩ, y học liên quan mật thiết tới thần học. Minh chứng nhận xét này là Ai Cập có rất nhiều thần thánh bảo trợ Y khoa.

Imhotep, Thần Trị Liệu, là một trong những y sĩ đầu tiên còn lưu danh cho hậu thế, Imhotep nghĩa là *"người mang lại sự bình an"*, thật không còn tên nào xứng đáng hơn cho một y sĩ chân chính. Sau khi chết Imhotep được tôn sùng như một vị thánh, rồi được thần hóa luôn. Nhiều thế kỷ sau, người Hy Lạp đồng hóa Imhotep với Thần Y của họ là Esculape. Điều không may là chúng ta ngày nay biết rất ít về những hoạt động y học của Imhotep mà lại biết khá nhiều về các công trình kiến trúc của ông. Chính Imhotep đã vẽ kiểu kim tự tháp Saqqarah. Nhiều tượng đồng tạc hình ông ta ngồi, chú mục vào một tờ chỉ cảo trên đầu gối: chắc lại là một đồ án kiến trúc.

Dù sao, Imhotep vẫn là một y sư cự phách đồng thời là một kiến trúc sư có thiên tài, có thế mới được dân Ai Cập tôn thờ như Thần Y học trong bao thế kỷ.

Trong buổi sơ thủy của văn minh Ai Cập, thầy tư tế và thầy thuốc chỉ là một người. Mãi đến triều đại sau, y học mới thoát khỏi phạm vi tôn giáo. Dân Ai Cập không coi bệnh tật và sự chết như những hiện tượng tự nhiên, mà tin rằng một sức mạnh thù nghịch làm họ đau ốm. Theo sử gia Maspéro, sức mạnh ấy thuộc về thế giới vô hình, chỉ biểu hiện bằng những cuộc tấn công độc hại: có thể là một ông thần, một con quỷ, hay hồn thiêng một kẻ quá vãng, đã nhập vào người bệnh, hoặc thừa cơ vô ý, hoặc là hung dữ quá con bệnh không chống được. Khi đã làm chủ được cơ thể con người, sức mạnh ma quái ấy bẻ xương mút tủy, uống máu nhai tim, gậm ruột, nhấm thịt, làm cho con người mòn mỏi rồi chết, nếu không đuổi được nó trước khi mình bị tàn phá quá nhiều. Người trị bệnh vì thế phải làm hai việc quan trọng. Trước hết phải tìm biết bản tính và tên họ của con yêu, rồi phải tấn công nó, trục xuất nó, tiêu diệt nó. Muốn thành công, cần phải cao tay ấn, tức là phải biết niệm chú, chế bùa. Nhiên hậu mới phục dược và ăn uống kiêng khem để trị các xáo trộn của cơ thể do quỷ mị gây ra. Thế nên, xem các tài liệu y học Ai Cập, ta thấy trước tiên là các lời phù chú, các biểu tượng và phương thức thần thông để trị nhiều chứng bệnh khác nhau. Rồi mới đến các thứ thuốc: thuốc nước, thuốc súc miệng, thuốc sáp, thuốc bột, thuốc xông, thuốc để hậu môn, thuốc cao, thuốc đồ[**] *(poultices).* Các thầy tư tế y sĩ Ai Cập còn biết sử dụng a-phiến, cỏ độc cần, các loại muối đồng, cỏ hải song và dầu thầu dầu.

Nếu thủ thuật giải phẫu Ai Cập rất thô sơ, thì trái lại, vệ sinh cá nhân và công cộng đạt tới trình độ rất cao, vượt hẳn Âu châu thời Trung Cổ.

Y học tiến bộ lần lần, những thầy tư tế y sĩ ngoài bùa chú và nghi lễ rườm rà, đã biết cách khám bệnh nhân để truy ra căn bệnh. Đoạn chỉ cảo dưới đây về phép án chẩn các thứ bướu cho ta thấy rõ tiến bộ đó:

"Một cục bướu trên cơ thể con người, nếu nó giống như da thuộc, nếu da trên cái bướu đó nhấp nhấp ướt, nếu khi sờ, ta thấy nó chuyển động dưới tay trong khi tay ta đang yên, thì đó là một bướu thịt. Ta dùng lửa chữa nó.

"Nếu cục bướu trong cơ thể con người, xâm lấn mạch máu và cứng như đá, là một bướu mạch. Ta dùng dao cắt nó.

"Một cục bướu có mủ ở chân hay tay, nếu khi sờ ta thấy nó di động mà lớp thịt bên dưới vẫn căng thẳng, ấy là mủ đã gom lại. Lúc ấy ta dùng dao rạch nó ra".

Một chỉ cảo khác chép cách chữa các vết thương và trẹo xương. Đặc biệt hơn nữa là trong đó có một cách chữa sái quai hàm rất giống với cách chữa của chúng ta ngày nay. Một tác giả y học dưới thời vua Ramsès đệ nhất đã biện minh cho mình như sau như trong bài tựa tác phẩm của mình:

"Tôi xuất thân ở trường Y khoa Héliopolis, các Tôn sư ở đấy đã dạy tôi phương pháp của các Ngài. Tôi còn tốt nghiệp trường Phụ khoa Sais, các Thánh Mẫu ở đấy đã truyền thụ cho tôi kỹ thuật của các Ngài. Tôi thuộc lòng các phù chú do chính Thần Thath hướng dẫn. Thần là người phát minh ra ngôn ngữ, là tác giả nhiều bài thuốc rất công hiệu, là người độc nhất quy định danh tiếng cho những nhà phù thủy và thầy thuốc học đạo của Ngài. Mỗi lời thần chú đều rất hay cho bài thuốc, và mỗi bài thuốc đều xứng hợp với lời thần chú của nó".

Ta thấy ở đây có sự pha trộn giữa hai yếu tố của Y học Ai Cập: phù chú và thuốc men. Có thể nói đây là những bước đầu của một nền y học vừa tinh thần vừa hình thái: phù chú trị liệu tinh thần, thuốc men trị liệu thể xác. Năm 525 trước Công nguyên, sau chiến thắng Ba Tư, một trường Y khoa được lập ở Sais, miền Hạ Ai cập, trường này được sử gia Hérodote hết sức tán dương và được nhiều người đương thời chú ý.

Y HỌC TRUNG HOA

Ông thầy thuốc đầu tiên trong lịch sử Trung Hoa là vua Thần Nông, sống vào khoảng 3000 năm trước Công nguyên. Tuy chỉ là một y sĩ tài tử, vua Thần Nông rất ham mê tìm kiếm các y lý mới, và thí nghiệm ngay trên chính bản thân mình. Người ta cho rằng Thần Nông đã tìm ra nhiều dược thảo và độc dược. Tác phẩm "Bản Thảo" đã được in lại nhiều lần, kể cả lần tái bản năm 1911 ở Ai Cập. Viết sách mà truyền được hơn 4000 năm quả thật là hiếm có.

Một ông vua khác cũng rất thích y học là vua Hoàng Đế (2650 trước Công Nguyên). Trong thiên Nội kinh viết về sinh lý học, ta thấy có đoạn này:

"Máu cơ thể đều do tim phân phát... Máu luôn luôn tuần hoàn trong cơ thể không lúc nào ngưng".

Thật khó mà biết rằng Hoàng Đế đã căn cứ vào đâu để kết luận chính xác như thế, bởi lẽ vốn hiểu biết của nhân loại thời ấy ít ỏi lắm. Harvey đã phải xét nghiệm tỉ mỉ hệ thống mạch quản mới khám phá ra sự tuần hoàn huyết. Trong nước Tàu cổ, người ta hầu như không biết gì về cơ thể học; vả lại việc mổ xẻ tử thi thường bị cấm ngặt. Với quyền thế một ông vua, Hoàng Đế có thể đã tìm tòi nhiều trong lãnh vực này chăng?

Vị vương giả thứ ba ham thích và nghiên cứu y học là vua Càn Long. Ông này lập hẳn một ủy ban chuyên môn để soạn bộ "Y Học Bảo Giám", bách khoa y học vĩ đại, gồm 40 cuốn. Ta thấy ở đấy có những nguyên tắc y học Trung Hoa, rất nhiều phương pháp trị liệu, có cả khoa đấm bóp và châm cứu, cùng hai lý thuyết lớn của cổ Trung Hoa.

Thứ nhất là thuyết Ngũ hành: thổ, hỏa, thủy, mộc, kim; cơ thể con người được coi như do năm hành đó cấu thành. Thuyết tứ dịch của Tây phương có lẽ do thuyết ngũ hành này mà ra.

Thứ hai là thuyết Lưỡng nghi: Âm và Dương. Âm Dương là hai lực đối nhau, nhưng bổ túc cho nhau mà sinh ra vạn vật, tỉ như: lực và phản lực, trống và mái, nóng và lạnh, sống và chết… Mọi vật trong vũ trụ – nhất là sức khỏe của người ta – đều coi như phụ thuộc vào thế quân bình của năm hành. Trên quan điểm triết học, ngày nay ta cũng quan niệm rằng khỏe mạnh là do sự hòa hợp giữa một số yếu tố. Bệnh tật trái lại là một đổ vỡ, một nghịch âm trong sự hòa hợp đó.

Y HỌC CỔ DO THÁI

Y học cổ Do Thái rất thô sơ, trừ một số nguyên tắc rất hay về vệ sinh do luật Moise bắt áp dụng. Trong Cựu Ước, vai trò người thầy thuốc rất lu mờ bởi bệnh tật được coi là một hình thức giận dữ của Thần Linh. Vì thế con bệnh phải cầu đến các thầy tư tế. Những vị này giảng rằng ai sống theo luật Moise thì thể xác sẽ thanh sạch.

"Ta không phạt con bằng những tai ương Ta đã giáng xuống dân Ai Cập, vì ta là đấng Vĩnh Cửu hằng che chở con." (Phát trình ký, XV-26)

Độc giả để ý rằng những tai ương nói trên đều là bệnh truyền nhiễm cả. Dân Do Thái, sở dĩ hơn dân tộc khác, là nhờ biết đề phòng bệnh truyền nhiễm. Quyền hành rộng lớn trong tay, các thầy tư tế Do Thái hành động với tư cách những nhà vệ sinh học đầy đủ tài năng. Trong khi đó thì ở những thời đại sau, người Hy Lạp hình như vẫn chẳng biết mô tê gì về bệnh truyền nhiễm cả. Người Do Thái ngừa lây bệnh bằng đủ mọi cách. Kinh Lê-vít có định rõ ràng và chính xác thế nào là thực phẩm, vật dụng tinh khiết hay ô uế, thế nào là vệ sinh khi hành kinh và lúc mang thai, thế nào là tổ chức ngừa lây bệnh. Thịt lợn có thể truyền ký sinh trùng như sán dẹp và sán kim; vậy tốt nhất là đừng ăn thịt lợn. Trong mọi trường hợp về bệnh lậu, bệnh bạch đái, bệnh phong cùi, kinh sách đều nhấn mạnh đến việc phòng ngừa: nào là cho người bệnh ở phòng riêng, nào là tẩy uế đồ dùng của người bệnh... Phương pháp tẩy uế được triệt để thi hành, chẳng hạn như san bằng nhà con bệnh ở, hay ít ra là quét vôi lại hoàn toàn. Những phương pháp phòng bệnh ghi chép trong Thánh kinh được coi là hữu hiệu đến nỗi người Âu phải bắt chước khi bệnh này lan tới Âu châu. Phần đóng góp của dân tộc Do Thái vào nền y học như thế chỉ là có trong lãnh vực vệ sinh và y học dự phòng.

Sưu tập những khẩu truyền dẫn giải luật Moise tôn giáo và dân sự, kinh Talmud còn ghi lại nhiều kiến thức y học chính xác hơn là những truyện bán truyền kỳ của Cựu Ước. Điều khoản thù lao cho y sĩ mãi sau mới được thêm vào, khi vai trò người thầy thuốc đã khá quan trọng:

"Ngươi phải trả công thầy thuốc cho xứng đáng, vì Đấng Tối Cao đã tạo ra người ấy, vì mọi phương dược thần hiệu đều do Thượng Đế ban phát và Nhà Vua tưởng lệ. Tài năng sẽ nâng cao địa vị người thầy thuốc và ông ta sẽ được các bậc quyền quý ngợi khen." (Truyền đạo thư, 38, 1-5).

Lời nói trên, theo các nhà chú giải có uy tín, phát biểu một ý kiến mới được bổ khuyết về người y sĩ. Ngoài ra, không có bằng chứng nào tỏ rằng người thầy thuốc Do Thái đạt được địa vị cao trước thời Trung cổ, và ngay cả trong thời ấy nữa, bởi vì luật cấm cầu cứu đến họ, là những người tà giáo. Tuy nhiên thời đó ai cũng hiểu rằng chỉ có họ mới đủ tài khám bệnh. Trong những năm dài u tối vì dốt nát và lười biếng tinh thần, chỉ còn người thầy thuốc Do Thái và Hy Lạp giữ được nghề của Hippocrates. Người ta tránh sự cấm đoán bằng cách đi nước đôi: giữa công chúng, người y sĩ Do Thái bị gièm chê nhục mạ, trong bóng tối ông ta lại được thỉnh đi coi bệnh. Người thầy thuốc Do Thái, chung số phận với toàn thể quốc gia Do Thái, thấy mình vừa bị giềm chê vừa được trọng dụng, vừa bị ghét bỏ, vừa được quý mến, vừa bị xỉ vả vừa được ngợi khen. Và cứ như thế cho đến khi Đại chiến Thế giới thứ hai bùng nổ.

Bản Quốc văn của HÀ HỢP NGHIÊM

[Chương I, Tình Thương Số 1 & 2]

1/ các bà thích "ăn nem" là cách dịch thoát và ví von của Hà Hợp Nghiêm, từ câu *ông ăn chả bà ăn nem* chỉ đôi vợ chồng không chịu thua kém nhau trong quan hệ bất chính. Nem và chả là cách gọi khác nhau của hai miền Nam Bắc. Người đàn bà ngoại tình bị trừng phạt cắt mũi.

2/ thuốc đồ / poultices như một loại thuốc đắp trên vùng đau hay viêm.

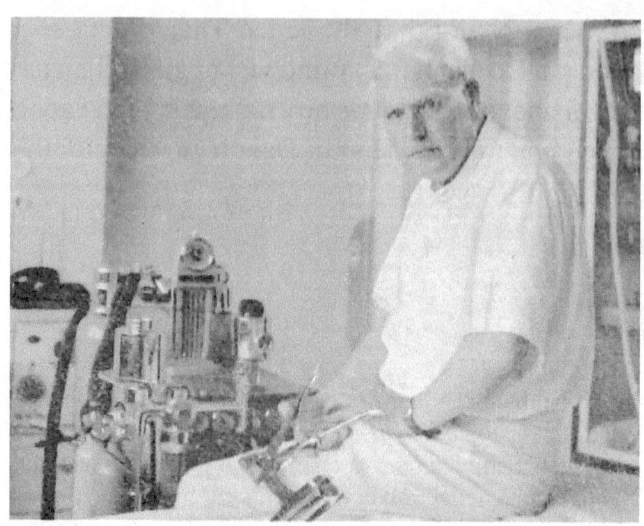

Giáo Sư Bác sĩ Hans Killian

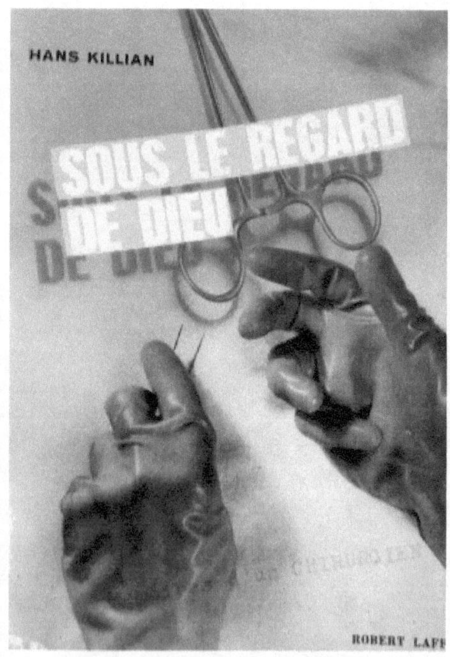

Hình: Bìa cuốn *Hinter uns steht nur der Herrgott* của Giáo sư Bác sĩ Hans Killian cùng bản dịch Pháp văn *Sous le Regard de Dieu*; được Nghiêm Sỹ Tuấn và Nguyễn Vĩnh Đức dịch và giới thiệu trên báo Tình Thương.

Dưới Mắt Thượng Đế

HANS KILLIAN
NGHIÊM SỸ TUẤN & NGUYỄN VĨNH ĐỨC dịch

NGUYỄN VĨNH ĐỨC bút hiệu Tô Tam Kiệt sinh ngày 4 tháng 12 năm 1938 tại Hà Nội, Bắc phần, trung học J.J. Rousseau Saigon, tốt nghiệp Y khoa Sài Gòn 1965, nguyên Phó Chủ tịch Tổng hội Sinh viên Sài Gòn, Chủ bút đầu tiên báo Sinh viên Y khoa Tình Thương tới số 24 (tháng 12. 1965) cũng là ngày anh ra trường; anh là cây bút đa hiệu viết nhiều thể loại: truyện ngắn, thơ, truyện dịch và viết các bài chính luận. Nguyễn Vĩnh Đức có công lớn xây dựng Nguyệt san Tình Thương trở thành một tờ báo có tầm vóc. Sau 1975, anh di tản khỏi Việt Nam, định cư Canada; trở lại hành nghề Y khoa tại Montréal từ 1978. Anh mất ngày 28 tháng Giêng năm 2005 thọ 67 tuổi.

NGHIÊM SỸ TUẤN bút hiệu Yến Thử, sinh ngày 7 tháng 2 năm 1937 tại Nam Định, Bắc phần trong một gia đình thanh bạch và đông anh em. Cắp sách tới trường muộn màng ở tuổi 14. Hoàn tất học trình Trung học và Đại học trong khoảng thời gian 14 năm. Trong thời gian học Y khoa, Nghiêm Sỹ Tuấn là Thư ký Tòa soạn báo Sinh viên Y Khoa Tình Thương từ số ra mắt tới tới số 13 [khoảng thời gian từ 01-1964 tới 01-1966] tới ngày Anh ra trường, là tác giả nhiều bài viết sâu sắc. Nghiêm Sỹ Tuấn tử trận ở Khe Sanh tháng 4 năm 1968 ở tuổi 31.

*

Nghiêm Sỹ Tuấn và Nguyễn Vĩnh Đức

Nghiêm Sỹ Tuấn đã cùng Nguyễn Vĩnh Đức dịch một cách tài hoa tác phẩm rất giá trị, đầy tính nhân bản: ***Dưới Mắt Thượng Đế*** của Hans Killian, đăng từng kỳ trên báo Tình Thương, như một trong những tiết mục thường xuyên, đã được bạn đọc nồng nhiệt đón nhận thời bấy giờ. Ngoài bản tiếng Pháp *Sous le Regard de Dieu*, Nghiêm Sỹ Tuấn còn tham khảo bản gốc tiếng Đức *Hinter uns steht nur der Herrgott* khi dịch tác phẩm này.

Tờ Di Chúc

LỜI NÓI ĐẦU: Tôi có thói quen – chắc là một thói xấu – khi bắt đầu đọc quyển truyện nào là y như rằng đọc CÂU CUỐI trước. Thường thường, những câu cuối mọi truyện là những cảm giác, tâm trạng của nhân vật hay của tác giả xuyên qua một dáng điệu, một lời nói hoặc một câu tả cảnh tầm-thường… Một câu tuy tầm thường cũng đủ làm vỡ con đê chặn kỷ-niệm thấm-thía ồ-ạt như thác-lũ. Nếu đem tách riêng chúng ra ngoài, những câu đó có khi quá tầm-thường, có khi thật trơ trẽn, và có khi lại quá cục-mịch. Chúng chỉ gây xúc cảm khi được lồng vào truyện… Ta còn nhớ mãi mãi khi gấp cuốn truyện lại.
Truyện ngắn chúng tôi khởi đầu trích-dịch dưới đây là truyện ngắn cuối cùng – có thể là CÂU CUỐI – của tập

truyện-ngắn "Hinter uns steht nur der Herrgott" tạm dịch là "Dưới mắt Thượng-Đế", ký ức của một thủ thuật gia danh tiếng người Đức Hans Killian. Có lẽ tôi đã trót theo thói quen trên. Nhưng, thật ra khi đọc truyện-ngắn này tôi đã xúc-cảm nhiều nhất. Bỗng nhiên tôi thấy đã bước vào ngưỡng-cửa vườn văn-nghệ y khoa đem theo một suy-tưởng: Con Người trước Sự Chết.

Nguyễn Vĩnh Đức

*

Con người thời-đại mới, tự-nhiên theo bản-năng, tìm cách để xua đẩy — tôi có thể nói: có khi gần như để quên lãng — ý-nghĩ sự chết. Thuở xưa, người bệnh chết tại nhà, giữa những người thân; thời nay, người bệnh thường trút hơi thở cuối cùng trong cô đơn lạnh ngắt bệnh-viện. Nghĩa-địa, xưa kia bao quanh thánh-đường, ở giữa thành phố, nay đã dời xa về ngoại-ô, có khi còn xa nữa, xa khuất mắt kẻ sống. Tuy-nhiên, sự chết đối với mỗi người trong chúng ta, vẫn còn là điều chắc-chắn độc nhất. "Thưa Thượng-Đế, xin người dạy chúng con nghĩ rằng một ngày kia chúng con sẽ

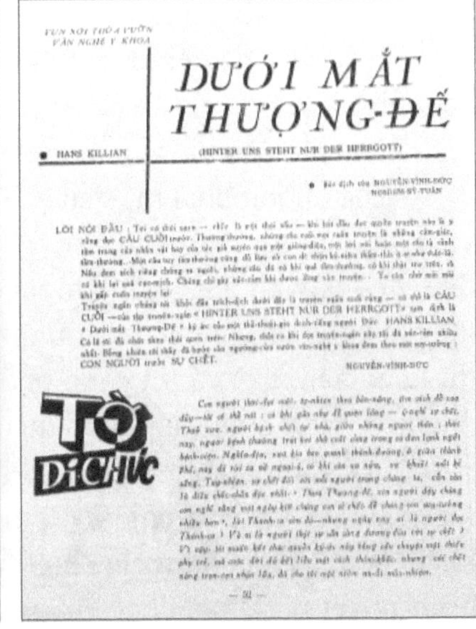

*chết, để chúng con suy-tưởng nhiều hơn", lời Thánh-ca còn đó…
nhưng ngày nay ai là người đọc Thánh-ca? Và ai là người thật sự
sẵn sàng đương đầu với sự chết? Vì vậy, tôi muốn kết thúc quyển
ký-ức này bằng câu chuyện một thiếu phụ trẻ, mà cuộc đời đã kết
liễu một cách thảm khốc, nhưng cái chết nàng trọn-vẹn nhận lấy,
đã cho tôi một niềm an-ủi mầu-nhiệm.*

Tôi có cảm-tình ngay với thiếu-phụ. Dáng người mảnh dẻ, mái
tóc vàng, bà ta có một khuôn mặt thanh-tú dễ thương, và trong ánh
mắt xanh hình như có vẻ gì vừa hiền lành vừa dí-dỏm. Thật khó ai
thấy một người đàn bà như thế. Tuy nhiên khi quan-sát chăm-chú
hơn, tôi thoáng thấy trong dáng bộ thiếu phụ một nét mệt-mỏi, như
chịu đựng và như lo-lắng.

Bà ta là vợ một đồng-nghiệp bị động-viên và đã tự ý đến nhờ
tôi khám bệnh. Bắt đầu hỏi bệnh, tôi được biết bà ta có hai đứa con,
một trai lên năm và một gái lên ba, hiện giờ đang ở miền quê với dì
chúng, và thiếu-phụ đang đợi đứa thứ ba sắp ra đời. Thật vậy, chỉ
nhìn cũng biết bà ta mang bầu.

- Thưa bà, bao giờ bà ở cữ?

- Thưa, còn năm tháng nữa.

Hơi sững-sờ, tôi nói:

- Nếu vậy bà nên đến một bác-sĩ chuyên về sản khoa hơn là
đến tôi.

Bà ta lắc đầu và vẻ mặt bỗng nhiên trang trọng lo-lắng:

- Dạ, không phải thế đâu ạ. Tôi đến để nhờ giáo sư xem bệnh,
vì ít lâu nay tôi thấy đau bên vú trái. Lẽ dĩ-nhiên tôi biết, khi có
thai, như vậy không lạ gì. Khi tôi có mang hai cháu lớn, tôi thường
thấy hai bên vú căng lên và thỉnh-thoảng nhức lắm. Nhưng lần này
thì khác hẳn: hai vú tôi căng phồng lên và rắn, hơn nữa da dẻ lại
óng ánh xanh... và sáng hôm qua tôi thấy dưới nách một cái hạch
nhỏ. Và... tôi thường nghe nhà tôi nói nhiều điều về...

Cố làm ra vẻ tự-nhiên, tôi mời bà ta cởi áo và nằm lên để tôi
khám bệnh. Thiếu-phụ chỉ cho tôi bên nách trái, tôi thấy một hạch
bạch-huyết rất cứng, chắc chắn đã bị hư-biến. Ngay bên cạnh, tôi

thấy một hạch khác, rồi một hạch khác – có lẽ đến cả chục cái.

Vẫn thản-nhiên tôi khám tiếp vú bên trái. Cái vú phồng hẳn lên, rất căng, và khi nắn, có rất nhiều bướu lớn. Càng lúc càng kinh ngạc, tôi khám sang vú bên phải, hầu có thể chắc-chắn mà so sánh. Tôi suýt giật mình khi thấy ở đây cũng lại có những cục rắn khác. Có một chỗ làn da nhăn lại, như co vào trong. Nách bên phải cũng có nhiều hạch lớn, và gần những huyết-quản chạy xuống cánh tay cũng có hai cục lớn hơn. Không còn nghi-ngờ gì nữa, bà ta đã bị ung-thư cả hai vú; và chắc-chắn ung-thư đã phát-triển rất nhanh. Hiện giờ, bệnh-nhân chưa thể đoán được tôi đã cố gắng thế nào để khắc-phục niềm kinh-hoàng đang xâm-chiếm tôi. Cách đây chưa đầy bốn tháng, tôi đã khám cho một thiếu-phụ Ba-Lan, cũng có chửa và cũng bị ung-thư. Lúc đó chúng tôi đã tự hỏi có nên mổ hay không. Sau cùng, tôi vẫn cứ mổ, không phải vì tôi tin chắc là phải mổ, mà vì trên bình-diện nhân-bản tôi không thể mặc-nhiên phó-thác bệnh nhân cho số-mệnh. Vậy mà trường-hợp người đàn bà xấu-số ấy lại rắc-rối thêm: bà ta oán ghét chiếc bào thai đã làm mình bị ung-thư. Nỗi oán ghét này, bà ta đã trút lên tất cả mọi người và lên chính mình nữa. Bà ta oán giận bác-sĩ, oán giận y-tá, oán giận cả thân mình. Sau hai lần mổ thật nguy hiểm, bệnh-nhân ủ-rũ hàng tuần, quay mặt đi khi chúng tôi đến hỏi han; cuối cùng chết, bất hòa với cả Thượng-Đế và với mọi người.

Tôi cố gắng lắm mới có thể xua-đuổi kỷ-niệm ghê-gớm ấy. Dù thế nào chăng nữa, bổn-phận tôi là tận-tâm với người sống, chứ không phải với người chết. Tôi phải làm gì bây giờ? Cắt hạch ra để khám-nghiệm ư? Nhưng, hỡi ơi trong trường hợp này, khám-nghiệm thật hiển-nhiên là thừa; không còn nghi-ngờ gì nữa, ung-thư này phải giải-phẫu ngay không nên chần-chừ.

Trong khi người thiếu-phụ mặc lại áo, tôi tìm, một cách tuyệt-vọng, một lời nào hay nhất để nói sự thật với bà ta. Vì, với bà ta, tôi đã quyết định không giấu giếm gì. Tôi tin và bây giờ tôi vẫn còn tin hơn bao giờ hết, rằng một lời nói dối "nhân đạo" vẫn là một lời nói dối, mà hậu quả chỉ có tai-hại. Một đằng bệnh-nhân, giam chặt trong ảo-tưởng mất hết liên-lạc với thực tế; đằng khác, xét cho cùng, lời nói dối đánh đổ niềm tin rất cần thiết của con bệnh đối với người thầy thuốc.

Tôi nói bằng một giọng an-ủi:

- Thưa bà, chắc bà biết bệnh này cũng nặng. Không giấu gì bà, bệnh này phải mổ. Nhưng trước khi quyết định, thế nào tôi cũng phải bàn với ông nhà. Chúng tôi sẽ mời ông ở tiền tuyến về ngay...

Tôi ngạc-nhiên thấy bà ta òa lên khóc và nức-nở:

- Tôi cũng chẳng biết bây giờ nhà tôi ở đâu nữa! Mấy tháng nay tôi không được tin-tức gì cả.

Tôi hiểu ngay, trước sự khủng-hoảng tinh thần này, tôi bắt buộc phải nói sự thật tàn-nhẫn:

- Thưa bà, bây giờ chắc chắn tính mạng bà đang lâm nguy. Những sự biến-đổi nơi vú chắc có liên lạc với cái thai của bà: tác dụng của vài chất kích-thích-tố đã làm những tế bào trong vú bà hư biến, nghĩa là bị ung thư. Vì thế cần phải mổ, tuy không phải để hủy cái thai, nhưng ít ra cũng cần làm cho nó đừng tiến triển nữa. Chúng ta phải hết sức làm thế nào hãm lại, và nếu có thể, đừng để những hạch này to thêm nữa. Thật vậy, tất cả những cố gắng của chúng ta sẽ vô hiệu, khi mà trong cơ thể bà, vẫn còn rất nhiều kích-thích-tố tăng-trưởng, rất cần cho đứa bé nhưng rất hại cho bà. Bà thấy không, chúng ta không có quyền lựa chọn.

Bà ta cầu khẩn nhìn tôi:

- Không, không bao giờ! Thưa giáo-sư, đứa bé không thuộc một mình tôi, mà còn của chồng tôi nữa, không đời nào tôi chịu bỏ nó. Tôi muốn trao nó lại cho chồng tôi. Nó là TỜ DI-CHÚC của tôi, tôi biết lắm, tôi không thể sống được. Chính vì thế mà tôi xin giáo sư cho tôi được sống đến khi đứa bé ra đời. Vì nó mà tôi đến đây, chứ không phải vì tôi.

Tôi hết sức phản đối, và cho thiếu phụ biết rằng bỏ đứa bé đi là cơ hội độc-nhất để cứu sống bà. Nhưng thiếu-phụ vẫn không lay chuyển. Đến nỗi cuối cùng, bối-rối trước tấm lòng can-đảm ấy, tôi đành khuất-phục.

- Nếu bà đã quyết-định như vậy, tôi xin chiều ý bà. Bà hãy về thu-xếp việc nhà và sửa-soạn càng mau càng tốt, bà sẽ phải nằm bệnh-viện lâu lắm đấy. Xong, bà trở lại đây ngay, chúng ta không thể phí thì-giờ được nữa.

Ba ngày sau, tôi bảo cho thiếu-phụ biết tôi sẽ bắt đầu cắt bỏ một bên vú. Trong vòng hai hay ba tuần-lễ, sau khi bà ta lấy lại sức khỏe, tôi sẽ có thể mổ nốt bên kia.

- Tuy thế, tôi nói tiếp, vẫn còn một mối nguy. Là cơ-thể đàn-bà có thai thường thường không thể chịu nổi một cuộc giải-phẫu quan trọng như vậy. Dù cẩn thận đến đâu, tôi vẫn ngại là giải-phẫu như thế đứa bé sẽ sinh ra thiếu tháng. Tôi ngại vậy thôi, tuy không đáng lo lắm, nhưng vẫn phải nghĩ tới.

Tôi kinh-ngạc thấy bà ta vẫn hoàn-toàn bình tĩnh:

- Trường hợp ấy chắc là ý Trời, ta không thể cưỡng lại được.

Cuộc giải-phẫu thứ nhất diễn ra bình thường. Bệnh nhân không một chút hãi-động khi mũi Evipan đầu tiên đâm vào mạch máu. Tôi bắt đầu rạch quanh vú bên trái, tiết-kiệm từng tí da rất cần cho sau này. Xong, tôi lấy cả bắp thịt ở ngực cùng những cục bướu dính trên đó ra. Những người phụ-tá kẹp vội mạch máu không để mất một giây nào. Tiếp đó, tôi cắt chỗ cơ-ngực-lớn dính vào xương đòn gánh, bỏ hẳn cơ-ngực-nhỏ, cắt chỗ bắp-thịt cánh tay dính vào xương và đẩy đủ cái vú ra ngoài. Giai đoạn đầu như vậy đã xong.

Sau khi bảo ngừng cho ê-te tôi tự tay dùng điện đốt các đầu mạch máu bị cắt. Tôi chỉ phải khâu và cột lại có một tĩnh mạch lớn.

Rồi tôi bắt đầu giai-đoạn thứ hai, là nạo toàn-diện các hạch ở nách và dưới xương đòn gánh. Công-việc thật khó-nhọc, vì vùng-phải-nạo đầy hạch nhỏ. Chỉ còn làm sạch các bắp thịt phía sau nách, chỗ thường có nhiều hạch, là việc nạo kết-thúc. Sau khi để một "ống nòng" cao-su, tôi khâu lại đường cắt đi từ vú bên trái đến cánh tay. Tất cả mất 45 phút. Tuy bệnh-nhân mất ít máu, tôi vẫn cho truyền-máu trong giai-đoạn giải-phẫu cuối cùng.

- Những ngày sau đó, bệnh-nhân tỏ ra bình tĩnh một cách đáng khen. Nhưng một buổi sáng, khi vừa rút cái "ống nòng" ra, tôi thấy bệnh-nhân co rút người lại. Bỗng thiếu-phụ hỏi tôi:

- Thưa giáo-sư, tôi còn sống được bao lâu nữa?

Tôi hiểu liền ý-nghĩa câu hỏi ấy. Bệnh-nhân muốn biết mình có đủ sức chịu-đựng đến khi sinh-hạ đứa bé không. Không muốn an-ủi bằng một câu khôi-hài tầm-thường. Tôi chỉ trả-lời:

- Câu hỏi đó, bà không cần phải đặt ra làm chi.

Ngày hôm sau, tình-trạng bệnh nhân bắt đầu nặng thêm. Càng ngày càng gầy đi, làn da mặt mịn-màng khô như giấy, đôi mắt mở lớn thêm. Tôi dặn cô y-tá-trưởng lén dành cho bệnh-nhân tất cả quà bánh cô kiếm được mặc dù khẩu-phần bị hạn-chế trong thời kỳ chiến-tranh. Người nữ-tu già săn-sóc bệnh-nhân nhún vai và nói:

- Thưa, không ích gì đâu. Bà ấy không thiết gì ăn. Tôi phải dỗ mãi mới ăn được một tí.

Đôi khi, tôi đem lại cho thiếu phụ vài miếng súc-cù-là, trong lòng cố quên cái ý-tưởng khốc liệt rằng đồ ngọt giàu nhiệt-lượng không những nuôi sống người mẹ và đứa con lại còn nuôi-dưỡng cả ung-thư nữa.

Vả lại, vú bên phải không ngừng phồng lên. Tôi muốn mổ ngay, nhưng sức-khỏe bệnh-nhân buộc tôi phải từ bỏ ý-định đó. Tuy vậy, tinh thần bà ta vẫn vững ít ra trong ý-hướng là đã không mất hy-vọng sẽ cho con ra chào đời. Càng ngày bệnh-nhân càng không thể tập-trung tư-tưởng vào một vấn-đề nào khác trong khi nói chuyện. Thế-giới chung-quanh chỉ tồn-tại nếu hòa-điệu với di-sản tình yêu mà thiếu-phụ dành cho người chồng.

Lẽ dĩ-nhiên, tôi giấu không cho thiếu-phụ biết là di-sản ấy có thể không bao giờ đến tay người thu-nhận. Không cho bà ta hay, tôi đã đi hỏi Nha Quân-Y, và còn giữ trong ô kéo một bức-thư riêng báo cho tôi biết đơn-vị của người chồng thiếu-phụ được coi như "mất tích trên chiến-tuyến miền Đông".

Điều lạ là cuộc giải-phẫu thứ hai đã diễn ra, cũng tốt đẹp như lần đầu tiên. Nhưng không may, mặc dầu chúng tôi đã cố gắng, tình-trạng lại trở nên nguy-ngập. Hơn nữa, tôi bắt đầu sợ bào-thai có thể chết trong bụng mẹ. Bệnh nhân vừa được chở về phòng, tôi đã theo ngay đến, để nghe tiếng tim bào-thai đập. Tim đập hơi yếu nhưng thật rõ ràng. Tám ngày sau, bệnh-nhân hân-hoan báo cho tôi biết đứa bé đã máy; như thay đổi hẳn, bà ta thì-thầm:

- Thằng bé nó đạp!

Khi cái thai được tám tháng, tôi đề-nghị cho bà ta sanh ngay, nhưng thiếu-phụ cương-quyết chối-từ.

- Tôi đã khỏe rồi, phải không, thưa giáo-sư? Vậy giáo-sư cho phép tôi về.

Cô em gái — một thiếu-phụ đẫy-đà, tràn trề nhựa sống — đến đón bà chị. Khi nghe thấy cô ta cần-nhằn trách chị sao không chịu ăn, tôi kéo cô ra nói nhỏ:

- Bệnh tình chị cô nặng lắm đấy. Vừa bị mổ hai lần, lại sắp sinh nở. Tôi mong cô nương nhẹ bà ấy.

Trong khi tôi đưa ra xe hồng-thập-tự, thiếu phụ hướng về phía tôi, đôi môi tái nhợt mấp máy câu hỏi, câu hỏi tôi vẫn e ngại:

- Còn bao lâu nữa?

Tôi chỉ có thể lắc đầu. Dù bất cứ với giá nào, tôi cũng không muốn dối bà ta. Tôi nói với một giọng vui vẻ gượng gạo:

- Thế nào cũng cho tôi biết tin sinh cháu nhé.

*

Ngong-ngóng đợi một tấm thiệp in, tôi đã ngạc nhiên khi nhận được một lá thư dài.

Kính thưa giáo sư,

"Vì đã gắng sức giúp tôi, giáo-sư sẽ là người độc nhất đọc thư tôi viết báo tin mừng này. Tôi hãy còn yếu và phải giữ-gìn chút sức tàn còn lại. Cách đây tám ngày tôi đã sinh một cháu trai. Cháu nhỏ tí-tẹo, nặng 2 ký 640, nhưng cháu sống, và bác-sĩ nói nhất định cháu sẽ sống."

"Tôi không biết nói gì để tạ ơn, tạ ơn Trời và tạ ơn giáo-sư."

"Mấy tuần lễ vừa qua thật khó nhọc, và đã có lúc, tôi nghĩ rằng không thể cầm-cự đến phút cuối cùng. Bây giờ, giáo-sư ạ, tôi biết là phút cuối đã tới. Dù bác-sĩ ở đâu tốt bụng cho là tôi nói dông dài, dù em gái tôi luôn luôn giả vờ giận tôi, thì vẻ mặt lo lắng của người này, đôi mắt đỏ hoe của người kia đã nói trái lại những lời nhân đạo kia."

"Dù sao, tôi biết tôi không thể sống được lâu nữa. Đôi khi tôi đã sợ chết — thật ra, tôi không can đảm hơn một người đàn-bà nào khác, nhưng tôi tự an-ủi ngay: sự hiện hữu của đứa bé chứng tỏ cho tôi tình-yêu vô cùng của Thượng-Đế. Có lẽ giáo-sư hoài-nghi

trước những "mặc-khải cá-nhân" của tôi, nhưng mong giáo-sư hãy tin rằng "mặc-khải" đó sẽ giúp tôi khi tôi về thế-giới bên kia."

"Tôi đã từng yêu cuộc đời - yêu hoa, yêu nắng, yêu nhạc; tôi đã cố gắng làm một người mẹ hiền, và trong mười năm không một bóng mây nào làm vẩn tình yêu vợ chồng bền chặt của chúng tôi. Tôi ra đi, biết rằng tôi sẽ thấy ở thế giới bên kia tất cả đẹp hơn, trinh trắng hơn trên trái đất này. Và bây giờ xin vĩnh biệt giáo sư."

"T.B. Nếu chồng tôi về, xin giáo-sư trao lại cho chàng bức thư này."

Mười-lăm ngày sau, tôi nhận được thiệp báo-tang. Còn điều mong-ước cuối cùng của thiếu phụ, tôi không sao thực-hiện được: người chồng không trở về.

NGHIÊM SỸ TUẤN & NGUYỄN VĨNH ĐỨC

[Tình Thương Số 1, tháng 1, 1964]

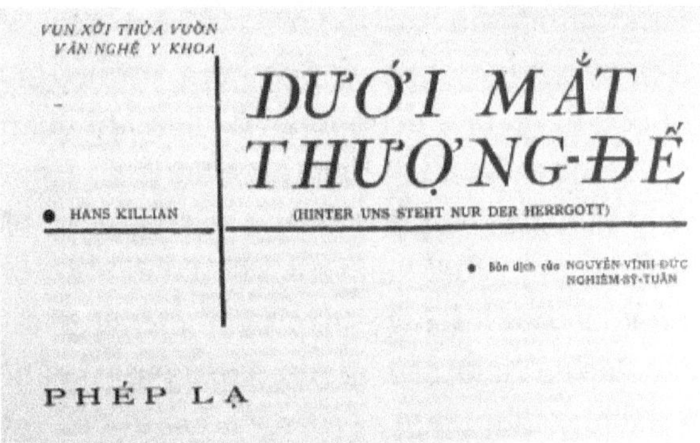

Phép Lạ

Dưới mắt Thượng Đế, chúng ta phải làm gì? Hãy tha thứ lỗi lầm cho nhau, – Thượng đế sẽ tha thứ chúng ta. Hãy thương yêu nhau, – Thượng đế sẽ thương yêu chúng ta. Còn gì tuyệt vời hơn Tình Yêu trong tâm hồn chúng ta?

PARACELSE

*

MỘT BỮA, tôi phải đi thăm bệnh ở khu Giải phẫu chỉnh trực. Viên y sĩ trưởng khu này, một người tài ba, đã bất mãn bỏ đi, vì bất đồng ý kiến với ban giám đốc. Chưa tìm được người thay thế ông giám-đốc bệnh viện đã nhờ tôi tạm thời trông coi khu ấy, thêm vào nhiệm vụ vẫn có thường ngày.

Sáng hôm ấy, tôi chú-ý ngay đến một bệnh nhân mới vào, một người đàn bà quê mùa, trạc bốn mươi tuổi, ở miền Rừng Đen. Gương mặt nghiêm trang, gần như khắc khổ dưới mái tóc sớm điểm bạc chải hết ra đằng sau gáy, lộ vẻ tiều tụy vì sương gió, vẻ khắc khổ và tiều tụy của những nông phu miền núi thường phải cầy cấy và canh tác trong những điều kiện cực kỳ khó nhọc. Qua lá thư người bạn đồng nghiệp đã săn sóc rồi gửi bệnh nhân đến đây, tôi được biết bà ta bị bại hai chân và đã phải nằm liệt giường từ tám năm nay. Tôi còn được biết bệnh nhân đã ngã khi bắt đầu bị liệt.

Tôi khám sơ qua và chẳng biết thêm được gì. Hai bắp chân có vẻ bình thường nếu các bắp thịt không bị teo lại vì bất động quá lâu. Tình trạng đôi chân thật đáng ngại hơn. Gan bàn chân vẹo vào phía trong, cổ chân duỗi thẳng – trong nghề chúng tôi gọi là "bàn chân ngựa vẹo vào"– thành ra bắp thịt bắp chân và gân gót co ngắn lại rất nhiều. Bệnh nhân không giơ chân lên được, vì các bắp thịt thường thi hành cử động ấy đã suy yếu quá. Tóm lại, người có "bàn chân ngựa vẹo vào" không thể đi được, cố gắng lắm cũng chỉ nhích được một tí trên đầu ngón chân là cùng.

Hơi phân-vân, tôi khám lại kỹ càng hơn. Tôi đã tốn công vô ích: không một thương tích nào ở trung khu vận động, không một hỗn loạn cảm giác nào ở da và cũng không phải tê liệt thần kinh. Hình rọi quang tuyến cũng không thấy thương tích nào ở xương sọ hay xương sống khả dĩ đụng chạm đến não tủy.

Dưới khía cạnh bệnh nghiệm, liệt chân như thế thật kỳ và lạ, nếu không nói là vô lý. Còn muốn giảng tại sao hai chân bị vẹo thật cũng dễ lắm. Khi nằm dài, hai bàn chân ta tự-nhiên duỗi thẳng ra, các bắp thịt co lại, trong khi các bắp thịt trước ống chân cũng dãn, hai bên co dãn tỉ lệ nhau. (Muốn nhận định rõ, ta chỉ việc nằm dài xuống là thấy ngay). Thêm vào đó, chăn nệm đè nặng trên người, giữ hai chân duỗi thẳng, nhất là khi nằm ngửa. Vậy mà bệnh nhân nằm im, bất động đã tám năm trường...

Nhưng, nguyên nhân sự tê liệt vẫn không sao giải thích nổi. Chụp quang tuyến từ đầu tới chân, không một vết gẫy nào ở sọ cũng như ở xương sống, ở chân cũng như ở vòng xương chậu. Tuy nhiên, phải có một nguyên cớ nào khiến người đàn bà này phải chịu tàn tật gần như hoàn toàn trong suốt tám năm.

Trong y khoa, người ta phân biệt hai loại tê liệt. Hầu hết những tê liệt bắp thịt đều do một chứng bệnh nặng nơi óc hay tủy sống, hoặc do một khiếm khuyết nơi hệ thần kinh khi bị ngộ độc hay bị thương. Nhưng ngoài ra, còn có những tê liệt giả do một nguyên nhân chủ-quan: bị kích động mạnh hay đau đớn quá, bệnh nhận chợt thấy không thể làm một vài cử động nào đó, duỗi tay ra, co chân vào chẳng hạn. Guồng máy vận động như bị hãm lại, nghĩa là khi sắp làm một cử động, bệnh nhân không thấy tác dụng thần kinh, khiến các bắp thịt phải thi hành cử động ấy không thể hoạt động được. Những trường hợp này, các y sĩ trẻ, mới ra trường, thường cho là loạn thần kinh hay bệnh nhân cố ý, coi người bệnh hoặc như một người điên hoặc như kẻ giả ốm. Theo ý tôi, phán đoán như vậy hơi vội vàng, ta cần phải tìm cho được những nguyên nhân sâu xa của hiện tượng.

Hai ba bữa sau, với ý định ấy tôi trở lại thăm người đàn bà nhà quê "của tôi". Vì khu giải phẫu chỉnh trực đầy người nên bệnh nhân được nằm một mình trong một buồng nhỏ. Thật là một cơ hội để tôi dò xét bà ta. Thoạt tiên, tôi hỏi thăm về nông trại ruộng nương, trâu bò. Cứ nhìn dáng điệu dễ dàng sung túc khi thiếu phụ kể nào nhà, đất, tôi cũng biết nhà rất khá giả; hai vợ chồng khai thác một trong những trang trại đẹp nhất do hàng bao thế hệ nông dân kiêu hãnh cần cù lập nên ở vùng Rừng Đen.

Dần dà đề cập đến chuyện bệnh tật, ở điểm này tôi vẫn e ngại một sự kín đáo tiêu cực và thụ động. Thường thường dân miền quê hay rụt rè e lệ khi nói đến chuyện sức khỏe hay bệnh tật. Phải làm như hỏi cung lục vấn mới cậy họ rỉ răng cho biết tai nạn đã xảy ra thế nào hay bệnh tình diễn biến ra sao. Thế mà tôi rất ngạc nhiên khi bệnh nhân, không đợi hỏi han, đã kể lể con cà con kê hết cả sự tình.

Nỗi khổ đau, niềm thống khổ bắt đầu từ tám năm trước. Hôm ấy cả gia đình họp mặt trong trại: có bà mẹ chồng, ông anh chồng, người chị và em trai thiếu-phụ. Bốn người ngồi ăn quanh chiếc bàn kế cạnh gốc cây hồ đào cổ thụ. Mọi người nói chuyện ồn ào vui vẻ – trừ bà chủ gia-đình. Theo lệ thường, một mình bà trong bếp bận pha cà-phê. Bao giờ cũng vậy, thui thủi một mình chẳng ai giúp đỡ: người đàn bà ấy cong lưng thổi nấu dọn dẹp từ sáng tới chiều. Thỉnh thoảng mới có dịp vui đùa giải trí trong trại, thì lại chỉ được đóng vai chầu rìa.

Vậy hôm ấy, bà luôn luôn bận bịu bếp núc trong khi người khác vui chơi. Lửa nhỏ, củi hết, bà ta lặng lẽ ra chái nhà lấy thêm. Vừa bước được mấy nấc thang từ bếp ra sân, thiếu phụ trượt chân mất thăng bằng, cả mình ngã ra đằng sau, bàn tọa đập mạnh vào những bậc đá. Đứng dậy không được bà ta kêu cứu. Mãi một lúc sau, cả nhà chạy lại. Ông chồng đến sau cùng. Dửng dưng trước sự đau đớn rên rỉ của vợ, ông phá ra cười.

- Nhà cháu hỏi sao cháu lại chơi ván trượt tuyết *(toboggan)* trên lưng như thế, rồi bảo cháu nào còn son trẻ gì, – nhưng thấy cháu không đứng dậy được, anh ấy cũng sợ, thôi không cười nữa. Đấy, thưa bác sĩ, từ lúc ấy cháu không đi được nữa… đã tám năm trời rồi…

Thiếu-phụ ngừng lời, cố nén nức nở. Tôi lặng yên để bà ta bình-tĩnh lại. Câu chuyện vừa nghe chẳng giúp tôi tiến thêm bước nào để giải quyết vấn đề cả. Ngã mà chẳng có thương-tích nào hết, chắc phải có nguyên cớ gì khác chứ – nhưng nguyên cớ nào?

- Lúc ấy, bà có cho mời bác sĩ đến không?

- Thưa có ạ. Nhà cháu có sai thằng nhỏ phóng xe vào làng mời. Bác sĩ đến, nhưng không tìm thấy gì cả ạ. Sau cùng ông bảo có lẽ cháu bị đau ở xương cụt, rồi thế nào nó cũng sưng-tấy lên, cần phải coi lại. Cháu phải nằm mất tám ngày, chườm chỗ đau bằng mỡ heo. Còn bác sĩ thì có vẻ do dự lắm. Thấy thế, mấy người nhà tỏ ra hối hận, ngày nào cũng đến thăm cháu, lại còn cho kẹo bánh nữa, chứ trước kia, họ chỉ đến chơi suông thôi, Chắc bác sĩ cũng biết, cháu chỉ được cái hay là hay làm, hay tiếc công tiếc việc, chẳng ai để ý đến cháu. Bây giờ người ta tử tế thì cháu lại què mất rồi, tử tế cũng bằng thừa... thật khổ cho cháu phải nằm liệt suốt tám năm...

Lần này bệnh nhân không cầm được nước mắt. Rõ ràng sự tàn tật cũng không làm bà buồn phiền bằng cái không khí thù hằn ở quê nhà, khi hồi tưởng lại bao nỗi nhục nhằn đã cam chịu. Nguyên do hai chân bị liệt chắc là ở đấy. Cái tai nạn kia không thể nào làm đau ốm lâu đến thế được, mặc dù người đàn bà đáng thương ấy đã đau nhức như chịu hành hình: thật vậy một thương tích nhỏ nhoi ở xương cụt cũng có thể làm đau đớn dữ-dội, vì nhất cử nhất động, các bắp-thịt mông đều kéo mạnh vào xương. Tôi nhớ lại giọng chua chát khi thiếu phụ nói đến chồng: "Nhà cháu phá lên cười, rồi bảo cháu già rồi mà còn..." Nỗi oán hờn vừa hé lộ còn có nguyên nhân nào khác nữa không?

- À, mà tôi quên hỏi bà, bà được mấy cháu?

Bà ta lắc đầu:

- Cháu sợ nhất khi ai hỏi đến con cái. Cháu không thể có con được.

Bà ta quay mặt đi, như xấu hổ vì lỗi vô tự, vì đã không làm trọn thiên chức của người đàn bà, rồi nỗi thất vọng chất chồng bao tháng năm bỗng nổ bùng: thiếu phụ nghẹn ngào nức nở.

- Nhà cháu gọi cháu là một quả hồ-đào rỗng... đồ vô tích-sự...

Thảm trạng người đàn bà này, giàu vật chất nhưng khốn khổ tinh thần, đã rõ ràng. Người chồng, chắc cũng cứng rắn như bao nông dân khác, muốn có một mống con trai để kế tự, và người vợ đã không thể chửa đẻ gì được. Vợ mình chỉ là một "trái hồ-đào rỗng tuếch" cái danh từ tàn nhẫn ấy đã nói lên tất cả nỗi thất vọng của người chồng đối với người vợ son trẻ. Ông ta chắc đã tìm đủ cách để hành hạ, giày vò vợ; người đàn bà đáng thương đã phải đền bù lại sự "yếu kém" của mình bằng cách gia công làm như một tên khổ sai, đến kiệt sức. Nhưng người ta không chấp nhận toan tính đền bù ấy: không một hy sinh nào làm người chồng nguôi giận, cũng như ông đã quyết bắt vợ phải trả giá sự giận-dữ ấy.

Ngoài ra lại còn gia đình. Ai cũng lo làm vừa lòng ông bác, ông anh họ hay anh rể giàu-sụ có của thừa kế này, thành ra mọi người đều nghĩ cách làm tội làm tình người đàn bà vô phương tự vệ. Đối với những người chỉ sống vì nhu-cầu và thèm khát vật chất, luật "mạnh được yếu thua" là nhất, họ chẳng còn một chút nhân đạo sơ-đẳng nào. Kẻ yếu nhất trong bọn là con mồi để họ theo đuổi, hành hạ và hạ thủ trong niềm vui của loài thú dữ.

Chính để thoát khỏi cái không khí hung bạo cố hữu này người đàn bà khốn khổ đã phải ẩn náu trong bệnh tật, nơi duy nhất có thể tìm thấy một chút trắc ẩn hão, lòng âu yếm vợ. Nhưng ẩn trốn rồi, bà ta phải chịu một sự thay đổi, hay đúng hơn một biến dạng của ý chí, dẫn lần đến tình trạng loạn thần kinh. Tình trạng này, người thầy thuốc, biết rõ hay nghi ngờ, đều phải hết sức điều chỉnh lại. Người bệnh này lại thích vai trò mới của mình: được người ngoài ái ngại, nhưng người bệnh lại thoát được tình trạng bán nô lệ đã bắt bà ta chịu những thói quen ghê sợ hằng ngày, và trở nên trung tâm của gia đình. Đây là lần đầu kể từ khi về nhà chồng, bà có thể tự cho mình quan-trọng, thỏa mãn cái ước muốn uy quyền có ở ngay cả những kẻ bất-hạnh nhất trong chúng ta.

Vậy mà tình trạng này cũng đang nguy ngập. Hiển nhiên là nếu khỏi, người đàn bà này lại bị ném trả về quãng đời khốn khổ khi xưa. Bởi lo ngại nên cố bám lấy bệnh tật như kẻ đắm tàu bám vào tấm ván đã trôi nổi giữa sóng biển khơi. Tóm lại, bà ta muốn ốm và muốn ốm mãi.

Ngay hôm sau tôi thấy án chẩn của tôi đúng. Bệnh nhân khăng khăng không chịu giải phẫu. Tôi cố giảng giải: chỉ cần một cuộc giải-phẫu hết sức vô hại — kéo dài hai gân gót chân là bà ta có thể đi được; nhưng thiếu-phụ cương quyết không chịu, lại tỏ thái độ gần như khiêu khích. Từ tám năm nay, bà nói, có đến cả tá ông thầy chữa bằng đủ băm sáu chước, mà cũng chẳng ăn thua gì, huống-hồ bây giờ một ông thầy khác lại muốn đem chân bà ta ra thái vụn như anh hàng thịt hay sao? Không, bà ta không bao giờ chịu để làm thế? Tôi hiểu ngay, trong những trường hợp này, nếu ta dồn con bệnh vào ngõ bí, họ sẽ phản-đối quyết liệt và không bao giờ nhượng bộ nữa.

Tôi bèn ngưng ngay câu chuyện và bỏ đi ra. Những ngày sau, trường hợp người đàn-bà thích liệt chân hơn đời sống bình thường bắt tôi luôn luôn nghĩ ngợi. Chắc chắn, nếu chỉ giải phẫu không thôi thì không mong gì chữa khỏi được. Thật vậy, giải phẫu rồi, mà muốn đi lại được như xưa, bệnh-nhân phải tự gắng sức tập. Không bao giờ tôi có thể mong đợi bà ta sẽ gắng sức hợp tác. Chỉ còn một cách là làm sao để bệnh nhân thành thật ước muốn trở lại thế giới những người khỏe-mạnh. Đã tám năm nay, bà ta cứ tưởng ốm là hay; bây giờ tôi phải làm sao cho bệnh nhân tin rằng khi bình phục cũng không kém thích thú, nếu không nói là còn hơn thế nữa.

Bắt đầu, tôi cho chuyển bệnh nhân sang buồng khác có năm nữ bệnh nhân khác. Tôi đã chọn những người thật là dễ-thương; tôi còn cẩn-thận cho chuyển đi nơi khác một bà âu-sầu gắt gỏng hay chỉ trích đay nghiến nên có thể phương hại đến cách trị liệu tâm lý của tôi. Phương pháp tôi sắp áp dụng chẳng có chi tân kỳ cả. Bất cứ một y sĩ nào có chút kinh nghiệm cũng biết rằng đời sống cộng đồng, nghĩa là ở chung phòng với các bệnh nhân khác, thường có ảnh hưởng tốt đẹp cho một bệnh nhân đã mất tinh-thần. Nhiều người lại còn xin nằm cùng buồng, ước muốn phát xuất tự một bản năng hoàn toàn lành mạnh. Chỉ cần sống với những kẻ đồng cảnh ngộ cũng đủ giúp ta lướt thắng mọi đau khổ; bệnh nhân hết có cảm tưởng mình bị lẻ loi, bỏ rơi không phương chống đỡ với lo sợ, u sầu và suy tư khổ hạnh. Bệnh nhân dự vào một nhóm trong đó người này săn sóc người kia, dần dần phát triển và thành hình một tinh thần tập thể. Một tinh thần lúc nào cũng rộng rãi đã nẩy nở vì nể lẫn nhau, vì tận tâm với nhau và cùng chân thành giao cảm: ai đã cảm thấy mình đau khổ tất sẽ hiểu rõ nỗi khổ đau của người khác hơn là kẻ có sức khỏe dồi dào. Nhiều khi những bệnh nhân cũ trở lại bệnh-viện, hàng tuần liên tiếp, vào đúng giờ thăm bệnh, chỉ để nói chuyện với các bạn cùng phòng xưa, để nhớ lại mình đã khổ đau như họ. Phần đông, họ vô tình không biết, làm như thế, họ đã bị lôi cuốn vì đã luyến tiếc một tập thể trong đó họ đã sống sung sướng, vì trong thế giới vất vả của những người khỏe-mạnh, họ cảm thấy nhớ nhung. Chính trên cái tinh thần tập thể ấy mà tôi mong đợi để làm nứt rạn cái vỏ cứng rắn người đàn bà tự khoác vào mình.

Tôi còn đợi mấy ngày nữa mới gợi lại câu chuyện phải giải phẫu cho thiếu phụ nghe. Lần này tôi dùng một chiến thuật khác. Dĩ nhiên tôi không non nớt gì mà phụ họa với bệnh nhân rằng cuộc giải phẫu này thật quá phiêu lưu, như thế, là tôi đã phản lại tôi. Tôi cố gắng thuyết phục bệnh nhân rằng, theo ý tôi, nếu bà ta hoàn toàn bình phục thật là một phép-lạ. Tôi nhấn mạnh nhiều lần hai chữ "phép lạ", mừng thầm khi thấy nét mặt bà tươi hẳn lên. Rõ ràng, ý-tưởng sẽ trở thành "một phép lạ y học" đã quyến rũ bà.

Mấy bệnh nhân kia chú ý theo rõi câu chuyện. Bỗng một bà đứng tuổi cất lời:

- Chết, sao em cứng đầu vậy! Nếu ông thầy cứ muốn mổ cho em, em cũng nên chiều ông một tí!

Mọi người đều phá ra cười; ngay cả người bệnh "cứng đầu" của tôi cũng hồn nhiên cười. Bây giờ băng tuyết đã tan, bệnh nhân bắt đầu nhượng bộ. Mười lăm phút sau, trước khi tôi ra khỏi phòng, bệnh nhân đồng ý chịu mổ, đồng ý không phải vì bị ép buộc, mà sốt sắng vui vẻ biểu đồng tình với mấy người bạn cùng phòng.

Hai ngày sau, tôi "trịnh trọng" bắt đầu cuộc giải phẫu nhỏ – kéo dài gân gót chân phải trước, rồi tuần sau tới chân trái. Sau khi đã nắn hai bàn chân về vị-trí cũ, tôi bó bột lại. Đợi ba bốn tuần cho gân gót liền, tôi mới tháo băng. Ngay hôm sau, tôi bắt phải xoa bóp và tập đi lại cho các khớp xương cổ chân và đầu gối quen dần. Bây giờ mới là lúc quyết định. Ai cũng nhận thấy nếu bệnh nhân cứ khăng khăng không muốn mình khỏi, cuộc giải-phẫu vừa rồi cũng chẳng ích gì. Tôi phải làm thế nào để bệnh nhân hợp-tác với tôi? Sau khi đã nêu ra và loại bỏ nhiều mưu chước, hoặc vì cầu kỳ quá, hoặc vì lộ liễu quá, tôi quyết định một phương pháp khả dĩ hài lòng: tinh thần tập thể trong phòng này đã giúp tôi một lần, tại sao lại không áp dụng lần nữa cho cùng một mục đích?

Một buổi sáng, nhân lúc hai cô y tá vừa dẫn bà bệnh "của tôi" vào phòng tắm để xoa bóp chân trong nước nóng, tôi đến dàn cảnh chương trình đã định sẵn với năm bệnh nhân kia:

- Tôi cần các bà giúp tôi, hay đúng hơn các bà cùng đóng kịch với tôi. Các bà cũng biết bà X... vừa bị mổ vì tê liệt chứ? Cuộc giải phẫu đã thành công, trên nguyên tắc bà ấy phải đi lại được. Nhưng bà ấy cứ tin là không thể đi được. Bây giờ các bà phải giúp bà ấy tin tưởng. Chiều mai, khi đi thăm bệnh, bất thần tôi sẽ bắt bà ta đứng dậy khỏi giường. Khi thấy bà ta đứng được các bà hãy lộ vẻ kinh ngạc hết sức, như không ngờ có thể như vậy được. Các bà nhớ cho, đây không phải chuyện đùa, mà chúng ta chữa bệnh. Muốn cho bà ấy khỏi, các bà phải tỏ vẻ thán phục lòng can đảm và khuyến khích bà ta. Rồi, mỗi bước đi, dù phải bám vào thành giường, các bà cứ vỗ tay cho tôi. Cần lắm đấy, nếu các bà không giúp luôn luôn như vậy, không bao giờ người đàn bà xấu số này lại có thể đi được. Tôi hoàn toàn tin ở các bà đấy nhé!

Bà nào cũng sốt sắng hứa hưởng ứng, có vẻ hăm hở nhiệt thành với công việc sẽ làm. Vững tâm, tôi rút lui ngay trước khi "nạn-nhân" về.

Chiều hôm sau, như thường lệ, tôi bước vào phòng, theo sau có cô y tá, dĩ nhiên cũng tùng đảng với tôi. Năm bà "đồ đệ" của tôi trông vẻ thản nhiên hơn bao giờ hết; phải tinh lắm mới cảm thấy bầu không-khí căng thẳng đang bao trùm phòng bệnh. Đến cạnh giường bệnh và hất mạnh tấm chăn ra, tôi lạnh-lùng truyền lệnh:

- Bà ngồi dậy! Để chân xuống đất đi.

Tôi nắm một cánh tay bệnh nhân, ra hiệu cho cô y tá nắm nốt cánh tay kia. Bao nhiêu con mắt đổ dồn như chờ đợi. Phút quyết định đã tới.

- Bây giờ bà đứng dậy đi!

Không để tỏ dấu phản kháng, tôi xốc nách và lôi mạnh bệnh nhân đứng dậy. Bệnh nhân chưa hiểu ất giáp gì. Tuy ngây người ra, ngơ ngác, và rơm rớm nước mắt, … nhưng bà ta vẫn đứng. Thật ra, trong khoảnh-khắc, bà vẫn tự hỏi có nên khuyu xuống hay không. Tôi vừa lo lắng vừa chăm chú theo dõi. Bệnh nhân lảo đảo, rồi đứng yên, trong khi năm bà bạn reo hò ầm-ĩ :

- Chị ấy đứng kìa! Thật không ngờ nhỉ? Phúc đức quá! Thôi khỏi rồi!

Tôi suýt bật cười. Các diễn viên như đã xuất thần đảm nhiệm vai trò của mình. Nhất là bà gác dan hai tay giơ lên trời như lên đồng, luôn miệng suýt soa: "Phép lạ! Đúng là phép lạ!" Thực tình tôi muốn bà ta diễn xuất kín-đáo hơn.

Bệnh nhân hầu như chỉ để ý đến hai chữ "phép lạ" mà không nhận ra các diễn viên đã đóng kịch quá lố. Và hai chữ "phép lạ" đã làm phép lạ thực sự. Dần dần vẻ âu lo trên nét mặt dịu xuống, vẻ âu-lo của con thú đến bước đường cùng nhường chỗ cho bình-thản còn đượm chút hoài nghi. Tôi cảm thấy sự thay đổi trong tâm hồn người đàn bà và một chuyển hướng của ý chí từ lâu đã lạc vào ngõ cụt. Đôi mắt mở to. Nụ cười e dè. Nét mặt hiền hậu. Bệnh nhân khẽ đưa chân về phía trước để đứng cho thoải-mái hơn. Chúng tôi đã thành công.

Từ giờ phút này, bệnh nhân lần lần bình phục. Người đàn bà này, trước kia đã chối từ cuộc sống bình thường, nay chăm chỉ tập đi. Lúc đầu, đi chung quanh giường, sau từ giường này đến giường nọ, luôn luôn được năm bà bạn dìu dắt và khuyến khích. Mỗi bước đi là một tiến bộ, theo sau là lời trầm trồ thán phục. Đáng thán phục lắm chứ, vì một người tê bại đã tám năm trời lại có thể phục hồi nhanh chóng như vậy. Nếu trong tám năm qua, đã khăng khăng nằm lì trên giường thì giờ đây bà ta lại cũng khăng khăng giành lại sức khỏe. Chỉ tuần lễ sau, bà đã có thể chống nạng đi khắp phòng. Rồi tiến đến hành lang, và tuần lễ sau nữa, tôi ngạc nhiên thấy bóng thiếu phụ lững thững trong vườn. Cuối tháng ấy, bệnh-nhân đã trở về nhà.

Bốn tuần sau, bà ta trở lại thăm tôi. Đến lượt tôi, tôi cũng suýt thốt lên hai chữ "phép lạ". Bà ấy khoe có thể đi dạo hàng giờ, không cần chống gậy, hơn nữa còn leo được cả ngọn đồi thông sau trại. Bà nói rất nhiều đến dư luận lúc trở về: ông thị-trưởng đến chơi tận nhà xem bà đi, ông thầy thuốc săn sóc bà xưa kia cũng phải bối rối.

- Thưa đúng ạ, ông bác sĩ cứ nói mãi thật không ngờ. Ông khám lại hai chân cháu rồi lắc đầu và hỏi thế bác sĩ trên tỉnh bó bột rồi còn làm gì nữa không? Dạ, cháu cứ thú thật là bác-sĩ chẳng làm gì thêm cả.

Tôi chỉ mỉm cười:

- Tháng sau, có dịp bà lại đến thăm tôi nhé! Mời cả ông nhà nữa.

Đúng hẹn, hai vợ chồng đến thăm tôi. Người chồng vạm vỡ, dáng đi nặng nề, thật rõ là con người cục mịch miền núi. Ông ta lí nhí vài câu cảm ơn rồi im lặng để vợ nói … Khi tiễn hai vợ chồng về, tôi quay lại hỏi ông chồng:

- Bây giờ chắc ông hài lòng nhỉ? Bà nhà khỏe mạnh hoàn toàn rồi nhá!

Ông ta cúi đầu:

- Thưa bác sĩ, vâng, cháu cũng mừng, nhà cháu lại đi được như mọi người, có điều … nhà cháu vẫn như xưa.

Một lúc sau, tôi mới hiểu: ông ta ám chỉ vợ mình không bao giờ có thể có con. Tôi đề nghị:

- Nhân tiện hai ông bà ở đây, để tôi giới-thiệu đi khám cả xem.

- Họ tỏ vẻ ngại ngùng, nói vài câu cảm ơn rồi lên xe. Bẵng đi một dạo, tôi không được tin gì của họ nữa. Một hôm, tôi gặp bạn đồng nghiệp phụ trách khu sản phụ khoa trong hành-lang. Anh bảo tôi:

- Hôm qua hai vợ chồng người đàn-bà bị tê liệt đến tôi khám bệnh. Người vợ không sao cả. Lỗi tại người chồng. Ông ta bối rối lắm, vì chắc không ngờ tới vì mình mà vợ đã không chửa đẻ được.

Tôi nghĩ ngợi mãi khi nghe tin ấy. Không biết phản ứng của người chồng ra sao, khi lòng kiêu hãnh bị xúc phạm đến tột cùng. Còn người vợ, liệu người đàn-bà ấy có trả thù lại bao nhiêu nhục-nhã chồng chất tháng năm? Hoàn-cảnh này thật đặc-biệt. Tôi định sẽ tìm hiểu kỹ hơn. Chủ nhật sau, lái xe qua miền Rừng Đen, đến tận thung-lũng Precht để thăm trang trại của hai vợ chồng. Đỗ xe bên đường cái, tôi leo bộ lên căn nhà gỗ cũ kỹ, có nhiều cửa sổ, mái rộng mênh mông nhọn hoắt.

Không thấy ai, tôi vòng ra phía sau nhà, đẩy cánh cửa gỗ nhỏ, bước vào vườn.

Hai vợ chồng đang ngồi trên ghế dài, dưới bóng rợp cây hồ đào cổ thụ. Người vợ đan áo, người chồng cặm cụi đẽo gọt một khúc gỗ. Dưới chân họ, một đứa bé tóc vàng chơi đùa trong cỏ. Người vợ trông thấy tôi trước. Bà vụt đứng dậy, vui mừng thốt lên:

- A, bác sĩ… quý hóa quá, bác sĩ đến chơi!

Người chồng cũng đứng dậy, mỉm cười, tiến lại rồi bắt tay tôi.

- Kìa, nhà đi lấy chai rượu; lấy cả bánh mì và dăm-bông nữa. Này, lấy cả hũ rượu anh đào nữa nhá! Quý hóa… quý hóa quá! Kìa, mời bác sĩ ngồi.

Người chồng lật đật đi vào nhà. Tôi hỏi nhỏ người vợ:

- Thằng cu này là thế nào đây?

- Thưa, cháu tên Henri, con bà chị cháu. Bố mẹ cháu bị tai nạn xe hơi chết cả hai vợ chồng cách đây đúng mười lăm ngày… Kinh khủng quá, bác sĩ ạ. Xe trượt bánh đâm nhào xuống vực. Được tin vợ chồng nhà cháu đến ngay, đem về nuôi mụn cháu nhỏ này. Bây giờ nó là con chúng cháu. Chắc bác sĩ không tin cháu đâu, chứ nhà cháu cưng nó lắm. Chiều nào cũng làm đồ chơi cho cậu con giai. Nói thế chứ nhà cháu khéo tay lắm…

Tôi cúi xuống vuốt ve đứa nhỏ. Tóc nó mềm mại, miệng nó nhoẻn cười. Không cần khám nghiệm kỹ, chỉ cần nghe giọng nói cảm động của thiếu phụ tôi cũng biết bà ta đã hoàn-toàn bình phục thực sự. Đúng như ý-nghĩ của Paracelse, dưới mắt Thượng Đế, thiếu phụ đã tìm thấy nước Trời, một vũ trụ trong đó tâm hồn được nuôi dưỡng bởi TÌNH YÊU.

NGHIÊM SỸ TUẤN & NGUYỄN VĨNH ĐỨC

[Tình Thương Số 2, tháng 2, 1964]

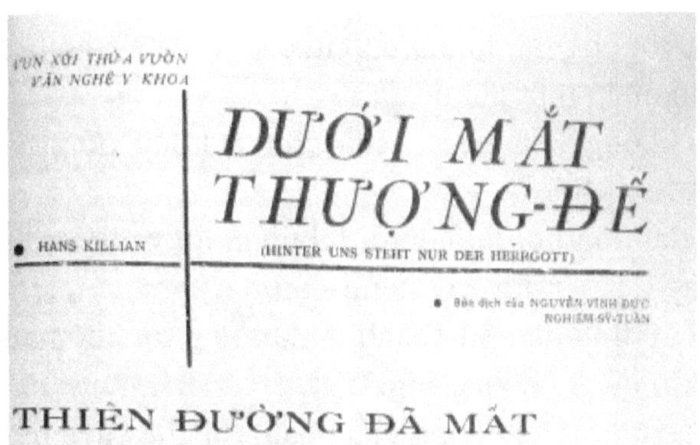

Thiên Đường Đã Mất

Cách đây mấy năm, trong một tác-phẩm có minh-họa với tựa đề Khuôn Mặt Khổ Đau (Facies Dolorosa), tôi đã cố ghi qua ống kính những sự thay đổi đau đớn trên nét mặt. Buổi nay, tôi chọn trong đám người bị đày đọa trong đau khổ này, hình ảnh hai đứa trẻ mà những thay đổi trên nét mặt đã hằn tận đáy tâm hồn. Bệnh hoạn trong trường hợp thứ nhất chỉ là nguyên nhân gián tiếp của những sự cằn cỗi khốc liệt và thảm thiết.

Còn trường hợp thứ hai tôi xin để độc giả suy-nghĩ và kết luận. Tuy-nhiên, chính trường-hợp sau này - mặc dầu về phương diện thuần túy y học chỉ là một giai đoạn, nhưng khắc sâu vào tâm khảm tôi, đã chỉ rõ thật tàn nhẫn những giới hạn của quyền lực y học.

*

Cô bé tên Johanna, vừa đúng mười lăm tuổi. Thật là một thảm cảnh khi Johanna được đưa tới bệnh viện. Thoạt tiên, chuông điện thoại reo vang. Ở đầu dây, tiếng nói của một cảnh sát viên run run vì cảm động. Ông ta vừa chứng kiến tai nạn: một chiếc xe khổng lồ chất đầy hàng ủi nhào cô bé xuống đất và cán lên bụng; cô bé kêu thất thanh, rồi ông tài, luống cuống cho xe "de" thế là chiếc xe lại cán lên nạn nhân một lần nữa.

- Nó không kêu nữa… mà cũng không động-đậy gì cả… nhưng còn thoi-thóp…

Vừa đặt ống nói xuống tôi lại nhận được điện thoại của viên y sĩ cứu cấp ở ngay nơi xảy ra tai-nạn:

- Xe cứu thương đến nhanh lắm nhưng tôi không chắc đứa bé còn sống khi được chở tới anh.

Tôi báo ngay cho phòng giải phẫu, rồi chạy đến liền, nhân tiện gọi luôn hai người phụ-tá. Mấy cô y tá đã sửa soạn xong bàn mổ. Chúng tôi cởi áo "blouse", buộc "tablier" cao su, rồi bắt đầu rửa tay. Không để mất thì giờ, tôi dặn dò trước anh bạn đồng nghiệp phụ trách sang máu cho nạn nhân:

- Anh cho phân loại máu ngay. Chắc đứa bé mất nhiều máu lắm: anh cho truyền máu liền. Anh cứ lo phận sự của anh, gọi một cô y tá giúp anh một thể. Khi đứa bé tới là bắt tay vào việc.

Năm phút sau, người gác cổng bệnh viện điện-thoại báo cho biết xe cứu thương đã về. Rồi tiếng chân bước nặng nề của những bác y công khiêng băng ca, tiếng nói của cô y tá trưởng:

- Đây, đây... Nhẹ nhẹ thôi! Các bác đặt xuống đây được rồi.

Khi đẩy cánh cửa trước ra, tôi đã thấy hai bà sơ đang quỳ gối cầu kinh cạnh nạn nhân. Đứa bé đã chết rồi sao? Nhưng mà không, - nó còn thở. Một cô y tá cởi quần áo nạn nhân ra. Hơi bối rối, tôi cúi xuống quan sát. Thoạt nhìn, đứa bé không đến nỗi bị thương nặng lắm: một vài vết sây-sát và sưng bầm trên bụng, chỗ bánh xe đè lên. Nhưng mặt xám ngoét cắt không còn hột máu, đôi mắt đen, đồng-tử mở rộng, đảo như mất thần. Trong trạng thái bất-tỉnh gần như hôn mê, cô bé chỉ thở rất nhẹ. Anh phụ tá chép miệng: "Hỏng!" Tôi chỉ lắc đầu. Tôi cảm tưởng như Thần Chết đã lướt tay trên khuôn mặt khả ái này. Bắt mạch ở tay không thấy gì, chỉ còn động mạch cổ là đập rất yếu và nhanh. Có điều lạ, nạn nhân không bị gãy xương: xương sườn, xương chậu và xương sống còn nguyên vẹn. Mới mười lăm tuổi, xương còn dẻo, nên đã uốn dưới sức nặng mà không gẫy. Nhưng chắc chắn nạn nhân đã xuất huyết trong bụng rất nhiều. Lá lách chắc đã nứt vỡ. Các bộ phận khác hay một trong những động mạch lớn trong bụng cũng có thể bị rách. Hiển nhiên, chúng tôi phải mổ bụng ra xem.

Cô bé được đặt nằm trên bàn mổ. Bình dưỡng khí đã mở sẵn. Ngay lúc ấy, anh nội trú mở cửa bước vào.

- Xin phép giáo sư. Người cha em nhỏ đang ở ngoài hành-lang, cứ đòi vào. Ông ta nói đứa bé đã chết rồi mà còn giấu ông. Mặc dầu đã cố khuyên giải, ông ta chạy tìm điện-thoại cho vợ hay. Ông ta hét thật to: "Con Johanna đang hấp hối. Anh chắc nó đã chết luôn rồi. Đem giấy tờ bảo-hiểm lại cho anh ngay..."

Đang bận trông coi sửa soạn giải-phẫu, tôi nghe câu được câu chăng. Anh bạn trẻ phụ trách truyền máu loay hoay mãi không cho kim tiêm vào tĩnh mạch tay được; có thể các mạch đã xẹp lại vì mất nhiều máu quá. Tôi bảo anh:

- Thôi, rạch da mà tìm cho dễ!

Anh nội trú vẫn đợi tôi trả lời. Hơi mất bình tĩnh, tôi quay lại:

- Ra bảo ông ta im đi. Làm gì mà ầm ỹ vậy! Đứa bé còn sống, người ta đang sắp mổ cho nó đây.

Hai phút sau, bình máu bắt đầu chảy. Cô y tá xếp những tấm "champ" phủ kín người nạn nhân, chỉ để hở vùng giải phẫu ở bụng. Tôi đeo găng cao su và cầm dao giải phẫu. Đặt dao phía trên rốn, tôi rạch một đường thẳng ở giữa bụng, suốt qua da tới lớp sợi của mô liên-kết. Dưới lớp màng bụng còn nguyên vẹn ánh lên một chút nước đo đỏ: chắc máu đã chảy đầy bụng.

Thật vậy, vừa rạch màng bụng ra, tôi thấy một vũng máu ngập các bộ phận. Hai người phụ tá đặt ngay đồ để phanh thật rộng đường mổ ra.

Ngờ ngay lá lách bị nứt, tôi thọc tay trong vũng máu rồi lần lên phía trái. Ngay chỗ lá lách, thường nằm dưới hoành cách mô, tôi chỉ thấy những cục xốp như hải miên. Lá lách đã hoàn toàn bể nát. Tôi lôi một cục ra để xem xét: không còn nghi ngờ gì nữa, đúng là một mảnh lá lách.

- Đưa máy hút đây! Nhanh lên!

Tay phải tôi nắm đầu ống hút cho vào bụng trong khi tay trái đẩy dạ dầy và ruột từ bên trái vào giữa. Như thế tôi hy vọng sẽ thấy đáy vũng máu, vị trí thông thường của các mạch lá lách. Nhưng hút hoài mà máu ở đâu cứ chảy ra. Tuy thế trong khoảnh khắc một giây đồng hồ, tôi cũng thoáng thấy máu đỏ tươi vọt ra từ một động mạch, theo với nhịp tim. Cầm chiếc kẹp dài đợi sẵn ở tay cô y-tá, tôi kẹp được động mạch lá lách trước khi nó lại chìm mất dưới lớp máu phun như thác. Giờ đây, nguy hiểm nặng nề nhất đã tránh khỏi; tôi chỉ còn phải tìm xem máu có chảy ở đâu ra nữa không. Tôi tiếp tục hút, gỡ các cục máu đông, nhưng máu đen ở tĩnh-mạch vẫn cứ ri rỉ.

Hiển-nhiên là còn một bộ phận khác nữa bị rách. Tôi nghĩ ngay đến gan, một bộ-phận cũng dễ bị va chạm làm nứt như lá lách. Tôi lần tay xem mặt trên lá gan. Ngón tay tôi đụng ngay một vết nứt khổng-lồ, kéo dài từ đỉnh lá gan đến tận túi mật, gần như cắt lá gan ra làm đôi.

Tai nạn thật thảm khốc: mọi hy vọng cứu sống hầu như tiêu tan. Làm sao đứa trẻ đáng thương này sống sót nổi với hai vết thương ghê gớm như vầy? Dù sao tôi không có quyền bỏ cuộc, tôi phải cố khâu lại lá gan đã nứt từ trên xuống dưới này lại.

Một lần nữa, linh tính cô y tá cực kỳ mẫn nhuệ. Không đợi bảo, cô đưa cho tôi một cái kẹp kim-khâu kẹp sẵn một cái kim tròn nhẵn. Đúng là thứ kim phải dùng trong trường hợp này, những kim sắc ba cạnh chỉ làm rách thêm những mô mềm.

Cho đến hôm nay tôi vẫn còn nhớ những phút hồi hộp này. Tay trái bọc lá gan để kéo nó xuống, tôi khâu bằng tay phải. Người phụ tá nhẹ nhàng buộc mối chỉ ruột mèo. Khâu xong, tôi lại bắt đầu rút máu, đồng thời lấy hết những mảnh lá rách ra. Tôi cố nén một tiếng thở dài nhẹ nhõm: máu đã ngưng chảy, nạn nhân thôi còn lo mất máu nữa. Ít ra trong lúc ấy, nguy hiểm đã vượt qua.

Trong mấy phút chốt, tôi không cần mất nhiều thì giờ xem xét tình trạng chung cho cô bé. Toán truyền máu hoạt động rất hữu hiệu; áp huyết lên, máu tuần hoàn rất khả quan. Anh bạn trẻ phụ trách truyền máu có thể mỉm cười tán đồng. Chuyên viên đánh thuốc mê cũng tỏ ra rất xứng đáng, chỉ cho mê rất nhẹ, cốt để gìn giữ cho cơ thể rất suy yếu của cô bé. Toán phụ tá này làm tôi rất hãnh-diện.

Sau khi đã xem tỉ mỉ dạ dày và ruột non, tôi lần lượt khâu màng bụng, lớp cơ bụng rồi tới da. Tuy cuộc giải phẫu cực kỳ nặng, tình trạng chung của cô bé cũng chẳng đến nỗi nào.

Mặt vẫn còn xanh mét, nhưng đôi môi đã thoáng chút ánh hồng, như hứa hẹn buổi bình minh một cuộc đổi mới. Có điều cô bé thở còn yếu quá. Tôi cho chích một mũi thuốc trợ sức. Kết quả thấy ngay: hô-hấp và tuần-hoàn mỗi phút mỗi khả quan.

Thế mà chúng tôi vẫn chưa dám cho cô bé xuống bàn mổ. Mãi một giờ sau — sáu-mươi phút chờ đợi lo âu, chúng tôi mới chắc là sự kích-ngất mổ đã qua: nhịp thở đều đặn, đồng tử thâu nhỏ lại như thường, và hai má hồng lên một chút. Bấy giờ chúng tôi mới yên tâm trao bệnh nhân cho các cô y tá.

Tôi ra ngoài hành lang, theo sau là hai anh phụ tá. Chúng tôi mở rộng cửa sổ, tự thưởng một lồng ngực đầy khí xuân trong trẻo lòng lâng lâng yên tĩnh. Hai anh phụ-tá hút thuốc. Anh thứ nhì — vốn có tâm hồn thi-sĩ, thi-hứng dạt-dào — nói một mình giữa hai làn khói thuốc:

- Em bé đáng thương này nằm trên băng-ca — làm tôi tưởng đến một đóa phong quỳ đang úa…

Nghe tiếng chân vội vã trong hành lang, tôi quay đầu lại. Anh nội-trú khi nãy đi vào, bước gần như chạy. Anh vừa gây với người cha cô bé.

- Ông ta cứ quyết rằng con ông đã chết ngay tại chỗ. Hắn đòi cho bằng được giấy chứng-tử để lãnh tiền bảo-hiểm, hình như lên tới 20 ngàn mã-khắc. Bà vợ cũng mang biên lai đến rồi, ông chồng cứ dí vào mắt bắt tôi xem…

Tôi khẽ gắt:

- Để tôi liệu với ông này!

- Họ đợi giáo-sư ở phòng khách lớn.

- Được, để họ đợi.

Tôi thấy hai vợ chồng đang ngồi trên ghế. Thấy tôi, cả hai bật dậy. Người chồng, nhỏ thó, mảnh-khảnh, da mặt nhăn nheo như một quả ô mai, mắt cận thị hấp háy sau cặp kính gọng mạ kền, nhìn tôi vừa giận dữ vừa nham hiểm. Người vợ, cao hơn chồng một cái đầu, cúi đầu vẻ nhăn nhó. Chính tôi vừa mổ cho con gái ông bà xong. Ông bà muốn nói chuyện với tôi?

Người chồng không để tôi dứt lời:

-Thưa bác-sĩ, đúng thế, – con tôi đã chết rồi, phải không? Xin bác sĩ đừng nói quanh, vô ích; chúng tôi đã sẵn sàng chờ đợi… sẵn-sàng chịu đựng… bác sĩ cứ nói… chứ xe đè như thế thì…

Tôi ngắt lời:

-Không đâu. Con gái ông bà còn sống. Tôi còn có thể nói với ông bà rằng chúng tôi mong sẽ cứu sống được hẳn.

Người vợ ấp úng:

- Thưa bác sĩ, thế thì, thần diệu quá… tuyệt quá rồi còn gì? Nhưng chúng tôi biết là không thể như thế được. Bác sĩ cứ nói sự thật với chúng tôi.

-Tôi xin nhắc lại là con bà sống. Đáng lẽ ông bà phải vui lên mới phải chứ, sao lại còn nghi ngờ gì?

Người chồng công nhận:

- Thưa bác sĩ, chắc chắn là chúng tôi vui mừng. Nhưng…

Ông ta ranh mãnh nhìn tôi rồi tiếp:

- Bác sĩ chắc cũng hiểu là tôi muốn chính tôi thấy nó sống…

- Bây giờ chưa phải lúc.

Thế là ông ta lồng lên:

- Tôi muốn thấy mặt con tôi, ngay bây giờ! Tôi muốn mắt tôi thấy rõ nó sống hay nó chết! Tôi có quyền, – tôi là cha nó. Nếu ông phản đối, tôi sẽ đi báo cảnh sát.

Tôi phải cố gắng lắm mới giữ được bình tĩnh; tôi nói:

- Chỉ khi nào tôi cho phép, ông mới được gặp mặt con gái ông. Dĩ-nhiên không phải hôm nay, cũng không phải ngày mai hay ngày kia. Với tư cách một người thầy thuốc, tôi có trách nhiệm về sinh mạng bệnh-nhân. Và khi chúng tôi đang cố sức cứu con gái ông, không ai được vào thăm nó cả. Còn ông muốn báo ai thì báo.

Tôi bỏ đi, không muốn nghe lời phản-đối của ông ta.

Đêm ấy, Johanna tỉnh lại dần dần. Trong đôi mắt bất định mở lớn, hiện rõ vẻ ngạc nhiên kỳ lạ của những trẻ em hồi tỉnh sau một cuộc đánh thuốc mê lâu dài. Một ánh mắt như nhìn lên từ vực thẳm hãi hùng, một vẻ mặt còn rung động nét kinh nghiệm khủng khiếp của nỗi đau đớn đầu tiên. Khi bệnh lâu khỏi, vẻ linh-động ấy lắng xuống, chuyển thành một vẻ u uất hoàn toàn, khiến nét mặt non trẻ trở nên cằn cỗi đến não lòng. Ngồi ở đầu giường cô bé, tôi tự hứa hết sức tránh cho em sự thay đổi kia. Nhưng định mệnh đã không để tôi giữ lời...

Nhờ được nghỉ-ngơi tĩnh-dưỡng hoàn-toàn và được truyền một chai máu với một chai huyết tương và dung dịch đường, cô bé phục hồi mau lạ thường. Được bốn ngày, chúng tôi đã có thể coi như xong việc. Bây giờ tôi mới cho cha mẹ em vào thăm. Cô y tá được tôi giao cho nhiệm vụ săn sóc bệnh nhân mấy bữa sau có thuật lại cho tôi buổi viếng thăm đáng nhớ này.

- Mày đấy hả, Johanna? – lời người cha – Bây giờ mày thấy thế nào? Đau nặng phải không? Tao thấy rõ quá mà.

Cô y tá cải chính:

- Đâu có, Johanna khá mạnh rồi đấy; chứ hôm chở đến đây thì ai tưởng được rằng...

Bà mẹ xen lời:

- Tôi chẳng tưởng tiếc gì hết. Mặt mũi rũ ra như lá héo thế kia! Khổ thân con tôi, người ta có cho con ăn đủ không? Con gầy quá. Ở đây chắc thuốc men họ cũng keo-kiệt từng ống từng viên đấy, con nhỉ?

Cô bé nói nho-nhỏ:

- Con có được chích thuốc mà.

Người cha kêu lên:

- Chích hả? Tao phản-đối cái thủ đoạn ám-muội này. Nào, người ta chích gì cho mày?

- Con đâu có biết, cô bé nói nhỏ rồi nước mắt chợt tuôn trào.

Cô y tá vội giải thích:

- Thuốc trợ tim đấy thôi. Em đang cần mà.

Người cha đã hùng hổ khiêu khích:

- Tôi không muốn chích cho con gái tôi. Tôi cấm hẳn.

- Thế thì xin ông nói với y sĩ trưởng. Chúng tôi chỉ biết theo huấn lệnh của bác-sĩ.

Vừa nói cô y tá làm như vô tình để tay lên nút chuông điện. Một phút sau, cửa mở, nhường chỗ cho bà y tá trưởng lầu, một bà đã đứng tuổi có đủ kinh nghiệm đối phó với những người khách quấy rầy. Bà ta chỉ liếc qua cô bé còn đang nức nở, rồi dõng dạc:

- Mời ông bà ra ngay cho!

Hai vợ chồng riu ríu ra ngay, chẳng kịp giã từ con gái.

Chiều hôm ấy, Johanna lại sốt. Khi viên y-sĩ trực định chích thuốc trợ-tim, cô bé khóc, nói như van xin :

- Đừng, xin bác-sĩ đừng chích. Cha cháu đã cấm!

Thấy cô bé cứ khăng khăng không chịu đưa tay cho chích, lại sợ rằng nài ép quá sẽ làm cô bé mất tinh-thần viên y-sĩ phải bảo cho tôi. Tôi đến, nói, giọng hiền-từ:

- Thế nào, Johanna, làm sao thế... tôi biết em lắm mà. Cha mẹ em, cứ để tôi nói cho. Nào đưa tay đây, tôi chích cho tim nó khỏe lên một tí.

Cô bé nhìn tôi như sợ sệt, do dự một giây rồi bằng lòng cho chích.

Cả nhà thương đều biết chuyện ông bố tham tiền, đang tâm hắt hủi con gái mình. Thế là một hiện tượng lạ-lùng xảy ra: các bà sơ y tá, những người đã hy sinh lạc thú làm mẹ, tất cả đều lại nâng niu cô bé, tận tâm săn sóc, đến có thể nói rằng không một tình mẫu tử nào hơn được. Các bà chiều cô bé đủ mọi điều, cho cô cơ man kẹo bánh: hễ rảnh một tí là chạy đến kể chuyện hay đọc sách cho nghe. Hơn thế nữa, khi cha mẹ cô tới thăm, các bà vây quanh bệnh nhân một thành lũy bằng mũ vải trắng, bằng tình thương và uy quyền khiến cho người cha không sao có thể nóng giận mà nói năng khả ố được nữa.

Nhờ bầu không khí tràn ngập thương yêu, cô bé phục hồi rất mau. Năm tuần sau khi mổ, cô bé đã trở về nhà được. Thỉnh-thoảng cô trở lại, mang cho các cô y tá và tôi, vài bông hoa hái ở mấy khu rừng kế cận.

Trong dáng bộ, trong nụ cười, chẳng còn dấu vết của sự sợ hãi vì tai nạn hay của những nỗi đau khổ dài dặc.

Chừng sáu tháng sau, cô bé cùng người cha chính-thức trở lại thăm nhà thương. Ông này đã khởi tố đòi hãng bảo-hiểm, người chủ xe và tài xế bồi thường về thiệt hại vật chất lẫn tinh-thần. Tòa xử trước khi phán quyết, nhờ tôi khám lại cho cô bé thật kỹ-lưỡng nhất là tình trạng lá gan. Chúng tôi khám trong hơn hai giờ, thật cẩn thận, thật tỉ mỉ, nhưng không sao tìm được một dấu vết nhỏ, dĩ nhiên ngoại trừ vết sẹo mổ. Tình trạng sức khỏe phù hợp với kết quả cuộc khám-nghiệm: Johanna hoàn toàn mạnh, đôi má rám nắng hồng, nụ cười hồn nhiên trông thật xinh. Trong chứng thư, tôi chỉ ghi một hệ số tàn tật 15 phần trăm. Tôi không thể ghi hơn lên: gan vẫn tốt như thường, không có một vết dính nào cả ở màng bụng; còn như lá lách bị cắt thì chẳng có chi là khó chịu.

Nhưng người cha không đồng ý như vậy. Thấy tôi tỏ vẻ vui mừng vì cô bé đã hoàn-toàn bình phục, ông ta suýt nữa nổi cơn tam bành. Ông nói sủi cả bọt mép:

- Bác sĩ không thấy nó khập khiễng à? Cả đời nó sẽ khập khiễng. Một đồ bỏ, người ta đã làm con gái tôi thành đồ vô dụng thảm thương. Trông thảm hại chưa!

Rồi ông ghé vào tai con:

- Sao con chưa nói với bác-sĩ... nói đi... con còn đau bụng lắm mà... Đau thế nào thì nói đi... Nói đi, ngốc ơi là ngốc!

Quá sợ-hãi, cô bé chỉ còn biết lắc đầu.

Tôi bình-tĩnh bảo:

- Em cứ nói thật đi, Johanna. Có thật em còn đau bụng không?

Vẻ bối rối hiện rõ trong ánh mắt hốt hoảng. Người cha tàn nhẫn nắm chặt cánh tay cô bé:

- Nói đi, nói với bác sĩ mày còn đau bụng đi! Đau ở đâu thì nói đi, con.

Rơm rớm nước mắt, cô bé nuốt nước bọt rồi quay lại nhìn tôi nói lí-nhí:

- Dạ thưa, không ạ, không phải thế ạ. Cháu không còn đau đớn gì cả.

Tôi suýt buột miệng khen lòng can-đảm của cô bé. Trước mắt tôi vẻ hồn nhiên trên khuôn mặt tươi trẻ kia đang thay đổi. Tôi đã tự hứa sẽ không để dáng ngây thơ kia sẽ mất hẳn. Như một áng mây đen, sự cằn cỗi đau đớn hiện dần trên nét mặt thanh tú của cô bé đã sớm biết sự đau khổ và lòng độc ác.

Đấy mới chính là vết thương nặng và sâu đậm cô bé sẽ mang

suốt đời. Thế mà người cha vô lương kia đã muốn dùng vết thương ấy để lãnh mấy chục ngàn bảo hiểm.

Chuyện thứ hai xảy ra ngày 10-5-1910. Nếu tôi còn nhớ đúng ngày đúng tháng cũng chỉ vì ngày đó là ngày phi cơ khởi đầu những cuộc oanh-tạc xuống thành phố Freiburg. Mãi về sau chúng tôi biết chính máy bay Đức theo lệnh của chính phủ Đức đã dội những loạt bom làm ở Đức quốc xuống thành phố Đức cổ kính này.

Sáng hôm đó tiết giữa hạ thật oi bức. Mặt trời dọi nắng như thét ra lửa. Trên những ngọn núi miền Rừng Đen mây thành chồng chất từng lớp. Sau khi đã làm hết việc buổi sáng ở nhà thương, tôi trở về nhà gần khu ngoại-ô. Trong khi chờ bữa cơm trưa, tôi cố ngồi làm việc nhưng không hăng hái cho lắm: oi-bức quá đỗi! Bỗng nhiên tôi ngửng đầu nhìn lên trời. Át cả những tiếng động trong vườn vì ngoài phố, tiếng động cơ rầm rầm chuyển động xuất phát từ phía đông. Cầm chiếc ống nhòm tôi có từ đệ nhất thế chiến, tôi đi xuống quan sát chân trời. Tôi không lo ngại một chút nào cả. Sáng nay đài phát thanh đã loan báo địch tấn công mạnh ở Bỉ-quốc và Hòa-Lan; tôi cho rằng không lực Anh Pháp đang tập trung vào các khu vực mặt-trận này. Vả lại, địch có lợi gì mà oanh-tạc thành-phố đại-học hiền lành này?

Mấy phút sau, tôi thoáng thấy giữa một đám mây ba chiếc phi cơ. Nhưng lại bay mất hút ngay. Không có tiếng súng cao-xạ – vậy, không có phi cơ nào khác ngoài phi cơ của Đức.

An tâm, tôi trở về phòng làm việc. Nhưng vừa ngồi vào bàn thì mấy tiếng nổ ầm ầm làm rung chuyển nhà cửa. Mười giây im lặng, thứ im lặng nhà mồ, tiếp ngay là một tràng tiếng nổ, gần hơn và dữ-dội hơn. Sau này chúng tôi tuy còn phải chịu những cuộc oanh tạc khủng khiếp gấp bội, nhưng vẫn còn nhớ kỷ niệm buổi oanh tạc đầu tiên này: có thể nói như một ông khổng lồ bằng thép tiến về phía chúng tôi với những bước nặng chình chịch làm rung chuyển mặt đất.

Tôi chạy bổ xuống cầu thang gác, nhảy vội lên xe hơi. Trong đầu chỉ có một ý nghĩ: phải đến ngay bệnh viện, phải đến thật nhanh!

Chưa bao giờ tôi lại lái xe nhanh như thế! Thành phố như một ổ kiến bị chiếc gậy kẻ bộ hành hất đổ nóc tổ. Thiên hạ kẻ khoa tay múa chân, kẻ gọi nhau ơi ới, người chạy xuôi ngược. Rồi lên xe cứu-hỏa lao vùn vụt, rồi xe cứu thương còi hú liên-hồi: máy bay vừa ném ba dãy bom xuống phi trường, xuống trại lính và gần cầu xe lửa.

Loạt bom thứ ba rơi vào một sân vận động tạo một cảnh-tượng tàn sát thảm khốc.

Tôi đến bệnh viện và các nạn nhân đầu tiên cũng vừa được chở tới. Chúng tôi liền tổ chức ngay một toán cứu cấp. Người đệ nhất phụ tá của tôi, đứng ở phòng nhận bệnh phụ trách lựa bệnh; những trường hợp nhẹ cho đưa đến khu cứu-thương còn những trường hợp nặng cho đưa lên lầu nhất, tập trung ở hành lang và mấy phòng gần khu giải-phẫu. Các y sĩ ngoại khoa chia ra từng toán có những đồng nghiệp nội trú phụ tá trong việc cứu cấp các tình trạng kích ngất vì xuất huyết.

Khu giải phẫu đã chật ních! Hơn một trăm băng ca xếp hàng dọc theo hành lang, thế mà chưa hết, các nạn nhân chở đến tới tấp. Chiến tranh! Một chuỗi thảm-họa vô ích. Một đám nạn nhân vô-tội…

Vừa bước ra khỏi phòng giải phẫu để chỉ định những trường hợp nào khẩn cấp nhất, tôi bắt gặp trên một chiếc băng-ca vừa làm vội, một em gái nhỏ dễ thương độ bốn tuổi mặt cắt không còn hột máu; đôi mắt ngơ-ngác hiền dịu như con nai vàng. Đứng bên là một ông lão tóc đã bạc nhiều nhưng còn tráng kiện.

Tôi quay qua hỏi:

- Em bé này bị thương ở đâu?

- Hơi bom đã quạt mất cánh tay phải. Thưa, lão đã băng vội…

Tôi nhận thấy ông lão ấp úng nói chẳng ra lời chắc vì cảm-xúc. Lật tấm vải "tăng" phủ trên người đứa nhỏ, tôi thấy quả thật cánh tay phải đã bị đứt chỉ cách mấy phân là tới xương bả vai. Tuy vết thương thật rách xé và lởm chởm nhưng không còn chảy máu nữa vì được băng bó lại. Nhưng … tôi suýt giật bắn người … cánh tay đứt lìa còn đặt cạnh mình đứa trẻ, cánh tay mềm mại, bụ bẫm và trắng muốt, với bàn tay xinh xắn.

Bối rối, tôi lấy lại bình tĩnh:

- Làm sao lại có thể nhặt được cánh tay bị đứt lìa này… ai nhặt đây?

Ông lão cúi đầu chặm mắt kể lể sự tình. Thật không thể tin được! Lúc mấy quả bom rơi trên sân vận-động, chừng chục đứa trẻ đang chạy nhảy. Có đứa bị chết ngay, mấy đứa khác chỉ bị thương thôi. Đứa bé chạy đi trú bom ở bên kia đường dưới cửa tò vò lối đi vào tầu ngựa.

Trong lúc khiếp sợ, bé chưa biết mình đã bị đứt lìa cánh tay; vì kích ngất đã làm tê-dại các dây thần kinh nên bé không thấy nhức nhối, đau đớn gì cả. Mãi sau thấy đau, bé mới chạy lại sân vận-động để tìm cánh tay đã mất. Chỉ sau khi tìm được cánh tay rồi, bé mới gục xuống, bất tỉnh. Khi ông lão đến, bé còn ôm chặt cánh tay vào ngực.

Tôi kinh ngạc:

- Nhưng… ông biết… ông cũng thừa biết là tôi không thể khâu lại cánh tay này cho nó được! Tại sao ông lại còn đem theo làm gì?

Ông lão gạt nước mắt.

- Vâng! thưa bác-sĩ lão cũng biết vậy. Nhưng vứt bỏ cánh tay của nó lão cầm lòng làm sao được! Em bé xinh đẹp như thế kia…

Tôi đã cần cỗi cứng rắn nhiều trong khi tiếp xúc hàng ngày với khổ đau của con người, nhưng bỗng nhiên tôi thấy cổ họng se thắt lại. Tôi cho khiêng đứa trẻ vào phòng giải-phẫu, truyền máu cho bé ngay rồi săn sóc vết thương. Sau khi đã cột động mạch chính nuôi dưỡng cánh tay và xem xét lại tình trạng các mạch và huyết nhỏ, tôi quyết định không khâu kín vết thương vì da thịt rách nát và đầy đất cát bẩn.

Dần dần, bé thoát từ trạng thái hôn-mê để chìm dần vào giấc ngủ trầm lặng.

Sáng hôm sau, người tôi đến thăm bệnh trước nhất là bé. Trước cửa phòng, tôi gặp sơ Ursula, một nữ tu nhà tập còn trẻ, vài sợi tóc vàng còn lọt ra ngoài khăn trùm đầu. Tôi hỏi ngay giọng lo ngại:

- Thế nào "ma sơ", bé ra sao?

- Dạ… thưa bác sĩ cũng khá. Đêm vừa rồi bé cũng không quấy lắm hay yếu lắm… Tôi có cảm tưởng tai qua nạn khỏi rồi.

- "Ma sơ" giấu tôi điều gì? Chắc vừa có chuyện gì, phải không "ma sơ"?

- Dạ thưa bác sĩ. Không! Không có gì cả. Em bé chỉ đang chờ bác-sĩ đến để khâu lại cánh tay cho em. Búp-bê ta còn khâu cánh tay rách lại huống chi…

Người nữ tu không thể nói hết lời. Úp mặt trong đôi bàn tay nàng bỏ đi. Khi thấy đôi vai rung rung, tôi chợt hiểu nàng đang khóc.

NGHIÊM SỸ TUẤN & NGUYỄN VĨNH ĐỨC

[Tình Thương Số 3-4, tháng 3-4, 1064]

Văn Sợi Người Phụ-Tùng

Thật cũng có phần đúng khi người ta nói các thẩm phán, luật sư và các y sĩ giải phẫu thường đứng trước cùng một tình trạng lưỡng nan. Họ đã phần nào quyết định tính mệnh của đồng loại, nhưng sau đó, họ không bao giờ gặp lại bị can hay bệnh nhân. Thật rất hiếm khi họ được biết tin tức của những người mà số mệnh trong khoảng một, hai giờ, đã được phó thác trong tay họ. Và còn hiếm hơn nữa, những khi việc đời cứ kết thúc vui vẻ như trong truyện thần tiên như trường hợp bác phụ tá kế-toán Trần-Văn-Sợi.

*

Có lẽ chưa bao giờ tôi gặp một người "xám" như Trần Văn Sợi. Chưa đầy ba mươi tuổi mà tóc hắn đã chớm ngả xám màu muối tiêu. Áo tây xám, cà-vạt xám, sơ-mi xám, rồi giày xám, bí-tất xám, và đến nỗi dây đồng hồ trông cũng xám nốt.

Hắn đến bệnh viện những mong trút hết mọi điều khổ não chất nặng trong lòng. Dáng người nhỏ thó, Văn-Sợi còn cố thu người lại như muốn mình phải nhỏ hơn nữa. Vừa vào là hắn bắt đầu kể ngay những chuỗi ngày thống khổ:

- Bẩm, thưa bác sĩ, bác sĩ hiểu cho, cháu chẳng bao giờ gặp may trên cõi đời này cả. Cháu chỉ là một thứ "người phụ tùng". Đã thế, cháu lại mắc một thứ "bệnh phụ tùng" nữa; khổ lắm, bác-sĩ ạ, khổ lắm!

Tôi cố ngắt lời hắn để xem "bệnh phụ tùng" là bệnh gì, nhưng hình như hắn chẳng để ý đến và cứ tiếp-tục kể khổ.

- Bẩm, nói vô phép khi cháu đi đại tiện, ở hậu môn cứ có những cục phồng phồng nổi lên. Bẩm ra cả máu nữa ạ, mà cũng nhức nhối lắm ạ. Cháu không bao giờ có đủ can đảm đi bác sĩ khám bệnh - cháu bao giờ cũng sợ – ngay cả bây giờ, xin bác sĩ đại xá cho, cháu sợ cả bác sĩ nữa. Bẩm, cháu có đến bà mụ trong xóm, dạ… bà ấy đã xem những cục này rồi ạ… Bẩm, cháu ngượng lắm, ngượng vì phải để bà ấy xem nhưng cháu cứ bụng bảo dạ: người ta là bà mụ, người ta xem chán đi rồi. Khám xong, bà ấy bảo cháu: "Này, ông Sợi này" – vâng chính thế, bà ấy gọi cháu bằng "ông" bẩm, ông vì… bác sĩ hiểu cho cháu chỉ là một thứ "người phụ tùng", bà ấy bảo cháu: "Ông Sợi ạ, ông bị trĩ hạ đấy". Rồi bà ấy cho cháu hai thứ thuốc - trong uống, ngoài xoa, bà ấy bảo thế - vâng, một thứ để uống, một để nhét vào… đằng sau! Chắc bác sĩ biết thừa rồi chứ ạ? Nhưng bẩm cũng chẳng ăn thua gì cả, vì cháu không thích dùng, nó lỉnh kỉnh lắm. Cháu cứ bụng bảo dạ: cẩn thận đấy, kẻo lợn lành chữa thành lợn què rồi tiền mất tật mang thì khốn! Dạ, cũng vì thế mà bây giờ cháu vẫn bị trĩ, và cái "của nợ" này cứ chảy máu hoài. Bây giờ, vâng, bây giờ cháu mới tự nhủ chẳng lẽ cứ để mãi như thế ru? Có người đi đứt vì đau phổi thì chắc cháu cũng đến đi đứt vì mấy "cái ấy" mất thôi. Chỉ nhìn qua cái hậu môn của Văn-Sợi tôi cũng thấy là bà mụ nói đúng những cục "của nợ" trông thật "ớn" quá.

- Chắc chắn là trĩ hạ rồi, bác ạ. Phải lấy nó đi, nghĩa là phải mổ. Trĩ để lâu ngày quá, chỉ có mổ mới khỏi thôi.

Văn Sợi giật nẩy mình kinh hoảng:

- Bẩm, bác sĩ nói thật đấy ạ? Bẩm, không thể được, mà mổ làm sao được chứ! Bác sĩ cứ nhìn cháu, cháu gầy ốm thế này chỉ còn có "nửa người" thôi… một "người phụ tùng" mà!

Vốn còm cõi, nhỏ thó, cháu đã yếu sẵn mà bây giờ lại còn yếu hơn nữa là khác. Bẩm bác sĩ cứ tin cháu đi, mổ thì cháu chết mất, chỉ có đánh thuốc mê không cũng đi đời nhà ma rồi còn gì. Vâng, thật thế, bẩm, bác sĩ đừng mổ cháu. Cứ cho cháu mấy thứ thuốc như của bà mụ cũng được ạ, bác sĩ hiểu cho cháu không còn mặt mũi nào lại nhà bà ấy nữa. Hay bác sĩ làm ơn làm phúc liệu xem còn có cách khác không? Cháu cắn răng cắn cỏ lạy bác sĩ đừng mổ cháu, tội nghiệp!

Tôi phải cố gắng lắm mới nhịn được cười. Tôi nghiêm giọng nói:

- Bệnh này phải mổ, bắt buộc phải mổ. Nếu tôi để bác mãi như thế này, bác sẽ mất rất nhiều máu, rồi người yếu dần đi, nó lử đi, rồi bác kiệt sức mà chết. Muốn khỏi "của nợ" này chỉ có một cách là mổ!

Văn Sợi bàng hoàng ngả người xuống ghế. Nghĩ đến những viễn tưởng đen tối, hắn lầm bầm nói những lời khó hiểu. Muốn hắn khỏi nghĩ ngợi lung tung, tôi hỏi:

- Nhưng này, sao lại "người phụ tùng"? "Người phụ tùng" là sao chứ?

Đôi mắt hắn lóe lên một tia hãnh diện, nhưng cũng đượm vẻ buồn:

- Bẩm, cháu đã sáng tác ra ba chữ ấy: "người phụ tùng" là một tên tầm thường, không quan trọng gì cả, một tên vô tích sự chẳng ai thèm để ý tới, – Bẩm, cháu muốn nói là chẳng có những chân quan trọng nào, những người mặt to tai lớn, bụng bệ vệ, vẻ đài các nào để ý tới. Bẩm bác sĩ, cháu làm chân phụ tá kế toán trong một hãng lớn; cháu chuyên kê danh sách về lương bổng. Từ sáng đến chiều, cháu chỉ viết có chữ số, thành hàng thành lối, rồi cứ đến cuối trang là cháu cộng lại. Công việc không khó lắm, nên cháu làm được. Nhưng phiền một nỗi là công việc dễ quá, nên đồng lương ít ỏi lắm, chỉ đủ vắt mũi đút miệng thôi ạ. Mà cháu lại không biết việc gì khác, nên cả đời cháu chỉ là một anh ký quèn ngồi cạo giấy, cộng cộng trừ trừ cho đến già. Dạ, ông sếp cháu có khi cũng quên cả tên cháu. Cả tháng, ông ấy chỉ nói với cháu chừng một vài lần, mà lại gọi cháu là "bác Thừng" hay "bác Chão". Bẩm bác sĩ, đối với ông ấy, cháu chỉ là một thứ người phụ tùng, ông ấy nhớ tên cháu làm gì cho mệt đến thân.

Văn-Sợi ngừng lại để thở dài, mặt buồn thiu.

Tôi an ủi:

- Việc gì mà bác phải để tâm đến điều nhỏ mọn ấy. Ông chủ sự nào mà chả như vua con.

Ông chủ sự của bác chắc cứ tưởng mình là Nã-phá-luân chứ gì? Tôi chắc thế nào các bạn bác…

- Dạ, không? Bác sĩ không biết, chứ họ cũng thế cả. Đối với họ, cháu cũng chỉ là một người phụ tùng. Họ sống cuộc đời khác hẳn cháu. Họ có vespa, máy ảnh, họ có bồ có bịch; chủ nhật ngày lễ, anh chị dẫn nhau đi xem xi-nê; có người lại thích đi coi tuồng cải lương. Còn cháu, tối cắp ô về chiếc nhà tôn nóng như lửa đốt, bác sĩ biết cháu làm gì không? Bẩm, cháu chui vào giường, ngủ như chết... Có một lần, mùa hè năm ngoái, cháu cũng muốn làm như bọn họ. Chủ nhật hôm ấy, cháu đi xe đò về miền quê chơi. Bẩm, cũng kỳ lắm – đi thui thủi có một mình, trong khi thiên hạ, kẻ cặp kè bồ bịch, kẻ sum họp gia đình, có vợ có con. Dạ, cháu buồn, cháu tủi lắm! Rồi lúc trở về, xe đò trật bánh, vâng, họ lái ẩu lắm ạ! Một ông to lớn như hộ pháp ngã đè lên cháu, dẫm bẹp cả mấy ngón chân cháu. Bác sĩ thấy không: cái số cháu là "người phụ tùng" nó thế đấy! Bây giờ lại bị trĩ nữa. Thật đã buồn về trận mưa rào, lại đau về nỗi ào ào gió thu. Bác sĩ có thấy rõ cháu là "người phụ tùng" không?

- Không, bác cứ tưởng tượng thế đấy chứ! Trĩ hạ là bệnh thường, nhẹ thôi. Nhưng vì bác để lâu quá nên nó mới to đến thế đấy! Không thể tránh được, phải mổ bác ạ!

Tôi phải nhấn mạnh cho hắn nghe, bao nhiêu nỗi cực khổ đau đớn đang chờ hắn, nếu hắn cứ khăng khăng giữ mãi thứ "của nợ" này. Tôi còn giải thích cho hắn rằng mổ không có gì nguy hiểm cả. Rồi tôi bảo hắn: "Chí nam nhi ta có ngại gì!" Dần dần, nỗi lo âu tan như mây khói. Nửa giờ sau, tôi cho đưa hắn ra văn phòng làm thủ tục nhập viện.

Thế là Văn Sợi đã nằm trong khu của tôi, chờ ngày mổ. Rầu rĩ nhưng hắn an phận chờ đợi giây phút "khủng khiếp" của cuộc giải phẫu, định sẽ làm hai ngày sau.

Ngày hôm ấy, khoảng mười một giờ sáng, trong phòng rửa tay cạnh phòng mổ, toán chúng tôi đang sửa soạn để giải phẫu tiếp. Tiết đại thử, trời oi bức như miền nhiệt đới. Thời gian đi chậm chạp đến sốt ruột. Chân tay rã rời; mồ hôi nhễ nhại làm những tấm tablier cao su dày dính cả vào da thịt. Đến cồn rửa tay, mọi khi mát rượi mà hôm nay cũng nóng như nước hâm.

Phòng mổ, xây nhô ra khỏi các phòng khác, lồng toàn kính. Các kiến trúc sư đã khôn ngoan đoán trước là đến tiết giữa hạ, ánh sáng mặt trời tụ trên lồng kính này, sẽ nóng như thiêu như đốt, nên đã đặt một hệ thống tưới nước chảy đều trên mái. Nhưng hệ thống tân kỳ này có một khuyết điểm lớn, là chưa bao giờ được áp dụng, thành thử chiếc lồng bằng kính này hóa ra một lò lửa. Không khí nóng bức, sặc mùi ê-te làm ta tưởng như phòng tắm hơi. Mát-tít dán cửa mềm đến nỗi chảy cả xuống gạch hoa, kết thành từng vùng nhỏ; đi ủng cao su dẫm phải, dính nhơm-nhớp.

Dù phải làm việc trong những điều kiện tồi tệ này, chúng tôi đã mổ gần hết những trường hợp phải hoàn tất nội trong buổi sáng. Chỉ còn cuộc giải phẫu thứ bảy và cũng là cuối cùng – mổ trĩ hạ cho Trần-Văn-Sợi. Bệnh nhân đã được tắm mát, được sửa soạn đầy đủ, và đang nằm trên bàn mổ. Bỏ hết quần áo đi, trông hắn lại càng thêm gầy ốm – đúng là chỉ còn có "nửa người" như hắn đã tự ví. Bệnh nhân yên lặng, hai mắt nhắm nghiền, hoàn toàn chịu đựng, phó thác thân phận cho số mệnh. Một anh phụ tá bắt đầu chụp thuốc mê. Tôi ngạc nhiên thấy Văn-Sợi rất bình thản; chắc hắn đã quyết định sẽ tỏ ra biết điều. Từ nãy đến giờ, qua cửa sổ phòng rửa tay, tôi vẫn quan sát hắn. Tôi hỏi anh bạn đồng nghiệp:

- Thế nào, hắn ra sao?

- Ngủ rồi, ông bạn ngoan lắm!

Anh kết luận hơi vội vã. Có lẽ Văn Sợi chỉ chờ khi nghe những câu này là khởi sự. Hắn vùng mạnh, giãy giụa, làm bật tung cái đai da thắt ngang bụng; hắn giật mạnh hai tay bị buộc vào bàn, rồi nhảy xuống đất. Tinh ranh như cáo, hắn đã đánh lừa chúng tôi:

đáng lẽ phải hít thật mạnh, hắn chỉ hít có ít khí mê thôi. Giờ đây, hắn đứng sừng sững, trần như nhộng, giữa một đám các cô y tá hốt hoảng. Tôi suýt bật cười khi thấy hắn, theo bản năng, làm dáng điệu của Vệ nữ đảo Milo: hai tay ngây thơ xòe ra che cái mà một người có giáo dục không bao giờ được để lộ ra. Bỗng hắn hét lớn:

- Không… Tôi không chịu mổ… Tôi không chịu mổ nữa đâu!

Anh chuyên viên thuốc mê, nắm lấy cánh tay hắn, cố thuyết phục, nhưng những lý lẽ nêu ra, dù hùng hồn đến đâu, cũng bằng thừa. Văn-Sợi không thèm nghe nữa, cứ gân cổ mà hét, càng hét giọng càng the thé:

- Tôi không chịu mổ đâu!... Không! Tôi không chịu mổ mà!

Khi tôi đến gần, Văn-Sợi nín bặt. Trong khoảnh khắc, hắn nhìn tôi, mặt đượm vẻ kinh hoàng, làm như tôi là một quái vật hay quỷ dạ-xoa đang đứng trước mặt hắn. Bỗng nhiên, nhanh như cắt, hắn đẩy anh chuyên viên thuốc mê ra, quay gót, phá vòng vây của các cô y-tá, chạy thục mạng ra cửa phòng; rồi sau đó mất dạng.

Đúng lúc ấy, trong hành lang, ông Y sĩ trưởng – tục danh là "giáo sư Charlot" đang đi tới, bên cạnh có cô thư-ký riêng tóc vàng, thân hình nẩy lửa. Ông thất kinh, há hốc mồm khi thấy một người vọt ra, ba chân bốn cẳng chạy trước, đằng sau rầm rộ cả một đoàn y-sĩ và y-tá giải phẫu đuổi theo. Giây phút kinh ngạc đã qua, ông lấy lại bình tĩnh ngay. Ông gắt cô thư ký là sao lại đứng đấy như trời trồng, rồi oang oang truyền lệnh đặt bệnh viện trong tình trạng giới nghiêm. Cô thư ký, mặt đỏ bừng, chạy vào văn phòng, gọi điện thoại báo cho tất cả các khu trong bệnh viện.

Nhà thương bây giờ giống như một ổ kiến bị kẻ thù xâm nhập. Từ từng dưới đến từng thứ bốn, phòng nào cũng huyên náo ồn ào. Các bệnh nhân chẳng hiểu ất giáp gì, bắt đầu hoảng hốt. Có người tưởng nhà thương bị cháy, tuột khỏi giường tay còn quấn băng, bó bột, mà cũng lê đến tận cửa sổ, kêu cứu ầm ĩ. Ngoài đường, khách thấy bệnh viện huyên náo, tụ tập lại bàn tán: có kẻ lại đổ xô cả đến cổng chính. Thấy thế ông gác-dan nắm tay đập vỡ kính đèn hiệu và ấn nút điện thoại tự động đến sở cứu hỏa.

Trong khi ấy, chúng tôi vẫn đuổi theo Văn-Sợi, biệt danh "người phụ tùng". Hắn chạy bổ đến hành lang bên trái dẫn đến phòng phụ nữ C2. Chợt thấy một cánh cửa, hắn dừng lại, mở ra, nhảy vọt lên một cầu thang phụ. Hắn láu cá đáo để: bắt chước chiến thuật của những chú thỏ rừng, cứ thấy chỗ nào rẽ được là xông vào, theo kiểu chạy chữ chi. Nhưng chúng tôi đã thoáng thấy hắn chạy qua cửa đó, nên chúng tôi bén gót.

Dần dần, viện binh của chúng tôi đến đông thêm: những anh phụ tá, những người đến thăm bệnh, và cả vài bệnh nhân nữa. Trong đám bệnh nhân, có một ông cựu thượng sĩ. Thấy đuổi bắt, máu nhà binh của ông lại hăng say nổi dậy. Bao vây địch! Ông quản rành lắm mà! Đặt bản doanh ở một chỗ hiểm yếu, ông quản, rõ ra dáng chỉ huy, ra lệnh cho người này, cắt đặt cho người kia; thành thử đã rối loạn lại càng rối loạn thêm.

Văn-Sợi đã đến tầng thứ bốn; hắn lẻn vào lối đi đến phòng chờ của bệnh nhân. Hắn lao mình đẩy hai cánh cửa, bổ nhào vào một chiếc xe lăn đựng đồ băng bó, làm đổ tứ tung nào lọ, nào bình, nào bông, gạc, nào kéo, kẹp… nhưng "ông nhộng" đã lóp ngóp bò dậy mà tiếp tục chạy. Cách đây mấy thước, bà sơ bề trên cố cản đường Văn-Sợi. Thấy danh dự bệnh viện tổn thương, bà can đảm xông tới dang tay chặn hắn lại. Nhưng cuối cùng, bà mất tinh thần, lại để hắn lách mình chạy thoát. Hắn lại rẽ nữa, nhưng hành lang này là ngõ cụt. Bấy giờ tiến thoái lưỡng nan hắn đành nhào vào một căn phòng nhỏ và đóng sầm cửa lại. Chúng tôi đến chỉ vừa đủ để nghe hắn vặn tách ổ khóa lại.

"Ông nhộng" đang ở trong nhà cầu dãy C6!"

Tin ấy loan đi, nhanh như lửa bắt mồi thuốc súng. Từ tứ phía, đổ xô lại: y sĩ, y tá, y công, các cô đầu bếp, rồi bệnh nhân, đến nỗi khoảng hành lang trước nơi "ẩn dật" này giống khung cảnh một nơi hội họp. Phen này thì anh bạn cợt nhả kỳ cục có chạy đằng giời – anh bạn hết phá trật tự trong cái nhà thương bình yên này nữa nhé! Nhưng chẳng lẽ cứ đứng canh gác pháo đài này mãi sao! Bà sơ Alice, tướng người phốp pháp, trông coi dãy này, bảo chúng tôi hãy im lặng để bà thương thuyết đình chiến qua cánh cửa.

- Nào, ông Sợi ơi! Phải biết điều một tí chứ? Có ai làm gì ông đâu mà sợ, đừng sợ mà… mở khóa ra đi… mở khóa đi ông!

Văn Sợi không trả lời. Bà sơ Alice giơ hai tay tỏ dấu "xin chịu", nhường chỗ cho bà y tá ở khu giải phẫu của tôi, bà có tiếng là lúc nào cũng trầm nghị và bình tĩnh.

- Thế nào, ông Sợi, ông định ở lỳ đến bao giờ đây? Suốt đời hả? Đừng làm thế! Kỳ lắm! Vả lại, ông thầy không bắt mổ nữa đâu. Có gì mà sợ chứ!

Vẫn không có tiếng trả lời. Trái lại, có tiếng xì xầm trong khán giả. "Giáo sư Charlot" vừa thở hổn hển vừa bước tới, có vẻ muốn đem quyền hành mình ra giải quyết phải trái. Ông hét lớn, sau khi đấm vào cửa một cái rầm:

- Có mở cửa ra không nào? Sao ông lại giở chứng ra thế này? Chắc ông tưởng thế là hay lắm hả? Tôi ra lệnh cho ông mở cửa ngay tức khắc, ông có nghe rõ không? Tôi cảnh cáo ông trước: tôi sẽ gọi Cảnh sát, rồi ông sẽ biết, lúc ấy đừng có trách nhé!

Lần này, Văn-Sợi không im lìm nữa. Hắn lên tiếng, nhưng không chiều theo ý của "giáo sư Charlot":

- Tôi chẳng biết, chẳng biết gì hết. Nếu tôi không muốn mổ, các ông không thể đem tôi ra mổ được. Tôi có ưng chịu, các ông mới được mổ, có phải không đã? Vậy thì còn lâu tôi mới ưng! Còn mở cửa này à? Tôi đâu có đến nỗi ngu ngốc thế! Tôi sẽ không rời khỏi nơi đây; chờ các ông đi rồi, tôi mới chuồn lẹ chứ!

"Giáo-sư Charlot" giơ hai tay lên trời, quay lại gắt với tôi:

- Anh phải tính sao đi chứ! Làm sao thì làm, bệnh nhân này của anh mà.

Đến lượt tôi cũng thử thương thuyết, nhưng vì nể ông y-sĩ trưởng hơn là tin chắc thành công. Tôi cố lấy giọng thuyết phục:

- Bác Sợi ạ! Bác nghe tôi một tí. Bác cũng nhận là cái trò này chẳng đi đến đâu cả. Thật tình, tôi không tin là bác lại có thể làm những điều như vậy. Vì hôm kia đây, chúng ta vừa hàn huyên trang nhã, mà hôm nay bác đã làm loạn cả nhà thương lên. Đừng trẻ con nữa; ra đi, căn phòng này đâu có đủ tiện nghi. Ra đi, về giường mà nằm. Chắc bác đang mệt, tôi không mổ hôm nay đâu. Tôi hứa với bác, bác cứ tin tôi.

Văn-Sợi cất tiếng, giọng cương quyết:

- Bác sĩ đừng nhọc công vô-ích! Đúng, chúng ta đã nói chuyện với nhau thân mật vui vẻ; nhưng tôi đã nói với bác sĩ rồi mà: ngay đến cả bác sĩ tôi cũng sợ mà! Không, bác sĩ ạ, tôi… cháu chỉ ở đây một lát thôi. Căn phòng không đến nỗi tệ lắm đâu!

Làm sao bây giờ? Chỉ còn một giải-pháp: gọi ông thợ khóa. Ông này, miệng cười hô hố, tay xách đồ lề, khật khưỡng đi đến, và chưa đầy một phút, khóa cửa đã bật tung. Mọi người nghển cổ nhìn. Cánh cửa vừa mở, một tràng cười rộ lên trong cử tọa: Văn-Sợi, trong y phục của ông A-đam ngồi trên nắp cái chậu xí, hai cẳng bó sát trước bụng. Hắn run rẩy như một chiếc lá, vừa sợ vừa thẹn. Mọi người xô lại nói với hắn, kẻ mai mỉa, kẻ vỗ về an ủi. Nhưng biết mình trần như nhộng, Văn-Sợi không chịu đứng dậy. Bấy giờ, một bà nhà bếp to lớn, mạnh mẽ cả tinh thần lẫn thể xác, vội cởi cái tablier ra, quấn vào bụng hắn. Như vậy, Văn-Sợi che được phía trước người; còn phía sau dĩ nhiên cũng cần được che kín, nhưng trong lúc bối rối, hắn chưa kịp nghĩ đến chi tiết này.

Chúng tôi vây quanh hắn, giáo sư Charlot bên trái, tôi bên phải, những người khác đi sau như một đám rước. Khi đoàn quân chiến thắng dẫn độ hắn về, xuống từng dưới, vừa bước vào hành lang có cửa sổ trông ra đường, tiếng ồn ào bỗng nổi lên làm chúng tôi giật nẩy mình: tiếng động cơ rổ lớn, nhịp với tiếng còi hú liên hồi. Tôi ghé nhìn qua cửa sổ, không giữ nổi tiếng kêu: *"Lính cứu hỏa!"* Chiếc thang lớn vừa lọt cửa nhà thương, rẽ về bên phải rồi dừng lại trước tòa nhà của chúng tôi, tiếng phanh kít, rồi bánh xe làm vung vãi cả đá sỏi lót lối đi. Những ông lính vòi rồng, đội mũ đồng bóng loáng, nhảy xuống đất, trải các ống nước ra rồi chạy ổ vào nhà. Hơi hoảng, tôi quay lại phía tù nhân của chúng tôi. Giáo sư Charlot, mặt tái đi vì tức giận, nắm lấy hai vai Văn-Sợi lắc lấy lắc để như người ta rung cây cho quả rụng xuống.

- Thật không thể tưởng tượng được! Thật là bêu riếu cho cái bệnh viện này! Ngày mai, cả tỉnh sẽ bàn tán, chê cười! Chắc ông cứ tưởng ông thông minh lắm đấy, nhưng ông quá quắt lắm, quá lắm!

Mấy ông lính cứu hỏa đã chạy lên cầu thang, dẫn đầu là ông đội trưởng cao lớn trượng phu, nhảy bốn bực một lúc. Khi thấy chúng tôi ông hỏi lớn:

- Đâu? Cháy ở đâu?

Giáo sư Charlot giơ ngón tay trỏ tố cáo Văn-Sợi:

- Đây, ông này đây, vì ông này mà nên cơ sự. Ông ta chạy cùng hết trong bộ y phục khiếm nhã này, làm náo loạn cả bệnh viện lên.

Văn-Sợi thực đang ở một tình trạng khó xử. Rõ ràng là hắn chỉ muốn độn thổ cho xong.

Tôi khẽ thích cùi chỏ vào hắn.

- Thế nào bác, bác còn than mãi mình chỉ là "người phụ tùng" nữa hay thôi? Tôi cho rằng trong tấn tuồng này, bác đóng vai chính đấy.

Hắn thở thật mạnh. Trên môi điểm một nụ cười, mới đầu còn bẽn lẽn, rồi càng lúc càng tươi, toe toét đến tận mang tai.

- Bẩm, thưa bác sĩ, chính vậy ạ. Hừ, nếu bác sĩ còn muốn mổ cháu, cháu xin ký cả hai tay.

Tôi vẫn muốn mổ lắm chứ. Cuộc giải phẫu nhỏ này tiếp diễn nhanh chóng, không một trở ngại nhỏ. Khi được chở về phòng nằm, Văn-Sợi còn ngủ rất say, chứng tỏ hắn hít thuốc mê hăng lắm.

Mấy ngày sau, chúng tôi thấy một sự thay đổi kỳ lạ trong mọi cử chỉ của hắn. Từ một bệnh nhân lúc trước luôn luôn nép mình sợ sệt, bây giờ hắn lúc nào cũng đói, háu ăn, và tự tin đến làm kinh ngạc mọi người. Hắn vui vẻ, gặp ai cũng bắt chuyện. Điều phi thường hơn nữa, là hắn bắt đầu "lấy le". Hắn đã nổi danh vì cuộc phiêu lưu vừa rồi. Các bệnh nhân khác, các y-tá và ngay cả các y-sĩ, đều đến nói chuyện với hắn. Ai cũng muốn xem tận mắt con người đã chạy rông khắp các hành lang trong bộ y phục A-đam và đã làm náo loạn cả nhà thương. Ai đến cũng bảo hắn kể lại kỳ công của hắn. Và mỗi lần kể, hắn lại thêu dệt thêm những chi tiết bịa đặt thật ngông. Khi hắn từ giã bệnh viện, không ai có thể nhận được nơi con người vui vẻ cởi mở này, cái ông phụ tá kế toán đã lạy lục xin tôi đừng mổ. Khi đến chào các cô y-tá, hắn dùng dằng thật lâu, rồi hắn lại khen tặng tôi – dĩ nhiên theo kiểu của hắn.

- Bẩm, thật không chê vào đâu được, bác sĩ ạ. Bác sĩ giỏi thật. Để cháu mách các bạn đến đây chữa bác sĩ.

Ba tháng sau, tôi lại thấy Văn-Sợi đến. Hắn ngồi xe cứu thương đưa một người bị tai nạn xe cộ đến bệnh viện.

- Bẩm, thưa bác sĩ, anh bạn đáng thương này làm cùng sở. Ảnh bị gãy cẳng. Cháu nói với ảnh ngay: Ồ! không sao đâu, bồ ơi! Tớ biết một ông đốc mát tay số dzách; ông ấy búng tay một cái là xong. Ông đốc số dzách ấy là bác sĩ đấy. Bác sĩ đừng từ chối nhá – bác sĩ làm tử tế, cẩn thận hộ cho.

Trong khi bệnh nhân được đem đi chiếu điện, Văn-Sợi ghé vào tai tôi tâm sự: - Bác sĩ ạ, kể cũng lạ thật. Mà cũng chẳng qua là nhờ mấy "của nợ" của cháu ở… đằng sau. Cháu phải chịu đựng nó từ bao lâu nay, có phải không ạ? Nhưng bây giờ cháu chắc chắn là chính nhờ mấy "của nợ" ấy mà cháu mở mày mở mặt ra.

Tôi ngạc nhiên nhắc lại:

- Mở mày mở mặt ra à? Nhưng sao bác lại nghĩ thế?

- Vâng, để cháu xin cắt nghĩa bác sĩ nghe. Mổ xong, khi cháu đi làm việc lại, thật là "phọt-mi-đáp"! Bác sĩ nghĩ coi, chuyện mấy ông vòi rồng ấy mà, cả tỉnh ai cũng biết cả.

Ông sếp cháu cho gọi cháu lên ngay. Ôi chao! Ông ấy cứ rũ ra cười, cứ ôm bụng mà cười, vừa cười vừa vỗ đùi đen đét – cháu cứ tưởng ông ấy sẽ chết nghẹn vì cười mất. Ông ấy nói: "Hà hà! Văn-Sợi ơi! Hay! Như thế mới đúng là một chiến công: lôi cả một đoàn vòi rồng đến chỉ vì muốn cắt một cục trĩ hạ! Bọn này cười vỡ bụng khi đọc báo! Văn Sợi ơi, anh sếp sòng lắm! Thôi, bây giờ cứ tiếp tục làm việc đi."

Vâng, bác sĩ muốn tin cháu thì tin, chứ tự nhiên cháu thấy công việc không còn tẻ nhạt, buồn chán như trước nữa. Rồi tám ngày sau, xưởng của hãng ở ngoại ô nói cần một người kế toán giữ sổ lương. Vâng, có một mình mà trông coi lương bổng của hơn một ngàn thợ. Bác sĩ có biết ông chủ chọn ai không? Bác sĩ nhớ cho: ông chủ chọn cháu, Trần-Văn-Sợi. Ông ấy lại tăng lương nữa chứ lị - nghìn hai một tháng, cũng khá đấy chứ ạ? Vâng, bác sĩ ạ, cháu hiểu rồi: chính vì mấy cục "của nợ", bác sĩ đã cắt cho cháu, mà cháu không còn là một thứ "người phụ tùng". Chỉ vì thế đấy thôi. Bởi vì bây giờ, cháu là một người đầy đủ, giống như mọi người.

Trăm sự cũng nhờ bác sĩ cả.

Tôi tiếp lời hắn trong khi bắt tay từ giã:

- Nhưng cũng nhờ mấy ông sở vòi rồng nữa chứ, như thế mới đúng chứ, bác Sợi nhỉ?

NGHIÊM SỸ TUẤN & NGUYỄN VĨNH ĐỨC

[Tình Thương Số 5, tháng 5.1964]

Chết Trên Bàn Mổ
(Mors in Tabula)

Bệnh-nhân chết trên bàn mổ là ám-ảnh lớn lao nhất trong đời người y sĩ giải phẫu. Khi định mệnh tàn nhẫn biến thành hư không tất cả những cố gắng mãnh liệt của chúng ta, giật người bệnh khỏi tay chúng ta để đưa về cõi âm, chính lúc ấy, chúng ta mới thấy quyền lực của y-học mỏng manh biết chừng nào.

*

Một hôm, tôi được mời diễn thuyết tại trường đại học một tỉnh lớn miền Tây nước Đức. Buổi nói chuyện chấm dứt, vừa bước ra khỏi giảng đường thì có hai y sĩ tạp khoa còn trẻ lại chào tôi. Sau khi nhắc lại rằng xưa kia có theo học những buổi diễn giảng của tôi, họ cười mà thú nhận là chính họ đã kín đáo tặng tôi một chậu nguyệt quế để tỏ lòng khâm phục khi thấy tôi cắt bỏ được một bướu thận khổng lồ.

Cái cảnh tượng bất ngờ tối hôm ấy: một chậu nguyệt quế xinh xắn đặt trong chiếc xe đỏ của tôi, tôi vẫn nhớ rõ ràng, cũng như bây giờ tôi còn cảm thấy nỗi chua chát khi được học trò thầm kín hoan hô như vậy.

Câu chuyện xảy ra nhằm ngày thứ bảy. Theo lệ thường, mỗi thứ bảy có một buổi diễn giảng về bệnh lý, giáo sư, thầy chúng tôi, sẽ giải phẫu, trong hai giờ liền, nhiều "ca" thật "hấp dẫn" trước mắt mọi người. Thầy chúng tôi hãy còn thuộc trường phái cổ điển, nên mới để sinh viên trực tiếp dự khán cuộc giải phẫu. Như vậy còn có lòng tự tin lắm mới được, vì người phải chắc là án chẩn đã trúng; hơn nữa, nhất cử nhất động, mỗi chút bất trắc, mỗi chút khó khăn, mỗi chút ngập ngừng, đều được hàng trăm con mắt chú ý theo dõi, ghi nhận.

Theo ý tôi, giảng dạy trực tiếp như vậy vẫn là phương pháp lý tưởng, mặc dầu, trong khoảng mấy năm nay, phim ảnh đã thay đổi ít nhiều dữ kiện của vấn đề. Trình bày một cuộc giải phẫu bằng phim ảnh hiển nhiên có nhiều điều lợi: nhờ phóng lớn được, người ta có thể làm nổi bật một vài "pha" trong cuộc giải phẫu, và nhất là có thể lược bỏ những giai đoạn dò dẫm, những cử chỉ rủi ro hay những rắc rối bất ngờ. Nhờ thế, cuộc giải phẫu diễn tiến một cách hoàn hảo, làm sinh viên khiếp phục, nhưng đồng thời có thể làm sinh viên không nhập tâm được một số cách thức cần dùng trong những trường hợp bất ngờ khi hành nghề y sĩ giải phẫu. Thế nên trường phái của tôi giữ vững nguyên tắc là: thầy phải giải phẫu cho trò xem để luyện cho trò quen sống bình tĩnh và kiên nhẫn trong những giây phút căng thẳng nhất. Thầy chúng tôi – lúc ấy tôi là đệ nhất phụ tá của người – không đời nào bỏ nguyên tắc đó.

Sửa soạn một cuộc giải phẫu để diễn giảng cho sinh viên hay cho nhân viên một đại hội y học, đòi hỏi một sự sắp đặt thật tỉ mỉ. Điều khó khăn nhất là xác định thời biểu, vì không thể nào đoán trước được thời gian cuộc giải phẫu, với sai số một phút. Tuy mỗi loại giải phẫu cần một thời gian trung bình, nhưng người y sĩ giải phẫu giàu kinh nghiệm nhất đời cũng không sao tránh được những bất ngờ.

Chương trình hoạch định xong xuôi, từng giai đoạn của cuộc giải phẫu sẽ diễn tiến trên sân khấu giảng đường theo một nghi lễ đã quy định cẩn thận, nếu không muốn nói là long trọng. Trong "đấu trường" thầy chúng tôi đứng giữa, đoàn phụ tá vây quanh. Áo choàng trắng, giảng đường mênh mông cũng trắng, và ánh sáng trắng mãnh liệt tỏa ra từ những đèn hồ quang, tất cả tạo nên "bầu không khí đã tiệt trùng của khoa thủ thuật", bao trùm mọi sinh viên, tạo nên một vùng huyền ảo, như thôi miên bắt ta sống trong đó. Sinh viên chăm chú ngồi trên những hàng ghế xếp thành từng lớp hình bán nguyệt quanh bàn giải phẫu.

Người bệnh được đưa vào trên một chiếc xe. Thầy chúng tôi trình bày đại cương chứng bệnh và vạch những nét chính của cuộc giải phẫu. Trong lúc người tiếp tục nói, bệnh nhân được đưa sang phòng bên cạnh.

Thường thường, khi cánh cửa có lò xo lại mở rộng, giáo sư thầy chúng tôi vẫn còn thao thao bất tuyệt.

Bây giờ, người bệnh đang nằm trên bàn giải phẫu, cả thân mình che dưới lớp vải đã khử trùng. Hai bên bàn, cả một đoàn phụ tá và nữ y tá đang tiến đến đó "blouse" trắng, "tablier" cao su, đeo găng và đi ủng. Rồi đến những chiếc bàn có bánh xe phủ đầy khăn trắng với cả một lô dụng cụ, băng gạc và kim khâu. Những chiếc bàn dụng cụ này làm sao để giáo sư chỉ việc bước tới là cuộc giải phẫu bắt đầu. Những chùm ánh sáng đèn điện chói chang soi thẳng vào vùng giải phẫu, các anh phụ tá và các cô y tá đứng xa ra để cùng tất cả các sinh viên có thể theo dõi cuộc giải phẫu. Chỉ còn chờ "vai chính" xuất hiện.

Buổi sáng thứ bảy này – mà sau đó tôi được "thân tặng" một cây nguyệt quế với cả lòng mến phục vừa khôi hài vừa thảm thiết - giảng đường rộng lớn của bệnh viện lại diễn cảnh náo nhiệt một *"buổi đại nhạc hội giải phẫu"*. Giáo sư quyết định bắt đầu mổ dạ dầy. Nhưng, đến bây giờ còn nguyên những cơn đau đớn bệnh nhân đã phải chịu đựng từ mấy tuần lễ nay vẫn chưa tìm ra được. Chỉ khi giáo sư rạch một đường giữa bụng để mở ra xem mới khám phá ra: một cục bướu vừa mới thành hình nhưng đã lan rộng đến vùng đuôi vị. Thật ngạc nhiên hết sức vì chúng tôi đã chiếu điện và thử máu mà không thể dự đoán được.

Hiển nhiên là phải cắt bỏ cục bướu – như vậy phải mất ít ra một giờ rưỡi thành ra không đủ thời gian đã tiên liệu cho chương trình buổi sáng nay. Vì ca sau – cắt bỏ một bướu độc ở thận – cũng mất đến gần hai tiếng đồng hồ.

Khoa giải phẫu thận là món sở trường của thầy chúng tôi; chính giáo sư đã chọn "ca" này là giảng về bệnh lý rồi hôm nay sẽ đem ra mổ, như vậy sinh viên nhớ kỹ hơn.

Từ hôm qua, người đã trình bày cặn kẽ với sinh viên phương diện bệnh lý cùng chỉ rõ kết quả mọi thí nghiệm và đã nghiên cứu và giảng giải những hình quang tuyến. Thật vậy chúng ta có thể khi rọi quang tuyến X, xem rõ cả bể thận và đài thận. Nếu có những biến dạng nào thì nó hiện rõ ngay trên tấm phim.

Trên nguyên tắc, các sinh viên phải được chứng kiến khi cắt bỏ cục bướu thận này. Nhưng chỉ còn có hai giờ để dẫn giải bệnh lý thôi mà trường hợp ung thư dạ dày trên phải kéo dài bất thần nên thầy chúng tôi sẽ bận suốt thời gian này. Người quyết định rất mau: "Gọi ông y sĩ trưởng đến cho tôi. Bảo ông ấy mổ cái bướu thận này." Ông y sĩ trưởng, chính là tôi.

Khi cô y tá đến báo cho tôi hay, tôi tất tưởi chạy đến ngay. Thầy gọi tôi ra một góc rồi bảo:

- Anh mổ hộ tôi cái bướu thận này. Anh cho đem một cái bàn mổ nữa lại đây. Tôi còn mắc mổ, không thể bỏ dở được.

Tôi nhận lời ngay và ra lệnh cho "sửa soạn" bệnh nhân hai mươi phút sau, bệnh nhân đã thiếp trên bàn mổ.

Bàn mổ đặt cạnh bàn giải phẫu của ông thầy. Tôi nhìn kỹ vùng phải mổ: bên hông phải bệnh nhân. Bệnh nhân phải nằm nghiêng về phía bên trái nằm cong như con tôm.

Đoạn, tôi nắn cẩn thận cục bướu: thật lớn và cứng, chiếm cả vùng hông giữa xương sườn thứ 12 và cánh xương chậu.

Cầm dao giải phẫu tôi rạch một đường thật nhanh bên hông từ xương sườn cuối đến mép trên xương chậu. Lưỡi dao mở rộng một vết dài độ hai mươi phân, lần lượt rạch lớp da rồi lớp mỡ và những lớp mô ở ngay dưới, cuối cùng rạch cả ba lớp bắp thịt bụng. Qua một kẽ nhỏ tôi đã thấy quả thận. Máu tuôn ra từ mấy động mạch. Tôi bèn kẹp ngay để máu khỏi chảy. Bây giờ bắt đầu tìm cục bướu.

Tôi cố, không động đến màng bụng, nới rộng khe mổ, để miếng sắt tròn phanh vết mổ cho rộng ra. Như thế, tôi thấy ngay cục bướu. Trông nó thật đáng ghét: vừa to kềnh, vừa tròn trịa như củ nâu lại cứng như đá và dính chặt vào vỏ sợi bọc thận (*capsule fibreuse du rein*). Tôi có thể tẽ dễ dàng cục bướu khỏi lớp bắp thịt lưng. Trái lại, mặt trước cục bướu dính vào màng bụng và nhất là đỉnh bướu lấn vào cả thượng thận dưới hoành cách mô: tách cục bướu ra khỏi đây có vẻ thật khó và nguy hiểm. Tôi cứ lách hai tay mãi tách cục bướu ra. Nhưng nó cứ trơ trơ chống cự lại như thách đố.

Tôi bắt buộc phải cắt bỏ một vài chỗ dính vào bướu. Công việc tỉ mỉ và càng phải cột các mạch máu bị đứt lại càng thêm chậm chạp. Sau mười phút khó nhọc tôi thấy hé rạng vùng cuống thận. Tôi bắt đầu đi vào giai đoạn quan trọng vì chính ở cuống thận mà các mạch máu đi vào thận – đại động mạch nuôi dưỡng và tĩnh mạch đem máu trở về tim – Cũng ở vùng này tôi lần tới bể thận, chỗ nước tiểu dồn lại để ống niệu hút ra và chảy vào bọng đái.

Bây giờ, cục u bướu bắt đầu "lộ dạng". Đây là giây phút quyết định. Cuộc giải phẫu có thành công hay không, bệnh nhân sống hay chết, tất cả đều phụ thuộc vào những điều tôi sẽ khám phá sau đây: bướu thận có ăn lấn vào trong lòng tĩnh mạch thận không? Nếu không, cuộc giải phẫu sẽ có nhiều hy vọng thành công. Còn nếu có – và trường hợp này, than ôi! thường xảy ra – chỉ còn một chút hy vọng thật mỏng manh.

Tôi luồn ngón tay cố nắn cuống thận nhưng không thể được: những mạch máu như bị lọc bớt một đống thịt cứng chắc tích lũy đã lâu ngày. Vậy, bắt buộc phải tách nó ra. Lại phải mất mười lăm phút vì trong đống thịt ấy là cả một mớ tĩnh mạch nhỏ mà tôi phải cột từng cái một để tránh không cho máu chảy. Che lấp hết vùng giải phẫu.

Sau cùng, khi những mạch máu lớn được tách trần ra, tôi ngạc nhiên thấy động mạch thận bên phải không lớn cho lắm, tuy phải nuôi dưỡng ngoài quả thận, cả khối bướu khổng lồ kia. Đây là một trường hợp thật đặc biệt và dị thường mà nhân tiện tôi cũng ghi lại để chứng minh cho một mối tương quan mà tính chất chưa được xác định, giữa sự phát triển của những u bướu ác tính và hiện tượng ô-xy huyết kém các mô bị ung thư – ô-xy huyết kém thể hiện qua biến dưỡng suy trầm trọng *(grave insuffisance métabolique)*.

Tôi cắt động mạch thận, dù đường kính nhỏ đang nẩy rất mạnh. Rồi, nín thở, khám hiểu chỗ đầu cùng của tĩnh mạch. Tôi suýt thở phào nhẹ nhõm: u bướu chưa xâm nhập vào trong lòng tĩnh mạch. Chỉ cần biết điều quan trọng này mọi việc sẽ dễ dàng hơn. Tôi sẽ cột tĩnh mạch trước với một sợi dây chắc. Tuy thế, khi ngón tay tôi lần trên vỏ mạch máu, tôi hơi ngần ngừ e ngại: sờ thấy không như mọi khi, tôi có cảm giác khác lạ. Rồi, tôi nghĩ sở dĩ vỏ mạch hơi khác thường là vì thế các mô chắc cũng bị suy biến như vùng chung quanh mông thận. Tôi bảo cô y tá đưa tôi một sợi lụa. Tôi quấn quanh tĩnh mạch ở đáy vũng gần chỗ đổ vào đại tĩnh mạch chủ dưới, một mạch máu to như ngón tay cái đem máu từ vùng chân và bụng dưới về tim. Tôi siết chặt hai đầu dây thắt lại và... việc không thể đoán được đã xảy ra.

Tôi bỗng nhận thấy một sự thay đổi bất thường ở vùng giải phẫu. Đúng hơn đó là một *cảm tưởng* tôi không thể nói sự thay đổi ra sao. Nhưng chỉ một giây sau, tôi thấy những bắp thịt biến sắc, ngả màu nhạt và xanh xao hơn thịt chết. Bắp thịt của người sống có một màu thật đặc biệt vì máu chảy điều hòa và hoàn hảo. Nhưng những bắp thịt dưới mắt tôi không óng lên một chút nào cả.

Tôi hiểu ngay rằng tai họa lớn vừa xảy ra và diễn tiến của cuộc giải phẫu sẽ gặp nhiều trở ngại không thể lường được. Bàn tay phải còn ở dưới cục bướu, tôi tiếp tục, như một cái máy, lấy hai ngón tay nắn đầu động mạch đã bị cột. Lúc bấy giờ, tôi mới thấy động mạch không nhảy nữa. Chỉ có một giải nghĩa: tim ngừng đập, – bệnh nhân đã chết!

Tôi liếc mắt nhìn người nữ phụ tá và chuyên viên đánh thuốc mê. Đến bây giờ họ chưa nhận thấy gì cả. Làm sao đây? Tôi đang ở giữa đại giảng đường đầy người, hàng trăm con mắt đang đổ dồn về phía bệnh nhân, vào vùng hông phải giải phẫu và nhất là cục bướu to kếch sù này; vài anh sinh viên lại đem cả ống nhòm để quan sát cho kỹ, không để mất chi tiết nào. Và bệnh nhân của tôi đã chết trên bàn mổ, *mors in tabula*, một tai họa mà các y sĩ giải phẫu e ngại và luôn luôn bị ám ảnh!

Dĩ nhiên, bây giờ không phải lúc nghĩ ngợi suy tư.

Dồn hết những ý nghĩ hỗn tạp và mơ hồ luôn luôn muốn nổi dậy trong tâm trí tôi, tôi để cho bản năng đưa lối và... tiếp tục giải phẫu. Tôi đang mổ một xác chết. Kẹp cuống thận với một cái kẹp cầm máu, tôi cắt, giữa cái kẹp và chỗ cột, rồi đẩy mạnh cục bướu lớn ra ngoài.

Nhờ phương kế mạnh mẽ này, không ai để ý đến bệnh nhân cả. Bao nhiêu con mắt say mê đang đổ dồn vào theo dõi cục bướu khổng lồ kia. Tôi đặt cục bướu vào một chiếc lọ thủy tinh. Đậy vết mổ bằng một cuộn băng gạc lớn. Máu không chảy nữa. Tôi phủ lên một chiếc khăn. Tôi phải cố nén để khỏi bật một tiếng thở phào nhẹ nhõm, rồi quay lại nói to với anh đệ nhất phụ tá, giọng bình thản: - Thôi, anh cho đem ra ngoài đi. Anh khâu hộ ở ngoài ấy nhé. Toán giải phẫu bắt đầu di chuyển. Chiếc bàn mổ được kéo đẩy sang phòng bên. Tôi giảng giải tiếp. Chọn một con dao giải phẫu thật dài, tôi mở cục bướu ra và cắt làm đôi. Tôi đưa cho thầy chúng tôi xem rồi cho chuyền đến các sinh viên. Tôi giảng cho họ những đặc tính của cái phần cơ thể hiếm có này. Các anh sinh viên "vỗ tay" theo kiểu các trường đại học Đức nghĩa là giậm chân xuống đất - một cách kín đáo vì giáo sư, thầy chúng tôi đang tiếp tục giải phẫu. Ông đang vá liền dạ dày và phần thượng của ruột non sau khi đã cắt bỏ vùng bị ung thư. Tôi bước từ từ khỏi phòng đến gặp các bạn tôi trong toán giải phẫu. Anh đánh thuốc mê chạy bộ ngay đến tôi, thở hổn hển.

- Anh ạ! Bệnh nhân không thở nữa!

Tôi gật đầu:

- Thế hả! Bây giờ anh mới biết hả! Ông ta đã chết cách đây mấy phút rồi!

Mọi người bàng hoàng. Chị nữ phụ tá, vẫn còn đa nghi, cầm cổ tay người chết một lần nữa để bắt mạch, xem lại có đúng tim đã ngừng đập hay chưa. Hiển nhiên, họ không thể tin được người bệnh đã chết ngay dưới mắt họ mà họ không thấy. Họ chưng hửng đến nỗi tôi không thể không ái ngại được.

Ồ! Đây chỉ là một tai nạn, không những không thể đoán trước

được mà lại còn dị thường và cách ngoại. Các anh chị không có lời gì cả - Cả tôi cũng vậy. Tôi không biết sự kiện đã xảy ra thế nào? Nhưng tôi cho là một chứng tắc quản vì những tế bào cục bướu đã làm máu bị nghẽn không lưu thông được ngay chính lúc tôi cột tĩnh mạch thận lại.

Tôi lại giảng thêm, theo ý tôi, tai nạn đã xảy ra làm sao. Ở trong lòng tĩnh mạch thận chắc phải đọng một thứ bùn tế bào của các cục bướu. Vì cột tĩnh mạch lại nên đám tế bào này bất thần bị cuốn theo dòng máu trôi vào tận buồng tim phải. Từ đó bơm vào hệ thống tuần hoàn phổi, những hạt tế bào nhỏ ấy đã làm tắc những mao quản phổi. Sự hô hấp bị ngừng trệ, tim ngừng đập... và bệnh nhân chết.

Giả thuyết của tôi là vậy, nhưng bây giờ phải xét xem có chắc có đúng như thế không? Tôi điện thoại cho anh bác sĩ trưởng phòng cơ thể bệnh lý. Tôi kể lại trong trường hợp nào bệnh nhân chết. Tôi còn nói thêm, theo ý tôi, vì máy lọc máu của phổi bị lấp lại bởi đám bùn tế bào.

Trong khi đó bài giảng đã hết. Các anh em sinh viên bước khỏi giảng đường trong khi thầy chúng tôi khâu nốt mũi kim cuối cùng, rồi để cho các anh phụ tá quấn băng lại, ông quay lại cầm một tấm khăn vải đã khử trùng lau vầng trán đẫm mồ hôi. Tôi tiến lại:

- Thưa giáo sư, trong khi tôi mổ, giáo sư có nhận thấy điều gì không?

- Không. Có điều gì đấy?

- Bệnh nhân chết rồi!

- Sao! Anh nói sao? Tại sao vậy?

Tôi kể lại tai nạn đã xảy ra làm sao, trình bày lại những điều tôi đã trình bày cho đoàn giải phẫu của tôi nghe và kết luận: một chứng tắc quản gây nên bởi những tế bào của cục bướu. Ông bình tĩnh nghe tôi.

- Tôi hiểu. Lẽ dĩ nhiên, cục bướu to như thế dễ xảy ra tai nạn lắm. Anh hãy báo cho viện cơ thể bệnh lý biết, để họ khám nghiệm kỹ càng. Ít ra mình cũng biết tại sao người bệnh khốn khổ này bị chết.

- Dạ thưa tôi đã báo rồi ạ.

- Tốt lắm. Sao? Đừng nghĩ ngợi bận tâm nhiều! Những người giải phẫu như chúng ta không có may mắn như những nhà toán học đâu! Bài toán của họ bao giờ cũng có lời giải.

Trong phòng đoàn phụ tá giải phẫu của tôi còn đứng ngây người ra. Tôi cũng cố tâm an ủi họ, tuy tôi cũng cần được an ủi hơn ai hết. Rồi tôi không chắc một tí nào anh bạn ở viện cơ thể bệnh lý – chúng tôi gọi anh ấy là "Nhà kiểm soát những việc đã hoàn tất" – sẽ chứng minh vừa xác định án chẩn tôi đặt ra về cái chết của bệnh nhân.

Buổi chiều lúc ra khỏi bệnh viện, người mệt mỏi như *giần* tôi thấy trong xe hơi một cây nguyệt quế kẻ vô danh nào đã đặt trên nệm. Cả một tấm lòng tôn kính vừa kín đáo vừa ý nghĩa của mấy anh bạn sinh viên. Họ đã bày tỏ lòng kính phục vì tôi đã mổ thật hay. Nhưng họ đã không biết và đến bây giờ vẫn không biết cuộc giải phẫu này đã kết thúc thật bi thảm.

Đối với tôi những cành nguyệt quế này thật mỉa mai. Dù cho hai ngày sau những cuộc khám nghiệm cơ thể bệnh lý đã xác nhận giả thuyết của tôi là đúng, tôi cũng không gột bỏ được nỗi chua chát trong lòng. Ngay cả đến hôm nay tôi còn giữ lại một dư vị, dư vị của đống tro tàn.

NGHIÊM SỸ TUẤN & NGUYỄN VĨNH ĐỨC

[Tình Thương Số 6, tháng 5-6, 1965]

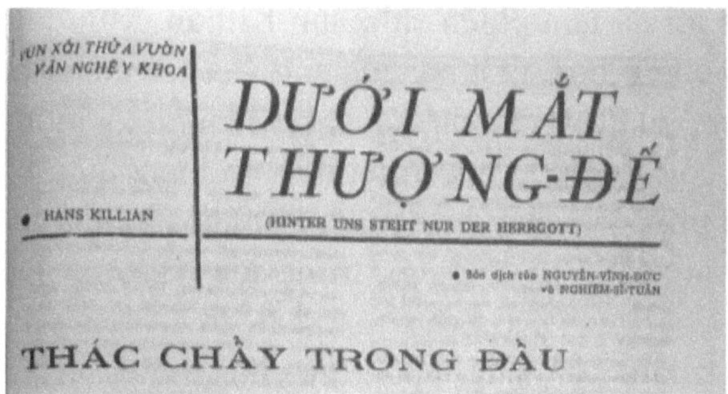

Thác Chảy Trong Đầu

Trong những Lá Thư viết ở Cối Xay Gió, Alphonse Daudet đã kể lại sự tích Người Có Bộ Óc Vàng. Câu chuyện tàn khốc của một chàng trai, nhân bị tai nạn, đã để lộ cho cha mẹ thấy mình có một bộ óc bằng vàng khối. Ngay sau đó, kho vàng được khai thác.

Lần lượt gia đình, bè bạn, rồi ngay đến cả người yêu của chàng trai khốn khổ, kéo đến làm việc ở mỏ vàng ấy. Cho đến một ngày, chàng thiếu niên, hai bàn tay đầy máu, móng tay tuột hết, cậy nốt mảnh vàng còn sót lại trong đầu. Daudet kể chuyện ấy như một ngụ ngôn nói lên tình cảnh của người lao tâm khổ trí; nhưng tôi chỉ thấy trong đó có nỗi uất hận của một thi sĩ mà tâm hồn đã bị thương tổn nặng nề. Tuy nhiên, ngày kia, trước một trường hợp cực kỳ bi đát, tôi mới hiểu rằng sự thật ở cõi đời này đôi khi còn vượt quá xa trí tưởng tượng phong phú và táo bạo nhất.

*

Tôi đang đi thăm bệnh buổi sáng như thường lệ thì được báo có bác sĩ Richter, y sĩ trưởng và giám đốc một bệnh viện lớn ở Ruhr, muốn nói chuyện với tôi qua điện thoại.

- Xin lỗi đã làm phiền anh, anh Killian. Mới đây, tôi có đọc trong Tạp chí Y-học, một bài của anh viết về những bướu hơi [1]... Bài rất hay... vì thế tôi mong anh sẽ nhận giùm tôi một "ca"... Bệnh nhân này có một bướu hơi trong đầu, to bằng quả trứng vịt; hơn nữa, nước trong óc chảy ào ào qua lỗ mũi trái, như thể có cả một cái thác trong đầu. Áp suất nước trong đầu rất cao... Để tôi gửi đến anh xem.

- Được lắm, tôi đang muốn thử chữa xem sao. Thực tình, tôi rất nóng lòng được khám người bệnh này. Trong bài báo của tôi, tôi đã tóm tắt tất cả các trường hợp bướu hơi mô tả trong những tài liệu y khoa từ trước tới giờ, rồi thêm vào một ít nhận xét riêng. Tất cả chỉ có 27 trường hợp, và thế là giờ đây tôi sắp được khảo sát trường hợp thứ 28.

Bác sĩ Richter tiếp lời:

- Vậy thì còn gì bằng. Nhưng lúc nào tôi gửi bệnh nhân đến anh được?

- Càng sớm càng hay. Dù sao cũng nội nhật hôm nay thôi chứ!

- Thế cũng được. Chắc bệnh nhân sẽ đến anh vào lúc chập tối. Vả lại không phải chỉ có mình ông ta thôi đâu. Tội nghiệp, cả một đoàn tùy tùng gồm ba ông lớn trong Sở đi theo. Khó chịu lắm đấy, vì ba vị này bám lấy bệnh nhân dai như đỉa đói, hòng móc cho được một phương thức gì đó. Rồi anh xem, nếu họ không đến quấy rầy anh ngay từ chiều nay, thì muộn lắm cũng là sáng mai. Thôi chào anh, chúc anh và bệnh nhân của anh may mắn nhé!

Khoảng 6 giờ chiều, người ta vừa cho tôi biết bệnh nhân đến, thì chừng một phút sau người gác cổng bệnh viện báo rằng có ba ông khách xin gặp tôi ngay vì "có việc rất khẩn cấp".

Tò mò về những lời giải thích nửa chừng của bác sĩ Richter tôi nhận tiếp họ ngay, trong khi tôi cho đặt bệnh nhân nằm trong một phòng yên tĩnh. Trông ba ông khách theo sau người nữ thư ký của tôi bước vào, tôi bỗng liên tưởng đến những ống đại quản cầm. Người đầu tiên nhỏ thó, theo sau là một ông người tầm thước và ông đi đoạn hậu cao xấp xỉ hai thước. Ông nhỏ người nhất, khoảng năm mươi tuổi, đầu sói bóng, bụng phệ, da dẻ hồng hào, tia mắt khắc nghiệt, bắt đầu tự giới thiệu là tổng giám đốc một xưởng đúc sắt lớn, hai bạn ông: người cao vừa là giám đốc kỹ thuật, còn ông cao nhất là trưởng phòng nhân viên.

Ngồi chưa nóng chỗ, ông giám đốc vào đề ngay:

- Thưa giáo sư, chúng tôi đến để xin hầu chuyện giáo sư về ông bạn Reinhardt, bệnh nhân vừa được bác sĩ Richter gửi đến giáo sư. Ông Reinhardt là trưởng phòng nghiên cứu trong xưởng chúng tôi. Giáo sư chắc đã được kể rõ về tai nạn của ông ấy.

Tôi ngắt lời:

- Chưa đâu ạ!

Ngạc nhiên, ông khách nhíu mày như tỏ ý không bằng lòng, rồi ông giải thích:

- Ông Reinhardt bị tai nạn xe hơi khi ở Thụy Sĩ về. Xe hơi trượt bánh, đâm nhào xuống dốc xa lộ. Anh tài xế chết ngay tức khắc, còn Reinhardt thì bị thương nặng ở đầu, được chở về nhà thương, tính đến nay chừng gần ba tháng. Điều tai hại và bi đát cho chúng tôi là như vậy mất một công thức rất cần cho sự sống còn của hãng.

Đến đây có lẽ tôi đã lộ vẻ bỡ ngỡ, vì thế ông ta vội vàng tiếp luôn:

- Đây, thưa giáo sư, sự thực nó như thế này. Từ mấy năm nay hãng tôi có thử một máy tua-bin phóng lực. Máy này nếu thành công sẽ làm đảo lộn các phương cách sản xuất năng lượng từ trước đến nay. Chúng tôi đã tốn kém nhiều lắm mới thử xong tất cả mọi thứ được một năm nay. Thế mà khi hoàn thành xong kiểu mẫu đầu tiên, chúng tôi mới thấy là kim loại dùng để đúc tua-bin yếu quá, không chịu nổi sức mạnh của máy. Chúng tôi cho phòng nghiên cứu thí nghiệm lại. Thế là lại tốn thêm mấy mươi triệu nữa. Nhưng tiền tiêu không uổng vì chỉ có mấy tháng, Reinhardt đã tìm cách chế được một hợp kim mới, có thể nói là mạnh đến đâu cũng chịu được.

"Bây giờ chắc giáo sư đã thông cảm việc tại sao tai nạn xe hơi này thật là một thảm họa đối với chúng tôi. Dạ, ông kỹ sư trưởng chúng tôi bị mất trí nhớ! Giáo sư có thể tưởng tượng nổi điều này ảnh hưởng đến chúng tôi ra sao không? Nghĩa là, không có phương thức của hợp kim này chúng tôi không thể nào chế tạo được loại máy tua-bin phóng lực mới, chúng tôi sẽ mất bao nhiêu "còm-măng" tính ra đến hơn mấy trăm triệu bạc.

Tôi cũng chưa có thể biết xưởng còn tiếp tục làm việc được nữa hay không. Tóm lại những hậu quả của tai nạn này chắc chắn không thể nào lường được!"

Rút khăn tay ở túi ra, ông lau rất lâu chiếc đầu hói trên đó lóng lánh mấy giọt mồ hôi.

- Xem nào, tôi nói, chắc thế nào trong các hồ sơ lưu trữ của công ty cũng phải có những điều ghi chú hay những con tính liên hệ đến phương thức hóa hợp của chất hợp kim này chứ?

Ông ta giơ cao hai tay lên trời rồi nói lớn:

- Dạ, thế mới đến nông nỗi bi đát này! Chắc chắn Reinhardt đã ghi rõ phương thức ấy, nhưng hiềm một nỗi chúng tôi tìm mãi không ra. Chắc đã bị cháy cùng với những giấy tờ khác trong cặp vì chiếc xe bị cháy rụi. Thật là một lỗi lầm không thể tha thứ được của ban giám đốc kỹ thuật: họ quên không làm một bản sao mật cho những giấy tờ ấy. Bởi vậy cho nên, bây giờ...

Ông Tổng giám đốc ném một cái nhìn hằn học về phía ông Giám đốc Kỹ thuật. Ông này từ nãy mặt ngơ ngác và chảy dài nay ửng hồng.

- Chắc ông Tổng giám đốc quên rằng cách đây ba năm chúng ta đã bị một vụ gián điệp đánh cắp tài liệu kỹ nghệ tối mật. Còn về phần tôi, tôi thiết tưởng điều hiển nhiên và tối cần thiết là, sau vụ ấy ông Trưởng phòng nghiên cứu...

Ông Tổng giám đốc cắt ngang, giọng hách dịch:

- Thôi. Việc này cứ để đấy!

Rồi ông lại quay về phía tôi.

- Đã kết thúc những điều tôi vừa trình bày với Giáo sư về tình trạng này, xin phép cho tôi được tóm tắt lại những việc đã xảy ra sau tai nạn này. Trong vòng ba tuần lễ Reinhardt như ngây như dại; khi chúng tôi đến thăm, tội nghiệp anh cũng không nhận ra chúng tôi nữa. Khi anh ấy có thể về được nhà tĩnh dưỡng, chúng tôi đã nuôi lại tin tưởng. Anh Trưởng phòng nhân viên đây – ông hất đầu về phía người khổng lồ – cũng đã nhiều lần đến thăm Reinhardt. Anh đã kiên nhẫn hỏi đi hỏi lại nhiều lần mong rút cho được phương thức. Nhưng khốn thay, cố gắng thế nào cũng vô vọng.

Tôi lắc đầu. Tôi tưởng tượng thật dễ dàng những buổi "hỏi cung" ấy đã là một cực hình cho bệnh nhân. Tôi nói, giọng hững hờ và dửng dưng:

- Thưa các ông, không biết các ông mong đợi gì ở tôi?

Ông Giám đốc kỹ thuật kêu lên:

- Dạ, tìm cái phương thức ấy ạ.

Còn ông Tổng giám đốc thì có vẻ tế nhị hơn.

- Thưa Giáo sư, chúng tôi mong rằng Giáo sư sẽ giúp anh bạn khốn khổ của chúng tôi tìm lại được trí nhớ.

- Vâng. Tôi hiểu. Thế các ông cho là tôi có thể giúp như thế nào?

Ông khổng lồ tiếp lời:

- Dạ chúng tôi xin góp ý kiến ạ. Sau tai nạn thảm khốc này, chúng tôi đã nghiên cứu về kết cấu của bộ não con người ta. Nếu chúng tôi không lầm thì, hiện nay, chúng ta có thể biết chính xác vị trí trên vỏ não của những vùng điều khiển các cơ năng tâm linh. Ví dụ có trung khu vận động, có trung khu xúc giác, hay lại có những trung khu tính toán, hiểu chữ viết cùng phân biệt màu sắc, v.v… Ta có thể họa một bản đồ của não và mỗi khu có nhiệm vụ điều khiển mỗi cơ năng. Trong trường hợp anh bạn Reinhardt chúng tôi đây, thật hiển nhiên là trung khu trí nhớ đã bị hư hại. Nhân tiện đây, thưa Giáo sư, chúng tôi cũng xin mạn phép được hỏi Giáo sư vài điều. Xin Giáo sư chỉ giáo cho. Thật ra trí nhớ hay ký ức là gì và nói rộng ra ý tưởng là gì? Chúng ở vị trí nào trong óc?

Tôi nén mình cố không đứng phắt dậy. Ông này muốn trêu gan mình chăng? Dĩ nhiên, với tư cách một người ở ngoài y khoa đã có công "nghiên cứu và sưu tầm tài liệu", ông ấy không biết tôi thật đang bối rối. Ký ức là gì? Ý tưởng là gì? Thật ra tôi có một định kiến cóc khô nào đâu... ai mà biết được...

Dè dặt, tôi lên tiếng:

- Vâng, tôi hiểu ông muốn nói gì. Và trong một phạm vi nào, tôi đồng ý lối suy luận của ông. Thật vậy có khá nhiều trung khu trong não. Sau hàng ngàn công trình nghiên cứu và khảo sát, ta có thể định được vị trí và cơ năng của chúng trên một bản đồ vỏ não. Có những trung khu vận động chỉ huy cử động của một bắp thịt hay một số bắp thịt. Lại còn những trung khu có nhiệm vụ kiểm soát cảm giác hay thị giác. Như vậy, khó mà định nghĩa được ý niệm về ký ức hay ý tưởng. Tôi xin thử trình bày đại khái để ông có vài định kiến tổng quát.

Tất cả những khích động thu được hoặc ở mặt da hay bởi những giác quan hoặc trong cơ thể đều được dẫn truyền lên não. Ở đó chúng gây những cảm giác hay những cảm thức và do đó sẽ tạo những phản ứng. Lại nữa, một sự kích thích thường trực, hay ít ra liên tục, có thể tạo thành những kỷ niệm. Những kỷ niệm này nếu còn ấn tượng có thể được óc cho cất giữ vào kho, chúng tạo những "hình ảnh tinh thần" tùy ứng với tình cảm con người như lòng ham muốn, nỗi thất vọng, niềm lo sợ...

Nói một cách tổng quát, toàn thể những kỷ niệm này và những hình ảnh tinh thần này được gọi là trí nhớ hay *ký ức*. Khi óc biến đổi chúng thành những ý niệm mới, nó hoàn thành một công việc mà ta gọi là ý tưởng, sự biến đổi này sinh ra những định kiến mới, tạo cả một liên hệ những biểu tượng cụ thể và trên một bình diện cao siêu hơn, tạo những ý niệm trừu tượng. Sau khi tạo được liên hệ này không những ta có khả năng tái tạo mà lại còn có khả năng sáng tạo đặc kỳ hay phát minh.

Bây giờ, từ những khái niệm ấy ta có thể đi đến kết luận nào? Rằng, ý tưởng và ký ức là một sự cố gắng của toàn thể não bộ. Nói cách khác, không có một trung khu đích xác nào cho ý tưởng và ký ức. Rất có thể, ký ức phần nhiều đặt cơ sở căn bản nơi những hình ảnh tinh thần mà tôi vừa nói. Nhưng ta không biết những hình ảnh tinh thần này đặt vị trí ở đâu. Bởi không có trong khu ký ức nên ta không thể mổ và hàn gắn lại, ngõ hầu vãn hồi trật tự. Điều ta có thể làm được là làm sao chữa khỏi trạng thái bệnh lý đã gây ra chứng mất trí nhớ này, với hy vọng là sau một thời gian trí nhớ sẽ tự nó bắt đầu làm việc trở lại.

Tôi nhận thấy rằng những lời giảng giải này có tác dụng như

một gáo nước lạnh đổ vào người giữa mùa đông cóng rét: ba ông khách của tôi lúc vào văn phòng như muốn ra lệnh, nay có vẻ như rụng rời sửng sốt. Có thể tôi cảm thấy thỏa mãn một phần nào nếu cuộc tiếp xúc này không có tính cách trang trọng và bi đát, như sinh mạng một người bệnh đang lâm nguy.

- Vậy, tình trạng này không giản dị như các ông tưởng đâu. Ta chỉ có thể hy vọng là sau khi mổ áp suất quá lớn mà bộ óc của ông cộng sự viên của các ông đang phải chịu đựng sẽ hạ xuống. Rồi, dần dần các cơ năng tâm linh bình thường của não sẽ lại có thể phục hồi và biết đâu trí nhớ cũng sẽ tìm lại được.

Ông Tổng giám đốc là người đầu tiên định thần lại.

- Tóm lại, giáo sư định sẽ làm gì đây?

- Trước hết tôi còn phải khám người bệnh - Tôi chưa nhìn thấy ông ấy. Xong, khi nào định bệnh được, tôi sẽ quyết định sau. Chứ bây giờ tôi không thể nói hơn được gì nữa.

Họ đứng dậy và từ giã tôi thật nhanh chóng. Riêng ông Trưởng phòng nhân viên cố che giấu sự bực dọc của mình.

Khi bước vào căn phòng dành riêng cho Reinhardt, tôi thấy các nhân viên di đặt bệnh nhân nằm rất cẩn thận, ông ta nằm ngửa và thẳng, đầu đặt hơi cao lên. Nghe thấy tiếng động, cô y tá, đang ngồi đầu giường để coi sóc cho bệnh nhân, quay lại, vẻ mặt lo âu, hùng hồn hơn cả lời nói, đã báo cho tôi trước trường hợp này nặng lắm.

Xanh như tàu lá và trên mặt còn ghi hằn nét khổ đau, Reinhardt đang đắm chìm trong trạng thái kinh hoàng gần như vô giác vô tri. Bộ mặt này xưa chắc phải đạo mạo như những bộ mặt khả ái của những nhà bác học khảo cứu, nhưng bây giờ xấu hẳn đi vì hai vết sẹo còn đỏ tươi. Một vết đi từ gò má bên trái chạy tuốt xuống cả má, và một vết ngoằn ngoèo ở phía trái vầng trán. Hơn nữa cả vùng trán này hơi xẹp xuống. Thêm vào đó cung mày lún xuống nên mắt trái có vẻ nhỏ hơn. Mặt bệnh nhân vì thế bị méo mó và không đối xứng.

Tôi khẽ gọi tên bệnh nhân. Người bệnh tuy quay mặt một cách rất chậm chạp và nặng nề về phía tôi nhưng không thể hướng tầm mắt nhìn tôi. Tình trạng ngây dại đã khiến bệnh nhân không thể điều khiển được mắt mình. Rõ ràng ông ta đang cố gắng trả lời; nhưng vì trạng thái vô lực ủ rũ nên ông chỉ có thể phác một nét nhăn nhó đau đớn. Tiến gần lại giường, tôi nắn phía trái vầng trán: tôi sờ thấy rõ các mảnh xương gồ ghề, hậu quả của tai nạn. Người bệnh phác một cử chỉ mệt mỏi như muốn đẩy tay tôi ra, có lẽ vùng trán này rất nhạy cảm và bệnh nhân đau đớn lắm.

Tôi bàng hoàng khi sờ vào cổ tay bệnh nhân. Mạch nhảy rất chậm - năm mươi bốn lần trong một phút – chứng tỏ rõ ràng là trung khu phế vị bị kích thích, sự gia tăng áp suất trong xương sọ. Hiện tượng thường xảy ra sau khi xương sọ bị dập vỡ và kèm theo là chứng xuất huyết trong não; cần phải trông nom và theo dõi cẩn thận lắm. Thật vậy nếu mạch nhảy dưới năm mươi lần một phút - bốn mươi sáu hay có khi bốn mươi hai – tính mệnh người bệnh bị lâm nguy có thể chết ngay được và bắt buộc y sĩ giải phẫu phải mổ ngay sọ ra xem để đối phó kịp thời. Tôi ra lệnh cho cô y tá cứ cách nửa giờ bắt và ghi mạch một lần, và phải báo cho tôi ngay nếu mạch còn xuống nữa.

Tôi đo áp huyết. Con số hơi lên và biên độ [*amplitude: khoảng giữa hai số áp huyết cực đại và cực tiểu*] cũng vậy. Nhịp thở lại còn làm tôi lo ngại hơn nữa. Người bệnh thở từng lúc, nhịp ngắn và không đều, khiếm khuyết thường hay xảy ra khi có vết thương trong não.

Tôi chưa kịp tháo máy đo áp huyết ở cánh tay ra, bệnh nhân bỗng nhiên buồn nôn. Như bị mắc nghẹn ở cổ, bệnh nhân chống khuỷu tay lên giường để cố ngồi dậy và xoay nghiêng mình nằm sấp – lần đầu tiên tôi thấy một chất lỏng trong như nước từ lỗ mũi trái chảy ra. Cứ mỗi lần bệnh nhân buồn nôn, nước lại chảy ra và dần dần rỏ giọt lên gối. Thì ra đó là chứng chảy nước mũi mà Bác sĩ Richter đã nói với tôi qua cuộc điện đàm vừa rồi.

Hiển nhiên tôi không thể để bệnh nhân trong tình trạng này mãi, ngồi bên thành giường, tôi suy nghĩ tìm một phương cách nào tốt nhứt để hạ áp suất nước trong đầu và giảm sự kích thích trung khu phế vị. Bởi hai chứng này do bướu hơi "to như quả trứng vịt" mà anh bạn đồng nghiệp tôi đã khám phá được trong hình quang tuyến chụp thùy trán bên trái của não. Thoạt tiên tôi nghĩ sẽ chọc thùy não qua xương sọ để hạ bớt áp suất khí trong bướu. Nhưng ngay sau đó, tôi liền bỏ ngay giải pháp này. Bởi tôi sẽ phải thường trực để cái "canule" cốt tránh cho bướu hơi khỏi đầy ắp không khí mỗi khi bệnh nhân nôn ọe hay ho húc hắc, và như thế có nghĩa là não sẽ bị nhiễm trùng.

Phải tìm một giải pháp khác. Tôi kê đơn cho tiêm hai ống *morphine* và *atropine*, vừa làm dịu đau, vừa làm dịu dây thần kinh não thứ mười nghĩa là thần kinh phế vị. Tuy tôi biết chắc, bất đắc dĩ lắm mới kê chất morphine trong trường hợp não bị thương bởi lại có thể gây nhiễu loạn nơi trung khu hô hấp. Nhưng trong trường hợp vô vọng này, tôi không có quyền lựa chọn.

Tôi lại còn bảo anh y sĩ trực, cứ hai giờ, tiêm vào tĩnh mạch một dung dịch glucose thượng đẳng. Chất glucose sẽ làm mất nước trong cơ thể đi; tôi hy vọng do đó sẽ làm hạ áp suất trong đầu. Dĩ nhiên tôi nói với cô y tá đêm nay đừng cho bệnh nhân uống một giọt nước nào.

Tôi đã ở bên giường bệnh nhân hơn hai mươi phút. Vừa ra khỏi phòng bệnh tôi gặp ngay ba ông kỹ nghệ gia ban chiều. Họ đang đứng nói chuyện với nhau bên cửa sổ gần phòng bệnh. Thái độ ngoan cố và vô nhân của họ, thú thật, làm tôi tức giận gần như phẫn nộ.

Viên Tổng giám đốc tiến thẳng lại gặp tôi.

- Thưa Giáo sư, tình trạng ra sao ạ?

Tôi không thấy một lý lẽ nào để nương nhẹ ông ta.

- Nguy lắm, chắc chắn là tính mạng ông Reinhardt đang lâm nguy. Tôi tính mai sẽ khám kỹ càng và đầy đủ hơn, nếu tình trạng bệnh nhân cho phép. Rất có thể nội đêm nay phải mổ gấp.

Ông Tổng cười ruồi, như để cho tôi hiểu rằng ông không tin tôi lại có thể phóng đại tình trạng nguy ngập này. Như thách đố, ông ta còn hỏi tôi:

- Chừng nào chúng tôi có thể tiếp xúc và nói chuyện với bệnh nhân?

- Vấn đề này chưa đặt ra. Tôi cũng lưu ý ông rõ rằng ở thời điểm này, trừ khi có lệnh mới, tuyệt đối cấm không được đến thăm bệnh nhân. Ông Reinhardt cần phải tĩnh dưỡng hoàn toàn.

Ông ta mím chặt đôi môi và ánh mắt như khiêu khích:

- Thưa Giáo sư, chừng nào giáo sư cho chúng tôi biết kết quả cuộc khám nghiệm này và sự quyết định ra sao?

- Ba ngày nữa.

Ông ta nghiến chặt hai hàm răng làm nổi những bắp thịt dưới làn da đỏ ửng.

- Thưa Giáo sư, còn điều chi nữa không ạ?

- Đến giờ phút này thì không còn điều gì cả!

- Cảm ơn giáo sư.

- Không dám ạ.

Dứt lời, tôi quay gót đi thẳng, mặc ông ta đứng như trời trồng.

Tôi thức gần trọn đêm để nghiên cứu hồ sơ bệnh nhân. Đọc giấy nhập viện tôi được biết ông Johan-Christopher Reinhardt, 43 tuổi và độc thân không còn bà con thân thích nào để báo tin trong trường hợp ông ta có mệnh hệ nào. Reinhardt sống cô độc và có thể sống theo sở thích mình như bao nhà khảo cứu chân chính.

Sau đây là chi tiết về tai nạn: Tai nạn xảy ra vào lúc nửa đêm về sáng. Sở cảnh sát cho rằng người tài xế đã ngủ gục trên "volant". Mãi đến sáng sớm người ta mới phát giác ra hai nạn nhân. Người tài xế chết liền ngay lúc đó, thân thể nát nhúm; còn ông kỹ sư bất tỉnh trên vũng máu. Phải đi hết nhà thương này đến nhà thương nọ mới tìm được một bệnh viện có đủ khả năng để chăm sóc bệnh nhân.

Trên một tờ giấy khác có ghi những nhận xét đầu tiên như sau đây:

Má bên phải bị rách từ gò má đến mép; vết thương có cạnh rất rõ ràng, có thể do mảnh kính gây ra. Vết thương thứ nhì, nát bấy ở phía bên trái trán; có thể do sự va chạm mạnh vào tấm kính xe khi bệnh nhân bị hất về phía trước. Nửa xương trán bên trái bị lún xuống, nắn thấy động đậy và rõ từng miếng xương vỡ vụn. Vết xương nứt rạn lan đến tận đáy xương sọ. Xương sụn này chắc cũng bị vỡ. Lúc nhập viện, bệnh nhân bất tỉnh nhân sự. Đây là một trường hợp chấn động não thật nguy ngập, kèm theo chứng xuất huyết trong vùng thùy trán bên trái não bộ.

Qua những nhận xét trên đây tôi được biết, bệnh nhân lúc đến bệnh viện, mạch còn bình thường. Nói một cách khác chưa có triệu chứng nào chứng tỏ rằng áp suất nước trong đầu đã tăng lên. Vì lý do ấy, nên họ chỉ để bệnh nhân tĩnh dưỡng hoàn toàn.

Sau đó tôi cầm các hình chụp quang tuyến đính kèm hồ sơ và đặt lên máy nhìn. Hình thứ nhất chụp ít lâu sau tai nạn, ta thấy rõ xương sọ bị vỡ và các vết nứt của các mảnh xương. Vết nứt quan trọng nhất đi từ đỉnh sọ tới xương trán về phía bên trái. Điều đáng lo ngại nhất là vết nứt đó đi qua xoang trán *(frontal sinus)*, như vậy nghĩa là rất có thể màng nhầy bọc lỗ hổng này đã bị rách.

Hình chụp nghiêng cho ta thấy vết nứt không giới hạn ở phía trước xoang trán, mà phía sau cũng bị lún và bị đẩy ra ngoài. Một biến chứng cực kỳ nguy hiểm là: khi vỏ sau của xoang trán bị lún sẽ mở đường nhiễm trùng từ khoảng mũi lên các màng óc và não bộ.

Những bản sao của các phiếu bệnh viện đầu tiên đã ghi những điều săn sóc cho bệnh nhân kể từ lúc nhập viện. Không có điều nào thiếu sót cả. Cứ cách nửa giờ lại bắt mạch, đo áp huyết và đếm nhịp thở. Tôi được biết, trong hồ sơ, bệnh nhân vẫn bất tỉnh trong vòng bốn mươi tiếng đồng hồ. Rồi bỗng nhiên, vùng vẫy la hét. Rất nhiều lần, người bệnh giựt các mảnh băng quanh đầu ra, vùng vẫy rất mãnh liệt khiến các nữ y tá và y công hết sức và nhọc công mới ghì được. Sau phải cho uống thuốc an thần, dĩ nhiên, không thể để một người bệnh nặng như vậy có những hành động mạnh mẽ như thế.

Mấy ngày sau, những cơn vùng vẫy dứt hẳn. Diễn tiến của bệnh trạng đã khả quan hơn. Bệnh nhân bình phục trông thấy. Tình trạng rầu rĩ bớt dần và biến mất hẳn, người bệnh đã hồi tỉnh và hơn nữa lại nói được. Tuy thế, trí nhớ rất kém. Đúng hơn, trong ký ức người bệnh có một lỗ hổng lớn, một khoảng chân không hoàn toàn. Reinhardt không thể nào nhớ được mình đã làm gì còn nói chi đến phương thức quý báu kia. Hơn nữa bệnh nhân quên cả tai nạn đã xảy ra như thế nào.

Phiếu bệnh viện còn ghi các chứng nhiễu loạn khác nữa: nhức đầu kinh khủng, chóng mặt, chứng song ảnh (nhìn một thấy hai).

Những chứng này không có gì khác thường cả. Hai chứng trên có thể cắt nghĩa được bởi xương sọ bị vỡ và não bộ bị chấn động. Còn chứng song ảnh là gián tiếp do xương trán bị lún xuống; do đó, mắt trái cũng hạ xuống và máu chảy xối xả vào hốc mắt. Tuy nhiên, chuyên viên nhãn khoa không thấy mắt nhìn kém đi hay một khiếm khuyết nào trong lòng mắt cả. Vậy không có điều gì lo ngại về phía này cả.

Hai tháng sau, khi bệnh nhân được phép về nhà, kết quả của buổi khám nghiệm lúc ra này rất lạc quan. Chứng chóng mặt bớt đi nhiều, chứng song ảnh hoàn toàn biến mất, ngay cả chứng nhức đầu cũng giảm đi đến độ có thể chịu đựng được. Bệnh chứng độc nhất thật đáng lo ngại vẫn là mất trí nhớ. Trước khi cho bệnh nhân về nhà – dĩ nhiên sẽ còn được y-sĩ coi sóc và điều trị – anh bạn đồng nghiệp tôi có khuyên sau ba tháng nên đến để khám kiểm soát lại một lần nữa.

Tôi ngừng đọc để nhận định tình trạng bệnh nhân lúc ấy. Không thể chối cãi được rằng bệnh có thể khỏi được nhưng chỉ một phần nào. Thật vậy, những vết thương nặng như vậy ở thùy trán não có thể gây ra một sự nhiễu loạn không thể chuyển lại được, về tính tình có thể đi đến sự suy thoái tâm thần *(dégénérescence psychique)*.

Đính kèm phiếu ra bệnh viện, có đóng dấu và có chữ ký theo đúng thể thức, tôi thấy những hình quang tuyến khác chụp trong thời gian điều trị, vậy là ít lâu sau khi nhập viện. Tôi cho gài máy nhìn và kêu lên một tiếng. Trên hình chụp thẳng, ngay dưới chỗ xương trán lún xuống, có một vết sáng và tròn, không có ở những hình quang tuyến trước đã xem. Một vết thứ nhì thấy ở gần đường chính giữa, cách cung mày trái độ vài phân. Thật rõ ràng những vết này là những khoảng không khí đã tạo hình trong sọ, có thể ngay trong não, sau vùng xương trán bị vỡ. Điều kỳ lạ là trong phiếu ra bệnh viện không thấy nói đến chúng.

Với ít nhiều bứt rứt tôi vẫn mở hồ sơ đọc tiếp đoạn hai của bản diễn tiến bệnh lý. Đoạn này khởi ghi sau khi bệnh nhân về nhà được bốn tuần lễ mà thôi. Vậy Reinhardt đã trở lại bệnh viện hai tháng trước ngày đã định để khám kiểm soát lại. Tôi tìm được lý do ngay trong những dòng chữ đầu. Tình trạng, không những không tiến triển, mà lại nguy ngập thêm. Chứng chóng mặt càng tăng thêm, chứng nhức đầu lại càng không thể chịu được nữa. Lại thêm vào đó, bệnh nhân thấy buồn nôn nhiều hơn.

Khi nhận bệnh, y-sĩ thấy sự nhạy cảm cực kỳ của vùng não thùy trán và gò má trái khi ấn tay lên hay gõ vào đó. Những dây thần kinh da trên và dưới hố mắt cũng gia tăng cường độ khích động. Nhưng ngay hôm sau trên hồ sơ có ghi một bệnh chứng mới: mũi chảy nước. Khi bệnh nhân cúi đầu về phía trước, một chất nước lỏng chảy ra ở lỗ mũi trái; khi đầu về vị trí cũ nước thôi chảy nữa. Khi được hỏi về bệnh chứng này, bệnh nhân khó khăn lắm mới tìm được chữ, đã khai rằng đã thấy nước chảy lỗ mũi từ ba tuần trước nhưng đã cho là vì cảm nên sổ mũi. Rồi người bệnh còn nói thêm một chi tiết không ngờ là mỗi khi lắc đầu anh nghe thấy trong óc như có tiếng róc rách, "như không khí trộn lẫn với nước."

Y sĩ ghi nhận ngay điểm quan sát kỳ lạ này.

Khi nghiêng đầu về phía trước, nước từ lỗ mũi trái chảy ra liền và đồng thời ta nghe thấy một tiếng động làm liên tưởng đến tiếng òng ọc của chai nước đang đổ. Y sĩ chuyên khoa tai mũi họng, khi khám bệnh nhân đã ghi nhận không thấy một khiếm khuyết và nhiễu loạn nào trong mũi và yết hầu; những nhiễu loạn này chỉ do vùng khoang trán.

Những điều ghi nhận khác trên giấy gợi cho tôi một hình ảnh thật thảm bại:

Trong mọi cử động của đầu, bệnh nhân đau đớn không chịu được; trạng thái kiệt lực toàn diện; tình trạng tâm linh suy sụp; trí nhớ hầu như bị mất.

Nếu bệnh nhân không bị sốt thì trái lại mạch hạ xuống năm mươi hai lần trong một phút, bằng chứng của một sự tăng áp suất trong đầu. Áp suất dạo này cũng biểu thị bởi sự tụ huyết ở những gai thần kinh mắt khi đem khám ở khu vực nhãn khoa. Sau đó, đến một câu ghê gớm và kinh khủng nhất:

Bệnh nhân nôn ọe rất nhiều và rất mạnh. Dịch não tủy (L.C.R) chảy rất nhiều qua lỗ mũi trái.

Đây là lần đầu tiên phiếu bệnh lý ghi dịch não tủy chảy ra ngoài và như vậy chứng tỏ mọi sự giao thông có thể thiết lập giữa khoang trán trái và màng não. Muốn hiểu sự nguy hiểm của sự giao thông này, ta phải biết là bộ óc được bao bọc chung quanh hay nói một cách khác, được "treo" lơ lửng trong sọ bằng một hệ thống thủy lực là dịch não tủy. Nay, màng cứng nghĩa là màng não ngoài bị rách và hậu thành của khoang trán bị sụp nên nước qua chỗ rách đó có thể chảy xuống mũi.

Trước khi bệnh nhân đến bệnh viện của Bác sĩ Richter, đến bệnh viện này mới tìm ra nguyên nhân của chứng chảy nước mũi ấy, bệnh nhân bị một biến chứng trầm trọng. Nhiệt độ lên rất cao, mê lịm, mạch đang nhảy chậm bỗng vọt lên 100-120 nhịp một phút. Đồng thời gáy bị cứng nhắc, dấu hiệu chắc chắn và đích xác của bệnh sưng màng óc lúc khởi đầu mà bệnh nhân không thoát khỏi được. Vào cái thủa chưa tìm ra thuốc SULFAMIDES và thuốc kháng sinh, người y sĩ khi phải trị bệnh sưng màng óc, bị bó tay vô phương chữa, và điều đó chúng ta ngày nay không thể tưởng tượng nổi.

Tuy thế nguy hiểm cũng qua, thật gần như một phép lạ, và người ta đã có thể chụp quang tuyến thêm những bức mới. Những tấm hình chụp này cho ta thấy rõ mồn một hình tròn không khí, một bướu hơi, ở não thùy trán trái.

Tôi nhận ra ngay "trứng vịt" mà Bác sĩ Richter đã nói với tôi hôm trước. Sự giao thông giữa vùng xoang trán trái bị sụp và não thùy trán. Bướu hơi này lớn và rất rõ ràng với những đường nét tròn trĩnh. Ngay một người thường cũng nhận ra ngay khi cầm tấm hình chụp lần đầu tiên. Nhưng khi nghiên cứu kỹ càng và chăm chú hơn tấm hình quang tuyến, tôi còn thấy một cái bướu hơi thứ hai nữa, một hình trăng khuyết nhỏ trong vùng não thất thứ tư bên trái (Não thất là những khoảng quan trọng có từng đôi một và chứa đầy dịch não tủy; giống như những hồ hẹp, những khoảng này ở trong não). Sự khám phá này làm cho tôi say mê: cái bướu thứ hai này chỉ có thể hình thành sau khi não thất bị không khí tràn vào. Nhưng không khí làm sao mà có thể xâm nhập vào được?

Hiển nhiên tôi cần phải có, sớm chừng nào hay chừng nấy, những tấm hình quang tuyến từng lớp (*stratigraphies*) của bán cầu não trái. Phương pháp trị liệu và ngay cả giải phẫu bất ngờ nếu cần, sẽ tùy thuộc ở những điều nhận xét trong những tấm phim này.

Sau khi nghiên cứu hồ sơ, tôi trở lại phòng bệnh nhân. Trong ánh hoàng hôn, Reinhardt nằm nghỉ khá yên ổn. Nhịp thở gần như bình thường, mạch đã tăng nhịp và nhảy hơn con số 60. Hơn nữa bệnh nhân cũng không nôn oẹ nữa. Tóm lại, tình trạng đã khá hơn lúc nãy. An tâm, tôi nhắc lại những lời dặn cô y tá túc trực bên giường. Một ngày làm việc của tôi đã xong. Tôi trở về nhà.

Chiếc máy điện thoại đặt ở đầu giường tôi câm nín cho đến sáng. Tôi tự bảo người bệnh của tôi cũng đã trải qua một đêm ngủ bình thường. Trái lại khi tôi đang mặc quần áo thì Ông Tổng Giám Đốc xưởng gọi điện thoại cho tôi. Nói năng rất lễ phép khác hẳn thái độ chiều qua, ông Tổng xin lỗi đã gọi tôi quá sớm thật làm phiền tôi và xin tôi vui lòng cho ông được "yết kiến" một lần nữa.

- Chúng tôi muốn được thưa chuyện với sự thân mật hơn, không có sự hiện diện của các cộng sự viên của chúng tôi. Không, quả thật thế, chuyện rất tế nhị và phức tạp lắm nên chúng tôi không thể thưa chuyện cùng giáo sư trong điện thoại được ạ. Vâng. Chúng tôi cũng xin giáo sư đại xá cho, để xin giáo sư cố cho, vì …

Không muốn nghe ông Tổng năn nỉ mãi, tôi hẹn ông ta đến tối hồi mười một giờ rưỡi. Tôi hy vọng vào giờ đó kết quả chụp quang tuyến từng lớp sẽ cho phép tôi xét rõ vấn đề hơn.

Vừa tới bệnh viện; tôi đã lại phòng Reinhardt ngay. Trông bệnh nhân bớt mệt hơn. Tôi rất hài lòng vì khi tôi bước vào phòng, lần này, Reinhardt đã nhận thấy sự hiện diện của tôi. Tôi gọi tên ông ta. Tuy bệnh nhân không quay lại phía tôi, nhưng cũng đã giơ cao bàn tay trái lên như để ra hiệu đã hiểu. Khi tôi hỏi thăm ông ta, Reinhardt cố gắng trả lời tôi. Tuy vậy, ông nói ngọng líu nên hai chữ "khá mệt" gần như khó hiểu. Xong, Reinhardt chỉ vào đầu nói nhức đầu lắm. Ông ta cũng không thể nói rõ ràng được. Có thể, vì áp suất do bướu hơi lên trong khu vận động nói, thường thường ở bên não trái, nên đã tạo một khiếm khuyết cơ năng nơi đó.

Mạch lên 65 nhịp một phút. Dung dịch đường và hỗn hợp morphine-atropine tiêm đều cho bệnh nhân hồi đêm đã cho những kết quả mong ước.

Không muốn làm mệt bệnh nhân vô ích, tôi khám rất nhanh. Tôi thấy, ngoài những nhiễu loạn về lời nói, chân phải bệnh nhân cử động yếu ớt. Một bằng chứng nữa để nghĩ rằng trung khu vận động của bán cầu não bên trái bị ảnh hưởng của sự tăng áp suất này bởi hiện tượng rối loạn thần kinh ra xa. Tôi thận trọng đưa hai tay đỡ đầu bệnh nhân, đưa đẩy từ trái sang phải. Lúc đó, tôi nghe thấy rõ ràng tiếng róc rách ở trong đầu, — điều quan sát dị thường nhất trong đời chức nghiệp của tôi! Sau cùng tôi đưa đầu bệnh nhân cúi về phía trước, tức thời một dòng nước chảy qua lỗ mũi trái.

Tôi gọi hai y-công khiêng cáng, và giúp họ đặt Reinhardt nằm ngửa lên băng ca. Tôi bảo họ đưa bệnh nhân đến phòng quang tuyến. Tôi cũng đi theo để dặn bảo nhân viên quang tuyến. Rất nhiều việc tùy thuộc ở kết quả chẩn đoán này. Tôi bảo sẽ ở lớp nào và ở chiều sâu nào cần phải hướng máy. Phải chụp cả thẩy tám tấm hình. Tôi không thể kiên nhẫn chờ đợi nên đi theo tận vào phòng tối rửa phim. Tôi cầm những tấm phim còn ướt vừa rửa xong và treo lên màn ảnh có đèn chiếu.

Những điều nhận xét trên những tấm phim này thật kinh khủng kỳ dị và làm tôi kinh ngạc hết sức. Tôi cho gọi ngay mấy anh phụ tá. Tôi thấy hai khoảng trắng: một bọt không khí hình như trái lê trong não thùy trán trái, và lại khoảng này cứ lớn dần so với tấm hình chụp lúc trước, ngoài ra còn khoảng thứ hai chiếm cả phần trên não thất bên trái. Như thế có nghĩa là bướu hơi đã phải "ăn sâu vào" sừng hẹp *(corne effilée)*. Và ở chỗ đó, có sự trao đổi giữa dịch não tủy và không khí. Như vậy ta có thể suy ra là hình không khí như trái lê giao thông một phía với não thùy trán bên trái và phía kia với não thất thứ tư *(4è ventricule)*.

Như vậy những bệnh chứng, tiếng róc rách trong đầu bệnh nhân và dòng thác như vô tận chảy ra lỗ mũi, từ trước đã làm tôi nản lòng và chưng hửng, nay đã có thể cắt nghĩa được.

Ta phải biết rằng dịch não tủy giữ hai vai trò trong cơ cấu của não. Một là, nó bao bọc não trong một cái vỏ có màng, gọi là màng óc, mà màng ở ngoài gọi là màng cứng *(dure-mère)*; hai là nó được chứa trong các não thất ở ngay trong óc. Hai hệ thống này giao thông tự do với nhau. Bình thường, sự liên lạc ấy được thực hiện như sau: dịch não tủy được tạo bởi một huyết quản hệ đặt ở não thất thứ tư; sau khi chảy qua những não thất khác, dịch này chạy xuống ống giữa tủy sống rồi lại được hút bởi một hệ thống chằng chịt tĩnh mạch.

Thế mà, trong trường hợp của bệnh nhân đây, hệ thống đóng khép này bị gián đoạn. Lý do chính của cuộc gián đoạn này là ở chỗ sừng trước *(corne antérieure)* của não thất thứ tư. Qua lỗ rách ấy, dịch não tủy, bị đẩy bởi không khí tràn vào, chảy vào nên đáy bướu hơi hình trái lê như một cái thác con. Trên hình chụp quang tuyến, ta nhìn thấy rõ mức nước trong não thất và trong bướu hơi hình trái lê. Từ đó dịch não tủy, qua một cái thác thứ hai chảy vào khoang trán bên trái và chảy cho đến khi đầy. Khi ta ấn vào vùng trán trái, hoặc khi bệnh nhân lắc lư đầu hay nôn ọe, chất lỏng này qua một cái thác thứ ba chảy vào mũi rồi qua lỗ mũi. Tóm lại, cái thác trong đầu mà Bác sĩ Richter đã tả cho tôi bữa nọ vừa được giải thích và chứng minh: ông Reinhardt đáng thương này có những ba cái thác trong đầu!

Sau khi nghiên cứu hai ba lần tình trạng hy hữu và có thể nói độc nhất này, tôi thấy chỉ có một giải pháp: lúc nào thuận tiện, phải mổ ngay. Bất cứ lúc nào, những tác nhân nhiễm trùng có thể qua chỗ cửa để ngỏ ấy mà len lỏi vào trong óc. Nói một cách khác, bệnh nhân sẽ bị một hiểm nghèo có thể chết được: đó là bệnh sưng màng óc. Vậy phải cấp tốc đóng cái lỗ hổng giữa khoang trán và não thùy trán. Còn những điều khác có thể chờ được.

Chỉ có một trở ngại, mà lại là trở ngại lớn lao nhất: dưới khía cạnh giải phẫu, cuộc mổ mà tôi vừa phác họa là một bước đi vào ẩn số và phiêu lưu. Đã từng nghiên cứu về bướu hơi, tôi được biết trong tất cả những trường hợp bướu hơi trên thế giới này không có một "ca" nào lại quan trọng phức tạp và cần phải mổ ngay như trường hợp của Reinhardt. Từ trước đến giờ chỉ có những "ca" rất giản dị vì bướu hơi ấy rất nhỏ. Tuy nhiên tôi vẫn dám làm bởi vì bệnh nhân, nếu không mổ, sẽ hoặc bị nhiễm trùng rồi chết, hoặc sẽ quy, có thể rất chóng, do sự tăng áp suất trong sọ.

Trong khi tôi đang đặt điều hơn lẽ thiệt thì cô thư ký báo cho tôi biết có ông Tổng giám đốc đến thăm. Dù ông Tổng đến sớm quá nhưng tôi vẫn nhận tiếp ông ta. Vả lại ông ta cũng xin lỗi vì đã đến quá sớm. Vì phải đi Paris bất thần bằng chuyến máy bay hồi mười một giờ, ông Tổng cần gặp tôi trước.

Tôi báo ngay cho ông Tổng biết bây giờ vì có kết quả quang tuyến rồi nên tôi quyết định mổ Reinhardt ngay sáng mai.

- Thưa giáo sư, ngài mong đợi gì ở cuộc giải phẫu này? Tôi muốn nói là... theo ý giáo sư, bao giờ bộ óc của ông kỹ sư trưởng sẽ làm việc bình thường trở lại? Xin Giáo sư hiểu cho, điều này là điều chúng tôi quan tâm nhất.

- Làm sao tôi có thể trả lời câu hỏi của ông? Tôi cũng đã chẳng giải thích với quý ông là chúng ta chỉ có thể làm hạ bớt áp suất nguy hiểm đang đè nặng lên óc người bệnh, với mục đích để những tế bào của các mô không bị kích thích hay sao? Tôi cũng đã chẳng nói với ông đây là cơ hội may mắn độc nhất vì một ngày kia trí nhớ sẽ khôi phục lại để có thể tìm lại phương thức quý báu của các ông đấy chứ! Cũng chỉ vì cái phương trình này mà ông đến đây có phải không?

- Một ngày kia . . . một ngày kia . . . ông Tổng nhắc đi nhắc lại giọng bực tức. Ai có thể bảo đảm với chúng tôi là một ngày kia sẽ không chậm mất rồi, không chậm quá mất rồi!

Tôi nhún vai mà không trả lời. Ông Tổng vẫn ngoan cố nói:

- Giáo sư thấy không, giáo sư không hiểu được nổi sự quan trọng của vấn đề này đối với chúng tôi. Số tiền đặt vào đó thật khổng lồ. Chiều qua, trước mặt mấy cộng sự viên của tôi, tôi chưa muốn nhấn mạnh vào những hậu quả của tai nạn bi đát này nhìn dưới con mắt một người giám đốc một hãng lớn. Đôi khi có nhiều sự thật không nên nói, có phải không ạ. Hôm nay đây, chỉ có giáo sư và tôi, tôi có thể thú thật với ngài: nếu không tìm cho ra phương thức của hợp kim này trong khoảng thời gian ngắn nữa, chúng tôi sẽ vỡ nợ và phá sản . . . hay ít ra cũng ở bên bờ vực thẳm vỡ nợ, ông Tổng nói thêm ngay.

Thấy tôi vẫn im lặng, ông ta vẫn tiếp tục đọc diễn văn:

- Chúng tôi chỉ là thương gia, thưa giáo sư, nên mù tịt về địa hạt y khoa, nhưng tôi cũng xin biết ít ra có người mổ hay, có người mổ dở. Nên chúng tôi muốn xin đề nghị cùng giáo sư một điều. Nếu ngài cố gắng thành công trong một kỳ hạn ngắn, ví dụ trong sáu tuần nữa, móc bệnh nhân cho được phương thức này, bằng cách nào, để tự ngài tìm lấy, thì chúng tôi sẽ hậu tạ… ông ta ngừng nói như muốn gây ấn tượng cho tôi, chúng tôi xin sẽ hậu tạ nửa phần trăm trên số tiền bán sỉ của mỗi máy chế tạo theo nguyên tắc Reinhardt và sau khi bán được rồi.

Chắc tưởng tôi phải bối rối lắm nên ông Tổng lại thao thao bất tuyệt ngay:

- Chắc ngài có vẻ không hiểu rõ nửa phần trăm là được bao nhiêu phải không ạ? Dạ xin thưa giáo sư; sơ sơ cũng độ ba mươi ngàn mã khắc (độ ba triệu quan), và như vậy trong nhiều năm liền. Tôi nghĩ rằng ngay cả đến vua cũng không có thể trả cho giáo sư một số bổng lộc cao hơn nữa.

Tôi vẫn không nói một lời nào. Ông Tổng hiểu sự im lặng này một cách tôi không thể ngờ tới. Ông cười ruồi rồi nói:

- Thật ngài khó hơn tôi tưởng. Vậy, thế này nhé, thế 0,75 phần trăm có được không? Ngài cũng phải công nhận cho, chúng tôi rất hậu hĩnh đấy. Nhưng, xin giáo sư cũng nên hiểu rõ cho: số tiền này chúng tôi xin tạ ngài để cho riêng cái phương thức thôi đấy ạ, chỉ riêng cái phương thức thôi. Còn về việc chữa bệnh nhân khỏi hay không, đó lại là việc khác đấy ạ.

Không thể chịu nổi những điều vô liêm sỉ và bỉ ổi này, tôi đứng phắt dậy.

- Thật ông đã hoàn toàn nhầm tôi với hạng người nào rồi. Đây là một bệnh viện. Ở đây chúng tôi không nhận "còm măng". Chúng tôi làm bất cứ điều gì có thể làm được để cứu bệnh nhân, đó là bổn phận và cũng là mục đích độc nhất của chúng tôi. Mỗi người trong chúng tôi làm sức mình, ngay cả trường hợp không có phần trăm hoa hồng nào.

Ông ta không hề nhíu mày trước vụ chối từ của tôi.

- Thôi vậy. Nếu giáo sư không muốn …

Tưởng câu chuyện kỳ quái này đến đây kết thúc nên tôi vẫn đứng nguyên. Nhưng ông khách lại cất tiếng hỏi tôi một điều nữa.

- Chúng tôi nghĩ rằng ... Tóm lại, sáng mai giáo sư sẽ mổ sọ cho ông kỹ sư trưởng của hãng tôi...

Ông khách nhìn tôi như dò hỏi. Tôi gật đầu.

- ... và giáo sư sẽ thấy những vết thương óc và sẽ quyết-định. Bấy giờ, nếu ngài thấy rằng, sau khi mổ sọ ra, óc đã bị hỏng không thể chữa được, nói trắng ra: rằng anh bạn khốn-khổ sẽ vĩnh viễn là một người tàn-tật về tâm-trí, thì trong trường-hợp này, ngài có thể vui lòng báo cho chúng tôi biết kịp thời không ạ?

- Tại sao vậy? Thật ra, tôi đã biết câu trả lời ra sao rồi, nhưng tôi muốn nghe chính miệng ông ấy nói. Lần đầu tiên kể từ đầu câu chuyện đến giờ, ông Tổng có vẻ ngượng-nghịu và bối rối.

- ... Vâng… Ngài không biết sao… ngài nên nhớ Reinhardt vẫn còn được lãnh mấy ngàn mã-khắc nữa mà. Tiền do quỹ chúng tôi đài thọ…

- Nghĩa là ông muốn cho ông ấy thôi việc?

- Vâng... nghĩa là có thể thôi… chỉ khi nào mà…

Trong bệnh-viện, có một bệnh nhân gốc ở cùng tỉnh với mấy ông trong hãng này. Tình-cờ bà ta đã kể với tôi là, sáu tháng trước đây, Reinhardt đã chối từ một số tiền lớn mua chuộc bỏ hãng về làm cho một công ty Hoa Kỳ, viện lẽ ông muốn trung-thành với hãng. Vì thế tôi đã cất lời mai-mỉa:

- Ăn nghĩa trả nghĩa, có phải không, ông Tổng-giám-đốc nhỉ?

Tôi rất ngạc-nhiên khi thấy ông Tổng hiểu ngay những điều tôi muốn nói. Ông cũng chẳng tỏ vẻ bất-bình gì cả.

- Ôi dào ôi! Mấy ông bác-học khảo cứu thế đấy! – Ông vừa nói vừa nhấc bàn-tọa khỏi chiếc ghế bành. Ngài không bao giờ có thể chạy "áp-phe" được. Tuy vậy, dù cho thể nào chăng nữa chúng tôi vẫn tin-tưởng giáo-sư sẽ cho chúng tôi hay kịp thời…

- Chắc chắn là không.

Chúng tôi từ-giã nhau trong một bầu không-khí mát-lạnh nếu không muốn nói lạnh như tiền. Khi cánh cửa đóng lại sau bước ông Tổng tôi thở phào nhẹ nhõm. Thật vậy, tôi tưởng thôi thế là thoát nợ với mấy ông này rồi. Nhưng hy-vọng của tôi, hỡi ôi, sẽ bị định-mệnh cải-chính ngược lại.

Mất nửa giờ tôi mới có thể trút bỏ nỗi ngao-ngán này. Mãi đến lúc gần ngọ, trong phòng họp, khi tôi ghi trên tấm bảng đen, chương-trình làm việc ngày mai của tôi, tôi mới có thể chăm-chú hoàn-toàn vào cuộc giải-phẫu sắp tới. Tôi biết lắm, tôi biết cái tình trạng nội-tâm cứng rắn và mãnh-liệt đến xâm chiếm người y-sĩ giải-phẫu trước khi sắp lãnh một cuộc mổ quan-trọng nào. Trong đó lại có một yếu-tố cá-nhân hơn: viên kỹ-sư này, mà tôi không nói chuyện và tiếp-xúc từ trước đến giờ, đối với tôi hơn cả một người bệnh phải săn-sóc, — cũng bởi thái-độ không thể mô-tả và tưởng-tượng được của những đồng nghiệp ông ta.

Vì cuộc giải phẫu này quan trọng và phức tạp nên tôi quyết định toán giải phẫu sẽ gồm toàn những phần tử ưu tú. Người phụ tá thứ nhất sẽ là Bác sĩ Heinrich, lầm lì, chưa bao giờ mất bình tĩnh. Thí dụ nếu cần phải giữ dụng cụ để phanh vết mổ ra, thì thà chết chứ Bác sĩ Heinrich cũng không bao giờ chịu rời bỏ nó. Người thứ nhì là bạn đồng môn với tôi Bác sĩ G. Schintz, chúng tôi gọi là "Jojo", một nhà giải phẫu có tài thiên phú mà tôi biết từ lâu. Anh có phản ứng rất nhạy và rất khéo cả tay lẫn về kỹ thuật. Tôi còn chọn một anh dáng người nhỏ nhắn tên là Youki; anh này khôn ngoan và khéo léo, láu cá như vượn.

Khi tôi ghi ba tên này lên bảng, ai nấy, từ y tá đến các sinh viên đều thì thầm to nhỏ. Dĩ nhiên, trong bệnh viện ai cũng biết chân giá trị và biệt tài của mỗi y sĩ. Vì thế lý do tại sao ba nhà "quán quân số dzách" này cũng có trong một toán ai ai cũng đều biết cả: cuộc giải phẫu định vào sáng mai bảy giờ sẽ "độc nhất vô song và vô cùng hấp dẫn".

Chiều hôm ấy, tôi lại đến thăm Reinhardt. Tình trạng tiến triển rõ rệt. Tôi có thể báo cho ông ta ý định tôi là sẽ giải phẫu ngày mai và chỉ tiêm thuốc tê thôi chứ không cần đánh thuốc mê. Ông ta giơ một tay lên tỏ ý hiểu những lời tôi nói và vui lòng chấp thuận.

Vì là một cuộc giải phẫu rất nguy hiểm nên cần phải ngồi bất động trong mấy tiếng đồng hồ liền. Như vậy thật là một cuộc cực hình không thể chịu được cho bệnh nhân. Tôi kê những thứ thuốc, hẹn vào lúc gần sáng sẽ cho bệnh nhân uống. Thuốc sẽ ru Reinhardt vào một giấc ngủ hoàng hôn. Xong tôi trở về nhà.

Sáng hôm sau, mặt trời mọc trong một khoảng trời xanh không một đợt mây. Trong khi bước trên những con đường phố vắng, tôi nghĩ đến niềm hân hoan sẽ được mổ trong ánh sáng ban ngày. Thật vậy ánh sáng mặt trời có lợi hơn ánh sáng điện vì ưu điểm là không làm thay đổi màu sắc của những mô.

Khi tôi bước vào phòng giải phẫu, thì gần bảy giờ sáng. Ai nấy đều sẵn sàng. Toán giải phẫu, mặc blouse đã khử trùng, đang chờ tôi trong phòng rửa tay. Tôi cho kê bàn mổ sát vào cửa sổ rộng. Cửa sổ này trông sang – thật là một sự tượng trưng thật khổ sở – nghĩa địa với những hàng thánh giá đặt đều đặn. May thay, mặt trời huy hoàng và màu xanh trong của khoảng trời làm dịu bớt vẻ tang tóc của quang cảnh.

Đúng 7 giờ, trong khi tôi còn bận rửa tay và mặc blouse, bệnh nhân được mang tới. Ông ta đang chìm trong một giấc ngủ hoàng hôn. Giấc ngủ này cũng không có hại gì cho sự hô hấp và tuần hoàn. Vì tôi đã đoán trước là cuộc giải phẫu sẽ kéo dài, nên chính tôi trông cho nhân viên đặt bệnh nhân lên bàn mổ; phải tránh làm sao cho bệnh nhân không được đau đớn vì thế ngồi bất tiện. Như vậy tránh cho bệnh nhân phải cử động. Nhưng tôi cũng không phải nhọc công nhiều vì lão Frantz, người y tá già, đã sửa soạn thật chu đáo. Những gối đệm gáy và đệm đầu gối để rất đúng chỗ; gối để tựa lưng và nhất là chỗ thắt lưng để rất đàng hoàng. Những miếng dây da để cột chân tay cũng thắt vừa đủ. Tôi cúi xuống hỏi bệnh nhân xem có thoải mái không. Reinhardt lầm bầm một câu "có" thật yếu ớt rồi lại thiếp đi ngay.

Khi tôi rạch đầu bên trái ở phía trước, trong vùng não thùy trán, để xem bướu hơi lớn, tôi để cho bệnh nhân nằm ngửa. Như vậy, người bệnh có thể thở dễ dàng hơn là nằm sấp; bởi trong những cuộc giải phẫu ở óc không thể tránh được thế nào cũng phải cho bệnh nhân nằm sấp.

Những cuộc sửa soạn cuối cùng đã xong, chúng tôi đứng quanh bàn mổ. Tôi đứng ở đầu bàn trên. Bên phải là "Jojo" và bà sơ Johanna đang lúi húi trên hai chiếc bàn có gắn bánh, đựng đầy dụng cụ mổ. Bên trái là Bác sĩ Heinrich và "Youki" đang ngồi lên chiếc ghế thấp. Thân hình nhỏ nhắn của Youki bị che lấp bởi những tấm "champ" trắng đã khử trùng trùm lên bệnh nhân và giải thòng xuống hai bên bàn. Youki giữ phận sự đánh thuốc mê, theo dõi nhịp thở, mạch đập và huyết áp, thông báo cho tôi thường xuyên, anh ấy cũng điều chỉnh lượng oxygène cho bệnh nhân.

Tôi trải những tấm champs, định giới hạn tạm thời vùng mổ và gây tê cục bộ. Sau khi trải những tấm khăn tôi nhìn lại lần cuối những tấm hình chụp ngày hôm trước đang treo bên cửa sổ. Rồi trong khi hút dung dịch *Novocaine* vào ống tiêm tôi báo cho Reinhardt:

- Ông đừng ngại gì nhé. Ông sẽ thấy nhói đầu bởi tôi sẽ tiêm cho ông ba mũi thuốc tê lên da đầu. Nhẹ thôi.

Người bệnh trả lời tôi bằng mấy tiếng càu nhàu ngái ngủ.

Vì màng óc và não vô giác nên tôi chỉ tiêm thuốc tê vào da đầu trong vùng mổ. Vùng này được giới hạn bởi một đường cong đi từ chân mũi đến đỉnh đầu rồi vòng xuống tận tai trái.

Ở những góc cạnh vùng này tôi tiêm dung dịch làm tê để có thể dễ dàng làm tê nốt những nhánh dây thần kinh có nhiệm vụ kiểm soát vùng da đầu.

Ống kim tiêm đi một vòng quanh chu vi vùng giải phẫu. Từ từ, khi dung dịch *novocaine* len lỏi ngấm vào da đầu, trên sọ nổi những bướu phồng lớn, cùng một lúc da lột khỏi xương. Tôi cẩn thận tiêm vào những chùm dây thần kinh đi từ vực trên hốc mắt và xung quanh tai. Công việc thật vất vả nhưng không gặp một trở ngại nào cả. Mười phút sau, tôi đã làm xong; bệnh nhân vẫn nằm yên tĩnh. Ngoài ba mũi nhói khi tiêm thuốc tê anh không thấy đau gì cả.

Tôi ngừng một chút để cho thuốc ngấm. Trong khi ấy Youki đặt cái mặt nạ dưỡng khí vào mặt bệnh nhân. Xong tôi cầm kẹp sắt bấm các khăn mổ với nhau để chúng khỏi rơi trong khi mổ.

Mười lăm phút sau, thuốc tê đã ngấm và vùng đầu phải mổ đã hoàn toàn vô giác. Lúc đó Youki cho dưỡng khí vào mặt nạ để bệnh nhân dễ thở hơn. Dưỡng khí dùng có hai mục đích: thứ nhất bệnh nhân bị ngộp thở dưới những tấm khăn phủ lên mặt, thứ hai bệnh nhân không phải thở thán khí và hơi nước đọng trong mặt nạ.

- Mạch 66... nhảy đều... áp huyết 12 - 9... nhịp thở đều.

Giải phẫu bắt đầu. Sơ Johanna đưa cho tôi con dao mổ sáng loáng. Tôi ra hiệu cho Heinrich ấn tay vào những huyết mạch thái dương, và ở trên mắt trái. Tôi ấn mạnh đầu dao xuống đỉnh đầu, đi sâu vào xương rồi chạy xuống sống mũi. Chỉ cần một nhát dao tôi đã cắt được hết những chỗ thịt mềm. Heinrich và Jojo chận không cho máu chảy bằng cách kẹp những huyết mạch.

Đường rạch mổ thứ hai cũng đi từ đỉnh đầu nhưng chạy xuống tai trái. Một lần nữa con dao mổ lại đi sâu tận xương. Các phụ tá của tôi lại kẹp những huyết mạch. Tuy nhiên, chúng tôi cũng cẩn thận khâu sơ qua những đoạn huyết mạch chính để tránh không cho máu chảy và tràn ngập vùng giải phẫu. Hai bờ vết rạch cắm đầy kẹp sắt. Như vậy chúng tôi để vùng mổ mở rộng thành một hình tam giác mà cạnh đáy chạy ngang trán.

Tôi lấy ở tay sơ Johanna dụng cụ dùng để tẽ da đầu khỏi xương sọ. Tôi kéo cả mảng da đầu xuống cạnh đáy hình tam giác vừa rồi, giữa sống mũi và tai trái. Công việc làm rất nhanh vì da đầu không chảy máu. Xong tôi phủ lên da đầu những gạc băng thấm nước (và lẽ dĩ nhiên đã khử trùng).

- Không có gì thay đổi cả. Mạch vẫn thế, áp huyết như cũ… nhịp thở vẫn đều. – Tiếng Youki dõng dạc nói.

Bây giờ, tôi thấy vùng xương sọ trắng hếu. Giai đoạn đầu tiên, và cũng dễ nhất, đã chấm dứt. Bây giờ là lúc mở xương sọ từ trán đến đỉnh đầu ra. Công việc này thật khó nhọc và phải dùng sức lực nhiều. Lắm khi phần đông các nhà thủ thuật giao phó cho phụ tá làm, để dành sức và sự nhanh nhẹn của đôi bàn tay cho lúc mổ óc tế nhị hơn. Nhưng trong trường hợp này, tôi không muốn giao phó cho ai: bệnh nhân đã bị vỡ xương trán, nay lại mổ ra có thể gây nhiều biến chứng bất ngờ.

Trước khi bắt đầu giai đoạn thứ hai tôi nhìn lại một lần nữa mấy tấm phim chụp quang tuyến. Tôi vững dạ khi nhận thấy những xoang (sinus) của bệnh nhân, diện tích của những xoang này tùy thuộc và có thể thay đổi theo từng bệnh nhân một, tương đối khá nhỏ. Công việc sẽ dễ dàng hơn. Tôi có thể định rất chính xác chỗ nào có thể mổ trên xương sọ. Miếng xương phải rạch dài chừng 8 đến 10 phân.

Trước khi bắt đầu, tôi lại cẩn thận báo cho bệnh nhân biết trước. Vì khi khoan và đục xương sọ, bệnh nhân có thể giật mình vì sợ hãi bởi tiếng đục tiếng búa.

- Bây giờ tôi mổ xương nhé. Kêu to lắm đấy, nhưng ông không thấy đau đớn gì đâu.

Bệnh nhân lại ú ớ vài lời.

Tôi cầm trước hết một cái *"drille"* (máy khoan) và khoanh tròn bảy lỗ nhỏ lên xương sọ. Xong tôi dùng một cái *"fraise"* (dùng để khoan loe miệng hình nón chạy bằng điện) để khoan những lỗ kia cho rộng ra độ một phân rồi đi sâu vào xương đến tận màng cứng của não.

Ngay lúc đầu, chúng tôi nhận thấy máu rỉ rất nhiều qua những lỗ này: điều hiển nhiên, vì áp suất quá cao trong óc đã gây trở ngại cho sự lưu thông của máu và làm cho máu bị ứ lại trong các tĩnh mạch. Heinrich vội lấp những lỗ này bằng sáp ong lỏng và đã khử trùng. Tuy vậy, mặc dầu chúng tôi đã để phòng như thế mà bệnh nhân cũng đã tỏ vẻ khiếp đảm.

Reinhardt rên rỉ và tỏ vẻ lo lắng. Youki cất tiếng:

- Mạch xuống: 60... áp huyết 11/8... nhịp thở tốt.

Tôi hơi lo: vì khi bệnh nhân lo lắng, áp suất trong sọ cũng tăng lên! Tôi tưởng đã dự liệu trước hết cả, thế mà tôi không ngờ bây giờ phải làm gấp rút vì thời gian không cho phép. Bây giờ phải tranh thủ từng phút một.

Sau khi đã khoan xong, vấn đề tiếp theo là phải tìm cách mở xương sọ ra. Ngành giải phẫu tân tiến đã dự liệu nhiều phương pháp mới áp dụng *"burin"* (máy đục) và kìm đặc biệt. Tuy vậy, tôi quyết định dùng cưa dây, phát minh mới của GIGLI: phương pháp và kỹ thuật này thật đơn giản, tao nhã và có ưu điểm là nương nhẹ cực điểm những dây thần kinh não.

Ta cho đưa qua lỗ xương một cái ống dò (*sonde*) dẹt bằng thép mềm và làm sao để giữa màng cứng não và xương. Ống dò này có một cái móc nhỏ. Ta đóng chặt cưa dây vào cái móc. Như vậy cưa cũng đi theo ống dò vào trong xương sọ. Lúc cưa phải cẩn thận để dây cưa nghiêng chéo góc như vậy về phía ngoài miếng xương nhỉnh hơn phía trong óc. Nếu không, miếng xương sẽ lọt vào trong khi ta đậy nắp xương vào chỗ cũ sau khi mổ. Như ta thấy, công việc này rất tế nhị, đấy là chưa kể phải tránh không gây một vết thương nào cho màng cứng não.

Heinrich giúp tôi đặt ống dò và đẩy nó vào dưới xương sọ. Khá nhanh, nhưng cũng chưa đủ nhanh, vì Youki lại dõng dạc báo cho chúng tôi biết:

- Mạch 48… áp huyết 10/7… nhịp thở không đều. Bệnh nhân khó thở…

Chúng tôi nhìn nhau kinh ngạc. Những con số này thật nói lên hùng hồn và khiếp đảm: có nghĩa là áp suất trong óc lên rất cao đến độ nguy cấp. Câm nín, đôi môi mím chặt, chúng tôi lại cúi xuống vùng giải phẫu. Chúng tôi đang chạy đua với đồng hồ, một cuộc chạy đua mà giải thưởng là mạng sống của bệnh nhân. Không ai nói với ai một lời. Các nữ y tá chỉ dám thở thật khẽ. Người ta chỉ nghe trong căn phòng lớn tiếng cưa xương.

Mặc dầu chúng tôi đã vội vã một cách tuyệt vọng, chúng tôi đã mất gần hai mươi phút trước khi cưa xong nhát cuối. Trước khi lôi miếng xương ra, tôi bảo Heinrich cầm lấy chiếc "nắp xương" này, bởi lúc cưa xương xong nó có thể rách trước, một phần giây sớm hơn, và có thể sẽ rơi xuống đất. Vì, sau khi mổ chúng tôi lại phải để vào chỗ cũ, nên không được làm nhơ nhớp miếng xương.

Sau khi đã đưa nhát cưa cuối cùng, đây là lúc mọi người hằng mong đợi. Miếng xương vừa cắt sẽ được tách khỏi màng cứng não. Giây phút nguy kịch nhất, bởi sự kích thích và thay đổi bất ngờ của áp suất trong sọ có thể gây một trạng thái kích ngất cực kỳ nguy hiểm.

Youki lại cất tiếng dõng dạc:

- Mạch lại xuống thấp nữa: 44… áp suất xuống… nhịp thở không đều.

Cần phải ra tay ngay. Tôi để một "*burin*" dưới "nắp xương", và quay cổ tay để làm đòn bẩy khẽ đẩy nó ra ngoài. Tay trái tôi nắm lấy nó. Heinrich đem bọc nó bằng miếng băng ướt rồi đưa cho y tá.

Trước mắt chúng tôi, là màng cứng não óng ánh xanh. Ngoài màu xanh đặc biệt, không làm thế nào để nhận được ra nó. Những huyết mạch, bình thường rất nhỏ, ẩn sâu giữa màng, bây giờ chỉ mờ; có lẽ vì áp suất quá lớn nên chúng bị chèn ép. Cũng không nhận thấy màng óc rung động do nhịp thở và nhịp tim đập. Sờ vào thấy thật cứng và căng.

Cầm một con dao mổ, tôi khẽ rạch một đường nhỏ ở đỉnh óc. Tức thời Sơ Johanna đưa ngay cho tôi đôi kéo đặc biệt có mấu. Tôi mở màng cứng não qua lỗ hở vừa rạch chỉ để lại một cạnh đáy ở đàng trước và ở dưới sọ.

Sau mỗi nhát kéo, khối não thùy trán càng phồng to lên, như một chiếc ruột bánh xe lồi qua vết rách của vỏ. Chẳng bao lâu, nó có hình dáng một quả bóng màu trắng lợt, chỉ cần ấn mạnh cũng đủ để đẩy nó ra khỏi sọ. Bướu hơi nầy đã thấy trong hình chụp quang tuyến phải đè nặng bằng sức ép của nó lên óc bệnh nhân.

Nhờ mở đỉnh sọ, nên áp suất trong não cũng đã bắt đầu giảm đi. Giọng sang sảng của Yuki biểu-hiện cho sự giảm sụp sức ép này bằng những con số đích xác:

- Mạch tăng dần… nhảy 50… áp huyết 10/7… nhịp thở hơn trước… vào đúng lúc bệnh nhân rên rỉ. Reinhardt vừa tỉnh dậy. Hiển nhiên, ông đã bị ngất đi trong suốt thời kỳ áp suất trong óc tăng lên.

Như bị thôi miên, chúng tôi ngắm não thùy trán bị đẩy ra ngoài. Khối óc không giống như mọi khi. Những rãnh lớn của những khúc cuộn não đã hoàn toàn biến mất, như bị là ủi thẳng đi. Ta không còn nhận được ra những động mạch nhỏ màu đỏ và những tĩnh mạch óng ánh xanh. Sự biến đổi chỉ thể hiện nơi bướu hơi với vùng đáy là mảng sáng của lớp dịch não tủy. Nó đã không nổ một khi được giải thoát khỏi màng cứng não bao bọc, thật cũng là một phép lạ. Tôi thận trọng nắn: nó vừa căng vừa mềm và dẻo, như một quả bóng cao su.

Bây giờ phải mở quả bóng này ra. Thường thường khi rạch mặt ngoài não sẽ bị chảy máu rất nhiều. Nhưng trong trường hợp này tôi có cảm tưởng là sự nguy hiểm không còn đáng sợ nữa. Nên không cần phải thận trọng cho lắm. Tôi mở bướu hơi bằng dao mổ điện. Đè lưỡi dao giữa bán cầu não trái tôi rạch một đường dài độ năm sáu phân. Tức thì cả não-thùy trán xẹp hẳn sau một tiếng xì nhẹ. Kinh-ngạc gần như kinh hoảng chúng tôi nhận thấy trong vùng này bề dầy của não-thùy xẹp đi mất hai li! Áp suất của bướu hơi phải kinh khủng lắm mới có thể đè bẹp não như vậy. Thế mà người bệnh khốn khổ này đã phải tiếp tục sống trong tình trạng ấy! Trong một khoảnh khắc tôi nghĩ thật lố bịch khi cầu mong tìm một phương thức trong một khối óc bị tàn phá như thế này. Chỉ cần nhìn não thùy tôi cũng đã thấy thật tìm kiếm vô vọng.

Cô y tá đưa cho tôi một cái bay (spatule). Tôi cẩn thận thọc thẳng vào trong chỗ hổng. Hai anh phụ tá để những cái móc lớn ở bên trái và bên phải rồi cả ba chúng tôi kéo khối óc này ra, hầu gỡ gáy bướu hơi. Không cần đợi lệnh, cô y tá đã buộc một cái đèn vào trán tôi. Trong chùm ánh sáng, khoảng rỗng tròn và lớn này hiện ra với thành trong nhẵn thín và lóng lánh màu ngà trắng. Tuốt tận sâu trong đáy ta thấy một dải nước trong vắt tạo bởi thác dịch não tủy.

Giọng Youki lại sang sảng:

- Mạch rất khá… nhảy 70… áp huyết 12/8… nhịp thở đều.

Rồi bỗng nhiên bệnh nhân cất tiếng nói, chậm chạp nhưng rõ ràng:

- Thưa giáo sư, tôi cảm thấy rất nhẹ nhõm, không thấy khối nước này đè nặng nữa.

Tôi ngẩn người ra. Phải gần 20 giây tôi mới có thể hiểu được rằng, một khi áp suất cao trong óc giảm đi hẳn, thì bệnh nhân cũng thoát khỏi trạng thái vô giác vô tri kia. Và có thể.

Thế nghĩa là hiểm nghèo trầm trọng nhất đã qua. Tôi cúi xuống nói vào tai Reinhardt:

- Ông thấy sao?

- Khỏe lắm, Tôi không nhức đầu nữa.

Tôi đưa ngón tay sờ vào vài nơi trong khoảng rỗng của não.

- Ông có thấy đau không?

- Không. Ngoài bắp vế ra tôi chẳng đau ở đâu cả; dây da buộc chân chặt quá.

Một cơ hội phi thường: tôi đang nói chuyện với một người và đồng thời đang nhìn tận trong óc người ấy. Tôi không thể nào vượt nổi một nỗi lo sợ gần như đượm mê tín và dị đoan. Phải chăng tôi vừa bước chân đi sâu vào một phạm vi đã bị cấm đoán đấy ư? Phải chăng tôi vừa lọt được vào cơ nguyên huyền bí của Ý Tưởng mà guồng máy phải thoát khỏi sự tò mò của người bác học?

May mà tôi định thần lại ngay. Bây giờ thật không phải lúc để tôi suy nghĩ. Trước hết, tôi cần phải kiểm soát lại án chẩn: Bướu hơi thật ra có 2 lỗ thông không? Tôi lại cúi đầu xuống thấp hơn nữa, trong khi Heinrich kéo khối não hầu có thể nhìn rõ phần trước của đáy khoảng rỗng. Thật đúng như tôi nghĩ: có một cái lỗ đường kính độ 3 hay 4 ly. Chắc chắn sự giao thông với xoang trán được tạo trực tiếp bởi tai nạn, hay nói cho chính xác hơn, do sự sụp đổ của thành hậu của xoang và cũng do màng nhầy của nó bị rách. Nhiệm vụ chính yếu của tôi là đậy cái lỗ hổng với những đường viền như bị viêm.

Còn phải xem có lỗ thông thứ hai giữa bướu hơi và sừng hẹp của não thất thứ tư không? Chúng tôi xoay nhẹ đầu bệnh nhân. Tôi cũng đổi vị trí để rọi chùm sáng tỏa từ ngọn đèn buộc trên trán xuống thành hậu của khoảng rỗng. Heinrich kéo thật nhẹ một chiếc móc. Tức thì, quả nhiên, tôi thấy ngay lỗ thông thứ hai. Nước đang chảy từng dòng xuống đáy quả trứng vịt không. Một cảnh tượng phi thường... có lẽ một trường hợp đầu tiên được quan sát: một cái thác nối từ hệ thống não thất với não thùy trán.

Ta có thể khép lỗ hổng này bằng vài mũi khâu trong mô não. Ý kiến này thật quyến rũ. Nhưng ở phía kia đằng nào dịch não tủy trong não thật này cũng nối liền với hệ thống dịch toàn diện của não. Nên tôi có thể để mặc lỗ này yên vị bởi tình trạng thủy lực thật ra cũng không bị ảnh hưởng gì. Điều cần chú trọng tới nhiều nhất là lỗ thông ở phía đằng trước, hiện đang để nước thoát ra ngoài.

Tôi suýt giật mình khi nghe bệnh nhân cất tiếng hỏi tôi giọng rõ ràng và bình thản:

- Thưa giáo sư, trong óc tôi có gì lạ không?

- Để tí nữa tôi sẽ nói ông hay, ông Reinhardt ạ. Bây giờ xin ông cứ để tôi làm việc đã nhé.

Reinhardt im lặng nghe lời tôi.

Muốn hành động dễ dàng trên lỗ thông mở vào xoang trán tôi phải đẩy não thùy trán trái lên, hầu thấy rõ chỗ bị sụp của thành hậu bướu hơi. Tay cầm những chiếc bay rộng và thật đẹp tôi tẽ não thùy khỏi màng cứng não và xương. Chẳng mấy lúc, tôi có thể nâng não thùy dễ dàng để thấy rõ ràng lỗ hổng. Từ trước đến giờ, mọi việc đều diễn tiến như dự liệu sau khi nghiên cứu những hình chụp quang tuyến. Tôi biết rõ những công việc tôi phải làm và sẽ đi đến kết quả nào. Tôi chẻ màng cứng não và dùng phần trong. Đem cắt một miếng nhỏ và mỏng để lắp vào lỗ hổng này. Tôi làm thật nhanh chóng. Tôi bẻ miếng màng cứng óc lên nóc cong của hốc mắt trái và khâu vài mũi thật nhỏ. Như thế, sự giao thông giữa não và không khí bị ngừng trệ như mong muốn.

Tuy vậy, khi ngắm tác phẩm của tôi, tôi bỗng tư lự: miếng màng mỏng này có đủ để lắp kín lỗ không? Hiển nhiên bắt buộc phải củng cố thêm. Nhưng bằng cách nào?

May mắn thay, chúng tôi, trong bệnh viện này, thuộc một trường phái luôn luôn quan tâm đến khoa giải phẫu thẩm mỹ. Mỗi người trong chúng tôi đều nắm chắc kỹ thuật miếng ghép tự do *(greffon libre)* những mô xương, mô liên kết và mỡ. Tất nhiên tôi có ý kiến cắt một miếng mỡ ở đùi trái bệnh nhân rồi đem giải tấm thảm dầy này lên thành hậu của xoang và của nóc cong hốc mắt.

Một lần nữa tôi báo Reinhardt.

- Ông đừng ngạc nhiên khi thấy chúng tôi chăm lo bên đùi trái của ông. Chúng tôi sẽ cắt một miếng mô mỡ dùng để lắp một lỗ hổng nhé.

Reinhardt không ngạc nhiên chút nào. Ông chỉ hỏi tôi:

- Còn lâu không giáo sư?

- Chóng lắm. Ông sắp trở về giường nằm rồi.

Tôi phủ tạm thời một tấm vải đã khử trùng lên vùng mổ và giao Jojo "trấn giữ". Tôi tiêm dưới da đùi dung dịch thuốc tê rồi cắt một miếng mỡ độ sáu phân vuông. Để Heinrich khâu vết mổ lại, tôi chuyển miếng ghép *(greffon)* đem vào óc trải lên lỗ hổng nguy hiểm này khâu vài mũi chỉ tơ. Bây giờ, chúng tôi có thể để nhẹ não thùy trán vào chỗ cũ, nằm êm ả trong chiếc "đệm" mỡ.

Mục đích chính yếu của cuộc giải phẫu đã đạt được, tôi chỉ còn khâu lại màng cứng của óc. Còn lỗ hổng thứ hai trong óc, tôi cứ để vậy.

Sau khi đã khâu màng cứng não lại, chúng tôi đặt lại "nắp

xương" vào chỗ cũ, kéo da đầu lên xương sọ vừa đưa và khâu cẩn thận vết rạch mổ lại. Tôi thận trọng không để một vũng máu chảy nào. Mổ tất cả mất chưa đầy một giờ rưỡi. Sau khi băng lại, tôi giảng cho bệnh nhân phải, bằng bất cứ giá nào, hết sức tránh cử động. Bệnh nhân được chở về phòng.

Chúng tôi ra ngoài hành lang rít một điếu thuốc. Tâm trí căng thẳng trong chín mươi phút này, với những lúc lo sợ và hy vọng nối tiếp, với những mối giao động càng linh hoạt khi chúng tôi càng phiêu lưu trong một thế giới chưa thám hiểm và với sự cố gắng tập trung tư tưởng trong khoảng thời gian dài này. Phải, tâm trí căng thẳng này chúng tôi đã hoàn toàn sống với nó và đã bị nó hành hạ. Heinrich dập điếu thuốc để gẫy tàn rồi phá tan bầu không khí im lặng.

- Theo ý anh một bộ óc bị tổn thương nặng nề như vậy có thể phục hồi lại những chức năng của nó không? Nó có thể làm việc như hồi xưa trước khi xảy ra tai nạn không?

Anh vừa kêu lớn câu hỏi mà tôi vừa tự đặt trong tâm tưởng. Tôi nhún vai.

- Thật tình nói với anh, tôi cũng không biết nữa. Tuy thế tôi vẫn lạc quan; vả lại cũng nên biết não thùy trán chỉ chịu tác động đè ép của quả trứng vịt to lớn này. Phải chờ đợi – ngay giờ ta không thể quyết đoán được. Khả năng tái tạo của thiên nhiên thật kỳ diệu… trời sinh trời dưỡng… nhiều khi có phép lạ.

Và phép lạ có thật! Chứng nhức đầu biến mất, nước mũi thôi không chảy nữa, những nhiễu loạn của ngôn ngữ giảm dần. Chụp hình quang tuyến ba ngày sau cuộc giải phẫu, chúng tôi thấy bướu hơi đã xẹp đi hẳn.

Chỉ có trí nhớ là từ chối không trở về. Tuy vậy ở điểm này, chúng tôi ghi nhận mấy tuần sau một sự tiến triển khởi đầu. Dần dần, như khoảng trời xanh hiện rõ từ từ qua tấm thảm dày đặc mây đen đang bị xé rách lần lần quá khứ đó từng khúc đời. Tôi thật đã mãn nguyện.

Tôi có cảm tưởng như dự kiến một sự phục hưng của trí tuệ mà chính tôi là người có công kiến tạo. Mỗi lần công việc cho phép, tôi thường đến thăm và nói chuyện với Reinhardt. Buổi đàm đạo thật hứng thú vì Reinhardt thật có thiện cảm. Rất thông minh và óc quan sát tuyệt hảo, Reinhardt lại có tính khôi hài trầm lặng tinh tế và đúng lúc. Những nhận xét của anh về mấy anh phụ tá, nữ y tá và y công làm tôi thật tình mến anh.

Mặc dù Reinhardt đã bình phục trông thấy, tôi vẫn chưa cho ngồi và dĩ nhiên chưa cho phép đứng dậy được. Tấm bảng "Triệt để cấm thăm bệnh" vẫn còn treo ở cửa phòng. Bởi mọi việc đều xảy ra tốt đẹp như vậy, tôi không muốn, dù phải trả một giá nào liều lĩnh vô ích.

Nhưng, một ngày kia, vào khoảng gần ngọ, chuông điện thoại reo trên bàn giấy tôi. Tôi nhận ra giọng nói của người y công trông coi khu đàn ông, một gã trẻ mới đến làm ở bệnh viện gần ba tháng nay. Gã lắp bắp vì cảm động.

- Thưa giáo sư… ông kỹ sư… ông thầy biết rõ lắm, người bệnh phòng 17… ông ta vừa ngất xỉu… Mời giáo sư đến ngay cho!

Tôi vội đặt dây nói và chạy ra ngoài hành lang. Tôi thấy Reinhardt nằm dài trên giường, tái mét, thở hổn hển; mạch rất yếu nhảy hơn 200 nhịp một phút. Anh bị ngất đi. Tuần hoàn bị rối động. Người bệnh đang có vẻ bước vào trạng thái hôn mê. Dưới đất, cạnh chiếc ghế, tôi nhận thấy một vũng máu. Vũng máu này nhỏ không thể nói là nặng lắm; sự có mặt của nó tuy nhiên đã chứng tỏ rằng bệnh nhân vừa lại bị một chấn động mạnh. Thật là một thảm họa. Phụ giúp bởi Heinrich và Jojo, cũng vừa được thông báo và ngừng ngay việc để chạy lại tiếp cứu, tôi bắt đầu làm công việc cứu cấp, – tiêm vào tĩnh mạch một dung dịch đường, thuốc trợ tim và cho thở dưỡng khí. Nhưng nhịp thở lại càng hỗn loạn như để vỡ. Mặt vẫn còn tím ngắt. Chẳng bao lâu, chúng tôi phải áp dụng đến phép hô hấp nhân tạo. Hai mươi phút sau, đến lượt tim ngừng đập. Cầm một ống tiêm có kim thật dài, tôi chọc vào phía tim trái và tiêm thận trọng một dung dịch *Adrenaline*. Vẫn vô vọng: tim vẫn ngừng đập, phổi vẫn không thở nữa. Dù cho chúng tôi cố gắng thế nào đi chăng nữa, người bệnh đã chết trong cánh tay chúng tôi. Đôi mắt mở lớn, đã lờ đờ mất thần, hình như nhìn thẳng chăm chú lên trần nhà. Trên những mặt biến dạng bởi đau đớn ghi hằn, nay đã dần dần trải lên vẻ bình thản bất động xa cách của sự chết. Bất lực không thể hồi sinh lại cuộc sống vừa mới ra đi, chúng tôi chỉ cúi đầu để che giấu nỗi cảm xúc.

Chưa bao giờ một cái chết lại làm tôi không nhận ra tôi và làm tôi bàng hoàng, như cái chết của Reinhardt. Tôi chưa biết việc gì đã xảy ra nhưng muốn tìm cho ra lẽ. Một cô y tá chạy ngay tìm người y công lúc nãy đã gọi điện thoại cứu cấp cho tôi. Gã lưỡng lự, bước vào phòng mặt mày tái mét vì lo sợ.

Tôi lên giọng hỏi:

- Ai vừa vào phòng này?

- Dạ, thưa một ông ở hãng… cháu không biết tên ông ta… ông ta nói ông là bạn thân của ông kỹ-sư đây, ông muốn vào thăm năm phút…

- Trong khi tôi triệt để cấm không cho ai vào thăm cả! Ai cho ông ấy vào?

- Dạ thưa cháu ạ.

- Tại sao anh lại làm như vậy?

Gã cúi đầu không trả lời.

Tôi hét lớn:

- Tại sao? Tôi muốn biết tại sao?

Gã vẫn câm như hến, cố tránh cái nhìn của tôi như một cậu học-sinh bị ông giáo bắt quả tang đang làm lỗi.

- Anh có ở trong phòng không?

- Dạ không. Nhưng khi cháu thấy lâu quá nên cháu hé cửa…

- Thế anh thấy gì?

- Dạ thưa cháu thấy ông kỹ sư đứng dậy ngồi vào bàn. Ông viết vào một tờ giấy – dạ nhiều chữ số lắm, toàn là số cả… Cháu muốn dìu ông ấy vào giường nằm nhưng ông khách đã cản cháu và nói: "Chờ một chút xíu, chúng tôi sắp xong rồi."

- Thế anh làm gì nữa?

- Dạ, cháu đi ra hành-lang và cháu đợi các ông ấy xong. Sau vài phút, ông khách đi ra Mặt ông ấy hớn-hở lắm. Ông ấy cười. Cháu nhìn thấy ông ấy gấp tờ giấy làm tư rồi cất vào túi. Rồi ông ấy vừa đi vừa chạy…

Tôi nắm chặt mấy ngón tay. Cái phương-thức! Bọn họ đã cưỡng-ức một người, không đủ sức tự-vệ, một người, như một phép lạ đã đi từ thế-giới bên kia trở về. Họ đã cố tình móc cho được cái phương-thức. Run người vì tức giận tôi nói lớn:

- Này anh họ cho anh bao nhiêu tiền?

Gã quay mặt đi. Khuôn mặt gã trở nên lầm lì khiến tôi càng tức giận thêm.

Tôi nắm lấy hai vai gã và lắc mạnh.

- Đồ súc sinh! Mày có trả lời tao không! Bao nhiêu?

Bỗng nhiên hắn bủn rủn cả chân tay.

- Dạ 50 Mã khắc. Hắn nói rất nhỏ và bật khóc.

- Thế sau khi ông kia đi rồi thì sao?

- Thưa cháu thấy trong phòng một tiếng động… như một vật gì đổ, gã ấp úng vừa nói vừa gạt nước mắt. Cháu chạy lại, cháu mở cánh cửa… Ông ấy ngã ngửa ra đằng sau, đầu đụng vào chiếc ghế. Cháu kêu cứu: bớ người ta! Rồi cháu đặt ông kỹ sư lên giường… rồi cháu chạy đi gọi điện thoại cho ông thầy… Dạ thưa có thế…

Tôi có thể bóp cổ gã mà không thấy chùn tay. Thật chúng tôi đã làm những điều không thể làm được, chúng tôi đã cố gắng từ đầu để cứu người bệnh khốn khổ này, rồi mọi việc trôi chảy như xếp, rồi ngay cả miếng di thực trong não đã dính liền, rồi không một trở ngại cả… để rồi bao nhiêu cố gắng ấy đi đến cái chết vô lý này! Tôi nhìn lơ đãng qua cửa sổ, một mảnh trời tràn ngập nắng, bất chợt tôi giật mình. Người y công nắm chặt lấy tay tôi, năn nỉ van xin:

- Cháu cắn rơm cắn cỏ lạy ông thầy. Ông thầy tha lỗi cho cháu! Ông đừng đẩy cháu vào tuyệt vọng… cháu có vợ dại con thơ… Lâu nay cháu bị thất nghiệp.

Tôi nhìn gã, nghĩ ngợi rất nhiều. Dĩ nhiên là gã có tội, – Nhưng một tòa án dù khắc nghiệt đến đâu cũng cho hắn trường hợp giảm khinh. Nhưng có tội nhiều nhất, trong tấn thảm kịch này, là những người đã thuyết phục và dụ hắn quên bổn phận. Những người này chỉ còn nhìn thấy ở người kỹ sư trưởng của họ một chức vụ kỹ thuật mà quên hẳn chức vụ thiêng liêng của con người có cái tên Reinhardt.

Ba ngày sau, trong chồng thư, tôi thấy một thiệp báo tang, một tờ giấy Bristol dầy viền đen:

Ban Quản trị, Ban Giám đốc và toàn thể nhân viên trong hãng X thương tiếc báo tin cùng quý vị: Ông JOHAN-CHRISTOPHER REINHARDT Cử nhân Khoa học, tốt nghiệp Viện Kỹ Thuật Học, đã từ trần sau một tai nạn nặng nề. Ở con người đầy uy tín này đã bị tàn nhẫn lôi khỏi những hoạt động của hãng, cả một cuộc đời tận tụy cho tiến bộ. Hãng chúng tôi đã mất một người cộng sự viên không thể nào thay thế được và đã phụng sự cho đến hơi thở cuối cùng.

NGHIÊM SỸ TUẤN & NGUYỄN VĨNH ĐỨC

*[Tình Thương Số 9-10-12-13-14,
tháng 9-10-12, 1964 tháng 1-2, 1965]*

---

(1) pneumatocèles

Người Bệnh Tưởng

Trong những "loại" người bệnh, có một "type" bệnh nhân đáng "gờm" nhất đối với người y học là những người "am hiểu" về bệnh lý. Trong loại này có hai hạng người. Hạng thứ nhất tương đối không đáng sợ lắm. Họ chỉ "pha muối pha tiêu" một chút, khi người y sĩ giảng cho họ cách thức trị liệu. Phần nhiều, đã đọc trong báo chí hằng ngày hoặc trong những tập san phổ biến y học, một bài báo nói về một loại thuốc mới rất công hiệu; họ sẽ rất đỗi ngạc nhiên khi thấy bác sĩ không kê trong toa thứ thuốc thần diệu này, bởi "thưa, nó như thuốc thần làm giảm bệnh ngay chứ không như những thứ thuốc cũ rích và xưa quá rồi". Thường thường chỉ cần giải thích qua là họ sẽ hiểu và chịu ngay. Nhưng những hạng người thứ hai trong loại người bệnh này mới đáng sợ. Họ đã có thể định bệnh ngay cho chính họ rồi. Nay đến bác sĩ chỉ là để mong được "chính thức công nhận". Họ sẵn sàng nêu những lý lẽ vững vàng trong "kho hiểu biết" lượm nhặt từ những cẩm nang hay những sách "thuốc" chỉ dẫn những điều khuyên cần thiết để chê bai ông thầy. Chín phần mười, sau khi đã "thử" hơn nửa tá ông thầy, họ sẽ mừng như bắt được vàng khi "gặp" được một ông lang băm đã hiểu và định đúng bệnh họ "mong muốn". Không cần phải nói tiền "tạ" thầy lúc đó cũng nhiều. Phải nói là những người đáng thương này không bao giờ khỏi bệnh được: trí tưởng tượng của họ giống như con rắn trăm đầu trong thần thoại. Chặt cái đầu nào lại sinh ra hai cái khác. Còn về phần tôi, trong cuộc đời y-sĩ, chỉ gặp có một "cas" mà một người chắc chắn là "rất sành về tâm lý" đã tìm được một giải pháp độc đáo để chữa khỏi người bệnh tưởng này.

*

Đứng bên giường tôi nhìn kỹ người bệnh mới vào, một người đàn ông trạc ngũ tuần, đang giương mắt nhìn khoảng chân không vẻ lo lắng. Vợ ông, ngồi trước mặt tôi, ngửng mặt nhìn tôi vẻ tức giận.

- Nhưng, thưa Giáo-sư, chồng tôi đâu phải một đứa con nít. Tôi van xin Giáo sư cứ nói cho chúng tôi biết sự thật ra sao.

Người bệnh quay mặt về phía vợ.

- Thôi mình ạ. Mình phải biết nói nhiều cũng vô ích...

Ông mở nút áo pyjama lụa màu mỡ gà, lau gáy bằng chiếc khăn tay vải mịn và thơm phức rồi đưa tay mệt mỏi chỉ chiếc bàn trên đó có ba bốn quyển sách dầy cộm.

- Giáo sư quên rằng tôi đã biết rất nhiều về căn bệnh của tôi. Xin Giáo-sư đừng đóng kịch với chúng tôi. Tôi đã đọc rất nhiều sách thuốc về trường hợp tôi.

Người bệnh ngồi nhỏm dậy, chống một cùi chỏ lên giường.

- Nếu ông nghĩ rằng ông có quyền để tôi thắc mắc tư lự hay, nói thẳng ra, muốn lợi dụng tôi, tôi không thể cấm ông. Nhưng thật tình, Giáo sư lầm lớn . . .

- Em xin mình, người vợ ngắt lời chồng. Đừng xúc động nhiều, nhất là trong tình trạng này.

Người vợ đứng dậy và bấm ba bốn lần vào chiếc nút điện. Cô y tá chạy ngay đến, có thể cô ta cho là tình trạng bệnh nhân thật khẩn cấp.

- Cô cho chồng tôi một ly nước cam vắt. Tôi xin cho để luôn ở đây trong chiếc bình pha-lê này. Cô đã quên không đổ đầy vào.

Cô cho nhiều đá nữa nhé. Bác tài nhà tôi đã đem giỏ anh đào lại chưa? Tôi cũng muốn biết bữa nay chồng tôi sẽ ăn cái gì. Ông ấy nom tọp hẳn đi...

Người bệnh "nom tọp hẳn đi" là một ông bự rất giàu. Có đa số cổ phần trong một xưởng kỹ-nghệ ở vùng Ruhr, ông chủ nhân của bao nhiêu bất động sản và cũng là một điền chủ, ông bự này tôi được cho biết là một trong những người đóng nhiều thuế nhất ở Đức-Quốc. Người ta cũng cho tôi biết là ông thích được gọi là "Cụ Tổng Giám Đốc".

Chức-vụ này và gia sản kếch sù này không phải hoàn toàn do cụ Cố để lại. Cụ Tổng đã hưởng một gia-tài đáng kể. Nhưng cụ làm việc rất nhiều để nay số vốn nhân lên hơn trăm lần. Là một người có tài tổ chức, có bằng cấp danh dự (honoris causa), có rất nhiều bằng sáng chế, Cụ Tổng đủ những yếu-tố và điều kiện để thành công: trí thông minh, sự hiểu biết, nghị lực và tài tháo vát. Tôi đã có nhiều dịp để có thể nhận định và ưa mến những đức tín trên. Hồi đó, nghĩa là sau trận đệ nhị thế chiến, Cụ Tổng thuộc vào giới thượng lưu ở Bá-Linh, và tôi phải nhận rằng Cụ ít khi tham dự vào cuộc sống giải trí của giới này. Vì thế tôi chưng-hửng khi nghe tin cụ lấy vợ. Người bạn trăm năm của cụ Tổng, nhỏ người, mảnh mai, "búp bê bằng sứ", thuộc vào loại đàn bà mà ta thường thấy kiểu ở những nơi mà các nhà triệu phú thường hay la cà. Công việc nội trợ đều giao tất cả cho ông quản gia, chị bếp, chị sen, anh tài. Bà chủ chỉ lo việc chăm chút sắc đẹp và quần áo của mình. Ta thường gặp bà chủ ở những nơi giới thiệu thời trang, phòng khách "chính chị", dạ vũ huy hoàng hay những buổi dạ tiệc. Thường thường những người đàn bà này được mệnh danh, hay tự mệnh-danh bằng những "mỹ-từ nho nhỏ xinh xinh" như Minouche, Didine Eichette — những tên thật trẻ con này thật rất xứng bởi sự đỏm dáng kiểu các cô con gái dậy thì của họ, đã phân biệt hẳn với những bà mệnh-phụ đứng tuổi. Nhưng thật ra họ không trẻ con đâu: một khi chàng nào lọt vào lưới tình của họ mà không chiều hay phụng sự đúng mức những điều nũng nịu nhất thời của họ thì họ sẵn sàng có đủ những đức tính độc ác của năm bà "thường" cộng lại.

Ông bạn đồng-nghiệp đã chữa cho ông chồng của "Bichette" đã viết cho tôi một lá thư dài trong đó, qua hai dòng chữ tôi thấy một sự chịu đựng và nhẫn nhục vô bờ bến. Anh viết: *Người bệnh rất bị khổ sở và khó chịu khi nuốt đồ ăn và có một ngách ở thực quản (diverticule de l'œsophage). Cái ngách này trông thấy rõ ràng trên những phim chụp quang tuyến đính kèm.* Nhưng ông bạn đồng nghiệp tôi viết tiếp, *Ông Tổng-Giám-Đốc cứ một mực tin rằng mình bị ung thư và không chịu là mình đã lầm khi tôi đã khám-nghiệm rất kỹ càng mà không thấy một dấu tích nào thuộc về loại bướu-ác-tính (tumeur maligne).*

Nếu bức thư đó không "chuẩn bị" cho tôi để ứng phó với những "biến cố" sẽ tới, tôi sẽ bị bối rối hết sức khi bệnh-nhân đến tôi khám bệnh. Ông Tổng-Giám-Đốc dĩ nhiên không hề vào bệnh-viện như những người thường được. Mới đầu tôi phải tiếp bí thư ông trước đã. Ông này đi duyệt một lượt những căn phòng hạng nhất và chọn một chiếc phòng "hợp" nhất. Phòng này phải để trống trong ba ngày, tuy chúng tôi thiếu chỗ cho bệnh nhân nằm. Rồi cụ Tổng khệnh khạng đến cùng phu nhân. Liền sau đó, nhân-viên bị cuốn trong một cơn gió lốc khiếu nại. Giường này không được êm, bà Bichette nói vậy rồi bà vội quay số điện thoại để đặt một chiếc giường khác. Cái mền nhung mao này không được đẹp mắt cho lắm, và bác tài phải đi ngay đến nhà hàng quen để mua "cái nào mà bác thấy đẹp nhất". Trong khoảng một khắc, bà Bichette đã thành công trong việc làm rối loạn cả một từng lầu. Khi tôi vừa bước vào bực thang, cô y-tá-trưởng đã than với tôi rằng vị "phu-nhân" này cứ bấm chuông liên hồi.

- Nếu cứ như thế này, thưa Ông Thầy, em tự hỏi...

- Được để tôi xem.

Cuộc hội đàm đầu tiên của tôi với bệnh nhân mang nhiều thất vọng cho Cụ Tổng và cho tôi. Vì vị phu nhân cứ ngắt lời Cụ Tổng hoài nên tôi phải dùng cả kho tàng nước bọt và tài ngoại giao của tôi ra để thuyết phục nàng đi ra khỏi phòng bệnh. Khi cánh cửa phòng bệnh được khép lại ông chồng giải thích cho tôi biết, vẻ đau đớn, là những triệu chứng tiên khởi bắt đầu từ mấy năm nay. Ông có cảm tưởng là một phần thức ăn, đáng nhẽ phải đi xuống hết lại vướng ở hầu đầu, cho nên trong và sau khi ăn ông thấy có một cục trong cổ. Hơn nữa, "mồm cũng hôi lắm", đó là triệu chứng của sự hư biến các mô, như vậy có phải không giáo sư? Và mấy tháng nay, ông gầy tọp hẳn đi, "giáo sư cũng biết như tôi vì một nguyên cớ nào". Tuy vậy, nguyên nhân của những nhiễu loạn này thật hiển nhiên, quá rành rành nên Cụ Tổng đã có thể tự mình định một án-chẩn phũ-phàng: ung thư thực quản!

Tôi suýt nhún vai những lời tự thuật của cụ Tổng thật đúng như với ý kiến của anh bạn đồng-nghiệp tôi và cũng hợp với kết quả những tấm phim chụp quang-tuyến. Hiển nhiên đây một ngách Zenker, một thứ túi ở đầu thực quản dần dần theo năm tháng cứ phình ra mãi. Khi mà cái túi này còn nhỏ và không vướng thức ăn vì thực quản co rút thì không gây một trở ngại nào. Nhưng nếu bệnh nhân cứ để như vậy, cái ngách này cứ to ra mãi; những mảnh thức ăn tích ở đó, thối rữa và lúc đó sẽ là một trung tâm nhiễm trùng nguy-hiểm. Lấy trong cặp ra những tấm phim chụp quang tuyến mà tôi đã có sáng kiến đem đi, tôi cố gắng giải thích cho Cụ Tổng bệnh trạng và đề nghị sẽ mổ và cắt cái ngách này đi. Tôi kết luận:

- Chỉ cần làm tê cũng đủ. Không cần đánh thuốc mê làm gì. Chỉ mấy ngày sau là ông quên hết. Ông sẽ không thấy khó chịu và khổ sở nữa, ông có thể ăn uống như thường không ngại gì cả rồi ông sẽ lên cân ngay.

Cụ Tổng lắc đầu, rồi cất tiếng rầu rĩ:

- Giáo sư nói như hệt bác sĩ ở Bá-Linh. Thưa giáo-sư, ngài khi thị tôi quá: tôi sẵn sàng, luôn luôn sẵn sàng, để chịu đựng sự thật!

- Sự thật, vâng thưa ông Tổng Giám Đốc, những điều tôi vừa nói với ông đều là sự thật. Ông bị một cái ngách ở thực quản, chỉ có thế thôi.

Cụ Tổng lộ vẻ rầu rĩ và thất vọng vô hạn. Trong những trường hợp khác tôi có thể bật cười khi nhìn bộ mặt mếu máo của Cụ Tổng.

- Các ông bác sĩ, ông nào cũng giống ông nào cả! Các ông không có can đảm báo một tin buồn cho bệnh nhân. Tôi đã bảo với Giáo Sư là đối với tôi sự giữ kẽ hay đóng kịch chỉ là thừa: tôi biết tôi bị gì rồi!

Tôi bắt đầu bực mình:

- Thưa ông Tổng Giám Đốc, tôi không còn gì để nói thêm nữa. Tuy vậy, muốn cho ông vững lòng tin, tôi sẽ soi thực quản ông trước khi mổ. Nghĩa là tôi sẽ dùng một ống rỗng trong đó có để đèn rồi soi kỹ đầu thực quản và hầu đầu. Soi như vậy cũng khó chịu lắm nhưng tôi chắc sẽ không đau đớn nhiều khi tôi chích tê màng nhầy. Dĩ nhiên với điều kiện là ông phải tỏ ra biết điều mới được.

- Giáo sư thấy chưa... Người bệnh nói khẽ với một giọng của kẻ phiền muộn vì đã nhìn đúng và nhận xét đúng.

Hai ngày sau, tôi soi thực quản. Mặc dù những lời rên rỉ ảo não của người bệnh, tôi thấy ngay lỗ miệng của cái ngách, ở chỗ ta thường thấy nghĩa là phần trên của mặt hậu thực quản, túi trơn nhẫn và miệng ngách cũng không sâu lắm. Không có dấu vết viêm chứng nào và do đó không thể nào có ung thư.

Nhưng vừa soi xong, Cụ Tổng Giám Đốc ngất và phu nhân khóc nức khóc nở. Tôi cầm tay phu nhân và kéo ra ngoài hành lang.

- Tôi xin bà nhé, thôi, xin bà bình tĩnh một chút. Ông nhà đã tỏ ra rất can đảm, bà cũng cố tỏ ra mình xứng đáng với ông nhà. Còn cái ngách hay cái túi ở đầu thực quản này, tôi sẽ cắt bỏ nó đi. Mổ rất nhanh và không có gì đáng ngại; nếu không, cứ để thế càng ngày nó lại càng lớn. Bây giờ tôi thiết tha xin bà hãy bình tĩnh đi đừng sợ gì cả. Bà hãy an ủi và làm vững lòng ông nhà; bà hãy đến nói chuyện với ông nhà đi hay thế này nhé: bà hãy đi mua một cái quà nào cho ông nhà vừa lòng và làm ông quên hết những ám ảnh không đâu nó hại lắm. Cứ tưởng tượng suốt ngày như vậy tội quá. Tôi hoàn toàn tin tưởng ở bà nhé. Bà hãy thuyết phục ông nhà ưng thuận cuộc giải phẫu nhỏ này.

Có vẻ xiêu lòng, vị phu nhân nhỏ nhắn hứa với tôi sẽ làm những gì tôi đã khuyên. Thiện chí của nàng chỉ là giả tạo hay nàng đã không thuyết phục nổi ông chồng? Nhưng dù sao, phải mất ba ngày bệnh nhân mới chịu ưng thuận mổ. Ba ngày đằng đẵng đối với bệnh viện là cả một nỗi thống khổ không lời. Chúng tôi phải cho đặt trước cửa phòng bệnh một chiếc ghế dài để anh tài ngồi cho ông chủ và bà chủ thường xuyên bảo. Cứ hai hay ba giờ bà chủ lại sai đi mua nào hoa, nào quả, nào đệm, nào tiểu thuyết. Mỗi lần người tài xế gặp tôi là hắn nheo mắt ra chiều đồng lõa. Một buổi sáng bác tài đứng dậy tay cầm mũ khi tôi đi qua và nói thầm với tôi:

- Thưa Ông Thầy, nghề này thật là mệt!

Đến bây giờ tôi vẫn còn tự hỏi không biết bác ta nói về nghề tài xế hay nghề của tôi?

Còn về phần bệnh nhân và người vợ, họ đang ngụp lặn trong một tình trạng bối rối tơ vò vô hạn. Thật rõ ràng, họ run sợ khi nghĩ phải mổ dù tôi hết sức khuyên nhủ và nói điều hơn lẽ phải. Tuy vậy cụ Tổng và phu nhân vẫn không quên "đầu độc" các cô y tá. Các nhân viên suýt nổi loạn khi thấy phu nhân cho đem một giường thứ hai vào phòng bệnh để coi sóc đức ông chồng suốt hai mươi bốn giờ trong ngày. Có lẽ vào đêm thứ ba hai vợ chồng Cụ Tổng mới có một quyết-định khốc liệt bị hoàn cảnh bắt buộc, bởi sáng hôm sau bà Bichette đến tôi và tuyên bố:

- Edouard chịu mổ rồi giáo sư ạ. Nhưng đừng tiêm thuốc tê; chúng tôi đòi hỏi phải cho đánh thuốc mê.

Nói rồi nàng đi ra phố để mua thuốc bổ. Bác tài khi đi theo bà chủ đến một chỗ rẽ ở hành lang chợt quay đầu lại. Tôi thấy hắn bấm bụng nhịn cười. Tôi cảm thấy thật thanh thản. Trước hết, bởi tôi cũng không thích cho chích thuốc tê lắm: không cho thuốc mê thì chắc với một bệnh nhân khó tính như vậy tôi sẽ gặp rất nhiều trở ngại và khó khăn. Thứ hai, bởi một khi bệnh nhân đã quyết định rồi thì cũng dễ, vì bệnh nhân lúc đó sẽ thoải mái và giao phó hoàn toàn số mệnh cho y sĩ giải phẫu. Nhưng khi tôi gặp đương sự thì sự thể dự đoán khác xa sự thật. Cục cưng của Bichette dáng điệu như một kẻ tử tù, nhìn chằm chằm tôi như một ông chánh án và một tên đao phủ. Nhận thấy ngay tâm trạng này, tôi nói thật nhanh lời khô như sa mạc:

- Ông không tin tôi sao? Đó là quyền ông. Còn phần tôi, tôi từ chối không mổ một bệnh nhân nào không tin tưởng ở tôi bởi lý do độc nhất và giản dị nhất là người y sĩ dù cho giỏi đến đâu cũng không thể làm được gì nếu không có sự hợp tác của bệnh nhân. Tôi không bắt buộc ông phải để tôi mổ. Nếu ông không muốn cho tôi mổ, ông hoàn toàn tự do quyết định. Ông có muốn tôi chỉ ông tới một bạn đồng nghiệp không? Tôi sẽ chỉ ông tới những nhà chuyên khoa y-sĩ giỏi nhất nước Đức. Bichette, ngồi bên đầu giường bệnh đứng phắt lên và gạt đổ chiếc ghế rồi nói lớn:

- Ông có thấy ông làm chồng tôi bực bội và căng thẳng thần kinh đến khiếp sợ không? Làm sao ông có thể nhẫn…

Đến ngày hôm nay tôi còn thấy hãnh-diện khi ra cửa mà không đóng sập mạnh lại. Một giờ sau nàng phu nhân nhỏ nhắn có cái tên xinh xinh là Bichette xin vào văn phòng tôi. Nàng nói là tôi đã hiểu lầm thái độ của đức ông chồng nàng. Thật ra anh ấy muốn được mổ lắm.

Ngày trọng đại đã đến. Buổi sáng hôm ấy tôi phải làm hết sức mình mới thuyết phục nổi phu nhân cụ Tổng ra khỏi phòng nhỏ. Đó là khó khăn độc nhất của cuộc giải phẫu này. Tôi thấy ngay cái ngách, cắt nó đi và khâu vài mũi bằng lụa thật mỏng và chắc. Muốn cẩn thận và thận trọng hơn tôi không khâu kín vết dao rạch ở cổ mà để một miếng gạc nhỏ vào đó.

Tôi cho đem bệnh nhân còn ngủ vào phòng bệnh và cử một cô y tá túc trực nơi đầu giường. Khi cắt nghĩa cho Bichette biết chồng của bà cần phải nghỉ ngơi hoàn toàn, tôi ngạc nhiên khi thấy nàng vâng lời và trở về khách sạn ngay.

Không có một biến chứng nào cho đến trưa hôm sau. Và lúc nầy, cô y tá, ngỡ người bệnh đang ngủ, vắng mặt vài phút. Tình cờ vài phút sau tôi đi qua hành lang. Bỗng nhiên tôi giật mình: phòng bệnh của Cụ Tổng Giám Đốc vẳng lại những tiếng rên rỉ ú ớ. Tôi mở cửa và dừng lại khiếp đảm: bệnh nhân mặc bộ áo ngủ đang quay tròn thốt lên những câu rên rỉ có thể làm vỡ ngay một trái tim bằng đá! Lần này thì tôi tức giận tột độ. Thật ngu như bò – đứng dậy làm sao được trong khi vết rạch ở cổ chưa lành và những mũi khâu ở thực quản còn quá sớm chưa hàn miệng! Đấy là không nói đến mối nguy cơ bị trụy tim mạch vì bệnh nhân còn đang phải uống những thứ thuốc dùng trong thời gian hậu giải phẫu. Tôi cạo và sát xà-phòng ông cho lấy lệ rồi ra lệnh cho Cụ Tổng phải nằm lại ngay lập tức.

Khốn thay, những điều tôi e ngại ngay ngày hôm sau đã thành sự thật. Sau khi Cụ Tổng lên cơn động cỡn, vết mổ ửng đỏ và hơi lên mủ. Suốt mấy ngày sau, bệnh nhân đau đớn thật tình. Chúng tôi phải cố gắng vượt bực và khổ sở mới có thể tái lập lại sự bình thường về hiện trạng sức khỏe của Cụ Tổng. Thường thường, bệnh nhân này cảm thấy dễ chịu, phải tỏ ra yêu đời hơn mới phải. Đằng này "cục cưng" của Bichette có vẻ không muốn là một bệnh nhân thường. Không những vẫn còn giữ vẻ cố hữu thống khổ của một kẻ không có ai hiểu được, mà Cụ Tổng lại cứ tin chắc là vết mổ đau nhức và sưng tấy lên như là một hậu quả hợp lý của căn bệnh ấy, vì Cụ Tổng cứ cho đứt đi là đã bị ung thư. Tất cả những cố gắng của tôi đều bất lực không thể nào gột khỏi ám ảnh ấy. Thêm vào đó phu nhân nhỏ nhắn Bichette, "phu nhân tai ách" – biệt hiệu do các cô y tá thân tặng cho bà – lại phụ họa vào những lời nói huyên thuyên của Cụ Tổng, nên cuộc trị liệu tâm-lý của tôi bị thất bại ngay từ đầu. Rất có thể, hai vợ chồng Cụ Tổng cứ bám víu vào cái ám ảnh gần như bệnh hoạn của án-chẩn ghê rợn kia.

Ít lâu sau, họ được biết hiện có một thủ thuật-gia danh tiếng ở Bá Linh. Bichette hỏi tôi có biết ông ấy không. Dĩ-nhiên tôi biết lắm và chúng tôi rất thân với nhau từ lâu. Đoán trước họ muốn đi khám bạn đồng nghiệp tôi và không dám bày tỏ cho tôi hay sợ làm phật lòng, tôi đi bước trước.

- Bà muốn ông ấy cho biết ý-kiến phải không? Dễ lắm mà, tôi sẽ gọi điện thoại ngay.

Tôi mong bạn tôi sẽ giúp tôi thoát khỏi tình trạng kỳ-cục và rối rắm này. Hôm sau anh bạn tôi đến. Tôi mời anh lại văn phòng cho biết rõ tình trạng này và nhờ anh làm an lòng bệnh nhân. Sau đó tôi dẫn anh tới người bệnh tưởng bị ung thư.

Sau khi tháo tấm băng và khám rất tỉ mỉ, anh bạn đồng-nghiệp tuyên bố với một giọng xác-tín:

- Sắp khỏi rồi. Thật ra tôi không hiểu tại sao ông đòi cho bằng được để tôi khám bệnh. Nhưng thôi, không sao đâu. Không có một cớ gì phải lo lắng đâu nhé.

Họ có vẻ an tâm. Nhưng bốn mươi tám tiếng sau vẻ hào-quang

tin tưởng của nhà chuyên khoa đại-tài ở thủ đô đã phai mờ rồi, và họ lại rơi vào khoảng trống kinh hoàng sợ sệt như xưa.

Sau khi đã nghiên-cứu kỹ càng vấn đề, tôi định mời một nhà thần kinh học. Nhưng may mắn sao tôi lại hỏi ý kiến cô y tá trưởng của tôi, một người đàn bà thật nhiều lương tri và giàu kinh nghiệm.

- Theo ý tôi, trước hết cần phải tống khứ ảnh hưởng nguy hại của phu nhân Bichette.

- Ta sẽ cắt một cô y tá coi bệnh-nhân. Cô định đề cử ai?

- Thưa, bây giờ nhân-viên đang thiếu. Nhưng em biết một cô y-tá tư đã đến ở đây làm nhiều lần rồi. Có thể tin tưởng vào cô ta được lắm ạ. Mà cô ấy cũng khéo léo lắm ạ. Nếu ông Thầy muốn, em có thể báo để cô ta đến...

Cô y-tá đến trình-diện văn phòng tôi lúc chiều. Tôi ngạc nhiên khi thấy một cô gái mà cái bạn nội-trú trẻ trung của tôi sẽ không ngần ngại trầm trồ một cây xanh rờn. Mái tóc vàng óng, làn da trắng như trứng gà bóc và dáng dấp thanh tao của cô ta làm tôi hồi tưởng đến những người mẫu nhiệt tình của Rubens. Vả lại, khi nói chuyện với cô tôi được biết mẹ cô là người xứ Flandre nước Bỉ. Ngoài vẻ duyên-dáng yêu-kiều không thể chối cãi được, cô ta lại tỏ vẻ có nhiều đức tính không thể ngờ tới: bình tĩnh và tự tin. Cô ăn nói có ngọn có gốc chứng tỏ có học và rất thông minh. Tôi trình bày thật thà tình trạng tiến thoái lưỡng-nan này và giải thích với cô phải làm sao với bất cứ một giá nào chữa khỏi căn bệnh thần kinh này. Xong, chúng tôi cùng lại phòng bệnh nhân. Tôi bảo cô y tá đợi ở hành lang, Tôi vào phòng và đóng cửa lại.

- Tôi đã suy nghĩ nhiều về trường hợp của ông, ông Tổng Giám Đốc ạ. Phải cần cử một cô y tá đến coi sóc ông.

- Trời đất quỷ thần ơi! Ông Tổng rên rỉ. Bịnh tình nặng đến thế rồi cơ à!

Bichette khóc nức nở. Không để ý gì đến nỗi thất vọng của bà, tôi lôi Bichette ra hành lang, đồng thời ra hiệu cho cô y tá bắt đầu vào canh gác. Tôi cất tiếng giọng an ủi:

- Bà ạ, bây giờ bà về khách sạn nhé. Tôi muốn bà hãy để ông nhà nằm tĩnh dưỡng một mình ba bốn ngày…

- Không bao giờ! Bà hét lớn rồi đẩy tôi ra chạy tọt vào phòng.

Hai giờ sau cô y-tá trưởng báo cho tôi biết Bà Tổng đã về và hứa sẽ về trước cuối tuần này. Rất ngạc nhiên, tôi quay lại phòng bệnh nhân, Cụ Tổng đang ngủ ngon lành. Cô y tá đang ngồi đọc sách.

- Cô đang đọc gì thế?

- Dạ, thơ "Ác Hoa" của Baudelaire. (1)

Càng ngạc nhiên hơn nữa, tôi bảo cô ta ra hành lang.

- Cô làm thế nào mà vợ ông ta lại...

- Thưa giáo sư, bà ta sẽ không quấy rầy ít nhất là vài ngày.

- Vâng tôi biết rồi. Nhưng... cô làm thế nào mà giỏi thế?

Cô y tá cười thật tế nhị:

- Dạ, em khuyên bà ta nên soi gương đi, rồi em chỉ những vết nhăn sắp thành nếp. Sau đó em chỉ cho bà địa chỉ một bà săn sóc sắc đẹp danh tiếng. Bà ta đã hẹn mai đến chữa. Như thế cũng mất mấy ngày…

- Tôi hiểu.

Lúc về tôi không ngớt ca tụng tài ngoại giao của phái đẹp.

Hai hôm sau, bệnh-nhân có vẻ tươi tỉnh lắm. Khi tôi gợi ý về cái án chẩn sai lầm kia, Cụ Tổng khoa tay múa chân và nói:

- Ồ! Xin giáo sư đừng nói nữa.

Tôi nhìn cô y tá. Vẻ thờ ơ, nàng vẫn cúi đầu đọc sách.

Ngày thứ tư, Bichette trở lại bệnh viện. Sau khi đã hội đàm cùng ông chồng suốt một giờ nàng ngỏ ý muốn gặp tôi.

- Thưa giáo sư, tôi đi du lịch đây. Edouard đã khuyên nhủ tôi nhiều lần, vì lợi ích chung cho cả hai người. Anh ấy bảo nên đến bờ biển Normandie: chỗ đó sang trọng lắm. Dạ anh ấy đã sửa soạn sẵn đầy đủ cả rồi ạ: có phòng rồi, có giấy xuất ngoại rồi lại đổi sẵn tiền Pháp rồi, ở trong ví tôi cả một sấp Phật-lăng dầy cộm. Anh ấy giải thích cho tôi biết là chúng tôi chỉ làm mất tinh thần nhau mà thôi. Thật kỳ quá: có phải giáo-sư khuyên anh ấy thế không? Thôi, anh ấy đã khá rồi, nên tôi mới chịu. Chiều nay tôi ra ga đáp chuyến xe lửa để sang Pháp.

Bệnh nhân ra bệnh viện mười lăm ngày sau. Vết mổ đã hoàn toàn lên sẹo, không bị phiền phức và khó chịu khi nuốt thức ăn nữa. Còn về căn bệnh "ung thư thực-quản" không hiểu sao Cụ Tổng lại không đả động gì tới nữa.

Một tháng sau, tôi ngạc nhiên khi thấy Bichette đến thăm.

- Giáo-sư có thể cho tôi biết chồng tôi bây giờ ra sao không? Vừa ngồi xuống nàng đã hỏi tới tấp.

Tôi ngạc nhiên hết sức.

- Tôi có thấy chồng bà đâu. Từ khi ông ấy ra bệnh-viện đến giờ…

- Tôi cũng vậy. Anh ấy gửi thư cho tôi lần cuối cùng từ Barcelone. Giáo sư nghe rõ chưa, từ Barcelone? Tôi cứ tự hỏi mãi, anh ấy đi Barcelone để làm gì? Ở công-ty, tôi được biết anh ấy đã từ chức không nhận làm Tổng-Giám Đốc nữa. Trong bức thư này, anh ấy không đá động gì về việc ấy, chỉ nói là sau khi giải-phẫu rồi cần tĩnh-dưỡng, và có lẽ phải lâu lắm mới trở về đây được. Tôi đã bảo anh bí-thư phải đến đó ngay, nhưng chồng tôi đã đi nơi khác mà không để lại địa chỉ – Thưa giáo sư, xin giúp tôi… tìm được ra anh ấy chứ...

Tôi chỉ có thể tỏ vẻ ái ngại và... nhún vai.

Mùa xuân năm sau tôi đi nghỉ mát tại Côte D 'Azur. Một buổi chiều đang ngồi ở tiệm cà phê ở Villefranche, bỗng tôi thấy trong đám người dạo mát một cặp mà chắc chắn đã gặp ở đâu rồi. Phải... đúng rồi, Cụ Tổng Giám-Đốc và cô y tá, Cụ Tổng đang mải ngắm biển xanh với những chiếc tàu đánh cá sặc sỡ nên không nhìn thấy tôi, nhưng cô y tá thì thấy tôi ngay và khẽ mỉm cười duyên. Nàng khẽ nói thầm với người bạn đồng hành. Cụ Tổng gật đầu và tiếp tục đi dạo mát hào hoa phong nhã trong bộ y phục miền bể đúng thời trang. Cô y-tá mặc thật duyên dáng làm nổi bật những đường cong tuyệt-mỹ. Nàng quay gót và tiến thẳng tới bàn tôi.

- Chào giáo sư! Giáo sư vẫn mạnh đấy chứ ạ?

- Không dám, chào cô.

Nàng cười, rồi ngồi xuống gọi bồi đem một ly cam vắt.

- Thưa giáo sư, em quay lại gặp giáo sư để ông thầy hãy nương nhẹ bệnh nhân. Xin đừng làm ông ta khổ nữa. Vì tin chắc mình bị ung thư thực quản, và đến hôm nay cũng không bỏ được ám ảnh ấy. Theo ý ông, không có một người y-sĩ nào lại có can đảm nói lên sự thật...

Tôi ngạc nhiên.

- Thế sao cô lại nói ông ta rất sung sướng?

- Vâng, chính thế. Chính nhờ em và em đã nói với ông ấy những lời khác hẳn giáo sư nói. Em nói như thế này: ông có lý! Phải, tội nghiệp! Ông bị ung thư đấy! Vậy những ngày cuối cùng trong đời ông, ông phải sống trong một khung cảnh của Baudelaire – trong một vũ trụ mà tất cả đều là trật tự, phóng khoáng và khoái lạc, trong một xứ thần tiên và đẹp có một người bạn đồng hành hợp ý tâm đầu. Thưa giáo sư xứ này thật tuyệt đẹp có phải không ạ? Và người bạn đồng hành ấy, ông ấy đã chọn em, ông ấy đã bảo với em hãy ở lại với ông trong những năm cuối cùng này và đừng bao giờ bỏ ông ấy. Em đã hứa với ông...

Tôi lắc đầu khâm phục. Quả là nàng biết cách lèo lái con thuyền...

- Thế thì theo ý cô, những năm cuối cùng này là bao nhiêu mới được chứ?

- Dạ thưa giáo sư, em nghĩ chắc độ hai mươi đến hai nhăm năm thôi ạ!

NGHIÊM SỸ TUẤN & NGUYỄN VĨNH ĐỨC

[Tình Thương Số 15-16, tháng 3-4,1965]

"Ác Hoa": dịch từ nhan đề tiếng Pháp *Les Fleurs du Mal* của Baudelaire.

Phía Bên Kia Con Đường Có Bóng

… và cứ như vậy ta bước tới cùng với thời gian qua, – đến buổi ta chợt thấy, rất gần, như có một lằn giới tuyến, một con đường có bóng. Lúc đó, ta mới biết là mình đã phải vĩnh viễn rời khỏi vũ trụ vô tư của tuổi trẻ.

JOSEPH CONRAD

*

Con đường có bóng này, mọi thủ thuật gia trẻ đều phải bước qua. Họ có thể chuẩn định rất chính xác giây phút mà họ đã bước, bước lớn đó: giây phút quan trọng và nghẹt thở của cuộc giải phẫu đầu tiên. Một khoảng thời gian thật ngắn ngủi, thật kỳ cục so với cả một sự nghiệp dài đăng đẳng, nhưng tuy vậy đầy đủ ý nghĩa thầm kín của nó. Vài phút mà sau bao nhiêu năm trời ta còn nhớ mãi vì nó đầy căng thẳng làm sao! Đối với tôi, sự thử thách còn đen tối hơn phần đông những thủ thuật gia trẻ, bởi định mệnh còn ghép vào một biến cố buồn nữa.

Khỏi cần phải nói, cuộc giải phẫu đầu tiên là đoạn cuối của một sự chuẩn bị lâu dài. Tất cả việc đào tạo thủ thuật gia tương lai đều cấu đặt theo nguyên tắc này: đi từng bậc một, việc đào tạo sẽ đưa đến tột đỉnh luôn luôn kỳ vọng và cũng e ngại nữa.

Bắt đầu bằng những giờ học giải phẫu trên những mô hình mẫu cơ thể học. Sau khi học lý thuyết về những chi tiết của những cuộc giải phẫu sắp phải làm, chúng tôi thực nghiệm trên xác chết. Hồi đó chiến tranh vừa chấm dứt (dĩ nhiên là đệ nhất thế chiến): sinh viên nhiều, xác chết ít. Nghĩa là những phương tiện học hỏi rất eo hẹp. Nên tôi phải ở lại sau những giờ giảng để nghiên cứu một mình những cuộc giải phẫu đa dạng nhất.

Thỉnh thoảng, tôi cũng lén xuống căn phòng ở dưới giảng đường cơ thể học viện chứa những xác chết. Tôi hăng say mổ xẻ quên hết mọi việc. Dưới ánh đèn điện hiu hắt của những chiếc bóng đèn dính đầy bụi, tôi rạch mổ tìm từng động mạch, tìm từng dây thần kinh, tôi thử xét những hiểm nguy của những vết rạch mổ, tôi tưởng tượng những vụ đứt mạch máu mà tôi phải đối phó, và nổi giận với chính tôi khi không tìm được một bộ phận nào thật nhanh chóng. Mỗi lần tôi phải lần tay vào thịt người chết, tử thi lạnh ngắt làm tôi rùng mình. Nhưng nghề đã dạy tôi cũng như tôi đã học nghề. Không những tôi tập mổ những thứ thường "tiểu giải phẫu" mà còn thử những vụ giải phẫu lớn, như cắt bỏ bướu cổ hay một cái vú, hoặc nạo hạch vùng nách.

Trong những giờ cặm cụi một mình, cứ theo dõi trong tưởng tượng những cuộc giải phẫu thật, đến nỗi tôi đã sống trước tất cả những giai đoạn, những tình tiết bi đát nhất. Không ai biết về công việc lén lút này, trừ ông già giữ nhà xác. Ông đã để cho tôi làm. Chắc trong thời trai trẻ, ông đã mơ ước thực hiện những kỳ vọng ấy!

Bây giờ chỉ còn tìm hiểu tôi sẽ xử sự ra sao khi đứng trước một người sống, khi giờ hành động đến. Tôi thoáng nhận biết lần đầu tiên khi ở bệnh viện - thật khiêm nhường thôi, hôm đó tôi mổ một cái áp-xe (abscess). Tuy vậy, đây là lần đầu tiên mà tôi cầm dao rạch vào da thịt người sống, và, như những sinh viên lính mới tò te, tôi cứ sợ đâm vào một mạch máu hay dây thần kinh. Mọi việc đều tốt đẹp cả. Và một khắc sau, tôi mỉm cười nhạo chính tôi lúc đó đã lúng túng. Nhưng tôi cũng biết mổ như vậy chưa phải là giờ phút quan trọng dấn thân.

Vài tháng đã trôi qua trong sự bình thản dối mình. Rồi một buổi sáng, tôi cảm thấy đã bước đến gần con đường có bóng. Tôi cố gắng tưởng tượng tình trạng căng thẳng đến với tôi khi mổ lần đầu tiên, và phải tỏ vẻ can đảm như thế nào, tóm lại, tôi đạo mạo cho là quan trọng lắm. Nhưng khi giờ phút quyết định đã tới, mọi việc đều xảy ra khác với dự tính. Có lẽ vì hôm đó, tôi đã may mắn có gần tôi một người cộng sự viên. Sự tin cẩn ở người đó đã giúp tôi vượt qua giai đoạn quyết liệt e ngại và ngập ngừng. Một người đàn bà đã giúp tôi rất nhiều mà tôi đã vô tình đưa đẩy vào một cái chết bi đát. Tôi sẽ nói nhiều về bà ở cuối truyện này.

Sơ Erna đã làm việc mấy năm nay rồi ở bệnh viện này. Một người đàn bà nhỏ thó, nét mặt nghiêm nghị nhưng thanh tú. Với chức vụ nữ y tá trưởng, sơ không được cảm tình của mọi người cả bệnh nhân lẫn các nữ tu khác; bởi tính hay gắt gỏng, nét mặt cáu kỉnh và luôn luôn thiết lập trật tự trong bệnh viện. Phần tôi, tôi nhận thấy bà sống với nội tâm nhiều hơn. Hiển nhiên, vũ trụ của sơ là nhà thương; có thể nói, đối với sơ, thế giới bên ngoài không hiện hữu.

Sơ đã che chở cho tôi, – theo kiểu sơ nghĩa là cứng rắn, nhưng thân mật. Trong khi các bậc đàn anh thường thường không đếm xỉa tới anh lính mới tò te là tôi, thì sơ Erna đã chỉ cho tôi nhiều điều quý giá, không những về phạm vi y học mà còn trên bình diện nhân bản.

- Bác sĩ thấy không, một hôm bà nói với tôi, khoa thủ thuật ví như cuộc đời: điều cốt yếu là phải có một bàn tay cương quyết nhưng phải biết sử dụng thật mềm mại.

Một phương thức thật kỳ diệu, thay cho câu văn cổ điển "bàn tay sắt trong chiếc găng bằng nhung"! Hơn một lần trong cuộc đời chức nghiệp, tôi đã bắt gặp ý nghĩa thầm kín và sâu xa của câu nói đó.

Những người phụ tá trong bệnh viện chưa bao giờ có dịp tham dự những cuộc giải phẫu lớn. Vì họ làm việc trong những căn phòng đầy vi trùng, nên khi họ vào phòng mổ đã khử trùng thật là một điều hiểm nghèo. Tôi cũng vậy, phạm vi khử trùng là nơi cấm địa. Tôi chỉ được dự những cuộc giải phẫu những trường hợp nhiễm trùng như mổ một khớp xương đầy mủ hay áp-xe (abscess) lớn.

Tôi nóng lòng chờ đợi. Tôi tưởng đã sửa soạn tất cả để hành nghề cao quý của tôi. Hồi bé, tôi hết lòng tập cho tay càng ngày càng nhanh lẹ, càng tinh tế khi kéo vĩ cầm và vẽ. Khi trở thành sinh viên, tôi đã quan sát thật kỹ càng điệu bộ và dáng dấp của những ông thầy giỏi khi mổ, một sự hòa hợp cường lực với dịu dàng thanh thoát. Dáng bộ mà tôi cố bắt chước mỗi lần phải làm phụ tá giúp mổ. Tôi cũng đã làm hết sức, – bởi đâu có dễ – để vứt bỏ thói quen thật tai họa, tính xấu của những người mới học lúc đầu, là giơ đầu lên vùng mổ để "nhìn cho rõ hơn". Mà, khi giải phẫu lại cứ nghiêng mình thì làm sao mà có thể cử động thoải mái được. Nghĩa là vẻ thanh thoải của một thủ thuật gia lành nghề.

Tôi cũng nhận thấy là trong phòng mổ hay ở đâu cũng vậy, bao giờ cũng có những thói xấu và tốt. Những thói xấu được biểu hiện một cuộc xô đẩy xung quanh "bàn bi da". Tôi thấy đầu bác sĩ chạm nhau đôm đốp trên vùng giải phẫu. Nhiều khi trong trường hợp khó, còn tranh luận ngay trong khi đang mổ để biết ta phải hoặc nên làm những điều gì. Cũng may mà trong khu giải phẫu của chúng tôi, những điều sơ suất này bị cấm đoán ngặt nghèo. Ông Thầy cũng như các bác sĩ, *phê phán rất chính xác và đường mổ tuyệt diệu, gọn gàng, có đủ uy quyền với nhân viên để có một sự phục tùng hoàn toàn, im lặng và hữu hiệu.* Hơn nữa, ngay trong những tình trạng nguy ngập nhất, họ đều giữ được bình tĩnh – điều kiện cốt yếu trong nghề chúng tôi, một nghề mà mọi sự thụt lùi đều không thể được. Nhưng cũng có những thủ thuật gia mất bình tĩnh, sợ trách nhiệm cuối cùng, hay ngay cả bỏ cuộc trước khi chiến đấu, e ngại trước một khó khăn bất thường. Dĩ nhiên là nhân vô thập toàn và con người lắm khi yếu đuối, nhưng bệnh nhân lãnh đủ.

*

Sau bốn tháng ở bệnh viện tôi được đổi đến một khu khác. Bây giờ cánh cửa phòng giải phẫu khử trùng sắp mở trước mặt tôi. Giây phút quyết liệt đã đến...

Một buổi sáng, anh y sĩ trưởng nhờ tôi phụ anh mổ một sa ruột bẹn *(hernie inguinale)*. Tôi thuộc lòng kỹ thuật mổ này. Khi tiến tới phòng tiền giải phẫu, tôi gặp sơ Erna. Sơ gật đầu chào nhưng vẫn nhìn tôi chằm chằm vẻ suy tư. Đến ngày hôm nay tôi còn nhớ cái nhìn ấy: đôi mắt to và đen hình như dò hỏi, như muốn móc một điều bí mật nào. Tôi định hỏi sơ lý do của cái nhìn soi mói này, nhưng bỗng nhiên, sơ quay mặt đi vào phòng tiền giải phẫu trong đó anh y sĩ trưởng đang sửa soạn mổ. Hơi thắc mắc, tôi theo gót bà. Suốt mười phút chúng tôi không nói với nhau một lời nào. Chúng tôi rửa tay trong nước nóng, thọc tay đến khuỷu vào một dung dịch *Sublimé* và trong cồn, sau đó để tay khô. Rồi mặc áo blouse đã khử trùng và đi bốt trắng, chúng tôi vào phòng giải phẫu. Bệnh nhân rất nhạy cảm nên anh y sĩ trưởng đã ra lệnh đánh thuốc mê, vì trường hợp đặc biệt, vì thường thường, mổ bướu bẹn chỉ tiêm thuốc tê. Bệnh nhân đã ngủ say rồi và nằm trên bàn. Tôi sắp đứng ở vị trí phụ tá của tôi thì anh y sĩ trưởng quay lại tôi:

- Hôm nay anh mổ, tôi sẽ phụ tá anh.

Tôi tưởng đã nghe nhầm.

- Anh dạy chi?

- Anh mổ đi! – Anh vừa cười vừa nói.

- Cám ơn anh. Rồi tôi đứng vào vị trí người mổ.

Cô y tá phụ trách dụng cụ đưa cho tôi một đôi găng tay. Tôi đeo ngay. Khi quan sát vùng mổ, bỗng nhiên tôi nhớ lại một lời nói của thầy tôi, giáo sư LEXER: "Cần nhất là những anh trẻ phải học mổ đi!" Chính vì muốn cho họ cơ hội, nên ông luôn luôn, nếu có thể, để cho họ mổ, trong khi những thầy khác đều có vẻ thờ ơ hay muốn giấu nghề.

Trong khoảnh khắc, tôi biết là tôi mổ được bướu bẹn này.

Vừa cầm lấy dao mổ, tôi rạch một đường ở bẹn. Không ngần ngừ một chút nào cả, trái lại, tôi làm thật nhanh, thúc đẩy bởi tham vọng khoe tài. Nói thật thà hơn, tôi sẩy nẩy quá. Bỗng nhiên anh y sĩ trưởng nói:

- Đi đâu mà vội thế bồ… Khỉ chửa, anh bị lửa đốt hay sao thế! Cứ từ từ, đi đâu mà vội!

Mọi việc đều trôi chảy như xếp. Tôi đem dễ dàng túi bướu

bẹn, mở nó ra, xem trong đó có gì, ấn nó lên rồi khâu đáy lại. Tôi cho luồn tất cả dưới bắp thịt, khâu theo kiểu *Bassini,* khâu các loại mô liên kết lên trên và đóng vết mổ lại.

Sau khi băng vết mổ lại, mấy anh phụ cởi dây buộc bệnh nhân và đưa về phòng. Anh y sĩ trưởng đã bỏ đi từ mũi kim đầu. Cả toán rời phòng giải phẫu. Tôi đứng một mình trước bàn mổ trống. Cuộc giải phẫu đầu tiên của tôi? Thật ra tôi, không cảm thấy một chút hứng cảm hãnh diện nào? Hứng cảm mà tôi chờ đợi mãi giây phút trọng đại này. Có phải tôi đã mổ, dưới sự kiểm soát của một cấp trên? Có thể, nhưng tuy vậy...

"Chỉ có thế thôi ư?", tôi nghĩ lòng thất vọng.

Trong hành lang trước chỗ rửa tay, tôi gặp lại sơ Erna. Sơ có vẻ vui quá, đôi mắt biểu tượng một niềm hoan lạc vô tả. Tôi không thể không nghĩ đặt một sợi dây nhân quả giữa niềm vui ấy và "chiến công" của tôi. Tôi muốn rõ trắng đen.

- Ma-sơ ạ . . . có phải vì ma-sơ mà tôi được mổ không?

Bà cười mà không trả lời. Nhưng vài phút sau, một chị đến xác nhận điều ấy:

- Sơ Erna chắc vui lòng lắm. Sáng hôm qua, tôi đang đứng với anh y sĩ trưởng thì ma-sơ đến và cứ nằng nặc để xin cho anh được biểu diễn một đường dao. Ma-sơ nói vẻ chắc chắn anh có phong thái một thủ thuật gia giỏi.

Bắt đầu từ buổi đó, tôi nghĩ đến sơ Erna nhiều hơn là cuộc giải phẫu đầu tiên của tôi. Thật lạ quá. Một người đàn bà dị kỳ! Ma-sơ có ngoan đạo không – đúng với ý nghĩa sâu xa của nó? Tôi vẫn tự hỏi mãi. Ma-sơ vẫn thường đi lễ, như tất cả những nữ tu, nhưng bà thiếu sự trong sáng của đức tin mãnh liệt.

Ở nhà thương rất nhiều sơ còn trẻ, những người đàn bà khả ái nhưng tin chắc ở tình thương của Chúa đã đem gieo rắc tình thương cho tha nhân. Các sơ tạo một bầu không khí chung quanh đầy thánh thiện thanh thản và niềm mến tha thiết. Nhưng sơ Erna không toát ra vẻ thánh thiện ấy. Cứng rắn và nghiêm khắc, bà có vẻ một người ghét cuộc đời và khinh loài người. Có thể bà đã thất vọng quá nhiều mà không thể thoát được, – một mối tình ngang trái hay từ chấn động tâm linh từ thuở nhỏ. Càng nghĩ về câu hỏi và thắc mắc này tôi càng muốn biết rõ câu chuyện nhiều hơn. Không phải vì tò mò, mà vì tôi muốn giúp bà trên phương diện nhân bản, như bà đã giúp tôi trong nghề nghiệp.

Mấy hôm sau cuộc giải phẫu đáng nhớ này, đến phiên tôi gác đêm. Đi dọc theo hành lang tối tăm, tôi rất ngạc nhiên khi nhận thấy trong văn phòng chánh còn ánh điện. Qua cánh cửa mở hé, tôi thấy sơ Erna đang cặm cụi với hồ sơ bệnh nhân. Tôi bước vào.

- Thế nào, tôi nói giọng như trách, quá nửa đêm rồi, Sơ không nghỉ bao giờ? Tuy ở đời chỉ có công việc là quý. Nhưng Sơ có bao giờ nghĩ ngày mai sẽ làm gì không, và lại là ngày chủ nhật nữa?

Sơ từ từ ngửng đầu lên. Với vẻ mặt khắc khổ, đường nét như chạm trổ dưới ánh đèn để bàn, đôi mắt mệt mỏi viền đỏ chứng tỏ hùng hồn bao nhiêu mỏi mệt của những buổi thức đêm liên tiếp.

- Mai tôi làm gì ư? – Bà nhắc lại. Thì, bác sĩ cũng thừa biết. Như những chủ nhật trước. Làm việc, đi lễ, rồi lại làm việc. Rồi sau bữa trưa tôi đi dạo một giờ, hay nếu trời xấu thì nằm nghỉ. Rồi làm gì nữa? Thì lại làm việc, ở nhà thương có bao giờ hết việc làm đâu?

Bà nói giọng thật bình thản làm tôi thấy bực tức gần như nổi loạn. Tôi gắt:

- Thật vô nghĩa quá! Sơ không thấy Sơ đang sống như một người bị khổ sai à? Làm việc, rồi lại làm việc, lúc nào cũng làm việc... Sơ lại sắp nói với tôi là cuộc sống này thật hạnh phúc?

Bà trả lời tôi giọng khô khan:

- Chúng ta không sống trên đời để hưởng sung sướng, nhưng để làm bổn phận mình. Tôi biết lắm. Chính KANT đã đặt những phương thức cứng rắn ấy. Tôi chưa bao giờ tin được là một người bằng xương bằng thịt, lại là đàn bà nữa, có thể tuân theo toàn diện nguyên tắc ấy.

Tôi ngạc nhiên khi thấy Sơ cười.

- Chính vì thế mà bác sĩ nhầm rồi. Tôi có thể nói, sống như vậy, tôi sẽ sung sướng, theo cách sống của tôi.

Không biết trả lời thế nào, tôi nhún vai và đi ra. Mấy tuần sau buổi đối thoại này, tôi lại gặp Erna trong phiên trực đêm. Tôi rất hài lòng vì có thể tin cậy bà. Từ lúc tối đến giờ bệnh nhân và những người bị tai nạn cứ ồ ạt như thác lũ đến chất đầy phòng nhận bệnh. Dù tôi có muốn đi chăng nữa, cũng không có thì giờ để tiếp tục câu chuyện với Sơ.

Vào khoảng hai giờ sáng, xe cứu thương chở đến chúng tôi, nằm trên cáng, một thanh niên tái mét và sốt, má hóp lại vì đau đớn. Phiếu gửi bệnh có ghi án chẩn: Sưng ruột thừa cấp tính. Lại một trường hợp đòi hỏi một quyết định tức thời.

Khi quan sát bụng bệnh nhân, tôi thấy phần phải vùng bụng dưới không đưa đẩy theo nhịp thở nữa. Khi sờ nắn, thấy bắp thịt và da bụng căng cứng. Tôi bảo bệnh nhân co chân lại để bụng bớt căng; thật vậy, bụng mềm hẳn đi không gồng nữa nhưng trừ phía phải bụng dưới. Hiển nhiên viêm chứng đã lan tới màng bụng rồi. Hơn nữa, bệnh nhân đau lắm, đụng vào bụng đã rên ầm lên. Đúng là chứng sưng ruột thừa phát triển thật nhanh và có thể gây rất nhiều biến chứng. Do sự nhận xét của tôi, ruột thừa sưng này phải ở sát màng bụng lắm; có thể đã thủng rồi. Có thể miếng ruột thừa này không ở chỗ thường lệ, giữa rốn và đỉnh xương hông, mà dưới nữa.

Sơ Erna, đứng ở đầu cáng nhìn chăm chú và lo ngại cuộc khám nghiệm này. Khi Sơ ngước nhìn tôi có ý dò hỏi, tôi nhún vai:

- Ma-sơ cho bảo ông y sĩ trưởng đi. Phải mổ ngay.

- Y sĩ trưởng không mổ được ngay bây giờ. Vừa mới có một người bị tai nạn, trường hợp nặng lắm một phần ngực bị đè nát; còn phải mổ lâu lắm.

Hơi tư lự, tôi nhìn chăm chú khuôn mặt rầu rĩ của bệnh nhân. Tình trạng này có thể chờ được không? Hiển nhiên, mọi sự chậm trễ rất tai hại và nguy đến tánh mạng. Nhưng hiện giờ anh y sĩ trưởng không thể mổ được ... Chợt sơ Erna tiếp:

- Ông có thể mổ một mình trường hợp này.

Bà nói rất nhỏ, giọng năn nỉ. Ngạc nhiên, tôi ngửng đầu lên. Bà đang nhìn thẳng vào mắt tôi như ngăn cản không cho tôi từ chối.

Vào lúc đó tôi cảm thấy, trước mặt có "cái bóng" hằng e ngại này. Bây giờ tôi chắc chắn như vậy.

- Được, để tôi mổ.

Sửa soạn thật nhanh chóng.

Anh phụ tá tập sự. Chúng tôi rửa tay.

Đặt lên bàn mổ. Bắt đầu đánh thuốc mê.

Chưa bao giờ căn phòng mổ về đêm đối với tôi, lại rộng lớn và buồn tẻ đến như vậy. Tôi gần như quên sự hiện diện của mấy anh phụ tá, tôi có cảm tưởng đứng một mình với ánh điện chói sáng, một mình gánh trách nhiệm về án chẩn này, từng đường mổ, từng nhịp tay, từng mũi khâu. Trách nhiệm trước mọi biến chứng dù nhỏ mọn, mọi hiểm nguy của thuốc mê, mọi cơ hội nhiễm trùng và tình trạng khúc ruột... và bao nhiêu điều khác không thể lường được.

Lần đầu tiên, một con người bị bất lực đang ở trong tay tôi và phó thác cả tính mệnh cho tôi.

Đây không phải là cuộc giải phẫu đầu tiên, dưới sự kiểm soát, của một y sĩ tha thiết muốn chọn hướng thủ thuật gia, nhưng là giờ phút của trách nhiệm, đầu tiên, trách nhiệm hoàn toàn, không ai giúp và chỉ bảo, giờ phút cảm thấy cô độc, dưới mắt Thượng Đế.

Tôi phải nói, mặc dù tâm trí căng thẳng nhưng tôi không mất bình tĩnh. Khi rạch đường mổ đầu, tôi lấy lại sự bình thản cố hữu. Tôi có thể làm việc với đầu óc minh mẫn cần thiết.

Đây không phải là một trường hợp dễ dàng. Khi tôi rạch những lớp màng bụng và mở bung ra, nước mủ chảy ra ngay. Tôi tìm với ít nhiều khó khăn, miếng ruột thừa sưng ú và nhầy nhụa. Tôi kéo nó ra, buộc chặt cuống ruột thừa; nhưng cũng phải tế nhị lắm, đối với anh lính mới tò te như tôi, vì cứ bắt đầu buộc (nơ) là chỉ lại tuột về phía ruột bị sưng. Sau khi buộc và cẩn thận tách phần ruột thừa có mạch máu, dây thần kinh và mạch cắt làm ba, tôi cố hướng mũi khâu vào vùng ruột tốt và chắc. Tôi cắt miếng ruột thừa sưng đỏ và vứt vào chậu. Sau đó, phải xem cẩn thận những vùng khác, đặt ống thông nòng, khâu lại và băng vết mổ.

Khi ngửng mặt lên, tôi bắt gặp ánh mắt đen láy của sơ Erna đang hướng về phía tôi. Bà nhìn tôi thật lâu. Sau cùng bà gật đầu và mỉm cười như muốn thầm nói: "Thôi nhé! Bây giờ ông mổ cừ rồi đấy!" Riêng tôi cảm thấy như thay đổi, như trưởng thành, trong vài phút ngắn ngủi, cái cảm tưởng sâu xa và thực thụ ấy.

Độ một tháng sau, trong bệnh viện có một biến cố nhỏ nhưng đầy hứng thú: một cô y tá mới vừa đổi đến. Cô Hồng thật xứng với mỹ danh của cô: vừa đảm đang, vừa được mọi người tin cậy, cô lại trẻ đẹp và vui như tết. Bệnh nhân mến cô. Các bác sĩ nở nụ cười khi cô vào phòng bệnh. Chỉ một vài ngày khu bệnh viện cô phụ trách đã thay đổi hoàn toàn vì vẻ duyên dáng và thanh tú của người nữ y tá đó. Một hôm tôi đang nói chuyện với cô cạnh cửa sổ lớn ngoài hành lang và đang cười nói khôi hài thì sơ Erna tới. Khi nhìn thấy chúng tôi, sơ dừng lại và đôi mắt đưa đảo. Rồi sơ quay mặt đi thẳng.

Buổi chiều tôi gặp lại sơ Erna trong phòng rửa tay. Khi chúng tôi đang thoa xà phòng, sơ Erna nhìn tôi và nói nhỏ:

- Bác sĩ có lý. Bữa nọ bác sĩ nói đúng. Tôi không sung sướng và đến hôm nay tôi vẫn không sung sướng. Nhưng không sao. Có thể tôi sẽ thay đổi đi nhiều.

Sáng hôm sau, cả khu bệnh viện thì thầm xúc động. Sơ Erna chưa đến phòng làm việc. Căn phòng đóng chặt cửa, gọi mãi không thấy sơ trả lời. Lo lắng, anh bác sĩ giám đốc cho xô cửa để vào.

Người nữ tu sĩ nằm bất động trên giường, một đống máu đỏ đã đông đặc. Cô y tá trực cho chúng tôi biết, đêm qua sơ làm việc đến một giờ sáng để xếp lại hồ sơ cho có thứ tự. Sau đó, sơ đi ngủ và lấy dao mổ rạch động mạch đùi.

NGHIÊM SỸ TUẤN & NGUYỄN VĨNH ĐỨC

[Tình Thương Số 17, tháng 5, 1965]

Người Bạn Tốt Nhất

Tôi có thể bị chê là quá lãng mạn, nhưng thú thật bao giờ tôi cũng vẫn coi bệnh-nhân như một người bạn đồng hành ở bên cạnh tôi trong cuộc chiến đấu chống niềm đau nỗi khổ và sự chết. Đó là một quan niệm mà theo ý tôi có thể suy ra từ những mệnh lệnh đạo đức, nhất là một sự chân thật tuyệt đối ở đôi bên, lòng tin tưởng tương đồng hoàn toàn, niềm thủy chung ngay bất cứ lúc nào, trên phương diện y học cũng như trên bình diện nhân bản.

Mọi việc bắt đầu cách đây ba tuần lễ. Hôm đó sau hai cuộc giải phẫu lớn và một "cua" về quan niệm nhiễm trùng dưới khía cạnh thủ thuật, tôi đến văn phòng giải quyết vài chi tiết hành chánh.

Cô thư ký, cộng sự viên quý báu cũng khắt khe, bắt tôi phải đọc bao nhiêu văn thư, ký không biết bao nhiêu văn kiện và định ngày khám bệnh. Tưởng đã xong hết công việc thì cô cho tôi biết có hai vợ chồng già chờ tôi đã hai giờ trong phòng đợi.

Tôi gắt:

- Thôi chứ. Cô không thể tìm một ông phụ tá để tiếp họ thay tôi hay sao?

Cô lắc đầu:

- Thưa giáo sư khó lắm ạ, họ chỉ muốn gặp có giáo sư. Rồi cô lại nói thêm như để thoái từ, dạ, thưa họ đến vì ông con một, rồi giáo sư sẽ thấy, họ dễ thương lắm.

Khi tôi bước vào phòng đợi, một ông già đứng tuổi, tóc bạc phơ, mặc rất trịnh trọng trong bộ lễ phục đã quá thời, đứng dậy và nghiêng mình kính cẩn. Sau khi xưng tên, cụ giới thiệu bà vợ, một bà già nhỏ nhắn như một búp bê bằng sứ, mặt tàn phá bởi nước mắt. Đôi mắt cụ nhìn tôi vẻ van lơn. Và đôi môi run rẩy sẽ khoác lên một nụ cười. Cô thư ký tôi có lý: không thể nào chối từ tiếp đôi vợ chồng trong bộ lễ phục thường thấy trong "album" cũ kỹ này. Họ đang bị đau khổ giày vò, chỉ nhìn thoáng cũng cảm thấy điều ấy.

Ông cụ nói rõ mục đính cuộc "thăm viếng" này. Đứa con một của đôi vợ chồng già này, trước là giáo viên, hồi hăm ba tuổi – năm nay đã hăm sáu – bị tê liệt tay phải, ít lâu sau cả chân phải. Vài tháng sau tới phiên tay và chân trái. Bây giờ, thằng bé khốn khổ bị tê liệt cả người đang sống vất vưởng tại một viện dưỡng bệnh. Vả lại chứng tê liệt không xuất hiện bất thình lình sau một tai nạn hay một cơn bệnh mà cứ phát hiện lần lần, không có lý do xác đáng và hiển hiện nào.

- Bây giờ, các bác sĩ bỏ nó. – Đến lượt bà cụ nói, tay cầm khăn che cố nén từng tiếng nức nở.

Ông cụ bèn chữa:

- Thưa, thật ra bỏ thì không đúng lắm. Họ không biết phải làm gì. Vì vậy chúng tôi khẩn khoản nhờ ông thầy giúp hộ thằng bé. Tôi nghĩ… có thể nhờ giáo sư đến đó và xem hộ bệnh tình của cháu ra sao…

Tôi phải nói rõ lại. Nếu tôi phải đến đó, dù trong một thời gian ngắn ngủi thôi, cũng không thể nào được. Chiến tranh hồi đó tiếp diễn tới năm thứ ba. Tôi còn phải, ngoài hơn ba trăm sáu mươi giường ở bệnh viện, trông coi một Quân Y viện gần năm trăm giường. Hơn nữa, thêm vào đó, tôi vừa được bổ nhiệm làm cố vấn giải phẫu trong quân đội cho vùng Mieder Schlesien nghĩa là phải coi sóc cho độ gần bốn mươi lăm ngàn thương binh. Tôi còn nói thêm là, trong trường hợp một bí ẩn như vậy, tôi không thể định đoạt một án chẩn chỉ dựa trên hồ sơ bệnh lý. Trong khi nói, tôi nhận thấy nét mặt họ sa sầm lại, vẻ tuyệt vọng. Thật tình thương hại, và tỏ vẻ an ủi họ một phần nào, tôi ngỏ ý nếu họ có thể xin cho cậu con trai thuyên chuyển đến bệnh viện tôi thì mới có thể tìm ra căn bệnh.

Họ cảm tạ tôi. Họ hết lòng cảm ơn rối rít. Hiển nhiên, họ bám víu vào mọi hy vọng dù mỏng manh. Thật dễ hiểu trong một tình trạng bi đát ấy. Nhưng, niềm hy vọng ấy, tôi có lý khi không đem lại cho họ? Hơi bực mình với chính tôi, tôi nghĩ lại những điều người cha vừa cho biết. Chứng tê liệt lần lần cả tứ chi như vậy có thể do một cái bướu ở phần trên tủy sống. Có khi, đem cắt bướu đi có thể khỏi hay đỡ một phần nào. Nhưng khi tủy và những chùm dây thần kinh đã bị dồn ép từ lâu rồi khó mà có thể phục hồi được. Khó lắm. Không một hy vọng mảy may nào.

Mười lăm ngày sau, xe hồng thập tự đưa bệnh nhân đến. Một cậu trai dễ thương, nụ cười nở như hoa – và tứ chi bị tê liệt. Tôi cho cậu nằm phòng riêng và, để bắt đầu, để cậu tịnh dưỡng trong hai mươi bốn tiếng đồng hồ. Đó là điều cẩn thận cần thiết sau một chuyến đi xa như vậy.

Lần đầu tiên khi tiếp xúc với bệnh nhân, tôi nhận thấy chàng trai rất thông minh và có kiến thức thật rộng. Anh có một thái độ thật vững chãi và lạc quan: không than vãn gì cả, chờ đợi mọi cuộc trị liệu mới với một sự tò mò gần như đam mê. Hai cụ thân sinh chắc đã nói với anh về tôi và chắc đã tâng bốc tôi nhiều lắm nên anh có vẻ vững tin là tôi sẽ chữa khỏi "bằng cách này hay cách khác".

Về phần tôi, than ôi, tôi ít lạc quan hơn! Cuộc khám nghiệm chỉ càng xác nhận thêm mối lo ngại của tôi. Đôi chân bị tê liệt hoàn toàn cũng như cánh tay phải. Trái lại, tay trái còn vài bắp thịt ngón tay là còn cử động được. Niềm ngạc nhiên nay trở thành tư lự khi tôi nhận thấy hô hấp bệnh nhân vẫn đều. Như vậy có nghĩa là hoành cách mô vẫn tiếp tục điều hòa như thường. Vả lại, hoành cách mô do sự điều khiển bởi một dây thần kinh phát khởi giữa đoạn thứ tư và thứ năm của phần tủy cổ (moelle cervicale). Nói cách khác, những trung khu vận động phải bị mắc nghẽn dưới những đoạn này.

Khi khám nghiệm phần cổ bệnh nhân tôi kinh hoàng như bị sét đánh. Đằng sau gáy, phía bên trái, ta thấy một cục lớn và cứng. Tôi cho chụp quang tuyến ngay vùng cổ. Tôi gởi gắm chuyên viên nên nương thật nhẹ và thật cẩn thận với bệnh nhân. Thật vậy, rất nguy hiểm, vùng xương sống này đã bị tàn phá rất nhiều bởi sự phát triển của bướu nay có thể bị vỡ vụn và gẫy ra. Tai nạn này chắc chắn sẽ làm bệnh nhân chết ngay.

Buổi chiều, anh y sĩ trưởng tận tay đem đến cho tôi những tấm phim. Không nói một lời, anh đặt ngay lý do sự im lặng của anh: chưa bao giờ chúng tôi được xem những hình ảnh ghê rợn đến thế. Những đốt xương sống cổ thứ năm và thứ sáu bị hoàn toàn tiêu hủy (và bị biến hình rất trầm trọng), rất có thể do tác động của bướu. Thật cũng rất ngạc nhiên khi bệnh nhân vẫn còn chịu đựng được sức nặng của đầu. Để xương sống đỡ bị mệt nhọc, tôi ra lệnh quấn đầu bệnh nhân bằng một "miếng lót Glisson", một thứ khăn choàng quấn quanh cằm, đỉnh đầu và buộc vào thang giường có thể kéo chặt hay thắt làm sao để khỏi bị gẫy đốt xương sống.

Rồi sao đây? Tôi có phải mổ cái bướu không? Nếu phê phán và xét đoán qua phim quang tuyến, thật là liều lĩnh và điên cuồng gần như thách đố với định mệnh. Chỉ cần đem bệnh nhân đặt kê lên bàn mổ cũng nguy hiểm tới tính mạng bệnh nhân rồi. Tóm lại chúng tôi đều đồng ý ở điểm này: ý nghĩ mổ bướu này phải loại đi. Tuy thế, tôi vẫn chưa muốn từ bỏ vội. Càng nghiên cứu những phim quang tuyến, tôi càng tự hỏi phải chăng chúng tôi quá bi quan. Dĩ nhiên, ngay từ đầu chúng tôi cho đây là một bướu ác tính đang xâm chiếm và tiêu hủy tủy sống. Nhưng rất có thể đây là một sự dồn ép tủy sống bởi một bướu thuần tính và dễ lành thì sao?

Trên những tấm phim quang tuyến, bướu này không phát triển trực tiếp đi từ tủy, nhưng từ vỏ xương ra, ở mực đốt xương sống cổ thứ năm và thứ sáu. Vậy, nếu chính ngay tủy không bị tiêu hủy thì phải giải phẫu may ra có cơ hội – thật ra phải nói là rất mỏng manh – giảm bớt hay ngay cả làm biến chứng tê liệt. Với điều kiện, dĩ nhiên, là bệnh nhân phải đủ sức và không chết trên bàn mổ.

Thường thường, bệnh nhân một khi tự ý được nhập viện vào khu giải phẫu đều tin trước có thể bị mổ, nên sự thỏa thuận, theo luật định, chỉ là một hình thức thông thường. Nhưng trong trường hợp này tôi nhận thấy tình trạng khác hẳn. Những rủi ro của cuộc giải phẫu rất lớn nên tôi phải báo cho bệnh nhân và hai cụ thân sinh biết. Tôi bèn viết thư mời ông cụ tới càng sớm càng tốt.

Hai hôm sau hai ông bà cụ đến. Tôi nói thật tất cả cho họ nghe:

- Với hiện tượng khoa học và theo sự xét đoán của tôi, cơ hội lành bệnh thật mỏng manh. Nhưng, thêm vào đó, mổ cũng rất nguy hiểm. Nguy hiểm đến nỗi mà tôi còn lưỡng lự có nên khuyên mổ hay không.

Bà cụ khóc nức nở. Còn ông cụ, mặt tái mét, đứng dậy và nhìn tôi vẻ tuyệt vọng.

- Chúng tôi tuyệt đối tin tưởng ở giáo sư. Nếu giáo sư nghĩ rằng mổ sẽ thành công, thì phải thử và cố xem, vậy…

Tin tưởng tuyệt đối – một lời nói cao quý làm sao, nhưng cũng là một trách nhiệm ghê sợ làm sao! Tôi không biết nói sao đây.

- Hai cụ đi trình bày tình trạng này cho cậu ấy. Nếu bệnh nhân, sau khi đã hiểu cặn kẽ, muốn mổ, lúc đó tôi sẽ nhận lời.

Thật ra, tôi mong ông giáo viên trẻ này sẽ lùi bước trước nguy hiểm và tôi sẽ thoát khỏi cái trách nhiệm nặng nề này. Nhưng tôi đã đánh thấp lòng can đảm của anh. Một giờ qua, khi cô thư ký báo tôi biết bệnh nhân muốn nói chuyện với tôi, tôi bèn bỏ bút máy xuống mặt bàn và chạy đến phòng anh. Khi tôi vào không khí im lặng căng thẳng. Hai cụ, đứng gần giường, có vẻ như sắp ngất xỉu. Cuối cùng, ông cụ nói:

- Thưa giáo sư, chúng tôi đã báo tình trạng này cho cháu biết. Chúng tôi cũng không giấu cháu một điều gì cả – cháu nó biết sẽ không biết sống, chết ra sao…

Bệnh nhân, đầu bất động trong tấm vải lót Glisson, không hề nhìn thẳng vào mặt tôi. Nhưng ông cụ vừa dứt là anh tuyên bố, giọng dõng dạc và bình tĩnh:

- Xin giáo sư mổ cho tôi.

Tôi phải cố gắng mãnh liệt mới che giấu cảm xúc đang siết chặt tôi. Sau cùng tôi trả lời:

- Được. Tốt lắm. Phần tôi, tôi đồng ý với quyết định của anh. Vậy tôi sẽ mổ anh sáng mai, bảy giờ.

*

Buổi trưa hôm trước khi mổ. Chỉ một giờ sau, tin đã được loan đi khắp bệnh viện. Thật đúng như một cuộc nổi loạn. Ở khắp các nơi cô y tá và mấy anh phụ tá từng nhóm một lời to tiếng nhỏ bàn bạc. Khi tôi đi qua, câu chuyện ngưng hẳn lại nhưng tôi cảm thấy sau lưng tôi là những cái nhìn hoài nghi và có thể chống đối. Khi đi qua phòng chứa băng dự trữ, tôi được nghe cả lời tâm sự của một anh sinh viên tập sự nói với một nội trú:

- Thật điên rồ hết sức. Đánh liều với mạng sống của gã này vì một cuộc giải phẫu chẳng đi đâu đến đâu cả.

Trước khi rời khỏi bệnh viện, tôi còn tranh luận sôi nổi và chua chát với anh y sĩ trưởng. Anh phản đối kịch liệt cái mà anh gọi là "một quyết định không thể hình dung được".

- Thưa giáo sư, giáo sư thừa biết là bệnh nhân sẽ chết trong tay ông. Thật là một toan tính vô vọng… Giáo sư không có quyền… Tôi bước đi không trả lời anh.

Bây giờ, sau một đêm trằn trọc, tôi tự hỏi đến lần thứ mười xem, khi quyết định mổ, tôi có tuân theo những động cơ ngoại y học không? Một sự bướng bỉnh gần như cứng đầu cứng cổ, một tham vọng không thú nhận, một sự hiềm kỵ không công nhận sự bất lực của tôi trước một căn bệnh nan y. Nhưng sau khi đã khảo sát lương tâm không biết bao nhiêu lần, tôi vẫn đi tới cùng một kết quả: không mổ, không những bệnh nhân vẫn bị tê liệt mà lại càng chóng chết; nếu mổ, – nếu tôi đạt được mục đích tốt đẹp ấy – chỉ có một cơ hội nhỏ, nhỏ lắm để có thể sử dụng lại được tứ chi. Vậy, phải cố thử xem.

Đúng bảy giờ, bệnh nhân được đem vào phòng mổ, và đặt thật cẩn thận hết sức lên bàn mổ. Dưới sự kiểm soát của tôi, bắt đầu cho đánh thuốc mê thật nhẹ; như mọi khi tự tay tôi tiêm thuốc mê bổ túc. Khi bệnh nhân ngủ rồi, tôi cho xoay thật thận trọng bệnh nhân nằm ngửa lưng ra. Đầu gác lên rồi, giải khăn để giới hạn vùng giải phẫu rồi, áp huyết và nhịp thở thử lại rồi, phút quyết định đã tới.

Sau khi kẻ một đường mổ đầu tiên dọc theo đường giữa gáy, xa những mấu gai (apophyse épineuse) của vùng cổ, tôi rạch sâu, ở hai bên, hầu tới đáy đốt xương sống. Hai anh phụ tá kéo khéo những bắp thịt, anh y sĩ trưởng thông máu. Ngoài tiếng vo vo của ống bơm điện và tiếng hút máu, không nghe thấy một tiếng gì nữa. Hơn bao giờ hết, toán giải phẫu làm việc trong im lặng.

Bỗng nhiên, sau ba phút; tôi gặp những mấu gai mềm như bột, – một mô không thể nhận ra được bề mặt tròn và nhẵn. Không còn nghi ngờ gì nữa mô này đã thuộc vào phạm vi bướu rồi. Tôi cố ấn nó lên phía trên và xuống dưới hầu nhìn rõ hơn. Lúc sau tôi có thể lôi ra một lớp đặc gần như một cái vỏ. Dưới đáy vết mổ hiện ra một đống màu nâu.

Bây giờ tôi mới biết đây không phải là một bướu ung thư biểu mô (carcinome) mà là một "bướu nâu" gồm tủy phiến bào (myéloplaxes), không ác tính. Bướu này đã tiêu hủy và làm mủn ra khớp xương của đốt sống cổ thứ năm và thứ sáu. Nhận xét này đã trút hẳn gánh lo âu nặng lớn của chúng tôi. Bây giờ chúng tôi có thể lôi bỏ toàn phần hay một phần bướu này. Đi sâu hơn nữa, tôi cầm và kéo ra những u lớn mà không bị chảy máu nhiều.

Nâng cả đống bướu lên, tôi thấy ở dưới là một bình diện trắng lờ – không còn nghi ngờ gì nữa, đây là màng cứng ngoài của tủy sống. Tôi báo cho mấy anh phụ tá biết:

- Nhìn đây này – ở dưới đáy đó – màng cứng não đấy. Chúng ta vào đến tủy sống rồi, – nó bị hoàn toàn bẹp dí!

Bây giờ tôi cảm thấy là tôi sẽ thành công. Thở hổn hển vì cảm động, tôi sang phía bên trái của bướu. Theo dõi từng phần một, và nhận thấy bướu đã hoàn toàn tiêu hủy những vòng cung là đáy của những mấu gai và mấu ngang ở đốt sống cổ thứ năm và thứ sáu. Hơn nữa, nó lại lan về đằng trước. Sau khi biết như vậy, tôi quyết định bây giờ chỉ cắt bỏ có một phần vừa đủ để giải thoát toàn diện phần tủy bị ép, tôi sẽ cắt nốt lần giải phẫu sau. Hôm nay, cơ thể bệnh nhân đã chịu đựng quá đủ!

Hơn nữa, chúng tôi có thể tự cho phép chia cuộc giải phẫu ra làm hai giai đoạn, vì đây không phải là một bướu ác tính – trong trường hợp này không được mở ra – mà là chứng bệnh xương, có tên là xương viêm sơ. Thường thường, bướu này có thể phát hiện ở chỗ khác trong thân thể; có lẽ tôi là thủ thuật gia đầu tiên nhận thấy trường hợp bướu nâu ở đốt sống cổ.

Cuộc giải phẫu, mặc dù rất trầm trọng, nhưng cũng diễn ra không một trở ngại nào: Không có một nhiễu loạn ở bộ máy hô hấp và không bị trụy mạch. Tóm lại, thật là phép lạ. Sau khi khâu vết mổ lại và băng cẩn thận tôi nhờ anh y sĩ trưởng trông coi cho y tá chuyển bệnh nhân về phòng, và đặt nằm lên giường. Chỉ cần một sơ suất vô ý nhỏ nào, bệnh nhân cũng có thể tắt thở, do sự gián đoạn của những dây thần kinh điều khiển hô hấp. Ông bạn cộng sự viên già lắc đầu. Hiển nhiên anh nghi ngờ. Mà tôi cũng vậy nữa. Cái tủy sống bị ép lại này trông có vẻ tiều tụy lắm. Tôi không dám hy vọng nó sẽ bình phục được.

Sau đó, tôi lại lao mình trong guồng máy công việc thường ngày với nhịp rộn rã; mổ, khám bệnh, diễn thuyết, khám nghiệm. Vào khoảng tám giờ, tôi đang bận nghiên cứu vài hồ sơ thì cánh cửa văn phòng tôi bỗng mở lớn. Anh y sĩ trưởng, thường ngày rất khoan thai, chạy vội đến tôi, vẻ hốt hoảng đến nỗi tôi tưởng có việc không lành đã xảy ra.

- Anh lại… lại ngay cho! Bệnh nhân đã ngọ nguậy được chân rồi! Thật mà … Anh ấy tỉnh rồi … Hắn ngọ nguậy được ngón chân rồi, cả bắp chân nữa!

Không nghi ngờ gì cả, tôi theo anh ra hành lang. Vừa chạy lại phòng bệnh, tôi vừa hỏi anh:

- Anh có chắc không? Thật không thể tin được…

- Rồi anh sẽ thấy… tôi cũng vậy, tôi không muốn tin là như vậy. Nhưng tuy thế…

Tôi chạy bổ đến giường bệnh nhân và gần như giật tấm chăn ra. Lúc đó, tôi thấy… Trời ơi… quả là thật: Hắn đang cử động thật nhẹ những ngón chân; ngay cả bàn chân và bắp vế trái nữa. Có điều thật lạ, là ngay chính bệnh nhân cũng chưa nhận ra mình đã cử động được. Khi tôi báo cho anh biết chứng tê liệt bắt đầu đỡ dần, ông giáo viên trẻ không tin. Vì anh không thể ngửng đầu được tôi bèn đưa một tấm gương để anh có thể xem được chân anh. Anh thử ngọ nguậy ngón chân, và, một lần nữa, chúng cử động gần như thường. Chưa bao giờ, tôi được chứng kiến một cảnh tượng thật dị kỳ như vậy. Một người đàn ông, đầu quấn trong một tấm vải vì cổ không thể chịu đựng được sức nặng của đầu, đang khóc vì sung sướng. Chỉ thiếu một chút nữa, cô y tá cũng khóc luôn.

Phần cuối câu chuyện có thể tóm tắt rất nhanh. Dần dà, bệnh nhân có nhiều tiến bộ nhỏ nhưng chắc chắn và đều đều. Bốn tuần lễ sau, tôi bắt đầu cuộc giải phẫu thứ hai. Lần này, tôi cắt bướu qua phía phải cổ. Lần mổ này, thật tinh tế hơn nhiều, mất gần ba tiếng đồng hồ. Thế mà cũng chưa đủ để có thể cắt bỏ từng rễ ngách của bướu. Nhưng vì không phải là một bướu nham rỗng, nên vài miếng vụn nhỏ không có nghĩa gì. Ngay sáng hôm sau, tôi cho làm một miếng đỡ đầu chống vào hai vai. Như vậy không cần phải quấn đầu nữa. Một tháng sau, chúng tôi có thể cho chuyển bệnh nhân đến dưỡng bệnh trong một bệnh viện khác.

Một năm sau, khi anh giáo đến thăm, chúng tôi không tin những điều trông thấy. Anh đi bộ đến thăm: chứng tê liệt nay đã lui vào dĩ vãng như một kỷ niệm không tốt, trừ cánh tay và bàn tay phải. Anh còn đeo miếng đỡ đầu nhưng anh không có cảm tưởng như một phế binh. Trái lại anh có vẻ tươi tỉnh và lạc quan. Dĩ nhiên, tôi cho chụp hình quang tuyến lại. Tôi nhận thấy trên những tấm phim hiện rõ sự biến dạng của nhiều đốt sống cổ, nhưng cũng thấy ló dạng những vệt xương dài đang hình thành để nay mai có thể chống đỡ một cách hữu hiệu sức nặng của đầu.

- Thưa giáo sư, tôi không biết làm thế nào để tạ ơn giáo sư. Dĩ nhiên, bao giờ tôi cũng phải cẩn thận từng cử động một, nhưng tôi đi đứng trở lại được rồi. Tôi làm việc lại được rồi, — làm sao có thể diễn tả được cùng giáo sư niềm hạnh phúc vô biên ấy.

NGHIÊM SỸ TUẤN & NGUYỄN VĨNH ĐỨC

[Tình Thương Số 18-19, tháng 6-7, 1965]

Cha Tôi

Pater mihi erat incorruptissimus custor
Laus illi debetur et a me gratia major. [1]
Horatius

Phải biết sống mới thấy rằng đời sống ở đầu thế kỷ này sung sướng biết bao. Ngày nay, hồi tưởng lại nhiều năm về trước, tôi cho đấy là hoàng kim thời đại của lớp người trung lưu. Nhịp sống chậm rãi, khoan thai, bình thản, nhờ ở sự ổn định kinh tế và chính trị. Giá sinh hoạt thật rẻ, thuế khóa thật nhẹ, nên một người có khả năng và chăm chỉ lúc nào cũng có thể dành dụm đủ để dùng trong lúc ốm đau tai nạn và khi già yếu. Trong mọi từng lớp dân chúng, lóe sáng một niềm tin tưởng lạc quan vào tương lai với những tiến triển vượt bậc của khoa học. Đấy, chính cái thế giới trung lưu an lành đó là nơi sinh trưởng, và chính trong cái không khí cần cù tôi đã sống hơn hai chục năm đầu của đời tôi.

Từ năm năm rồi, cha tôi giảng dạy tại Y khoa đại học Freiburg-im-Breisgau: Người khởi nghiệp ở Mannheim và chuyên về tai, mũi, họng. Những bài của cha tôi trong các tạp chí y học đã khiến giới đại học chú ý, rồi mời người làm giáo sư. Người bèn nhượng lại phòng mạch, dọn vào ở trong khu đại học cũ kỹ để giảng khoa mũi-họng. (Khoa tai được dành cho một giảng sư khác). Việc giảng dạy rất có kết quả, nên chỉ một vài năm sau, hai chữ Gustav Killian đã trở thành một tên tuổi quốc tế.

Vinh quang nhanh chóng như vậy, cha tôi chỉ nhờ ở sức làm việc, trí thông minh và óc sáng tạo, chứ chẳng hề có thế lực bè phái nào, mà có chăng nữa, người cũng chẳng thèm nhờ cậy. Cha tôi sinh ra trong một gia đình tuyệt hảo. Thật thế, ông nội tôi, Johann Baptist Killian, vốn là giáo sư trường Trung học Mainz. Nhưng vì sinh năm con chỉ nuôi được hai, hơn nữa bà nội tôi lại mất sớm, nên ông tôi đâm ra rượu chè, tâm tính trở nên bất thường, nhiều lúc thật dữ tợn mà cũng nhiều lúc ủ rũ, con ruồi chẳng muốn xua. Nói đến tính nghiêm khắc quá quắt của ông tôi, cha tôi thường kể lại một kỷ niệm thời thơ ấu: một lần, dành dụm mãi được hai mươi Pfennig, cha tôi chạy ra mua ngay chiếc thuyền buồm thèm muốn ngắm nghía đã lâu trong tủ hàng. Nhưng đến lúc đem về nhà thì ông tôi nổi cơn lôi đình, mắng nhiếc là "chưa ráo máu đầu đã quen thói bốc trời", rồi bắt cha tôi đem đổi lấy hai quyển vở viết.

Tuy phụ quyền nghiêm khắc như vậy, cha tôi không hề tỏ vẻ chua chát, trái lại, người hết sức tìm cách tạo cho thời thơ ấu một vẻ tươi sáng, vui nhộn, yêu đời ngay chính trong gia đình. Nhờ đó, mà ngay từ khi nhỏ tí, tôi đã được hưởng ngay một tự do tuyệt diệu. Cho đến bây giờ, những năm xa xôi ấy vẫn là những năm đẹp nhất đời tôi.

Tôi có thể làm hầu hết những thứ tôi thích. Thấy tôi hơi có khiếu về âm nhạc, cha tôi cho tôi học vĩ cầm ngay từ năm tôi bảy tuổi.

Rồi ít lâu sau, tôi lại ham vẽ; cha tôi cũng chẳng hề tiếc mua cho tôi đủ thứ dụng cụ hội họa. Lớn nữa, tôi bỗng ham mê ngành hàng hải và những tàu to thuyền lớn; cha tôi cho tôi lập ngay dưới hầm cả một xưởng đóng tàu thật sự. Rồi người cũng chẳng hề cấm đoán, khi tôi một lần nữa nổi hứng biến xưởng đóng tàu ra một cái tiểu sinh vật viện, nuôi đủ các thứ bươm bướm, ve sầu, xén tóc…

Tôi học rất kém, nhưng cha tôi vẫn tươi cười, khoan dung. Trường Freiburg vốn là một trường cổ truyền, dạy các môn cổ điển nhiều hơn khoa học nên tôi rất khổ tâm về các từ ngữ La, Hy. Ông giáo sư La ngữ của tôi, biệt hiệu "Sếu vườn" vì đôi cẳng lỏng khỏng, luôn luôn tìm đủ cơ hội để phẩm bình học lực của tôi:

– A, Killian, nếu cái óc anh cũng lớn nhanh như thân hình anh (lúc đó tôi học đệ ngũ và trong một năm tôi cao thêm 17 phân) thì anh đã thành bác cổ thông kim từ lâu. Nhưng than ôi, anh thì chỉ có lớn mà chẳng có khôn.

Rồi một hôm ông bảo tôi dịch *sic longus sic sultus*. Tôi đứng ngây ra đến khi nghe tiếng cười chế giễu phá lên tứ phía và hiểu được nghĩa là càng cao càng đần, thì nước mắt đã tràn xuống má. Tối hôm đó tôi nói với cha tôi là tôi không thèm trở lại học nữa. Cha tôi bằng lòng ngay cho tôi đi học Anh văn trong mấy tháng, rồi đưa tôi vào học trường cao tiểu. Tôi đều đặn ở đó cho đến khi đậu tú tài. Tuy học đường đã giáo huấn tôi rất tốt, nhưng chính gia đình đã giúp tôi rất nhiều trong việc chọn hướng đi của đời tôi. Nhà cha mẹ tôi đã trở thành nơi hội họp của giới văn nghệ trí thức ở Freiburg: Mẹ tôi vốn ham chuộng văn chương, âm nhạc, nên tôi được quen biết nhiều văn sĩ và kịch tác gia, tôi lại có nhiều cơ hội dự thính những buổi hòa nhạc thính phòng ngay tại phòng khách nhà tôi. Cha tôi thì hay mời những bạn đồng nghiệp, những giáo sư hay giảng nghiệm viên, cũng như những sinh viên đặc biệt được người chú ý. Tính rất bình dân, cha tôi được đặt ngoại hiệu là "Thường tiếu ông" và rất được học trò kính nể.

Cho đến bây giờ, tôi còn gặp nhiều người gợi lại một cách thán phục khuôn mặt khôi vĩ, cái trán cao, cặp mày bạc rậm, giọng nói sang sảng, lời văn súc tích và sáng sủa của cha tôi. Nhiều khi, ở ngay bữa cơm, cha tôi cũng nói chuyện với mẹ tôi và chúng tôi về những vấn đề bệnh nghiệm hay thực nghiệm.

Sở thích tôi đã bạc tạp, lại được ở trong một môi trường nhiều khuynh hướng như vậy, khiến gia đình tôi lắm lúc phân vân không biết rồi đây tôi sẽ học ngành gì, vì lúc nào cũng "ham nhiều công việc". Giáo sư hội họa của tôi bảo: "Anh vẽ được đấy", trong khi ấy giáo sư vật lý quả quyết: "Anh sẽ là kỹ sư giỏi". – Còn mẹ tôi thì nhắc đi nhắc lại: "Hans nó chỉ thích sinh vật học", và khuyến khích tôi sưu tập cây cỏ, côn trùng. Chỉ có cha tôi là không tỏ ý kiến gì; nhưng chính người mới là người định đoạt, tuy gián tiếp, sự lựa chọn của tôi.

Năm 1898, cha tôi công bố trên báo y học những kết quả về phép soi cuống phổi, nghiên cứu âm thầm từ mấy năm nay. Người đã hoàn tất một dụng cụ đơn giản làm bằng một ống kim khí nhỏ, dài, luồn vào khí đạo để soi và do đó, có thể xác định vị trí của bất cứ vật gì lạ lọt vào cuống phổi, và gắp ra nhờ một cái kẹp đặc biệt cũng do cha tôi vẽ kiểu. Từ trước đến giờ, người ta cứ tưởng cuống phổi phải cứng nhắc; nhưng lúc ấy biết rằng các cuống phổi thật ra rất mềm dẻo, như thế cái ống kim khí mới có thể xoay khắp hướng để xem xét được: Sự thành công của cha tôi thật quan trọng, vì thời ấy khoa điện tuyến mới bắt đầu được thử dùng; còn việc giải phẫu lồng ngực hãy còn khó như đi lên cung trăng vậy.

Nội trong vài tháng, danh tiếng cha tôi đã vượt biên thùy Đức quốc. Từ nhiều nơi trên thế giới, các đồng nghiệp gửi đến cho cha tôi những trường hợp nay họ đã đành thúc thủ.

Một hôm, trong bữa cơm trưa, cha tôi kể cho chúng tôi nghe về một cô bé do cha mẹ cô, một gia đình trồng tỉa giàu có ở Montevideo, dẫn đến nhờ cha tôi cứu chữa. Cô bé Corinna đã nuốt một chiếc còi. Chiếc còi lọt vào khí quản, tuột xuống phổi, rồi ngừng lại khoảng xương sườn thứ bảy, làm cô bé khó thở một cách trầm trọng. Các y sĩ Uruguay và Argentina không biết làm gì hơn là khuyên đôi cha mẹ hốt hoảng kia đem con đến một thủ thuật gia danh tiếng ở Paris; ông này biết rõ tài cha tôi trong việc soi cuống phổi, lại gửi bệnh nhân đến cho người. Sáng hôm ấy, trong phòng làm việc của cha tôi, người cha vẻ mặt đầy lo lắng, người mẹ lúc nào cũng rơm rớm nước mắt, nói năng líu lo, vừa tiếng Anh, tiếng Pháp, vừa tiếng Tây Ban Nha.

Cô bé Corinna, mảnh mai nhút nhát, tóc huyền, đôi mắt đen mở lớn trên khuôn mặt gầy gò ốm võ vàng. Trên tấm ảnh điện tuyến của thủ thuật gia người Pháp gửi đến, lờ mờ thấp thoáng bóng một vật nhỏ, nằm ngay chỗ xương sườn thứ bảy, bên trên lá phổi dưới bên phải. Đặt tai vào ống nghe, mỗi khi bệnh nhân hít vào, người ta nghe rõ tiếng không khí rít qua chiếc còi.

Sáng hôm ấy, ngồi trong lớp mà đầu óc tôi cứ tưởng đến cha tôi trong phòng mổ đang chăm chú lấy chiếc còi ra khỏi họng Corinna, đến nỗi bị phạt hai lần, vì lơ đãng. Chuông tan học vừa réo, tôi vội vã thu xếp sách vở, chạy ào về nhà. Cha tôi cũng vừa về. Dù không nói, vẻ mặt vui tươi đủ cho thấy là người đã thành công. Dĩ nhiên với ít nhiều trở ngại. Dụng cụ mới chế thật hoàn hảo, nhưng đến khi định kéo chiếc còi vào trong cái ống soi cuống phổi, mới thấy cái ống quá nhỏ. Tiếng lích kích của chiếc còi chạm vào thành ống soi làm cha tôi lo sợ đến ngừng thở. Người cố gắng dùng cặp móc của cái ống nhỏ kéo chiếc còi ra từng tí một. Thật là toát mồ hôi lạnh. Và mọi người thở phào nhẹ nhõm khi thấy chiếc còi quái ác ló ra. Năm ngày sau, khoảng giờ ăn trưa, cô bé Corinna cùng với cha mẹ cô đến từ biệt chúng tôi. Cha mẹ tôi tiếp đón ba người trong phòng khách lớn. Chúng tôi, ngồi trong phòng ăn, im lặng quan sát qua cánh cửa mở. Bà mẹ Corinna, mảnh mai duyên dáng, một vẻ đẹp của người xứ lạ, tay ôm một bó hoa lớn, chạy lại mẹ tôi, đưa bó hoa, nức nở ôm chầm lấy người. Rồi quay sang phía cha tôi, bà cầm lấy tay cha tôi mà hôn. Bà nói bằng tiếng Pháp, giọng đầy nước mắt vui mừng:

- Cầu Trời phù hộ hai bàn tay thần diệu này.

Cha tôi hơi bỡ ngỡ trước cử chỉ này, vì đối với người Đức, nó có vẻ quá nồng nhiệt. Người chồng, một nhà quý phái chính cống Tây Ban Nha, mặt dài, râu cằm cắt nhọn, ít bộc lộ hơn vợ, tiến lại bắt tay cha tôi thật lâu. Corinna, mặt đỏ bừng, e lệ cúi đầu chào cha tôi thật thấp, miệng lí nhí: *Muchas gracias, senor* [2]. Mặc áo lụa, đội mũ rộng vành, trông cô bé thật xinh, khiến mẹ tôi không dừng được ôm cô mà hôn.

Mấy phút đồng hồ đó đã giúp tôi quyết định trở nên y sĩ. Còn nghề nào cho tôi nhiều cơ hội và khả năng giúp đồng loại để họ sống vui và hạnh phúc hơn?

Vài hôm sau, trong lúc đi dạo với cha tôi, tôi ngỏ ý muốn theo y học. Cặp mắt xanh của cha tôi bừng lên một ánh mãn nguyện.

Tôi hiểu rằng tôi đã đáp ứng đúng lòng ao ước thầm kín của người.

- Cha mừng lắm. Cha tôi nói, giọng nhiệt thành. Rồi con xem, y học sẽ làm nẩy nở tất cả mọi năng khiếu của con; một lương y phải biết tận dụng mọi khả năng của mình.

Sự đồng ý này xóa hết mọi nghi ngờ còn lởn vởn trong đầu óc tôi.

Tương lai bây giờ hiện ra trước mắt tôi như một con đường vạch sẵn, không quanh co, không trở ngại. Tôi dấn thân vào con đường đó, vui vẻ, bước vững chắc, – cho tới ngày chiến tranh bùng nổ, nhận chìm tất cả vũ trụ tươi trẻ của tuổi thanh niên của tôi trong một buổi đầy máu và nước mắt. Trong bốn năm liền, tôi là một sĩ quan trên nhiều chiến tuyến. Khi trở về, em trai tôi đã chết, cha mẹ tôi thì mất hết của cải. Cha tôi, rất yêu nước, nhưng cũng rất ghét cái ái quốc quá khích, đã bí mật đem tiền cho chính phủ vay. Và năm 1918, tiền Đức chỉ còn giá trị là những tờ giấy, đủ đẹp để dán lên tường thay giấy hoa.

Tôi lại trở về đời sống sinh viên, quá muộn màng, vì mất một năm binh nhất quân dịch và bốn năm sĩ quan. Tôi hăm hở học hành, và nhận định lại Freiburg, dù cha tôi lúc ấy được bổ làm giáo sư tại Berlin. Freiburg là nơi sinh trưởng, lại là chỗ tôi quen biết nhiều, nên tôi có hy vọng sống dễ thở một chút với nạn lạm phát trầm trọng lúc bấy giờ. Hơn nữa, Đại học Freiburg cũng nổi tiếng chẳng kém Đại học Berlin. Nhờ có những tên tuổi quốc tế như giáo sư ngoại khoa Lexer, giáo sư bệnh lý Aschoff và giáo sư dược học Straub.

Một điều khá ngộ là chỉ vài tuần sau kỳ thi ngoại trú bệnh viện, tôi mới tự hỏi: tôi sẽ chọn ngành nào trong y học?

Bối rối quá tôi quyết định đến hỏi ý kiến Walter Straub, người tôi quen biết từ lâu. Khi còn nhỏ, tôi đã từng bắt lại cho ông những chú mèo hoang để ông làm thí nghiệm. Qua cặp kính cận dầy cộm, Straub ngắm tôi kỹ lưỡng, đằng hắng, rồi nói luôn một hơi:

- Có điều cậu nên nhớ: nội khoa chỉ để trị các bệnh nan y, sản phụ khoa để dành cho mấy cậu đẹp trai cả ngày ngắm vuốt, còn ngoại khoa thì dao kéo đỡ chân tay chứ sức mấy…

Cứ thế Straub tiếp tục duyệt qua hết mọi ngành y học, trừ môn Dược học. Nghe điệu Straub nói, thì trên cõi đời này chẳng có thứ nào đáng học hơn là Dược học.

Tôi ra về, lại càng lưỡng lự hơn. Tuy vậy, tôi cũng định chọn một trong hai môn, Dược học và khoa giải phẫu. Một phần có lẽ vì những giáo sư giảng dạy hai môn này đều là những nhân vật lỗi lạc của Đại học Freiburg. Thật thế, Walter Straub được coi như cha đẻ của nền Dược học cận đại; còn Erich Lexer, môn đệ xuất sắc của Ernst von Bergmann, nối chí phát huy học thuyết của thầy đến tận cùng. Bài giảng của ông thật chính xác và không kém phần hào hứng. Còn xem ông giải phẫu thật thích thú chẳng khác xem một nghệ sĩ thượng thặng trổ tài. Lexer cầm dao mổ như cầm cần kéo vĩ cầm, trong khi các thủ gia khác cầm như cầm cây bút. Cầm dao như thế, Lexer có những đường mổ đẹp như vĩ lướt trên dây của một diệu tài. Sự lựa chọn của tôi thật ra không dựa trên những cân nhắc lý thuyết, mà lại nhờ một việc xảy ra, đến nay tôi còn nhớ.

Hôm ấy, trong giờ giảng dạy của Lexer, lần đầu tiên tôi cảm thấy nguồn hứng thú sôi nổi của khoa giải phẫu. Tôi nín thở, tim đập mạnh, sống những phút không phai khi nhìn một bực thầy thi triển nghệ thuật. Sinh viên ngồi sát cánh nhau mắt dán lên giảng đàn: Lexer, trong tấm áo choàng trắng toát, đi đi lại lại, trình bày đề tài ưa thích của ông: bướu xương. Thỉnh thoảng ông ngừng lại, tay gỡ cặp kính cận, chậm rãi đưa mắt nhìn cử tọa. Lexer có vẻ hài lòng: chúng tôi không ai động đậy, như uống từng lời nói của thầy.

Ai nấy đều biết, sau khi giảng xong, Lexer sẽ cắt một khúc xương háng, một loại giải phẫu lâu lắc khó khăn. Con bệnh đã ngủ yên, nằm đợi trên chiếc xe để ở ngoài cửa. Ông y sĩ trưởng, các phụ tá giải phẫu, cô y tá, mặc áo đi găng sẵn sàng, bước vào giảng đường. Giờ giải phẫu đã tới. Nhưng Lexer vẫn hăng hái thao thao bất tuyệt.

Sau cùng, ông y sĩ trưởng đành nói với giáo sư rằng chỉ còn có năm phút nữa thôi. Lexer ngước mắt nhìn đồng hồ:

- Còn năm phút nữa thôi à? Được, đủ chán.

Chúng tôi bắt đầu nhúc nhích, anh này lắc đầu chị kia thì thảo lộ vẻ không tin. Không hay biết phản ứng của chúng tôi, Lexer rửa tay, mặc áo, đi găng, miệng vẫn không ngừng nói cho chúng tôi biết việc sắp làm. Cắt đầu xương đùi đã bị vi trùng lao đục khoét, gọt lại đầu xương, đặt cho đúng vị trí rồi đóng chặt vào xương chậu.

Bệnh nhân được đẩy vào nằm nghiêng một bên. Con bệnh ngủ êm dưới một lớp vải khử trùng. Háng bên trái, nơi giải phẫu, cũng được che kín. Theo đúng luật, chỉ khi mổ mới được mở ra. Lexer đứng trước bàn mổ, bình thản nhìn chỗ sắp mổ. Tôi nhoài mình ra phía trước, theo sát từng cử chỉ. Vẫn im lặng, Lexer đưa tay đón con dao mổ ở tay cô y tá. Cánh tay thật lực lưỡng, bàn tay nhanh nhẹn dị thường. Chúng tôi rất tán thưởng lối cầm dao cân nhắc như đùa của Lexer.

Chợt Lexer nghiêng mình về phía trước. Trong nháy mắt, một đường dao vòng cung, dài chừng hai mươi phân, sâu vừa đúng tới lớp thịt, vạch trên háng trái bệnh nhân. Gần một nắm kẹp chỉ huyệt Lexer kẹp những động mạch chính. Các phụ tá đặt đồ phanh hai bên vết mổ.

Đấy chỉ là đoạn mở đầu. Bây giờ mới đến màn ảo thuật thật sự, ít ra là đối với anh sinh viên là tôi lúc bấy giờ. Lexer, tay trái cầm một cái đục lớn tay phải một cây búa nặng, và chỉ một phát múa thôi, làm bật tung toàn khối vuông lớn của xương đùi, kèm theo cái bướu của cánh xương chậu. Kéo khối xương vừa đục cùng các bắp thịt lên trên, Lexer rạch mạnh bao khớp xương ở mé dưới, rồi hai tay nắm đùi bệnh nhân, quay một phần vòng tròn. Thế là khớp xương háng bật ra.

Trong phòng im lặng như tờ.

Lexer chìa tay, cô y tá trao cho ông một cái kẹp lớn. Ông lôi ra cho chúng tôi xem khúc đầu xương vụn nát. Tất cả lâu có ba phút, một kỷ lục thần sầu.

Rời giảng đường, chúng tôi còn như ngơ ngẩn. Mấy phút đó làm chúng tôi say sưa thích thú như vừa xem tuồng Thạch sĩ bia.

Riêng tôi, tôi đã có một quyết định sắt đá: tôi là y sĩ giải phẫu, chỉ là y sĩ giải phẫu chứ không thèm là gì khác.

NGHIÊM SỸ TUẤN & NGUYỄN VĨNH ĐỨC

[Tình Thương Số 21-22, tháng 9-10,1965]

---

1) Cha tôi là thần hộ thủ liêm khiết nhất của tôi. Tôi phải khen ngợi và mang ơn Người nhiều.
2) Cám ơn ông rất nhiều.

Quyết Định To Tát

Trong rất nhiều năm, tôi đồng quan điểm với mọi người cho rằng thường thường những nhà thủ thuật lớn đều nổi tiếng nhờ ở một sự chế phục đặc kỳ trong kỹ thuật giải phẫu. Chỉ lần lần, tôi mới nhận thấy tột đỉnh bi đát của khoa thủ thuật sẽ đạt tới trong cái mà ta gọi là chỉ định điều trị (indication) nghĩa là chọn giữa hai điều, mổ hay không mổ ? Thật là một quyết định nhiều khi nguy hiểm hơn cả những vấn đề kỹ thuật khúc mắc nhất. Có khi ngay cả từ chối giải phẫu, bởi đây là một cuộc thử thách cân não ghê gớm đối với người y-sĩ, là một cố gắng nghề-nghiệp của con người vô cùng lớn lao và vô cùng khả-kính. Trong những thí-dụ tôi được dịp quan sát, một trường hợp cách đây hơn một phần tư thế-kỷ đã khắc sâu như in trong tâm khảm tôi. Không những đối với đoàn giải phẫu mà cũng bởi đây là một cơ hội đầu tiên tôi bắt gặp ảnh hưởng của định-mệnh trong cuộc sống thường ngày.

*

BUỔI BÌNH MINH này u buồn và ẩm ướt đến chầm chậm như mặt trời ngái ngủ. Những đợt mây dày đặc phủ kín ngọn Rừng Đen cao ngất trên núi và còn trải qua những dải sương mù xam xám xuống tận chân núi trong thung lũng sâu. Những cánh cửa kính khu giải phẫu lấm tấm giọt sương mù mờ mờ. Trong phòng chẩn bệnh không khí ẩm thấp hòa lẫn với mùi quần áo ướt sũng.

Như mọi ngày, phòng chờ đợi gần khu nhập viện đã đầy người ngay khi mở cửa. Hàng chục người bệnh, đàn ông có đàn bà có, các bà mẹ đưa con đi khám bệnh đã tràn ngập bàn giấy của cô thư ký trẻ và có duyên luôn luôn bình tĩnh và điểm một nụ cười khả ái trên đôi môi hồng. Cô ghi tên tuổi và trao cho mỗi người một *"phiếu trị liệu"* màu đỏ dành cho đàn ông, đàn bà màu lục và trẻ em màu vàng. Trong đám người bệnh có cả những cậu bé thật can đảm vì đến bệnh viện một mình. Hỏi ra mới biết là bà y tá trưởng đã già tên Alexandra giúi cho các cậu mỗi người một gói kẹo. Chúng ăn tham là phải vì trong thời kỳ đói kém và thất nghiệp này kẹo rất hiếm. Nhưng sơ Alexandra luôn luôn biết cách moi tiền để mua những gói quà nhỏ mọn rất quý báu đối với các cậu "nhái". Sơ luôn luôn sẵn sàng, sẵn sàng cho tất cả cũng như sẵn sàng phụng sự và có mặt từ hai mươi năm nay; cả ngày lẫn đêm làm việc quần quật mặc dù tuổi tác và công việc nặng nề làm mòn mỏi suốt đời không sóng gió.

Trên khuôn mặt với những luống cày nhăn nheo tỏa một lòng nhiệt tâm nhân ái *(chaleur humaine)* rất cần đối với bệnh nhân và ngay cả đối với chúng tôi trong chức nghiệp y học, nhất là những lúc được mời đến giường một bệnh nhân sắp từ giã cõi đời... Những lúc đó những người áo trắng cảm thấy bất lực không thể kéo dài một lần nữa những giây phút sống của bệnh nhân. Cuộc sống của sơ Alexandra là một chuỗi hy sinh khắc kỷ không ngừng cho tha nhân.

Buổi sáng hôm đó, công việc cứ trôi chảy như thường ngày đều đều như những chiếc ô sáng vác đi trưa vác về... Công việc trong bệnh viện có vẻ nhàm chán hơn thường lệ. Nào là chín mé, nhọt bọc, vết chém, bị tai nạn xe cộ... cả một chuỗi án chẩn gần như là một ước lệ tẻ nhạt. Những bệnh nhân lũ lượt ra về. Trong phòng đợi lác đác còn vài "khách hàng"… Công việc gần xong. Như thường lệ, tôi ngửng đầu nhìn đồng hồ quả lắc. Bỗng thấy lão Jacques đem một người đàn ông đầu phủ kín dưới một đống băng gạc trắng to bằng quả bưởi. Cha chìa cho tôi một bức thư và nói từ xa:

- Thưa ông thầy, một "cas" quần đinh (anthrax) ở đầu.

Là một tay "tổ" lão làng trong bệnh viện, lão biết đây là một trường hợp (mà chúng tôi quen miệng gọi là "cas") thật hy hữu và đặc biệt có thể nói là một vưu vật! Quần đinh ở đầu quả thật là một chứng bệnh rất hiếm – và cũng rất nguy hiểm. Như bị ảnh hưởng của chiếc đũa thần của các bà Tiên. Chúng tôi thấy hết nhàm chán, tẻ nhạt mà trái lại hứng khởi lạ kỳ. Im lặng, tôi cầm lá thư và mở ra đọc.

Bức thư của một đồng nghiệp, Bác sĩ Siegel ở miền ngoại ô Gundelsheim. Bác sĩ Siegel đã già và là chỗ thâm giao lâu năm. Nét chữ ông biểu hiện tính tình con người: nét chữ già dặn, rất sắc và rất chính xác.

Bệnh nhân làm cho hãng nệm bông ở chỗ tôi. Trong hãng đã có nhiều "cas" quần đinh, thường thường ở cánh tay. Nhưng lần này, theo ý tôi, không thể chối cãi được, đây là một quần đinh ở đầu. Không có đủ các tiện nghi và thẩm quyền chuyên khoa để trị liệu, mong anh nhận người bệnh vào quý khu…

Như mải suy tư, tôi ngắm kỹ người bệnh đang ngồi trước mặt. Người tầm thước nhưng rắn chắc và đẫy đà, ông tỏ vẻ bình tĩnh và trầm lặng lạ thường khác hẳn vẻ e ngại và lo sợ của những bệnh nhân khác. Tôi cất tiếng hỏi:

- Ông biết ông bị bệnh gì không?

- Dạ cháu biết ạ. Bác sĩ Siegel đã giảng giải cho cháu rồi. Dù ông thầy chỗ cháu không nói gì nhưng bây giờ cháu cũng biết rồi. Ông bác lúc nãy dẫn cháu đến đây cũng nói to lắm…

Hơi ngượng. Lão Jacques quay mặt đi. Tôi liền hỏi:

- Gần đây trong xưởng ông có người nào bị như vậy không? Tôi muốn hỏi ông có nhiều hơn mọi lần không?

Hắn suy nghĩ trước khi trả lời:

- Dạ không nhiều đâu ạ. Nhưng thỉnh thoảng có vài người bị đám nhọt mủ ở cánh tay. Cháu nghe nói cũng có người bị như cháu ở đầu. Cách đây độ chừng mười năm. Nếu cháu nhớ không lầm, anh ấy bị chết rồi.

Tôi ngạc nhiên thấy ông ta rất bình thản. Người này phải có một bản lãnh phi thường và thiên phú biết kìm tình cảm không để lộ ra ngoài. Tôi dẫn ông vào phòng khám bệnh riêng của tôi và bảo ông nằm lên giường. Trong khi cô y-tá cởi dải băng đầu, tôi đeo đôi găng cao su mà sơ Alexandra đã lấy sẵn không đợi lệnh tôi.

Một phần lớn dải băng đã cởi ra, tôi nắm đầu băng và cẩn thận từng li từng tí, nhè nhẹ cởi tiếp. Khi gấp miếng băng cuối cùng một cảnh tượng hãi hùng sừng sững trước mặt tôi. Mặt bệnh nhân không còn là "người" nữa, theo đúng nghĩa của nó. Phía phải mặt sưng húp đỏ bầm chứng tỏ bị viêm chứng cấp thời. Một đống sưng vù – trong y khoa gọi là phù viêm (oedème inflammatoire) – mềm đến nỗi ấn ngón tay vào còn ghi hằn dấu trũng hẳn trong vài phút. Chỗ phù sưng ấy lan dần nửa má qua môi trên rồi đến tận sóng mũi. Mắt phải sưng húp không mở ra được và phía góc trong gần mũi còn nước mủ.

Quay nhẹ đầu bệnh nhân, tôi thấy chỗ sưng nầy lan đến tận da đầu từ gáy đến đỉnh và da đầu cũng gần như bị tróc hết. Bên thái dương tôi thấy một lỗ nhỏ, xung quanh có vòng nâu nhạt và phủ một lớp vẩy mục trăng trắng.

Trái lại tôi kiếm tìm hoài nhọt mủ đen, điểm đặc biệt thường thấy để chắc chắn đặt án chẩn quần đinh. Hơi ngạc nhiên và bỡ ngỡ, tôi xét lại một lần nữa, từng li da một, chỗ sưng phù và cái lỗ nhỏ kỳ quái và lạ ấy. Các anh sinh viên đi thực tập cũng cúi đầu chăm chú quan sát, ngay cả các cô nữ y tá nữa cũng tỏ vẻ tò mò. Tôi bèn hỏi bệnh nhân:

- Chỗ mụn ở thái dương này ông có từ bao giờ?

- Dạ cách đây ba hôm.

- Có sốt, nóng không?

- Dạ, ít thôi ạ. Bác sĩ Siegel nói cháu 38,2 độ.

- Ông có biết tại sao có mụn này không? – Tôi hỏi ông ta.

- Thưa bác sĩ, cháu không biết ạ. Có thể… Nhưng có cảm

tưởng tự nhiên nó vỡ ra đó. Mới đầu sưng húp ở bên thái dương rồi tấy thành nhọt cứ dần dần ngả màu nâu như cà phê sữa rồi chốc vỡ ra như bác sĩ thấy đó ạ.

- Chỗ mắt phải ông không mở được từ bao giờ?

- Dạ từ hôm qua. Thưa có điều lạ là cháu không thấy đau nhức nữa.

Tóm lại, tôi cũng không biết thêm được chi tiết nào cả. Có thể là một quần đinh nhưng án chẩn không rõ ràng lắm. Tôi hơi ngập ngừng vì lớp vẩy mục trắng trắng này, bởi trong chứng quần đinh cổ không thấy ghi điểm ấy. Có thể là một nhọt bọc (phlegmon) ở da đầu, nghĩa là lớp tế bào bị viêm, có thể bị mủ và có khi, trong trường hợp nặng, chết dễ như chơi. Nhọt bọc ấy có thể do một chỗ da bị trầy nhè nhẹ trước mà thành. Nhưng nhọt bọc hay quần đinh tùy thuộc giống vi trùng gây bệnh.

Đối với một vài "loại" bệnh nhân, người y sĩ phải cố gắng có một thái độ điều khiển độc đoán chỉ huy. Nhưng với người đàn ông này thật bình tĩnh và tự chủ, tôi rất thành thật và không giấu ông điều nào.

- Ông ạ, cũng chưa chắc là **Bác sĩ Siegel** có lý, chưa chắc đã là một quần đinh đâu. Có thể những lớp tế bào ở đầu bị sưng tấy làm nhọt bọc. Và nếu là nhọt bọc thì phải mổ ra đừng để làm hại mắt có thể bị mù…

- Nhưng, thưa bác sĩ — bệnh nhân tì khuỷu tay lên bàn và mắt trái nhìn tôi trừng trừng — nếu là quần đinh thì đằng nào cũng phải rạch mổ ra phải không ạ?

Tôi cố gắng khỏi phải giật mình. Không ngờ người thợ này lại thông minh đến thế. Ông cũng đang hiểu rõ tâm trạng nan giải này. Ông cũng cảm thông với tôi quyết định này rất quan trọng, vì sống chết cũng do đó mà ra. Cố gắng làm mặt nghiêm tôi hỏi ông:

- Tại sao ông biết mà nói vậy?

Người thợ làm nệm khẽ nhún vai:

- Trời ơi! Ở xưởng cháu ai mà chả biết cái bệnh quỷ này, chúng cháu cũng rành lắm.

Tôi lắc đầu: Hiển nhiên tôi phải nói hết sự thật nếu không bệnh nhân sẽ không tin tưởng ở tôi nữa. Tôi còn phải bước thêm một bước nữa, nghĩa là để bệnh nhân cũng góp phần vào quyết định của tôi bởi một lý lẽ rất giản dị là úp mở còn nguy hiểm hơn nói dối thẳng từ đầu. Sau một vài giây lưỡng lự, tôi tiếp:

- Tôi cho đem ông lên nhà mổ trên lầu nhé. Tôi lấy một ít nước mủ ở chỗ nhọt bên thái dương rồi đem đi thử xem là vi trùng nào. Như vậy ta mới biết trong đó có chùm cầu vàng không. Chùm cầu là thứ vi trùng nhìn trong kính hiển vi như một đám trái nho ấy. Biết là chùm cầu vàng mới có thể nói là bị quần đinh. Ông hiểu không? Tốt lắm. Lúc đó có hai điều: Một là nếu thấy chùm cầu vàng (Staphylocoques dorés) khỏi phải rạch mổ ra làm chi. Hai là nếu không có thứ vi trùng này thì ông bị làm nhọt bọc, da đầu bị sưng tấy nên có thể bị ăn vào mắt mù hay có thể nguy hiểm đến tính mạng ông đó. Lúc đó ta phải rạch mổ nạo mủ ngay.

Ông ta bình tĩnh gật đầu. Tôi hiểu ngay ông vẫn tin tôi. Trong khi chờ cho đem băng ca đến tôi nói chuyện với ông rất tương đắc như hai người bạn già. Ông thợ nệm có vợ và ba con còn nhỏ. Có lẽ ông tưởng chi tiết gia đình này bắt buộc tôi phải cân nhắc quyết định kỹ càng hơn vì bỗng nhiên ông nói với tôi giọng chân thành:

- Bác sĩ đừng bận tâm lo nghĩ nhiều cho cháu. Sống gửi thác về. Số mệnh trong tay Chúa hết ông thầy ạ.

Xe băng ca đã đến. Người y công đẩy ông lên từng lầu một.

Tôi quay lại nói với một anh sinh viên tập sự:

- Anh lên ngay labo, bảo sửa soạn lấy mủ thí nghiệm phân chất nhé. Anh bảo cho đem các miếng kính, hai ống nghiệm và chai lọ đã khử trùng đem lại ngay vào phòng mổ ca nhiễm trùng *(champs opératoire septique)* cho tôi.

Xong, tôi trở lại phòng chẩn bệnh khám nốt những bệnh nhân còn lại. Nhưng trí óc tôi ở đâu đâu. Tôi suy đi đoán lại bài toán vừa rồi. Một bài toán có ẩn số. Một bài toán sống, chết hệ trọng. Luôn luôn cảm thấy trong lòng trách nhiệm đè nặng, trách nhiệm quyết định của riêng tôi. Tôi còn nhớ lời thầy tôi, Giáo sư Von Bergmann trừng đôi mắt sau đôi kính cận, giơ tay trỏ nghiêm nghị như tuyên án: *"Đừng bao giờ rạch mổ một quần đinh! Đừng bao giờ, các anh nhớ nhé!"* Hình như thấy chưa đủ, thầy tôi còn áp hai đầu ngón tay cái và ngón giữa vào nhau, đưa lên đưa xuống và cất tiếng sang sảng giải thích những hậu quả nếu không tuân theo "giáo điều" đó – nghĩa là cầm dao rạch mổ – chùm cầu sẽ đổ ào ào vào máu như thác lũ và bệnh nhân chắc chắn hai mươi bốn giờ sau sẽ từ giã bệnh viện trong một bộ áo bằng gỗ! Nhưng đây có phải là quần đinh không? Nếu không phải thì phải mổ ngay, bởi là một khẩn cấp vì nhọt bọc này lớn quá, lan rộng quá, có thể nguy đến tính mạng nếu lừng khừng chậm trễ.

Sau khi khám mấy bệnh nhân còn lại, tôi đứng dậy bước lên lầu. Tôi phải ngừng ở hành lang để nhường chỗ cho một chiếc xe băng-ca đem một bệnh nhân đến phòng nhận bệnh. Một cụ già tóc bạc trắng toát như bông gòn ngay một người thường chỉ nhìn thoáng qua cũng có thể hiểu ngay là bà cụ đang hấp hối. Mặt xanh xám, hơi thở cách quãng như nấc, mồm há rộng, bất tỉnh nhân sự, một cơn hôn mê đứng trước ngưỡng cửa Tử Thần.

Tôi gắt một cách vô lý với người y công:

- Bà cụ đến đây từ bao giờ?

-Thưa ông Thầy, họ vừa đem đến vài phút đây. Ở làng xa lắm. Chắc họ không muốn bà cụ chết ở nhà – phiền phức lắm, nhà lại nghèo nữa ạ.

- Thế người nhà đâu?

- Dạ, đi rồi ạ. Chắc là anh chị em đây – họ có vẻ vội lắm ạ.

Đột nhiên, tôi phải nghiến răng thật mạnh mới ngăn cản những tiếng bất nhẫn. Đáng lẽ phải để bà cụ tắt thở trong nhà, họ hàng vô nhân đạo đã lôi kéo bà cụ khỏi giường khi sắp lìa trần!

Tiếng người y công như phân trần:

- Thưa bác sĩ, đây đâu phải là lần đầu tiên. Họ nghèo quá. Chẳng qua vì tiền bạc khốn khó kiếm không ra. Người sống còn khó huống chi…

- Thiếu tiền à? Sao vậy?

- Thưa, Ông Thầy nghĩ xem. Phải chôn cất bà cụ cạnh mộ chồng. Nghĩa địa xa lắm. Lại còn xe tang nữa. Dạ đắt tiền lắm. Vì vậy người nhà phải đem xe đò chở đến đây khi bà còn thở. Tiết kiệm được nhiều lắm ạ.

Tôi không biết trả lời sao. Tôi thấy nghèn nghẹn nơi cổ họng. Trong hành lang bệnh viện yên tĩnh, tôi nghe những tiếng khò khè của bà cụ tóc bạc.

- Ông cho bà cụ nằm phòng riêng. Cho mời cha đến làm phép cho cụ.

Bước vội lên cầu thang, tôi không khỏi không nghĩ đến câu thơ đắng cay của Friedrich Hebbel khi nói đến cha ông làm thợ nề: *"Sự nghèo khó đã chiếm chỗ của linh hồn"*…

*

Trong phòng mổ, mọi người chỉ chờ có tôi. Trên bàn, trải khăn trắng lên người bệnh chỉ chừa có cái đầu. Những ngọn đèn mổ chiếu thẳng vào chiếc mặt sưng húp. Trong ánh điện, bộ mặt người thợ còn đáng sợ hơn; ánh đèn hình như cắm sâu vào chỗ sưng mủ. Vẩy mục ở bên thái dương, độ chừng nửa phân vuông, óng ánh như tuyết.

Anh sinh viên vừa mang dụng cụ đến, trên một chiếc khay có đèn cồn, hai lọ nước và vài miếng kính thử để hứng mủ rồi đem nhuộm màu để xem dưới kính hiển-vi. Cô nữ y tá phòng mổ như một cái máy kiểm soát lại lần cuối các dụng-cụ giải-phẫu. Nào là pince kocher, kéo, dao mổ. Những ống cao su để rút nước cuốn cuộn trong một chiếc bình như những con rắn. Những miếng gạc để cạnh những kim, chỉ và kẹp bím. Những dụng cụ khác còn để trong túi vải. Bây giờ phải quyết định mổ hay lấy mủ đi khám nghiệm. Trong cả hai trường hợp mọi người và dụng cụ đều sẵn sàng cả.

Tin đồn đã bay khắp bệnh viện; ông thầy đang gặp một trường hợp đặc biệt và hy hữu, phải quyết định ngay, cánh cửa phòng mổ bỗng mở. Tôi thấy cô bác sĩ Monica đang rón rén bước vào. Nàng mới đổi đến đây nhưng đã chiếm trọn cảm tình của mọi người. Không những thùy mị có duyên và vui tính, nàng lại bình tĩnh lạ thường và lương tâm tận tụy thoáng hiện qua đôi mắt đen láy. Ai cũng trầm trồ khen ngợi khi thấy dáng dong dỏng cao và bộ mặt xương của cô bác sĩ Monica đi *visite*.

- Tôi đến coi một chút được không, anh Killian?

Vừa xoa xà phòng rửa kỹ đôi tay, tôi vừa mỉm cười trả lời:

- Ồ! Hân hạnh! Hân hạnh! – Rồi khẽ hất đầu chỉ về phía bàn mổ - một cas quần đinh ở da đầu, nhưng tôi đang phân vân đây.

Tôi lau khô tay rồi cầm khoác một chiếc áo blouse để mặc cho cô y tá buộc dây đằng sau lưng mà tiến đến bàn mổ. Monica đang đứng cạnh bàn mổ nhìn bệnh nhân. Đôi tay thọc trong túi áo blouse, nàng ngắm, vẻ nghĩ ngợi, chỗ vẩy mục trắng bên thái dương, khác hẳn với chỗ sưng tấy đỏ ở mặt. Nàng có vẻ suy nghĩ nhiều lắm; trong đôi mắt đen láy hiện vẻ hiền từ nhân ái.

Cô y tá đeo đôi găng tay đã khử trùng cho tôi đây là cẩn thận quá mà thôi bởi, thường thường không cần phải đeo găng khi lấy mủ. Nhưng có thể "tụi" chùm cầu vàng nguy hiểm và quỷ quái nhất trong các loại vi trùng. Tôi quay mặt về Monica và nói:

- Không thể khử trùng bên thái dương được vì cơ thể làm thay đổi cuộc khám nghiệm đi.

Tôi có luồn một que platine dưới chỗ vẩy mục để lấy nước dĩ nhiên đừng làm cho chảy máu!

Cô nữ y tá đưa tôi chiếc que platine. Tôi đốt trên ngọn lửa đèn cồn. Rồi, khẽ nâng một phía vẩy mục bằng một chiếc kẹp thật nhỏ tôi khẽ luồn chiếc que platine để hứng nước nhọt chảy ra tôi quệt vào miệng kính xét nghiệm để nhuộm màu. Rồi quấn một miếng gạc nhỏ đem hút vào chỗ mụn để vào một cái lọ cho đem đi cấy vi trùng.

Miếng kính và lọ đựng miếng gạc, tôi giao cho cô y tá đưa ngay đi viện Pasteur khám-nghiệm. Tôi bảo gọi Charles đến:

- Anh Charles này, việc này quan trọng lắm. Anh nhảy lên xe đạp và đem ngay đến viện Pasteur. Anh lên lầu hai gặp Bác sĩ Pfaundler nhé. Anh đưa ngay gói này và chờ đem kết quả về ngay. Tôi đợi anh ở phòng mổ này. Để tôi gọi điện thoại cho ông ta. Anh đi ngay đi.

Charles vừa đi khỏi, tôi cũng gọi điện thoại ngay. Tôi muốn báo cho Pfaundler biết việc này thật khẩn cấp. Chúng tôi quen biết nhau đã lâu. Anh Pfaundler rất dễ thương, tính tình tế nhị và bặt thiệp có một bộ mặt rất đẹp trai lại ra vẻ thông thái. Là một nhà khảo cứu cặm cụi suốt ngày với ống nghiệm, canh cấy với không khí an bình và yên tĩnh của các phòng thí nghiệm. Pfaundler không thể chịu được công việc nhộn nhịp gần như quay cuồng và nhất là những khía cạnh bi đát của cuộc sống bệnh viện…

Như mọi lần, điện thoại viện Pasteur ít khi rảnh nên phải đợi hai phút mới bắt được đầu dây giọng nói quen thuộc trầm trầm của Pfaundler.

- Kính anh. Để trình anh một việc. Tôi vừa cho một nhân viên đem đến anh để khám nghiệm mủ nhọt của một cas quần đinh kỳ lắm. Có một miếng kính để anh nhuộm và xem hộ cùng một miếng gạc thấm mủ. Anh cho xét ngay hộ miếng kính nhé. Còn việc cấy vi trùng để làm sau. Tôi lấy ở nhọt bên thái dương phải. Vì có một vẩy mục trắng trên nhọt mủ nên tôi không thể thấy màu đỏ đen của mụn. Anh vẫn nghe đều đấy chứ?

- Vâng, anh nói tiếp đi.

- Vì có cái vẩy mục trăng trắng này nên tôi không chắc đó là quần đinh. Thoạt nhìn thấy có vẻ là anthrax lắm nhưng có thể là nhọt bọc da đầu với oedème bự. Mắt phải nhắm nghiền sưng húp. Bệnh nhân hơi sốt.

- Bệnh nhân ở đâu đến đấy?

- Anh Siegel ở **Gundelsheim** gửi hắn đến đây cho tôi. Đây cũng là một chi tiết quan trọng quý giá để xét đoán là anthrax. Hắn làm thợ nệm trong một hãng đã có nhiều trường hợp anthrax lắm…

- Tôi có nghe nhiều lần…

- Thế hả. Hay lắm. Có thể là quần đinh đấy. Nhưng tôi muốn quyết định có bằng có cớ, anh **Pfaundler** ạ. Cần nhất là phải có bằng chứng đó là chùm cầu. Khẩn cấp lắm: bệnh nhân đang nằm trong phòng mổ. Vì vậy, nhờ anh gọi tôi khi khám nghiệm xong nhé. Xin lỗi đã làm phiền anh nhưng cần lắm, nhờ anh giúp hộ cho…

- Thôi đừng khách sáo nữa, cụ ơi. Tôi bắt tay vào việc ngay đây.

Tôi đặt ống nghe xuống. Tôi ngại ngùng và lo lắng lắm. Khi trình bày cùng **Pfaundler**, tôi lại càng thấy có tình trạng bệnh lý và cơn giông tố trong lòng tôi và trong lòng… người bệnh nữa. Trong phòng tiếng thì thầm to nhỏ. Hiển nhiên tin đồn bay nhanh hơn âm thanh - một lần nữa, tôi lại ngạc nhiên trước cơ hành của hệ thống "giao thông" mà tôi gọi là "hệ thống giao thông vô hình" – rồi thì mọi người tấp nập đến... xem: Ai cũng hiện vẻ khẩn trương đạo mạo trên nét mặt, chứng tỏ họ cũng như tôi đều hiểu rõ tính chất cấp kỳ quan trọng khi cần phải quyết định. Cô bác sĩ Monica gần tôi và ngước mắt như thầm hỏi. Tôi nhún vai và nói nhỏ:

- Phải chờ cái đã.

Ngồi trên chiếc ghế sắt, trong góc phòng mổ, tôi xét thầm lại những trường hợp quần đinh đã gặp từ trước đến giờ. Tôi lại nghĩ đến phương pháp trị liệu và nghĩ đến Pollender, người đầu tiên đã tìm ra nguyên nhân gây bệnh của quần đinh. Rồi Robert Koch tiếp tục công cuộc khảo cứu của Pollender và đã cấy được một loại nguyên chất của vi trùng đó. Tôi cất tiếng nói với mọi người:

- Nếu vi trùng quần đinh, hay bệnh than là vi sinh thể lần đầu tiên được tìm thấy bởi nó như những chiếc gậy khá lớn (dĩ nhiên qua kính hiển vi). Ngay cả những kính hiển vi cũ kỹ và thô sơ nhất thời ấy cũng đủ để phân biệt kẻ sát nhân này với thứ vi trùng khác, được người ta đặt cho các tên mỹ miều là chùm cầu vàng. Ở viện Robert Koch, tôi đã có dịp ngắm qua kính những hình chiếc gậy nhỏ ở đầu có vỏ bọc tròn, hay những chùm len lạ kỳ giống như những chùm tóc nhỏ trên dung dịch cấy *(bouillons de culture)*.

Tôi kể tiếp về những biến chứng và đặc tính của bệnh: bệnh than ruột *(charbon intestinal)* do ruột hấp thu thức ăn có khuẩn cầu vàng *(staphylocoques)*; bệnh rẻ rách "maladie des chiffonniers" hay bệnh than phổi *(charbon pulmonaire)* là "bệnh của những người đổ rác" với mụt mủ cấp tính, là một thể quần đinh ở da. Quần đinh ở da cũng do những lông thú vật nuôi trong nhà mắc bệnh than hay do các y phục da thuộc. Trong trường hợp này, bệnh nhân chắc bị nhiễm trùng bởi những lông bờm ngựa thường dùng trong các xưởng làm nệm. Nhưng may thay – đến đây, tôi cất cao tiếng giảng cốt để bệnh nhân nghe thấy – da không bị trầy hay thủng thì không ngại gì cả.

Rồi hạ giọng tôi tiếp:

- Trái lại, nếu vi trùng nhập vào máu thì nguy đến tính mạng. Không có một phương pháp nào để chữa trị chứng nhiễm trùng huyết chùm cầu *(septicémie staphylococcique)* còn về nguyên nhân gây bệnh, các bạn chắc còn nhớ những cuộc thí nghiệm kỳ lạ của Besredka về vai trò bí hiểm của da.

Hôm nay, tôi thấy những điều tôi giảng dạy thiếu nhiệt tâm. Đề tài rất hấp dẫn nhưng tôi không thể tập trung tinh thần được. Nặng trĩu như một gánh nặng siêu nhân, trong ý tưởng tôi chỉ có một câu hỏi khủng khiếp đang ngự trị: kết quả khám nghiệm vi trùng học ra sao? Nếu như tôi dự liệu miếng kính quẹt mủ ấy có chùm cầu vàng Pfaundler không khó khăn và lâu gì mà chưa tìm ra. Không thể nói tiếp nữa, tôi đành ngừng tiếng. Đôi mắt lơ đãng nhìn vào khoảng không rồi chờ đợi; cơn căng thẳng lo nghĩ này, và sự im ắng toàn diện này càng không thể chịu được.

Bỗng nhiên chuông điện thoại reo vang. Mọi người giật mình. Tôi chưa đứng dậy, Monica đã nhảy đến và cầm ống nghe lên. Vô tình, tôi nín thở. Có phải Pfaundler không? – Tiếng Monica.

- Không ạ! Không phải đâu ạ. Tôi không biết, để tôi gọi tổng đài.

Tôi thở dài. Gọi điện thoại nhầm giữa lúc đang căng thẳng và chờ đợi này! Monica đi về phía tôi.

- Người ta gọi Bác sĩ Heller.

Nàng nói như thể xin lỗi đã làm chúng tôi thất vọng.

Lại chờ đợi. Trong im lặng căng thẳng. Qua cửa sổ tôi thấy những đám mây như những chiếc bánh phồng tôm, nặng trĩu mưa, bay từng đàn nhè nhẹ và chậm chạp càng thử thách sự kiên nhẫn của tôi. Pfaundler đến đâu rồi? – Có lẽ hắn quên rồi, – tôi không thể để người bệnh nằm hoài trên bàn mổ được! Khốn nạn – chắc hắn còn căng thẳng và lo nghĩ hơn cả tôi.

Tôi tưởng tượng Pfaundler trong phòng thí nghiệm, tôi nhẩm thầm những công việc hắn đang làm. Tôi thấy khuôn mặt hắn luôn luôn nhuốm buồn. Có lẽ hắn đang giữ ống nghiệm lên tầm mắt để nhìn vào kính hiển vi. Hắn đã tìm thấy kẻ sát nhân chùm cầu vàng hay không? Tuy vậy tôi có thể tự an ủi: Pfaundler là người rất có lương tâm, có thể tin tưởng hoàn toàn nơi hắn. Khổ thay, vì có tính cách quyết định quan trọng, hắn phải rất tỉ mỉ, vậy phải làm thật chính xác vì vậy phải chờ vì… lâu! Người bình tĩnh nhất trong bọn chúng tôi lại là bệnh nhân. Chỉ có một lần, hắn nhìn tôi như muốn hỏi điều gì. Xong, có lẽ tự hổ thẹn với chính mình vì không đủ kiên nhẫn, hắn quay mặt nhìn vào tường và lại nằm bất động.

Sau cùng, chuông điện thoại lại reo vang. Lần này tôi đến nhấc ống nghe. Nhưng vì tay còn đeo găng khử trùng, nên tôi nhờ Monica đặt ống nghe sát tai tôi. Ở đầu dây, giọng Pfaundler thật thờ ơ và bình tĩnh lạ thường.

- Kính anh, tôi đã xét rất kỹ càng nhưng không thấy gì cả, – không có gì cả! Miếng kính sau khi nhuộm thấy có vài chú vi trùng tròn và dài nhưng không có một cô chùm cầu tóc vàng nào. Muốn chắc hơn, tôi lại quệt miếng gạc vào một miếng kính và lại nhuộm không thấy gì cả Killian ơi!

- Vâng. Vậy không phải là quần đinh phải không? Ý kiến của anh là vậy phải không?

- Đúng thế.

- Vậy là một nhọt bọc da đầu phải không?

- Tôi không biết. Cái đó tôi không biết được. Người bệnh của anh, tôi biết làm sao được.

Tôi chỉ có thể bảo đảm với anh một điều: sau khi khám nghiệm các tấm kính anh gửi đến cho tôi, đây không phải là một quần đinh.

Hắn còn nói thêm vài lời nữa, nhưng giọng nói bỗng nhiên nhẹ hẳn, ngập ngừng hình như lắp bắp vài câu. Quay đầu lại tôi thấy tay Monica run cầm cập. Mặt nàng tái mét. Tôi khẽ nói với Monica.

- Bác sĩ ơi! Làm gì mà run vậy.

Rồi nói vào ống điện thoại:

- Cám ơn ông anh nhé, kính chào đại ca.

Monica đặt ống nghe lên máy điện thoại. Nhưng tôi không thể nào rời máy. Tôi từ chối không thể hiểu được những điều Pfaundler vừa nói với tôi. Đáng lẽ tôi phải mãn nguyện, Pfaundler đã hùng hồn trả lời: tôi có lý nghĩa là án chẩn của Bác sĩ Siegel nhầm lẫn: không phải là một quần đinh. Tuy vậy tôi không cảm thấy mãn nguyện. Trái lại, gánh trách nhiệm hình như còn đè nặng hơn trên đôi vai tôi. Trong khoảnh khắc một vài giây, tôi phải xua đẩy ý nghĩ một điều thảm khốc đổ vỡ không thể tránh được và sắp sửa xảy ra. Sau cùng, tôi lấy bình tĩnh và quay về phòng mổ.

Tôi báo cho bệnh nhân hay:

- Không phải là quần đinh đâu ông ạ! Ông Bác sĩ chuyên khoa về vi trùng học vừa xác nhận với tôi xong, không tìm thấy gì cả.

Rồi, trong im lặng, tôi sửa soạn mở nhọt bọc. Cô y tá đứng cạnh bàn đựng đồ mổ đang chờ lệnh. Một lần cuối tôi nhìn lại chỗ vẩy mục trắng trắng kỳ dị kia, một vết nhỏ nhoi trong đám thịt sưng đỏ như hoa phượng. Người bệnh, mím chặt đôi môi, quay mặt nhìn tôi không chớp mắt. Tôi nhìn lại người thợ làm nệm và giơ bàn tay phải lên: Đó là một hiệu lệnh gần như một nghi thức cổ truyền: Cô y tá đã đưa vào tay tôi con dao mổ dáng điệu rất chính xác và máy móc. Tôi sắp sửa mổ.

Cánh tay trái bệnh nhân đặt trên một chiếc giá. Một anh sinh viên buộc dây cao su để làm nổi mấy lần gân xanh căng phồng. Sau khi bôi cồn lên da, anh cầm chiếc ống tiêm đựng thuốc: Một dung dịch vàng nhạt, thuốc EVIPAN lóng lánh trong ống, Anh lại dựng ngược ống tiêm và đẩy những bọt không khí qua kim tiêm.

Vừa nhìn hắn làm, tôi cảm thấy căng thẳng không thể cắt nghĩa được. Chưa bao giờ, trước khi mổ tôi lại có thể căng thẳng đến thế; như máy, tôi quay về phía trái chỗ cô y tá đang chờ đợi: tôi bắt gặp ánh mắt của Monica. Nàng đã đi quanh chiếc bàn và lẳng lặng đứng trước mặt tôi. Đôi mắt nàng to và đen như đôi mắt nai, mọi khi rất bình tĩnh, hôm nay lộ vẻ lo sợ không thể kìm hãm được, một vẻ lo ngại gần như mất trí. Tôi có cảm tưởng đôi mắt ấy cố gắng hỏi tôi một lần chót: "Có chắc là anh có lý không, có chắc không? Hoàn toàn chắc không?"

Lúc đó, có điều gì nổi lên trong tâm trí tôi như một sức kháng cự điên dại không thể kiểm soát được. Không, tôi không chắc gì cả phải có một việc nhầm lẫn nào, một điều nhầm lẫn ghê sợ. Tôi đặt con dao mổ xuống và hét lớn:

- Tôi không muốn. Tôi không thể tin được! Không thể được!

Như trời trồng và ngạc nhiên hết sức, mọi người trong phòng

mổ đứng đơ như tượng đá câm như hến. Tôi cầm tay anh sinh viên đang sắp sửa chích thuốc vào tĩnh mạch…

- Để tôi lấy thử lần nữa xem sao. Lúc nãy tôi sợ chưa đi vào sâu.

Cố chống lại xúc cảm còn ghì chặt lấy cổ, tôi lại hơ chiếc que platine lên đèn cồn và cúi xuống thái dương sưng tấy của người bệnh, liền đó, một dòng mủ chảy từ chỗ hổng bị loét; tôi còn đem theo cả một đám thịt bị thối mà không chảy máu gì cả. Tôi không quệt lên kính nữa, mà để cả vẩy dính đầy mủ và thịt trốc vào một ống nghiệm đã khử trùng rồi lấy bông đậy lại.

Không ai dám nói khi tôi đang làm công việc tế nhị này. Nhưng, trong đầu tôi, nổi lên một cuộc đối thoại, đối thoại với chính mình.

"Tại sao mình làm vậy? Có phải vì đôi mắt đẹp của cô bạn đồng nghiệp biểu tỏ một niềm lo sợ vô vọng? Có phải vì đến phút sắp mổ, một sức mạnh không thể kìm hãm nổi đã ngăn cản? Hay đúng hơn vì tự hào – niềm tự hào vô lý vì Pfaundler đã trả lời rõ ràng rành mạch như vậy? Thế mà, Pfaundler, mình biết rõ hắn hơn ai hết, hắn không phải là tay gà mờ, mỏ trắng (blanc bec), hắn được mọi người mến phục và tin tưởng…"

Tâm trạng con người thật kỳ diệu: không thể chấp nhận lời trách móc hay mắng mỏ vì đã hành động trái với lý trí và biện luận. Tôi đã phản ứng thật tự nhiên, gần như không tự nhận biết, phản ứng với chính những lời tố cáo của mình. Bác sĩ **Siegel** đã chẳng định bệnh là quần đinh rồi đấy ư? Một y sĩ già lành nghề tại khu ngoại ô kỹ nghệ này hơn ba mươi năm trời phải có nhiều kinh nghiệm và đã gặp nhiều trường hợp quần đinh hơn tôi, một y sĩ đã hết mình theo chí hướng, luôn luôn nhạy cảm và nhiệt tâm không bao giờ chấp nhận một án chẩn vội vã… Nên tự tin vào điều phê phán của chính mình, còn hơn là dựa trên độc có một miếng kính quệt mủ!

Nhưng tôi không muốn vỗ về tự ái riêng tôi, nói đúng hơn tôi không muốn tự dối mình về bào chữa: những lý lẽ đẹp đẽ trên, tôi thấy đúng và thật lắm chứ không phải đến cùng một lúc và có tính cách quyết định. Ngay giây phút rời bỏ con dao mổ, tôi đã tuân theo những điều khác, rõ hơn là do một sức mạnh thầm kín, không thể phân tích rõ được và cũng không thể định nghĩa cho được. Một sức mạnh, tùy theo tâm tính hay niềm tin cá nhân, có thể gọi là "linh tính" , hay "lý trí", hay "thần linh run rủi".

Trong khi đó, Charles, sứ giả của tôi cử đến Viện Pasteur đã về… một lần nữa? Chưa biết thế nào cả. Em đem ống này đến Bác sĩ Pfaundler. Tôi sẽ gọi điện thoại cho ông ấy ngay. Nhanh lên nhé. Cần lắm.

Hắn cầm ống nghiệm và chạy bổ xuống cầu thang. Phần tôi cũng nhảy xổ đến điện thoại.

- Cho tôi nói chuyện với viện Pasteur, — Bác sĩ Pfaundler. Vâng. Cũng số ấy… lẹ lên!... lẹ lên!

Ống nghe hầu như muốn chuồn khỏi đôi tay tôi. Bất nhẫn và nổi nóng, tôi giật tung đôi găng tay cao su. Nửa phút sau, giọng Pfaundler ở đầu dây.

- Xin lỗi anh lại phải nhờ anh... thử lại xem… một lần nữa… tôi chưa thể mổ được. Tôi đã đi sâu vào thêm nên lấy một lần nữa đấy. Tôi có lấy cả vẩy nữa. Nhân viên sẽ đem đến anh ngay, hắn vừa đi xong. Mong anh giúp cho, xem lại kính hiển vi hộ cho nhé. Có gì báo ngay cho tôi nhé. Tôi vẫn chờ đấy. Ở trong phòng mổ…

Tôi đã đoán trước phản ứng của Pfaundler. Đối với hắn chỉ có một ý nghĩa: Tôi không hoàn toàn tin ở hắn. Nhưng bây giờ không phải là lúc nói đến chuyện tự ái, nể nhau và tế nhị nữa.

Khi trở vào phòng mổ; người bệnh, vẫn nằm trên bàn mổ, quay nhìn về phía tôi. Tôi cảm động và bỡ ngỡ khi thấy trong ánh mắt còn mở của người bệnh hiện niềm tin tưởng trọn vẹn. Nụ cười tôi làm hắn bình tĩnh hơn, hắn lại mỉm cười trả lại như cũng để ủng hộ tôi.

Tôi lại ngồi trên chiếc ghế đẩu trong một góc phòng gần cửa và lại vùi mình trong tư lự: Linh tính, lý trí. Những điều ấy có thật không? Và nếu có, ta có thể nào tin được những điều ấy không? Quả thật là những câu hỏi tư lự mà con người, nếu chân thành với chính mình không bao giờ dám tự trả lời. Những phút chầm chậm lại lê bước làm sưng tấy ý nghĩ trong im lặng nặng nề. Chưa bao giờ tôi lại hiểu rõ thời gian là một ý niệm tương đối như thế! Tôi luôn luôn nhìn đồng hồ quả lắc. Charles phải đến Viện Pasteur từ lâu rồi! Pfaundler chắc đang nhuộm màu đây…

Monica, đứng gần tôi không thể im lặng được nữa.

- Bác sĩ có muốn tôi gọi điện thoại Viện Pasteur không? — Nàng nói như thầm thì năn nỉ. Tôi cũng trả lời rất nhẹ:

- Không cần. Chỉ làm rộn anh Pfaundler thôi. Anh ấy không chậm một phút nào đâu. Anh ấy hiểu rõ tình hình ấy.

Lại im lặng. Bên ngoài ngay trước cửa sổ, vài con quạ bóng dáng ẩn hiện trên màu xám của đám mây, đang kêu inh ỏi để tránh gió. Nếu tôi là người xưa, tôi sẽ tin đó là điểm xấu; nhưng ngay trong thời đại này, tôi tự nhủ, có lúc con người không dễ gì xua đuổi những điều dị đoan cũ mèm ấy…

Hai mươi lăm phút rồi… thật không thể hiểu được. Hay Charles bị tai nạn gì? Tôi nghĩ đến chỗ hay xảy ra tai nạn nhất là "chỗ quẹo đỏ" — chỗ này con đường quẹo và gặp một chiếc cầu dành cho xe lửa. Chỗ này xe cộ đi nhiều như mắc cửi hơn nữa xe nhỏ hay vượt mặt các xe hàng nặng chở gỗ và xi măng.

Không thể chịu được, tôi đi bách bộ từ bàn mổ đến chỗ đặt điện thoại. Có lúc, tôi ngừng trước máy, chống chọi với mình để không gọi điện thoại cho Pfaundler. Chuông điện thoại reo khi tôi quay về phía bàn mổ lần thứ 50. Hai bước nữa tôi đến cầm ống nghe.

- Allo, đây là phòng mổ…

Tôi nhận được giọng Pfaundler. Trái lại, mới đầu không thể hiểu được Pfaundler nói gì bởi hắn nói nhanh quá. Hiển nhiên, hắn xúc động quá. Đừng mổ — Đừng mổ nhé… Đừng mổ nghe! Nếu mổ thì đi đời rồi!… Ghê quá … Đầy vi trùng. Chùm cầu vàng đầy cả như một canh cấy!

Trong khoảnh khắc, tôi không thể nói được lời nào. Pfaundler lại càng không hiểu tại sao tôi im lặng. Hắn hét như tuyệt vọng.

- Có nghe tôi nói không? Có hiểu không? Trả lời đi! Anh đã…

- Không. Cứ an tâm. Không có gì cả. Tôi chưa mổ.

Tôi đặt ống nghe. Bỗng nhiên tôi cảm thấy như quay cuồng đứng không vững. Hai chân run run, tôi phải tựa vào tường. Phải mất hơn một phút mới có thể vào được phòng mổ. Cơn bão vừa qua, tôi trở lại và nói lớn:

- Không mổ đâu. Anthrax đó.

Không ai nói được cả nhưng tôi nghe thấy như mọi người đều thở nhẹ nhõm. Bầu không khí căng thẳng đã nới rộng. Cố làm vẻ bình tĩnh, tôi cúi xuống nhìn bệnh nhân và một lần nữa tôi lại quan sát nhọt mủ có vẩy mục trắng đã làm khó tôi không nhỏ? Bỗng nhiên một ý nghĩ lóe lên. Tôi hỏi người bệnh:

- Bác sĩ Siegel có bôi gì vào cái nhọt mủ ở thái dương cho ông không?

- Có ạ. Ông ấy nói thoa bằng acide nhiều khi hay lắm.

Tôi khẽ à một tiếng. Tại sao tôi không nghĩ sớm hơn? Có thể Siegel đã bôi acide trichloroacétique nên nó mới mọc vẩy trắng. Chỉ một chi tiết nhỏ này thôi nếu biết trước có phải đỡ lo đỡ sợ không.

Bây giờ, thật là rõ như ban ngày. Tôi đặt lên chỗ sưng đỏ những miếng gạc khử trùng thấm vaseline rồi quấn lại. Tôi bảo đem bệnh nhân xuống phòng và thấy Monica bước vội khỏi phòng mổ. Tôi liền theo nàng bén gót. Mặt tái mét, đôi mắt nhắm chặt, nàng tựa vào tường. Tôi khẽ nói:

- Thế nào – Tôi không muốn ai nghe câu chuyện giữa chúng tôi nên tôi nói như thầm thì – sao vậy cô? Có thế mà sao đa cảm đa sầu vậy?

Nàng mở mắt và khẽ cười:

- Xin lỗi… thế là xong rồi. Vài hạt nước mắt còn dính trên mi. Cảm động vì lòng can đảm của Monica, tôi suýt ôm nàng. Lúc bấy giờ tôi vẫn chưa biết nàng sẽ là vợ tôi.

Chúng tôi lại vào phòng mổ. Mấy người y công lại dẫn một bệnh nhân khác đến. Công việc thường ngày lại tiếp tục, luôn luôn bận rộn cho đến chiều.

Khi màn đêm xuống đã từ lâu. Tôi rời bệnh viện, mệt nhọc, tôi gặp chiếc băng ca trên có một xác người mặt phủ bằng tấm khăn trắng đang tiến ra cửa sắt. Tôi hỏi ông gác-dan:

- Hôm nay có người chết à?

- Vâng. Bà cụ sáng nay đấy! Bác sĩ quên rồi ư?

- Phải, tôi nhớ ra rồi. Phải, thật chua chát một đám tang tốn ít tiền...

*

Rồi ngày qua trong việc bận rộn ở phòng mổ, phòng nhận bệnh... Tôi quên không nghĩ tới Bác sĩ Pfaundler.

Đêm hôm đó, tôi bị dựng dậy bởi chuông điện thoại.

- Bác sĩ Killian đây hả? Tôi là vợ Pfaundler đây. Phiền bác sĩ đến hộ. Chồng tôi...

- Bị tai nạn hả?

- Không ạ. Nặng hơn. Chỉ có bác sĩ mới giúp được anh ấy. Van bác sĩ, xin bác sĩ đến cho.

Giọng người đàn bà run run, lo sợ cả lời nói. Tôi không thể điếc trước lời gọi cảm động ấy.

Khi ra đến cửa, mưa lạnh như cắt làm tôi tỉnh hẳn. Mười lăm phút sau, tôi bấm chuông nhà Pfaundler. Bà Pfaundler đã mở ngay. Bà đã đợi từ lúc điện thoại cho tôi.

- Không biết làm sao để cảm tạ bác sĩ đã đến. Tôi lo quá có lẽ phát điên mất...

Qua hành lang, bà chỉ vẻ mệt mỏi cánh cửa trắng đã róc sơn từng mảng.

- Cũng may các cháu ngủ cả. Bác sĩ đưa tôi mắc cái áo mưa...

- Có việc gì đấy ạ?

- Chồng tôi đi làm về nom tiều tụy quá. Anh ấy không ăn tối. Vào ngay phòng làm việc vẻ thất vọng, buồn bã chẳng nói chẳng rằng. Theo chỗ tôi biết và suy đoán ra, anh đã phạm một lầm lỗi lớn. Anh ấy luôn miệng nói suýt nữa gây nguy hiểm đến tính mạng một người bệnh. Xin bác sĩ giúp cho... chỉ có bác sĩ thôi.

Bà ngừng lại và úp mặt vào hai bàn tay khóc thút thít.

Hơi ngượng nghịu, tôi giả vờ khó mở những chiếc khuy áo mưa. Thiếu phụ đang khóc và tuyệt vọng này. Tôi biết lắm. Tôi biết nàng khi thành hôn với Pfaundler, nhí nhảnh ngây thơ và duyên dáng... Hôm nay, bà có vẻ già trước tuổi, chồng bận việc ở phòng thí nghiệm, năm con mọn phải chắt chiu mới đủ tiêu. Lương tháng của chồng cũng vừa đủ ăn tuy dạy thêm và làm việc cho vài hãng của chồng cũng không mở mày mở mặt cho lắm!

Tuy vậy Pfaundler là một thiên tài giỏi và rất thông minh, ông đã viết nhiều bài nói về các công việc nghiên cứu của mình nên tên ông rất quen thuộc trong giới y học. Nhưng khổ thay ông luôn luôn làm việc say mê trong tháp ngà nên không thể nhận thấy cuộc sống chắt chiu, dè sẻn gần như luôn luôn thiếu thốn đã làm khổ vợ mình. Cha hiền, chồng thảo Pfaundler đã hết mình làm việc quần quật để bù vào chỗ thiếu thốn ấy cho gia đình êm ấm hơn. Nhưng trên con đường chức nghiệp Pfaundler đã chọn, không phải trải bằng tiền rừng bạc bể.

Tôi hỏi nhỏ:

- Chính ông nhà đã bảo bà gọi tôi đến đấy à?

- Không ạ. Anh ấy không biết tôi đã gọi điện thoại cho bác sĩ. Tôi van bác sĩ, hãy cố khuyên nhủ anh ấy hộ tôi.

Tôi đẩy cửa phòng làm việc. Pfaundler, gục người trên bàn, đầu úp vào đôi bàn tay run rẩy, tuyệt vọng. Anh như thẫn thờ cả người không biết gì cả. Lâu lắm mới nhận được ra tôi. Sau cùng, anh quay đầu lại và rất ngạc nhiên, đứng dậy phía tôi.

- Anh đấy à… khuya rồi… À tôi hiểu, chắc là vợ tôi… xin lỗi đã làm phiền anh đến đây… có lẽ nàng có lý…

Đến đây anh ngừng tiếng và cúi đầu. Khuôn mặt sắc sảo và thông minh đang bị tuyệt vọng vô bờ tàn phá và hằn từng nét. Con người đứng trước mặt tôi đã phải đau đớn biết bao trong khoảng thời gian vài giờ trước đây! Anh mời tôi ngồi rồi phịch xuống chiếc ghế bành.

- Cảm ơn anh khuya khoắt thế này mà anh cũng đến. Thành thật cảm ơn anh. Tôi hết cả sức lực, không thể nào nghĩ được và tập trung tư tưởng nữa anh ơi. Sau khi gọi điện thoại cho anh, sáng nay tôi không tiếp tục làm việc nữa. Tôi ngừng hết cả công việc, ngay cả công việc nghiên cứu của tôi nữa. Tôi về nhà suy nghĩ hầu lấy lại sức lực: Nhưng không thể nào được, hối hận quá, tôi xúc động quá. Tôi không thể nào suy mọi chi tiết sáng nay: Tôi đã đi đến một sự lầm lẫn không thể tha thứ được. Tôi cảm thấy có lỗi. Không, anh đừng chống chế, tôi biết là tôi phạm lỗi. Bây giờ, vì anh đã có lòng tốt tới đây, tôi cần phải nói với anh điều gì đã xảy ra. Tôi nợ anh sự thật, tất cả sự thật. Anh có chấp nhận nghe tôi nói không?

- Chắc chắn rồi, cho dù tôi tới không phải vì điều đó. Anh đã phạm một sai lầm, đúng như vậy, nhưng có ai mà không sai phạm, ngay tôi cũng vậy…

- Tôi xin anh, hắn ngắt lời tôi. Tôi phải thoát ra khỏi gánh nặng này. Anh thấy tôi chẳng đáng có một thứ lỗi nào. Tôi phải nói ngay rằng cú điện thoại thứ hai của anh đã làm tôi lấn cấn. Dĩ nhiên anh nghĩ rằng tôi phải cần thêm một mẫu thử thứ hai để làm lại cùng một xét nghiệm. Nhưng không phải như vậy. Tôi hiểu rõ và cũng hiểu ngay rằng anh muốn có được tất cả những bảo đảm có thể có được.

Lúc đó tôi đang theo đuổi các công trình khảo sát khó khăn, và đúng sáng nay, các công trình của tôi tới điểm quyết định. Tôi có cảm tưởng giải pháp vấn đề là trong tầm tay của mình. Có lẽ anh đã biết và cũng trải qua như vậy, với sự xúc động đặc biệt mà người ta cảm nhận được trong khoảnh khắc. Người ta như phát sốt, cảm thấy rằng chỉ trong vài phút tới là đi tới quyết định thành tựu hay thất bại của một công trình kéo dài bao nhiêu tháng trời… Và lúc đó, có cú điện thoại thứ hai của anh!

Khi nhân viên của anh đạp xe tới mang theo mẫu thử, tôi đưa cho cô xét nghiệm viên bảo chuẩn bị nhuộm mẫu thử. Rồi tôi trở lại với công việc của mình. Trong vòng 10 phút, cô ta làm xong và kêu tôi tới đọc các mẫu nhuộm.

Tôi phải thú nhận rằng khi ngồi trước kính hiển vi tôi không chờ đợi một ngạc nhiên nào. Sau hết, tôi cũng đã xem xét cùng một mẫu nghiệm ấy ngót một giờ trước đó và không phát hiện ra một con khuẩn cầu vàng (*staphylocoque doré*) nào. Nhưng lần này ngay khi tôi dán mắt vào ống kính, tôi nhảy nhổm lên, và như ngã ngửa trên ghế. Trên tấm kính chi chít những vi khuẩn! Kinh hoàng, tôi phải bám vào bàn, hai chân muốn khuỵu xuống, mồ hôi lạnh toát chảy dọc sống lưng. Một cách ngớ ngẩn, tôi tự hét lên:

"Xem đây, đầy những khuẩn cầu vàng!"

Cô xét nghiệm viên chạy tới, cả những cô gái làm việc trong các phòng khác cũng ùa tới, luân phiên nhau, cúi mình trên ống kính hiển vi. Tôi tách ra khỏi họ, phóng tới chiếc máy điện thoại. Trong nỗi xúc động, tôi không còn nhớ được số điện thoại của anh, mặc dù đó là con số tôi biết rõ trong nhiều năm! Rồi cũng tìm thấy, và cũng hai lần bấm lộn số. Tôi không thể mô tả được với anh cảm giác nhẹ nhõm là thế nào khi nghe giọng anh nói: "Tôi chưa có mổ!"

Anh ta im lặng, như kiệt sức sau câu chuyện dài. Tôi gật đầu nói:

- Tôi cũng tưởng tượng cảnh trí gần như vậy. Chỉ còn một điểm mà tôi chưa hiểu được: tại sao kết quả xét nghiệm đầu tiên lại có thể là âm tính?

Tôi hoàn toàn không muốn tìm cách chê bai anh ta, câu hỏi của tôi chỉ nhằm làm sáng tỏ một chút bí ẩn kỹ thuật *(mystère technique)* trong cuộc nói chuyện giữa tình bạn đồng nghiệp. Tôi ngạc nhiên về phản ứng của anh ấy. Pfaundler đứng bật dậy như chiếc lò xo, nhìn tôi vẻ kinh hãi, rồi rơi người xuống chiếc ghế bành nói như rên rỉ:

- Đúng vậy, giọng anh ta như thắt lại, đó mới là thảm kịch. Sau khi đặt ống điện thoại xuống, tôi lấy lại các mẫu thử đầu tiên với sự trợ giúp của cô xét nghiệm viên, đặt dưới ống kính hiển vi, và xem xét kỹ từng millimètre một. Và lúc đó, trong vòng nửa tiếng đồng hồ, chúng tôi bỗng phát hiện nơi góc của miếng kính xét nghiệm *(lamelle)* hai vi khuẩn hình gậy *(bâtonnets)*, không thể chối cãi được đó là khuẩn cầu vàng! Hiển nhiên chỉ có hai, nhưng tôi phải thấy chứ. Tôi không có quyền không thấy chúng.

Anh ta có một cử chỉ như bất lực và quay mặt đi.

Tôi ngắm khuôn mặt người bạn, biểu hiện sự cố gắng không ngừng của nhà nghiên cứu với cả những khiếm khuyết, khuôn mặt ấy bỗng chốc biến dạng thành đau đớn. Một con người mà tôi ngưỡng mộ, một đồng nghiệp đang bị xâu xé bởi những hối hận, — tôi phải tìm cách giúp anh ấy lấy lại sự quân bình.

- Tất cả đều tốt, kết thúc tốt. Tôi nói với giọng an ủi. Vào phút chót, tôi đã không mổ, như một linh cảm *(presssentiment)*, hay như từ một tiếng nói bên trong đã ngăn tôi lại. Người bệnh sống và rất có thể sẽ xuất viện. Cử chỉ của một bàn tay vô hình đã ngăn tôi lại, bàn tay mà tôi nhận được như món quà của trời đất *(un cadeau du ciel)*. Cả anh nữa, anh có muốn nhận phần anh trong món quà đó không?

Anh ta nhìn tôi với vẻ hoài nghi. Tôi đưa bàn tay ra. Anh ta siết chặt bàn tay tôi rất lâu, môi anh run run.

- Đó không đơn giản là một linh cảm, giọng anh ta như thì thầm. Đó là một ước nguyện cao cả *(volonté supérieure)*; anh đã có lý, tôi cũng xin chấp nhận món quà ấy.

Ba tuần lễ sau, tôi gọi điện thoại cho Viện Vi trùng học:

- Bác sĩ Pfaundler đấy phải không? Anh còn nhớ trường hợp bệnh than trên đầu không? Rất vui là người bệnh ấy đã xuất viện.

NGHIÊM SỸ TUẤN & NGUYỄN VĨNH ĐỨC

[Tình Thương Số 23-24-25-26,
tháng 11-12,1965 tháng 1-2, 1966]

PHẦN BA

ĐỌC
Nghiêm Sỹ Tuấn

Trần Thị Nguyệt Mai sinh năm 1954 tại Sài Gòn. Trung học Huỳnh Khương Ninh & Lê Văn Duyệt. Sinh viên Đại Học Luật Khoa Sài Gòn. Thuyền nhân tháng 3-1987. Định cư tại Hoa Kỳ. Tốt nghiệp BA magna cum laude 1995 University of Toledo. Hiện cư ngụ và làm việc tại tiểu bang Ohio, Hoa Kỳ. Cộng tác với tạp chí Thư Quán Bản Thảo của nhà văn Trần Hoài Thư từ 2011. Chủ trương trang blog Trần Thị Nguyệt Mai.

Blogger Trần Thị Nguyệt Mai

Bác Sĩ Nghiêm Sỹ Tuấn
và Thông Điệp Mùa Xuân

TRẦN THỊ NGUYỆT MAI

Tối hôm qua tôi mới đọc xong những bài viết của Bác sĩ Nghiêm Sỹ Tuấn, cùng những chia sẻ tâm tình từ những bạn đồng môn của ông. Như một độc giả thuộc thế hệ sau hoàn toàn không biết gì về ông, tôi xin ghi lại ít dòng cảm tưởng về người đã khuất qua những trang viết của chính ông và của bằng hữu.

Hình ảnh đầu tiên đập vào mắt tôi: Bác sĩ NST là một nhà Nho của thế kỷ 20 với áo dài thâm đen vào dịp Tết Quý Mão (1963) trong khi thanh niên Sài Gòn thời ấy chỉ mặc sơ-mi và quần tây, trịnh trọng hơn thì khoác thêm chiếc "vét".

Qua những bài viết thật quý mến của những người bạn chung trường, tôi được biết ông sinh ngày 7-2-1937 (tuổi Bính Tý) tại Nam Định, Bắc Việt. Lúc nhỏ do chiến tranh không thể đến trường, ông được thân phụ dạy học ở nhà. Mãi đến năm 14 tuổi ông mới chính thức đi học. Ông đã học ở trung học Nguyễn Trãi rồi chuyển sang Chu Văn An và sau đó thi đậu vào Đại Học Y khoa. Ông rất thông minh, siêng học, và học giỏi, chỉ trong vòng 14 năm ông đã học xong toàn bộ chương trình để trở thành Bác sĩ Y khoa. Trong những năm ấy, cứ hai năm ông tự học một ngoại ngữ, ngoài tiếng Việt là tiếng mẹ đẻ, ông đã biết thêm 5 thứ tiếng: Hán, Anh, Pháp, Đức và La-tinh.

Là người có vóc dáng nhỏ bé với khuôn mặt lãnh đạm, đôi mắt thông minh, vầng trán gồ cao bướng bỉnh, dáng đi rất thẳng, mái tóc xõa xuống trông thật cô liêu. Sống sơ sài giản dị. Giọng nói trầm tĩnh, nhưng rất ít nói. Đó là một người sống có lý tưởng, kỷ luật, nhiều tài năng, sống hết mình và làm việc hết mình. Ngoài giờ học, ông ham mê văn chương, đọc sách và âm nhạc.

Trong gia đình, Bác sĩ là người con chí hiếu qua việc chọn lựa ngành học ông đã làm theo ý nguyện của mẹ. Ngoài xã hội, nếu không thân cận thì dễ nghĩ đây là một người lãnh đạm, khó gần. Nhưng khi đã hiểu ông thì sẽ thấy mến phục một mẫu người quân tử Đông Phương. Đặc biệt, ông cư xử một cách thẳng thắn, không thiên vị và không phê bình một người vắng mặt nào cho tôi hình ảnh của một vị Thánh. Bác sĩ luôn bao dung, rộng rãi với những quân nhân thuộc cấp. Dù gia cảnh không khá giả nhưng Bác sĩ đã dùng phần lớn tiền lương của mình để giúp đỡ cho những anh em này. Ngay đến vật dụng "thân thiết" như chiếc máy ảnh, ông cũng tặng lại cho người đàn em đã ra đi. Bởi thế, khi Bác sĩ Nghiêm Sỹ Tuấn hy sinh mọi người cảm thấy hụt hẫng và rất thương tiếc, điển hình như câu chuyện một binh sĩ Dù, chỉ mới biết Bác sĩ trong hơn mười tháng trời, đã đến mộ ông khóc lóc thảm thiết như mất một người thân ruột thịt, được Dược sĩ Vũ Văn Tùng ghi lại.

Là bác sĩ nhưng chữ viết của ông rất đẹp. Ông giỏi văn chương, hội họa lẫn âm nhạc. Ông được học vĩ cầm từ nhỏ và có lần được trình diễn cùng các bạn tại trường Quốc gia Âm nhạc, Sài Gòn. Thích nghe nhạc giao hưởng của Beethoven, Von Karajan conductor. Bác sĩ đọc rất nhiều sách: sách tiếng Việt, sách Hán, sách tiếng Pháp, tiếng Anh, tiếng Đức, và đã được các bạn ông nhắc đến khi nói về tủ sách ở nhà ông.

Cùng với Chủ nhiệm: Phạm Đình Vy, Chủ bút: Nguyễn Vĩnh Đức, Tổng thư ký: Trần Xuân Dũng, Quản lý: Phạm Như Bách,

Nghiêm Sỹ Tuấn giữ chức vụ Thư ký của Nguyệt San Tình Thương (TT), cơ quan tranh đấu văn hóa xã hội của sinh viên Y khoa, ngay từ số đầu tiên và đã đóng góp công sức để đưa tên tuổi của tờ báo này ra ngoài phạm vi của một trường Đại Học để được phát hành rộng rãi ở miền Nam thời ấy. Ngoài ra, ông còn đóng góp cho TT những biên khảo về y tế, giáo dục và xã hội, sáng tác thơ, truyện ngắn, truyện dịch… Truyện ngắn *"Những Người Đi Tìm Mùa Xuân"* là tác phẩm tâm đắc nhất của ông.

Là dân y bị trưng tập, Bác sĩ có quyền lựa chọn nơi bổ nhiệm ít nguy hiểm nhưng ông đã tình nguyện vào binh chủng Nhảy Dù mà theo Bác sĩ Đặng Vũ Vương *"là một thử thách ý chí cá nhân để chứng tỏ với bản thân khả năng phục vụ trong vai trò của một Quân Y sĩ bình thường trong những tình cảnh và hoàn cảnh khác thường hoặc phi thường."*

Trong bút ký Y Sĩ Tiền Tuyến, Bác sĩ Nhà văn Trang Châu kể lại: "Tuấn là y sĩ Dù duy nhất bị thương hai lần, một lần ở Dakto, một lần ở Cao Lãnh… Khi Tuấn bình phục anh sẽ được theo học khóa giải phẫu một năm. Sau đó nghe nói Tuấn từ chối không theo khóa học giải phẫu vì yêu cầu của Tuấn là sau khi học xong phải cho Tuấn về lại bệnh viện Nhảy Dù Đỗ Vinh, điều mà Cục Quân Y không hứa. Thế là tập xong vật lý trị liệu, Tuấn lại "súng, xắc" trở về làm y sĩ trưởng Tiểu đoàn 6 Dù ở cấp tiểu đoàn."

Theo Bác sĩ Trần Đức Tường, Y sĩ Trưởng Tiểu Đoàn 3 Nhảy Dù, "Bác sĩ Nghiêm Sỹ Tuấn tử trận tại 5 km phía tây Khe Sanh khoảng tháng 4 năm 1968. Anh hy sinh khi đứng dưới hố cá nhân săn sóc vết thương cho một thương binh nằm cáng trên miệng hố. Anh chết khi cuộn băng còn cầm trên tay!"

Bác sĩ Trần Đức Tường kể: Lúc ở Cà Lu tôi có gặp Nghiêm Sỹ Tuấn, lúc anh sắp sửa lên trực thăng vào trận địa. Tôi có hỏi anh: "Nhiếp nó sẵn sàng thay toa rồi. Sao không về?" Tuấn nhỏ nhẹ trả lời: "… Mình sống chết với tiểu đoàn, bỏ về trong trận lớn này không đành…" Qua lời kể của Bác sĩ Trần Đức Tường, chúng ta đã thấy con người rất thật, rất tình nghĩa của ông, sống chết với anh em, không bỏ đồng đội.

Ông đã yên nghỉ đời đời khi Mùa Xuân thật sự của dân tộc vẫn còn xa tắp. Nhưng qua những bài viết và phong cách sống của Nghiêm Sỹ Tuấn, thì thông điệp dấn thân – hy sinh – quên mình của Ông vẫn còn đó. Và đó cũng chính là tấm gương sáng: Con Đường Sáng, cho các thế hệ sau tiếp bước Nghiêm Sỹ Tuấn Đi Tìm Mùa Xuân cho Dân Tộc.

TRẦN THỊ NGUYỆT MAI
Ohio, 28.12.2018 – 31.3.2019

Trần Mộng Tú, *sinh năm 1943 tại Hà Đông, Bắc phần. Lớn lên ở Hà Nội, Hải Phòng, di cư vào Nam 1954, trung học Nguyễn Bá Tòng, trung học Trường Sơn Sài Gòn. Nhân viên Hãng Thông Tấn The Associated Press, (1968- 1975). Sang Mỹ tháng Tư năm 1975, hiện sống (với gia đình) tại Seattle, Washington, làm thơ viết văn từ sau 1975. Đã xuất bản 4 Tập Thơ, 4 Tập Tản Văn và Truyện Ngắn. Cộng tác với các trang mạng và tạp chí văn học ở Mỹ và các nước khác.*

Nhà thơ Trần Mộng Tú

Ngọn Nến Muộn Màng
Cho Người Yêu Nước Nghiêm Sỹ Tuấn

TRẦN MỘNG TÚ

Bác Sĩ Ngô Thế Vinh chia sẻ với tôi một cuốn sách anh và các bạn anh đang soạn thảo. Cuốn sách về một cuộc đời rất ngắn của người bạn đồng nghiệp: Nghiêm Sỹ Tuấn, một Bác Sĩ Quân Y, một Thi Văn Sĩ, tử trận ở tuổi 31 tại Khe Sanh năm 1968 khi anh đang là Y Sĩ Trung Úy Tiểu Đoàn 6, Nhảy Dù.

Nghiêm Sỹ Tuấn chết ở cái tuổi đẹp nhất của đời người: đời của một Y Sĩ, một Thi Sĩ và đời người Lính. Với ba cái đó cộng lại, Nghiêm Sỹ Tuấn là một con người sống lý tưởng và ôm đầy hoài bão tốt đẹp.

Anh đã bước vào cuộc chiến, bỏ lại sau lưng gia đình, công danh, tình yêu và tuổi trẻ.

Với trái tim nồng nàn Anh đã đối diện với định mệnh *Si Vis Pacem Para Bellum.*

Anh đi tìm hòa bình trong chiến tranh, Chiến Tranh là một điều không né tránh được nếu nhân loại thực sự muốn có Hòa Bình.

"Cư An Tư Nguy", người quân nhân nào cũng thuộc lòng câu đó khi vào nhiệm vụ.

"… Làm gì có xương nào phơi vô nghĩa, càng vô nghĩa bao nhiêu càng ý nghĩa bấy nhiêu. Vả chăng xương nào thay được xương mình. Trái đậu thì hoa tàn. Hạt giống có chết cây mới nẩy mầm xanh, sao nói là vô nghĩa được… Cũng đừng buồn thấy lan nhược nở đỏ rồi rơi êm giữa rừng gai cằn cỗi. Cô đơn, đau khổ, gắng chịu một mình. Có thế mới thấy hết vẻ đẹp thanh tao của giếng êm, trăng rạng." (Nghiêm Sỹ Tuấn)

Anh đi vào chiến tranh như một người nông phu bước vào thửa ruộng của chính mình. Không có điều gì tự nhiên mà có được, như muốn có bông lúa thì người nông phu phải cầy bừa trong bùn đất.

Nghiêm Sỹ Tuấn đã đi vào chiến tranh như thế. Bỏ lại gia đình, bạn hữu, người yêu. Anh có một người yêu hay không? Chắc là phải có vì ta đọc trong văn thơ của Anh thấp thoáng đối thoại giữa Anh và một người con gái.

Người thứ nhất: Nghiêm Sỹ Tuấn
Người Thứ hai: Người Yêu
Người thứ hai: Em vừa nghe đọc tên anh. Bao giờ anh đi?
Người thứ nhất: Ngày mai, ngày kia, một tuần, một tháng, không chừng.
Người thứ hai: Anh có vẻ nhàn nhã thế. Không lo chi cả sao?
Người thứ nhất: Có gì phải lo đâu em. Anh sẵn sàng đã lâu rồi. Em muốn nói với anh, sao ngập ngừng?
Người thứ hai: Hơi khó nói một chút. Anh thật đã sẵn sàng, không còn gì bận tâm?
Người thứ nhất: Anh hiểu. Em vừa hỏi anh câu ấy. Thực ra, khi vừa rời sách vở, lúc ấy người ta mới rất nhiều bận tâm. Thân mình, ruột thịt, bạn bè, tình yêu. Với mặt trời, hoa cỏ và chim kêu. Tìm giữ tất cả ngần ấy thứ bên mình và trong đầu óc một hình ảnh, một mục đích, một điều ước mơ gì đó. Khó mà tìm ra đường lối giữ

và khổ nhất là theo đúng đường lối tìm ra. Sao cho luôn luôn có thể nhìn ngay được những bận tâm ấy mà lòng vẫn nhẹ nhàng. Nhưng hôm nay em lại hỏi anh thế: Từ cả năm nay có khi nào đâu? Anh cũng vậy, chưa khi nào. (Trích đoạn trong Para Bellum-NST)

Anh sẵn sàng đã lâu rồi. (NST)

Đúng Anh sẵn sàng sửa soạn đi vào chiến tranh (Para Bellum). Không phải chỉ sửa soạn cho chính mình mà cho cả thế hệ đang tới này hiểu thế nào về lòng yêu nước.

Chiến tranh chỉ xấu và tàn bạo trong mắt những người đứng xa chỉ trỏ. Nên người phải ngừng hay tiếp tục nó với những lý do đẹp đẽ. Cha ông chúng ta xưa kia đã nhất định tiếp tục nó, và đã chiến thắng, chắc vì hiểu rằng trật tự và kỷ luật trong sức mạnh con người là một cảnh tự nó đẹp, dễ làm cảm động, dễ làm thán phục. Nhất là khi có những sức mạnh bên ngoài để gây xáo trộn trật tự và kỷ luật ấy (NST)

Chiến tranh và Anh thế nào cũng phải có một bên thắng. Con khủng long chiến tranh đã phun ra những ngọn lửa thiêu rụi Anh. Nghiêm Sỹ Tuấn đã ngã gục và có ai biết đó là cái chết Anh chọn lựa?

Khi Anh nằm xuống Anh vẫn là một người đàn ông độc thân. Không có một vành khăn tang trên đầu quả phụ. Người yêu mơ hồ trong văn chương của anh không hiện thực.

Chôn theo thân xác anh là một linh hồn đầy ắp lý tưởng và *Họ đã phủ trên ngực Anh một lá cờ rũ.*

Chúng ta gấp cuốn sách lại với ngậm ngùi và lòng kính trọng. Chiến tranh Việt Nam luôn luôn là một vết thương không bao giờ lành dù nhìn dưới một khía cạnh nào. Cho dù vết thương có khô máu, có lên lớp da non.

Tuổi Trẻ, Tình Yêu Và Chiến Tranh

Những tờ nhật báo
mỗi ngày một giống nhau
hôm nay tin địch chết
ngày mai tin ta chết
mẹ già cuối xóm
đi nhận xác con
người vợ trẻ xếp hành trang cho chồng mai đi sớm
tăng thêm quân
tuổi mười tám xếp bút nghiên cầm súng
đào thêm hầm
người chết thiếu chỗ chôn
chung quanh em bỗng thấy
thành phố tắt tiếng cười
chiếc áo em đang mặc màu xanh
em nhìn thành màu đỏ
mùi mực in
thành mùi máu tanh hôi
em yếu đuối
em ngơ ngác tâm thần
em sợ lắm rồi thấy người ngã xuống
Không,
không bao giờ em muốn anh đi
Anh gạt tay em dấn mình vào lửa
mảnh đạn mảnh bom chặn mất đường về
ngày mai mưa nắng anh không biết
lửa hỏa châu
đốt cháy lời thề.

tmt (1968)

Chúng ta hãnh diện đã có một người Quốc Gia như Y Sĩ - Thi Sĩ Trung Úy Nghiêm Sỹ Tuấn.

TRẦN MỘNG TÚ

Bellevue 4-3-2019

Nguyễn Thanh Bình, sinh năm 1942 tại Hà Nội, nguyên quán Bắc Giang, di cư vào Nam 1954. Trung học Nguyễn Trãi, Chu Văn An, tốt nghiệp Y Khoa Đại Học Sài Gòn 1967. Trong ban biên tập báo SVYK Tình Thương, viết truyện ngắn với bút hiệu Yên Thảo. Y Sĩ Trưng Tập Khóa 10. Y sĩ trưởng Thiết đoàn 6 Kỵ Binh, đơn vị cuối cùng Trung Tâm 4 Hồi lực Cần Thơ. Cấp bậc Y Sĩ Đại Úy. Di tản sau 1975, định cư ở Canada, hành nghề chuyên khoa Tiêu Hóa tại Montréal. Cựu Hội Trưởng Hội YSVN tại Canada, cựu Chủ Bút Tập San Y Sĩ. Sau này, viết đủ thể loại, đăng trên TSYS, ký tên thật hoặc với bút hiệu Bát Sách.

Y sĩ Đại úy
Nguyễn Thanh Bình

Y Sĩ Tiền Tuyến Nghiêm Sỹ Tuấn Người Đi Tìm Mùa Xuân
CHÂN DUNG & TÁC PHẨM

NGUYỄN THANH BÌNH

Bạn tôi, Bác sĩ, Nhà văn Ngô Thế Vinh, dự định ra cuốn sách đặc biệt về cố Bác sĩ Nghiêm Sỹ Tuấn, binh chủng Nhảy dù, và có nhã ý cho TSYS góp mặt trong việc xuất bản và phát hành. Đó là một vinh dự cho HYSVN tại CANADA, và tôi được anh chủ bút Thân Trọng An giao trách nhiệm viết một bài về tuyển tập này.

Theo dự thảo, sách gồm ba phần:

Phần I: 15 tác giả viết về Nghiêm Sỹ Tuấn

15 tác giả, gồm đồng nghiệp hay bạn bè viết về Nghiêm Sỹ Tuấn. Những bài này, có bài viết từ năm 1968, có khi mới đây, 2018, 2019, hơn nửa thế kỷ sau khi anh gục ngã nơi chiến trường. Tôi biết anh Tuấn trong thời gian cùng làm tờ TÌNH THƯƠNG của Y KHOA SAIGON, khi anh làm thư ký cho tờ báo này tới số 13, nhưng tôi không thân với anh và hiểu biết về anh rất sơ sài. Qua

15 bài viết, tôi có một cái nhìn về anh thật đầy đủ: Anh sinh đầu năm 1937, nên còn tuổi Tý, trong một gia đình nghèo, đông con. Anh là con trưởng, học Y khoa theo ý của mẫu thân, mà anh theo được ngành này nhờ học giỏi, và có học bổng của Bộ Y tế. Anh là người nhỏ nhắn, có dáng thư sinh, giống như một Nho sĩ thời quân chủ. Rất khí khái, nhưng lại hiền lành, điềm đạm, nhiều suy tư, và hình như hơi gàn vì bị ảnh hưởng của những triết lý Âu, Á mà anh say mê nghiên cứu. Anh học trễ, có lẽ vì loạn ly, 14 tuổi mới vào trung học, 28 tuổi tốt nghiệp Bác sĩ. Ngoài việc học, thực tập, trực gác rất bận rộn trong ngành Y, anh còn kiên nhẫn học thêm ngoại ngữ, Anh, Pháp, Đức, Hoa và Latin. Anh có thể đọc *Tam Quốc, Ỷ Thiên Đồ Long Ký* bằng chữ Nho. Các sách gối đầu giường của anh là *Sử Ký Tư Mã Thiên, Đại Học, Luận Ngữ*, và cả *Tây Sương Ký*...

Anh có một mối tình rất mơ hồ, không đoạn kết với một nữ y tá bệnh viện Nhi Đồng, theo lời anh Trần Xuân Dũng. Khi ra trường vào năm 1965, anh phục vụ tại TĐ6ND, bị thương 2 lần, từ chối đi tu nghiệp về giải phẫu, vì không được hứa cho trở về bệnh viện Đỗ Vinh của Nhảy Dù sau khi học xong. Anh đã hy sinh tại Khe Sanh năm 1968, vì bị trúng pháo kích của địch, khi đang băng bó vết thương cho một binh sĩ. Khi đó anh 31 tuổi, quá trẻ cho một đời người. Theo lời DS Vũ Văn Tùng, anh Tuấn rất quảng đại, hào phóng: Một binh sĩ có vẻ thích chiếc máy chụp hình của anh, khi người này tử trận, anh đến phúng và để lại máy hình trên bàn thờ! Tôi nghĩ tới truyện *Đông Chu:* Quý Trát là con út của vua Ngô Thọ Mộng, được cha sai đi sứ 6 nước. Ông đi qua nước Từ, vua Từ có ý thích thanh kiếm của Quý Trát, nhưng chàng bận công vụ, tự hẹn là sẽ tặng kiếm cho nhà vua khi trở về. Ngờ đâu lúc đó vua Từ đã qua đời, Quý Trát bèn treo thanh gươm bên mộ. Anh Tuấn ơi, anh chính là Quý Trát của Việt Nam.

Khi thi hài của anh được chở về QYV Nguyễn Tri Phương, BS Lê Văn Tập là người đã mở poncho nhận dạng bạn đồng khóa, lo tẩm liệm và chuyển về Sài Gòn.

Trong 15 bài viết về Nghiêm Sỹ Tuấn, có 2 người nói về ngày anh qua đời, thì lại không giống nhau:

- Theo BS Trần Đức Tường, anh Tuấn mất khoảng tháng 4/1968, sau Tết Mậu Thân.

- Theo BS Nguyễn Thanh Giản, anh Tuấn mất ngày 13/08/1968.

Anh Trần Mộng Lâm, bạn đồng khóa 1967 của tôi, kể rằng, sau khi học quân sự ở Võ Bị Đà Lạt, chúng tôi về học hành chánh Quân Y tại Saigon, và Lâm được chỉ định đi canh quan tài của anh Tuấn. Lúc đó có lẽ là tháng 4, và tôi nghĩ anh Tuấn mất vào khoảng đó, vì nếu sau ngày 13/08/1968 thì vô lý, anh em chúng tôi đều đã đáo nhậm đơn vị rồi.

Và việc báo hung tín cho gia đình anh Tuấn cũng không đồng nhất. Cả 2 người, BS Lê Văn Châu và Đại úy trợ y Trần Đạt Minh đều nhận mình đã làm công việc rất khó khăn và tế nhị này. Ai đúng? Ai sai? Tôi chỉ nêu lên đây nhận xét vậy thôi, chứ hơn nửa thế kỷ qua, ai dám chắc là trí nhớ của mình không suy giảm.

Sau đó là mấy trang hình ảnh của anh Tuấn:

- Hình thời sinh viên, nhỏ nhắn, tươi cười cùng các bạn.

- Hình đội khăn đóng, mặc áo dài, chụp với các em, giống như một nho sinh.

- Hình mặc đồ trận, trên phi cơ, trước khi nhảy dù.

- Đặc biệt là bức tranh truyền thần của anh Tuấn, do bạn tôi là Y Sĩ Đại úy Lê Văn Công vẽ.

Phần II: Tác phẩm của Nghiêm Sỹ Tuấn:

- Trên *Tình Thương*, Tập San Đại Học Quân Y 1968,

- Tuyển tập *QY QLVNCH* năm 2000,

- Tuyển tập *Thung Lũng Hoàng Hôn* (2002),

- *Lịch Sử Y Học* của Kenneth Walker, dịch chung với Hà Ngọc Thuần,

- *Dưới Mắt Thượng Đế* của Hans Killian, dịch chung với Nguyễn Vĩnh Đức.

Mục truyện ngắn, có 2 bài:

- ***Những người đi tìm mùa xuân:*** Truyện giả tưởng, nhiều chi tiết, đọc kỹ thì mường tượng như tiên tri cho thảm cảnh của VNCH năm1975! Vì kiến thức tổng quát rộng, anh dùng rất nhiều điển Âu,

Á. Tôi dốt về sự tích Âu Tây, nhưng về văn chương lịch sử của Tàu thì khá, nên tôi rất thích những nhân vật anh nhắc tới trong truyện, như Phi Yến (Hoàng hậu của Hán Thành Đế Lưu Ngao, đẹp và nhẹ như chim yến), Thái Chân (Dương Quý Phi), Vệ Thanh, Hoắc Khử Bệnh (Vũ tướng của Hán Vũ đế), Chi Di Tử Bì (Phạm Lãi, trốn Việt Câu Tiễn, qua nước khác buôn bán, cũng có tên là Đào Chu Công), Thi Quỷ Lý Hạ đời Đường, Tử Kiến, tức Tào Thực, con Tào Tháo...

- **Para Bellum:** đối thoại giữa 7 người, với nhiều đề tài về chính trị, xã hội, văn chương.

Tóm lại, truyện của anh không dễ, phải đọc từ từ, suy nghĩ mới hiểu được, nhiều khi bị lạc trong những diễn biến.

Thơ của anh cũng có 2 loại:

- *Nhị Thập Bát Tú*, 4 câu, 7 chữ, như Trần Xuân Dũng, theo trường phái của Vũ Hoàng Chương.

> *Đầu ối vỡ toang, vào bể dâu,*
> *Nỗi trơ lặng lẽ chớm lên màu,*
> *Chín trăng lẻ ngủ không mơ bướm,*
> *Cắt rốn rồi ta bị buộc đâu?*

- Loại lục bát: *"Sáu Buồn" Trước Tử Biệt Sinh Ly*, để cho LMN, là ai? Tại sao lại lấy tựa như vậy? Hay là điềm báo trước ngày anh từ giã cuộc đời? Như bài sau cùng mà tôi thấy là gở:

ĐẤT LẠNH

> *Hồ trường một dốc chưa say,*
> *Lưng đau cát sỏi, ai đau thân mình,*
> *Điểm trang khô mắt đăng trình,*
> *Nghiêng thêm băng giá, hồi sinh đợi ngày.*

Là Y Sĩ của 1 trong 2 binh chủng nguy hiểm nhất của quân đội mà anh nhắc tới *Đất Lạnh* và *Hồi Sinh Đợi Ngày* thì quả nhiên là thơ nó vận vào người.

Những bài Biên Khảo, viết riêng hay chung với Đặng Vũ Vương, Hà Ngọc Thuần, rất công phu, uyên bác, trích dẫn nhiều sách vở cổ, kim, đọc thật hay, nhưng cũng rất mệt, phải để công suy nghĩ, tìm hiểu...

Truyện dịch của anh thì dễ đọc hơn nhiều, thoải mái, hấp dẫn, văn chương sáng sủa, nhẹ nhàng, nhất là những bài trong *Dưới Mắt Thượng Đế* của Hans Killian mà anh hợp tác với Nguyễn Vĩnh Đức. Mục này khá dài, và công của anh Nguyễn Vĩnh Đức không phải ít.

Phần III: Đọc Nghiêm Sỹ Tuấn
của Trần Mộng Tú và Trần Thị Nguyệt Mai

Những cảm tưởng của hai vị nữ lưu, rất chân thành và duyên dáng, sau khi đọc tuyển tập viết về anh Tuấn. Đó là bài thơ cảm đề, viết thảo trên một bức tranh đẹp.

Tuyển tập Y SĨ TIỀN TUYẾN NGHIÊM SỸ TUẤN quả là một bức tranh đẹp, trên đó, đám y sĩ chúng tôi thấy lại hình ảnh của chính mình trong bao nhiêu năm trời ở lính, với những kỷ niệm vui, buồn, những nỗi đớn đau, uất hận, những cảnh tử biệt, sinh ly... Và chúng ta cần phải coi bức tranh này để nhớ lại ngày xưa.

NGUYỄN THANH BÌNH

Montréal, 16.04.2019

Lê Văn Công sinh năm 1939 tại Sài Gòn, theo học *Đại Chủng Viện Sài Gòn, tốt nghiệp Y Khoa 1968, Quân Y Hiện Dịch Khóa 15; lần lượt phục vụ: Sư Đoàn 5 Bộ Binh, Quân Y viện Nguyễn Văn Nhứt, Bệnh xá TT Huấn Luyện Quang Trung; cấp bậc cuối cùng Y Sĩ Đại Úy; di tản sang Mỹ từ 1975, tốt nghiệp Diagnostic & Interventional Radiology Đại Học Tennessee, Memphis; trở lại hành nghề Y khoa Quang tuyến cho tới nghỉ hưu 2010; hiện cư ngụ tại Fairfax, Virginia.*

Y sĩ Đại úy Lê Văn Công

Vẽ Chân Dung và
Đọc Tuyển Tập Nghiêm Sỹ Tuấn

LÊ VĂN CÔNG

Như bao lần trước, anh Ngô Thế Vinh thường gửi cho các bạn anh đọc những bài anh vừa viết xong, còn nóng hổi, ngắn hay dài, trước khi được phổ biến rộng rãi. Anh muốn các bạn anh đọc trước và cho phê bình. Nhưng riêng tôi nào có am hiểu vấn đề anh nêu ra đâu mà bình với phê.

Cũng như thế, lần này anh cũng bảo tôi viết review về *Tuyển Tập Nghiêm Sỹ Tuấn* cho Đặc San Y khoa 68 số Mùa Thu 2019. Anh còn thêm câu: "Đó là mệnh lệnh của trái tim, cứ như vậy nha." Theo tôi đó là lịnh chứ còn gì nữa.

Viết bài cho báo, không phải là nghề của tôi. Tôi biết tôi không đủ chữ nghĩa, nhưng sở dĩ có bài này là tôi không muốn anh thất vọng lần nữa; cũng như anh đã thất vọng về bức chân dung của anh Nghiêm Sỹ Tuấn mà anh nhờ tôi vẽ từ một tấm hình cũ.

Khoảng giữa năm 2018, qua email, anh Vinh gửi cho tôi một hình portrait của anh Nghiêm Sỹ Tuấn và anh nhờ tôi vẽ lại bằng acrylic trên canvas.

Bức chân dung của anh Nghiêm Sỹ Tuấn, với thời gian hay vì lý do nào đó, nó mất hết đường nét bình thường của một tấm hình, nó "mờ trong bóng chiều!" Thật khó mà vẽ lại cho đúng, cho dù tôi đã nhờ đến các chuyên viên hình ảnh làm photoshop, họ cũng không thể làm rõ nét thêm được. Nhưng tôi không muốn từ chối công việc đó, tôi muốn thử thách và tôi không muốn làm anh Vinh thất vọng.

Nhưng khi bắt đầu vẽ, tôi mới thấy có nhiều vấn đề. Lúc còn đi học Trường Y Khoa, tôi có đọc báo Tình Thương. Có thấy tên anh Nghiêm Sỹ Tuấn là một trong những thành viên của tờ báo. Tôi không quen anh và chưa được vinh hạnh diện kiến với anh. Đó là vấn đề then chốt. Nếu tôi đã gặp mặt Nghiêm Sỹ Tuấn, thì tôi có thể hình dung ra anh mà vẽ.

Không thua cuộc, tôi xin thêm tài liệu, anh Vinh gửi thêm một bức hình anh Nghiêm Sỹ Tuấn với áo dài khăn đóng, ngồi với các em và cả hình chụp portrait của toán sinh viên năm thứ 3 thực tập của trường Y Khoa...

Gương mặt anh Nghiêm Sỹ Tuấn trong các hình này còn quá trẻ. Nó không ăn khớp với nét mặt Nghiêm Sỹ Tuấn trong bộ áo hoa dù, trong đó gương mặt anh trông rất nghiêm nghị, hiên ngang với đôi mắt thật sắc, dù trong bóng mờ....

Tôi muốn phô bày đôi mắt mà tôi rất thích, rất cảm phục... Tuy nhiên vì là nghiệp dư, và có lẽ quá đà, tôi vẽ đôi mắt ấy trông sắc và hơi "dữ," không giống Nghiêm Sỹ Tuấn, qua nhận xét của các anh đã quen biết anh Tuấn.

Được feedback đó, tôi đề nghị anh Vinh cho tôi chỉnh lại đôi mắt anh Nghiêm Sỹ Tuấn theo các hình lúc anh còn trẻ, chưa nhập ngũ. Và anh Vinh lại thích bức vẽ sau cùng này, vì theo anh Vinh nó giống Nghiêm Sỹ Tuấn lúc sinh tiền: đôi mắt ấy vẫn tinh anh, nhưng trông hiền hòa, trẻ hơn...

Riêng cá nhân tôi, tôi không ưng ý cả hai, vì tôi không có một hình mẫu hoàn hảo.

*

Hình 1 trái: Hình chụp Nghiêm Sỹ Tuấn, nguyên thủy, do anh Ngô Thế Vinh cung cấp. *Hình 2 phải:* Chân dung Nghiêm Sỹ Tuấn được anh Lê Văn Công phác thảo đầu tiên.

Hình 3 trái: Hình Nghiêm Sỹ Tuấn trên thẻ thực tập bệnh viện Nhóm B năm thứ 3 Y khoa 1961-1962. *Hình 4 phải:* Chân dung Nghiêm Sỹ Tuấn với đôi mắt được chỉnh lại.

Đọc *Tuyển Tập Nghiêm Sỹ Tuấn* mới thấy công trình của chủ biên Ngô Thế Vinh. Anh đã mời 15 tác giả cùng viết cho Tuyển Tập Nghiêm Sỹ Tuấn. Công việc của anh như là một chef d'orchestre. Anh thu thập tất cả ký ức của các bạn một thời là bạn học thời son trẻ, bạn đồng môn Y khoa và cả chiến hữu một thời sống chết với nhau trong đơn vị để hoàn thành Tuyển Tập này.

Phần một của Tuyển Tập này cho độc giả cái nhìn về Nghiêm Sỹ Tuấn từ lúc còn trẻ, thời hoạt động khi còn là sinh viên Y khoa, thời nhập ngũ... qua 15 tác giả viết về anh.

Nhìn chung, các tác giả đều nghĩ Nghiêm Sỹ Tuấn là *"biểu tượng của thế hệ thanh niên Việt Nam thời bấy giờ, lớn lên trong chiến tranh khói lửa... Anh muốn đứng lên đáp lời sông núi, làm nhiệm vụ của một chàng trai thời chiến, để bảo vệ non sông đất nước."*

Phần hai của Tuyển Tập trình bày *những tác phẩm của Nghiêm Sỹ Tuấn*. Đọc các tác phẩm đó, có bài tôi hiểu, có bài tôi lờ mờ...

Có thể riêng qua bài viết *Para Bellum*, người đọc hiểu phần nào tư tưởng của Nghiêm Sỹ Tuấn. Những câu:

"Chúng ta thừa hưởng dễ dàng quá, nên chóng mệt mỏi..."

"Bởi có ai mất thời giờ, ngồi trong bóng tối, ngắm cử chỉ tầm thường mà trang nghiêm của người nông phu gieo mạ, bóng tay vươn đến tận sao trời... "

"Làm gì có xương nào phơi vô nghĩa. Càng vô nghĩa bao nhiêu càng có ý nghĩa bấy nhiêu. Vả chăng xương nào thay được xương mình..."

"Cũng đừng buồn khi thấy lan nhược nở đỏ, rồi rơi êm, giữa rừng gai cằn cỗi..."

"Cô đơn, đau khổ, gắng chịu một mình. Có như thế mới thấy hết vẻ đẹp thanh tao của giếng êm, trăng rạng..."

Với những suy tư này, tôi thấy không khác lắm với:

"Gémir, pleurer, prier est également lâche.

Fais énergiquement ta longue et lourde tâche...

Puis, après, comme moi, souffre et meurs sans parler..."

của Alfred de Vigny trong bài *La Mort du Loup*, từ thế kỷ thứ 18.

Mối ưu tư của Nghiêm Sỹ Tuấn từ hơn nửa thế kỷ trước đối với các vấn đề căn bản của con người, của đất nước... cho đến nay vẫn còn dở dang và nguyên vẹn.

"Tuyển Tập này, ra đời muộn màng hơn nửa thế kỷ sau ngày anh mất, không đơn thuần là một tưởng niệm Nghiêm Sỹ Tuấn, nhưng còn là một thông điệp với tầm nhìn xa, để lại cho các thế hệ mai sau, tiếp bước anh Đi Tìm Mùa Xuân cho Dân Tộc..."

Tôi đã mượn lời anh Ngô Thế Vinh để kết thúc bài này.

LÊ VĂN CÔNG

Fairfax VA, 4th of July 2019

Phan Tấn Hải, sinh năm 1952 tại Sài Gòn, nguyên quán Hà Tĩnh, Trung học Chu Văn An Sài Gòn, sinh viên Đại học Văn Khoa, làm thơ viết truyện dịch thuật; học Thiền từ Chùa Tây Tạng Bình Dương, khi viết về Phật giáo ký tên Nguyên Giác, hiện là Chủ bút Nhật báo Việt Báo Nam California. Tác phẩm: Cậu Bé và Hoa Mai 1986, Ở Một Nơi Gọi là Việt Nam 1987, Vài Chú giải về Thiền Đốn ngộ 1990, Những Lời Dạy từ các Thiền Sư Việt Nam Xưa 2010.

Nhà văn Phan Tấn Hải

Nghiêm Sỹ Tuấn: Người Tới Như Mộng

PHAN TẤN HẢI

Thực hay là tiểu thuyết? Đó là câu hỏi đột khởi trong tôi sau khi đọc xong tuyển tập Y Sĩ Tiền Tuyến Nghiêm Sỹ Tuấn. Có rất nhiều yếu tố y hệt như kiểu *truyền kỳ mạn lục* trong đời Nghiêm Sỹ Tuấn. Vậy mà lại là đời thực, kể lại từ những người bạn thân thiết trong nhiều chặng đời của người họ Nghiêm – hoàn toàn không phải là huyền thoại kể từ những người vài trăm năm sau. Có vẻ như những người như Nghiêm Sỹ Tuấn tới để làm cõi đời đau đớn này thơ mộng hơn, đáng trân trọng hơn.

Một Nghiêm Sỹ Tuấn giỏi nhiều ngôn ngữ (Hán, Anh, Pháp, Đức, La-tinh), tài hoa về văn chương, hội họa, âm nhạc – chỉ giỏi như thế, cũng đủ gọi là kỳ nhân. Nhưng chính tâm hồn Nghiêm Sỹ Tuấn, qua mắt nhìn từ các bạn của ông, mới là những gì cách biệt với xã hội chung quanh. Độc đáo, thơ mộng, tử tế. Có nhiều điểm trong cuộc đời Nghiêm Sỹ Tuấn y hệt như truyện, y hệt như phim. Và cũng rất mực sâu sắc, khi ông tiên đoán rằng Việt Nam Cộng Hòa sẽ thua trận khi cuộc chiến chuyển dần sang cuộc nội chiến giữa những người thành thị với các nông dân.

Tôi đọc chậm rãi, đọc đi đọc lại nhiều trang, suy nghĩ về những dòng chữ các bạn ông viết về kỷ niệm một thời quá khứ với ông, đó là những hàng chữ như đang dựng lên một tượng đài – cho một người hiện ra trong cõi này và sống y hệt một huyền thoại.

Nghiêm Sỹ Tuấn sống và chết y hệt như tiểu thuyết: là y sĩ Dù duy nhất bị thương hai lần, một lần ở Dakto, một lần ở Cao Lãnh... điều trị xong, tình nguyện ra chiến trường để làm y sĩ trưởng Tiểu đoàn 6 Dù. Và rồi tử trận ở Khe Sanh năm 1968, chết khi cuộn băng còn cầm trên tay, khi đang đứng dưới hố cá nhân săn sóc vết thương cho một thương binh nằm cáng trên miệng hố.

Tôi suy nghĩ về truyện ngắn *"Người Bệnh Tưởng"* (tr. 336-348) do Nghiêm Sỹ Tuấn và Nguyễn Vĩnh Đức dịch từ tiếng Đức. Phải chăng họ Nghiêm cũng tự thấy như người đang chữa bệnh tưởng cho rất nhiều người trong cõi này, và rồi cũng sẽ bó tay khi sự thật không thuyết phục được bệnh nhân? Tuy nhiên, cõi này của chúng ta đầy những người bệnh tưởng... Họ đang gây hại cho thế gian: họ tưởng rằng dân tộc đang bệnh và cần đưa chủ nghĩa xã hội về thay thế nền văn hóa nhân bản thuần Việt, họ tưởng rằng bạo lực chuyên chính sẽ xóa bỏ nhà tù và dẫn tới no ấm nhưng không ngờ ngược lại...

Ngô Thế Vinh ghi nhận: "Nghiêm Sỹ Tuấn chính là mẫu người quân tử Đông Phương hiếm hoi thuần Việt còn vương sót lại ở hậu bán thế kỷ 20." (tr. 22)

Bùi Khiết kể về người bạn họ Nghiêm, cũng là người thư ký đầu tiên của tạp chí Tình Thương: "Tuấn cô đơn, một tâm hồn khắc khoải... Tiếng Anh, tiếng Pháp, tiếng Đức và chữ Hán hòa đồng thành khối. Tự nhiên tôi liên tưởng tới một lý tưởng trong sạch, và rắn chắc như kim cương. Vì mắc bệnh chủ quan nên tôi coi Tuấn là cây hoa quý giữa một vùng cỏ dại này." (tr. 67-96)

Đặng Vũ Vương kể về họ Nghiêm, người bạn vào Đại học Y Dược cùng năm: "Nghiêm Sỹ Tuấn với tài năng và nhân cách trong cuộc đời ngắn ngủi của một Sinh Viên Y Khoa và một Y Sĩ trong thời chiến là điển hình của một thầy thuốc kiêm một "quân tử" (gentleman), một mẫu người tượng trưng cho cái hỗn hợp (amalgame) tốt và đẹp nhất của truyền thống văn hóa cổ truyền VN và kiến thức, tư tưởng tân tiến của Tây phương… Một chuyện được kể lại như huyền thoại là có một thuộc cấp của Tuấn nói rất mong có được cái máy ảnh như của Tuấn đang đeo trên vai, chẳng bao lâu sau đó người quân nhân này tử trận, Tuấn đến đưa đám tang anh đó rồi sau đó lẳng lặng để lại cái máy ảnh trên bàn thờ của anh ấy." (tr. 122-125)

Nguyễn Thanh Giản kể về lời Nghiêm Sỹ Tuấn trong đêm trước hôm chia tay: "Cuộc chiến này nếu không làm sáng tỏ được là chúng ta chiến đấu cho tự do dân chủ thì rất nguy. Nó sẽ trở thành cuộc chiến của những thằng ở thành phố đánh nhau với những thằng ở miền quê. Những thằng ở thành phố tinh khôn hơn nhưng chỉ là thiểu số, miền quê trông có vẻ khờ khạo nhưng nắm giữ hầu hết tiềm lực của dân tộc. Mày tranh thủ được nhân tâm dân chúng miền này là rất tốt. Nếu bên mình mà làm được như vậy thì bọn Việt cộng sẽ thua nhanh chóng. Cuộc chiến đã trở thành cuộc tranh thủ nhân tâm, mình không làm thì bọn Việt cộng tinh ranh sẽ làm và sự sụp đổ của miền Nam sẽ là điều không tránh khỏi." (tr.62)

Nơi đây, xin có bài thơ tặng y sĩ tiền tuyến Nghiêm Sỹ Tuấn.

Bài thơ tặng một tượng đài

Anh đã cầm bút lên
một đời trân trọng
từng dòng chữ ghi xuống
lòng anh là ước mơ hòa bình.
Anh ngồi dịch từng trang
dịu dàng chép từng nét bút
thuốc ơi lòng anh là giấy mực
thương đời chữa bệnh cõi này.
Anh đã nhìn thấy
bên kia màn khói súng
từ sau chiến hào đứng dậy
là nông dân hàng hàng ra trận
mùi lúa còn vương râu tóc

với súng dao, cuốc xẻng và gậy gộc
hô vang ước mơ hòa bình
bên này mình lớp lớp thư sinh
với tay còn thơm giấy mực
cầm súng lên đường chung bước
cũng hô vang ước mơ hòa bình
sao tiếng hô buồn như tiếng khóc.
Rồi anh đã lao vào trận
khắp trời là mưa đạn
chữa thương cho cả thù và bạn
ai đã bắn vào ngực anh
trên môi anh bật lên những giọt rất mặn
trái tim anh bật máu
Nghiêm Sỹ Tuấn
các bạn anh thảng thốt gọi
anh đã nằm xuống như bụi
rồi bay lên thật cao, thật xa như sương khói
nơi máu anh đã mặn như nước mắt
và trở thành men rượu cho đời.

NGUYÊN GIÁC PHAN TẤN HẢI
California 14.04.2019

Đại úy Phan Nhật Nam, tại Hà Nội 1973 trong Ban Liên Hợp Quân Sự 4 bên.

[tư liệu Phan Nhật Nam].

Phan Nhật Nam, *sinh năm 1943, tại Huế; nguyên quán Quảng Trị, tốt nghiệp Khóa 18 Trường Võ Bị Quốc Gia Đà Lạt, gia nhập binh chủng Nhảy Dù, qua các đơn vị Tiểu Đoàn 7, 9, 2, và Lữ Đoàn 2 Nhảy Dù; Ban Liên Hợp Quân Sự 4 và 2 Bên. Sau 1975, tù cải tạo 14 năm qua các trại giam Miền Bắc. 1993 sang Mỹ định cư, hiện vẫn viết và làm việc ở tuổi 76, cư ngụ ở Nam California. Tác phẩm: Dấu Binh Lửa 1969, Dọc Đường Số 1 1970, Mùa Hè Đỏ Lửa 1972, Tù Binh và Hòa Bình 1974.*

Nghiêm Sỹ Tuấn
Đi Vào Lửa Đỏ Chiến Tranh

PHAN NHẬT NAM

Dẫn Nhập: Hôm nay tháng Tư năm 2019, bốn mươi bốn năm sau lần mất Miền Nam, đang ở tuổi quá 70, người viết với lòng bình yên, bình thản nhớ lại quãng đời đã qua. Cách hoài niệm thường có đối với lớp người lớn tuổi vào buổi cuối đời, đánh giá lại phần được/ mất, có/ không theo cách khách quan như đối với một người nào đấy có phần quen biết. Cũng nhân cơ hội đọc tuyển tập tường trình về cái chết của một y sĩ Tiểu Đoàn 6 Nhảy Dù, tử trận cùng lần với bạn anh, Nguyễn Đức Cần, Tiểu Đoàn 3 Nhảy Dù, chết chung trên chiến địa Khe Sanh, ngày tháng 3 năm 1968… Lần ra đi nay đã qua hơn nửa thế kỷ (1968-2019) để không còn ai nhớ tới cho dù thân thích, cật ruột… Sự kiện bình thường đối với mọi người trong chiến tranh Việt Nam. Chết cùng khắp. Bất kỳ lúc nào, ở đâu, với bất cứ ai. Tháng 3, tháng 4, năm 1975 chứng tỏ rõ hơn khi nước mất nhà tan – Chết là điều tất nhiên. Tuy nhiên, cũng không phải tính đến hôm nay, năm thứ 19 Thế kỷ 21. Mà từ ngày ấy…

Trên đường phố Sài Gòn cụ thể như các đường Lê Văn Duyệt, Võ Di Nguy, Hai Bà Trưng, Phan Thanh Giản… Những con lộ khởi đi từ Tổng Y Viện Cộng Hòa, Bộ Tư Lệnh Không Quân, Bộ Tư Lệnh Biệt Khu Thủ Đô, Trại Hoàng Hoa Thám (Bộ Tư Lệnh Sư Đoàn Dù), Trại Đào Bá Phước (Bộ Chỉ Huy Biệt Động Quân)… thường xuất phát những xe tang hướng về Nghĩa Trang Quân Đội Gò Vấp (trước 1965), Nghĩa Trang Quân Đội Biên Hòa (sau 1965)… Xe tang GMC trên có quan tài phủ Cờ Vàng Ba Sọc, một vài quân nhân cầm súng ngồi hai bên, tiếp theo hàng thân nhân thắt khăn tang, phần lớn người già lão, phụ nữ trẻ tuổi, và con nhỏ ngồi ngó mông xuống đường phố chen chúc người, xe cộ, khói bụi… Người đi đường nhìn lên bất chợt, trống trải. Cho dù đấy là những người mặc quân phục đi song song hoặc ngược chiều với chiếc xe tang. Có người đưa tay chào theo cách nhà binh. Có người không do phải lái xe gắn máy trong dòng người đông đúc. Vào những năm 1968, 1972, cảnh tượng nầy diễn ra thường xuyên, bình thường. Cư dân Sài Gòn có thể gặp xe tang quân đội hai, ba lần trong một ngày. Tử sĩ nằm trong quan tài, gia đình người chết ngồi trên xe, khách dưới đường cùng nhau hiện thức **điều tất nhiên của lẽ sống / chết ở Việt Nam**. Chắc chắn chẳng ai đặt điều thắc mắc. Người nào chết đấy? Tại sao?

1.

Nghiêm Sỹ Tuấn tốt nghiệp Bác Sĩ Y Khoa năm 1965 ở tuổi 28. Bác Sĩ Tuấn nhỏ người, chỉ cao 1 thước 58, nặng 40 ký. Một thân thể tương đối nhỏ so với tầm vóc trung bình, sức nặng cần thiết cho một người lính chiến, chưa nói đến quân nhân thuộc binh chủng Nhảy Dù mà hai chiếc dù lưng, dù bụng, ba-lô hành quân, súng đạn chắc chắn lớn hơn sức nặng của thân người phải đương cự. Nhưng bởi là quân y sĩ nên anh được miễn trừ về sự thiếu sót thể chất kia. Tuy nhiên anh lại không cậy đến sự miễn trừ nầy qua sự kiện quyết định sau đây. Sau khi học xong năm thứ sáu, tất cả nam sinh viên y khoa đều phải trình diện nhập ngũ. 73 bác sĩ khóa anh mới tốt nghiệp được đưa lên Trường Sĩ Quan Trừ Bị Thủ Đức, thụ huấn chương trình quân sự chín tuần lễ. Sau khi mãn khóa quân sự tại Thủ Đức, các bác sĩ còn phải học thêm bốn tuần về hành chánh quân y tại Trường Quân Y. Xong hai kỳ huấn luyện đến lễ mãn khóa, các tân khoa bác sĩ được mang cấp bậc Y Sĩ Trung Úy. Ngày chọn đơn vị phục vụ là một ngày quan trọng, quyết định tương lai, vận mệnh của người quân y sĩ. Người nào đậu cao nhất, do điểm ở Thủ Đức lẫn Quân Y cộng lại, sẽ được gọi tên chọn chỗ trước nhất. Và khi những chỗ nơi các đơn vị quân y lớn (Các Tổng Y Viện, Quân Y Viện, hay Bệnh Viện Dã Chiến) đã được chọn hết, những người còn lại sẽ phải chọn những chỗ thuộc Quân Y Binh Đoàn tức những đơn vị tác chiến. Những chỗ nguy hiểm nhất trong nhóm này, thuộc về các lực lượng tổng trừ bị. Quân Lực Việt Nam Cộng Hòa có hai lực lượng tổng trừ bị là Nhảy Dù và Thủy Quân Lục Chiến. Tỷ lệ tử vong trong hai binh chủng này rất cao, bởi các y sĩ Nhảy Dù, TQLC cũng sẽ hứng chịu nguy hiểm chiến trường như tất cả người lính của các tiểu đoàn tác chiến. Súng đạn đâu phân biệt ai với ai. Trung Sĩ Tổ Khinh Binh hay Bác Sĩ Trung Úy? Trước giờ chọn đơn vị, một thông báo được tuyên đọc cho tất cả tân bác sĩ được rõ: *"Người nào muốn chọn về Nhảy Dù hoặc Thủy Quân Lục Chiến chỉ cần đưa tay lên mà không cần phải đợi đến lượt xướng danh. Cho dẫu người đậu thứ 73, tức cuối cùng nếu muốn chọn về hai đơn vị tổng trừ bị kể trên chỉ cần đưa tay lên. Yêu cầu sẽ được chấp thuận ngay."*

Bác Sĩ Nghiêm Sỹ Tuấn liền đưa tay, vị sĩ quan phụ trách thoáng ngạc nhiên do thấy anh mong manh, gầy, nhỏ. "Anh chọn gì?" Tuấn đáp gọn: "Nhảy Dù." Sau khi ký giấy tờ, anh bước ra khỏi phòng, không cần để ý đến ai sẽ đi đâu, và bao giờ buổi lễ chấm dứt. Bác Sĩ Nghiêm Sỹ Tuấn chọn Nhảy Dù không do bất ngờ, ngẫu hứng bởi trước đây anh đã viết ra lời:

Cung Dâu dựng nhắm phương nào
Ngập ngừng tên cỏ ngày cao chất chồng
Mai sau đó gửi về không
Bóng vươn tinh đẩu mơ vùng núi cao.

Vâng, qua bài thơ *Tuổi Đứng*, Nghiêm Sỹ Tuấn hóa ra đã chọn sẵn nghiệp phận binh đao, dẫu anh là bác sĩ dân y nhà nước trưng tập, thêm điều kiện thể chất không đáp ứng đủ yêu cầu của chiến trường với chiều cao, sức nặng. Nhưng quả thật, anh đã quyết định trước. *Bóng vươn tinh đẩu mơ vùng núi cao!* **Anh phải tới nơi rất cao. Nơi đó chỉ một mình anh.**

2.

Bác Sĩ Nghiêm Sỹ Tuấn hẳn không chọn binh chủng Nhảy Dù do được khích động, quyến rũ từ hình tượng "áo hoa nón đỏ" mà phần đông thành phần quân nhân tình nguyện, sĩ quan chuyên nghiệp võ bị tốt nghiệp Đà Lạt, Thủ Đức, Đồng Đế đã nồng nhiệt ghi danh. Anh thuộc về một mẫu người khác, ở nơi khác (khác thế nào chúng ta sẽ tìm hiểu sau), nhưng có thể nói trước rằng Nghiêm Sỹ Tuấn là người Trọng Kỷ Luật – Giữ Nguyên Tắc. Triết lý sống của anh giữa xã hội, với đồng nghiệp, với quân đội là Chiến Đấu –Kỷ Luật – và Vị Tha. Anh quan niệm như thế và sống đúng như thế. Giữa những năm 1960, khi đang làm báo Tình Thương của sinh viên Y Khoa, là những năm biến động, hỗn loạn toàn miền Nam, ngoài tiền tuyến chiến tranh ngày càng ác liệt lan rộng, dâng cao với chết chóc, tàn phá; trong khi hậu phương là một mặt trận khác với những cuộc biểu tình liên tục, vòng kẽm gai, và lựu đạn cay trải dài, chắn ngang, rối tung trên khắp các đường phố. Sài Gòn đã là một diễn trường tệ hại với những cuộc tranh giành quyền lợi giữa các phe nhóm, các cá nhân cấp tướng lãnh, chỉ huy quân đội. Người Lính – Lính Nhảy Dù từ mặt trận chuyển về Sài Gòn với quần áo còn nguyên mùi bùn, mùi máu im lặng phẫn uất đứng giữa sỉ nhục, lăng mạ và đá ném từ đám đông nhân danh tôn giáo và dân tộc! *Y sĩ Trung Úy Nghiêm Sỹ Tuấn tình nguyện đứng cùng một phía những Người Lính nầy* – Thế hệ tuổi trẻ Miền Nam chịu đựng khổ nạn một cách khắc kỷ mà không hề nói lên lời ta thán. Buổi chọn lựa đơn vị Nhảy Dù trong ngày mãn khóa càng được soi rõ: *Bác sĩ dân y trưng tập không buộc phải thi hành nghĩa vụ quân sự nơi đơn vị tác chiến.* Thế nhưng, Trung úy Nghiêm Sỹ Tuấn, Bác Sĩ Tiểu Đoàn 6 Nhảy Dù đã chọn đúng đơn vị. Lính Nhảy Dù trả đủ nợ máu với quê hương Miền Nam cho đến sáng 30 Tháng Tư, 1975 ngay trước cổng Trại Hoàng Hoa Thám – Nơi năm xưa ngày ra trường 1965, anh đã hãnh diện đi vào với thể hình gầy, nhỏ nhưng cất tiếng mạnh mẽ.. *Nhảy Dù… Nhảy Dù... Cố gắng... Cố gắng...* Hơn thế nữa, Nghiêm Sỹ Tuấn còn là một *Con Người Khác.*

   3.

   Nghiêm Sỹ Tuấn là một con người khác. Người của thế giới im lặng với Sách. Người sống trực tiếp với Chữ. Sống trực tiếp nghĩa đen và nghĩa bóng. Anh tiếp xúc thẳng với Nam Hoa Kinh, Đạo Đức Kinh qua Hán Văn. Anh hiểu nghĩa huyền vi của *"Đạo khả Đạo phi thường Đạo. Danh khả Danh phi thường Danh. Vô danh thiên địa chi Thủy. Hữu danh vạn vật chi Mẫu. Huyền chi hựu huyền"* từ Hán Ngữ. Người đã học, sử dụng Hán Văn ắt hiểu trực tiếp hình tượng của Hán Ngữ là hiện thực cấu trúc của thế giới siêu hình. Đại Sư Yogananda (1893-1952) định nghĩa: *Chữ là biểu hiện của Thánh Linh (Holy Ghost).* Đại Sư người Ấn thực hành Mật Tông nên nói về Lý Thiên Chúa ắt hẳn có Tính Tín Xác cao. Nghiêm Sỹ Tuấn hiểu Chữ-Nghĩa từ yêu cầu của đời sống / Cho chính đời sống. Thế nên anh viết truyện ngắn Para Bellum với chủ ý từ thành ngữ La-Tinh: **Para Bellum** - *Si vis pacem, para bellum – Nếu Muốn Hòa Bình Hãy Chuẩn Bị Chiến Tranh* – Không những là yêu cầu sinh tử của Việt Nam Cộng Hòa trong thập niên 1960's mà của cả Việt Nam suốt Thế Kỷ 20 cho đến hiện nay, qua Thế Kỷ 21. Khổ thay do *chuẩn bị không kỹ / Không khả năng chuẩn bị / Không người chuẩn bị…* nên đã phải lâm hận với ngày 30/4/1975. Truyện ngắn Para Bellum của Nghiêm Sỹ Tuấn mấy người đã đọc, kể cả người ngồi ở Dinh Độc Lập, Bộ Tổng Tham Mưu Quân Lực VNCH?! Không hiểu ở Mỹ có ai đọc, hiểu đủ, đúng nghĩa, thực hiện vận động từ thành ngữ nầy không? Những người tên gọi Kennedy, McNamara, Kissinger, Nixon... Những người quyết định *"quyền chuẩn bị"* của Nam VN. Nói không quá, hóa ra phía cộng sản chuẩn bị kỹ hơn. Mao Trạch Đông, Chu Ân Lai, Hồ Chí Minh, Trường Chinh, Võ Nguyên Giáp chuẩn bị từ 1945, 1946, 1954, 1960... *Oan nghiệt thay họ chỉ chuẩn bị chiến tranh* – Thuần là vì chiến tranh. Ngay bây giờ Bắc Kinh cũng đang chuẩn bị - *Chuẩn bị chiến tranh* chứ không khác.

Trở lại chữ nghĩa của Nghiêm Sỹ Tuấn. Khi cùng dịch tác phẩm *Dưới Mắt Thượng Đế* của Hans Killian với Bác Sĩ Nguyễn Vĩnh Đức, dịch từ bản tiếng Pháp *Sous le Regard de Dieu* của Max Roth, Nghiêm Sỹ Tuấn còn cẩn trọng tham khảo thêm bản gốc tiếng Đức *Hinter Uns Steht Nur Der Herrgott*. Khi thực hiện công việc dịch thuật nầy, BS Tuấn chắc hẳn không chỉ muốn giới thiệu một tác phẩm chuyên môn phẫu thuật y khoa. Nghiêm Sỹ Tuấn muốn trình bày một điều quan trọng hơn: **Thượng Đế Có Thật.** Thượng Đế biểu hiện nơi những tế bào tinh tế hiện ra dưới kính hiển vi, diễn tiến biến hóa từ các ca mổ, lần hồi sinh mầu nhiệm của bệnh nhân… Không chỉ là tiến hóa của vật thể nguyên tử, phân tử qua phản ứng hóa học, tác động vật lý, nhưng là quá trình tiến hóa từ điều hành, chỉ huy bởi Thượng Đế – Quan điểm của Teilhard de Chardin (1881-1955) đã viết trong *Le Phénomène Humain* về Omega Point – Omega Point, điểm kết tụ cuối cùng với Thần Linh – Nhất Thể Thiên Chúa Christ của Công Giáo - Đạo của Đạo Đức Kinh mà Nghiêm Sỹ Tuấn trực quan tiếp cận qua Hán Văn. *"Thư sinh muôn thuở"* – Danh hiệu mà Bác Sĩ Nguyễn Vĩnh Đức đã thân ái gọi Tuấn quả có phần xác đáng.

Rất xác đáng. Bởi anh luôn đi tìm qua những suy nghĩ của Camus, Sartre, qua tư tưởng của Kant, Spinoza, v.v… để tìm trả lời cho câu hỏi của chính bản thân về cái nguyên lý đời sống và các nguyên tắc đạo đức đời người (principes éthiques)… *Ta là ai? Ta sống làm gì? Cái chết sẽ như thế nào?* Vấn đề mà Montaigne trong tập *Essais* đã lặp lại lời nói của Cicéron - *"philosopher ce n'est autre chose que s'apprêter à la mort / Bàn luận triết lý đó là không khác hơn sự tự sửa soạn cho cái chết."* (Nhận định của BS Đặng Vũ Vương về người bạn vấn số của mình).

Nhưng Nghiêm Sỹ Tuấn hoàn toàn không là một văn nhân / Người sống với chữ nghĩa; không là một nhà tư tưởng sống trong thế giới ý niệm, triết học, triết lý. Anh là một **Kẻ Sĩ Thuần Việt** sống đủ với Thân Phận Việt Nam.

4.

Nghiêm Sỹ Tuấn không viết những dòng chữ không nội dung. Nghiêm Sỹ Tuấn không nói những lời nói suông… Từ hỗn loạn Sài Gòn sau 1/11/1963, anh có một lập trường rõ rệt, phản đối mọi cuộc xuống đường, dù ở phe nhóm tôn giáo nào. Muốn cách mạng ư? Trước hết cách mạng bản thân mình trước. Anh tiên tri, dự đoán, viết ra đủ cảnh tượng hỗn loạn vô nghĩa sau một sự kiện gọi là "cách mạng / cách mạng xã hội chủ nghĩa": Giữa một thời thế, xã hội vật chất đang lên, (giá trị) tâm hồn tinh thần dần đi xuống. Anh là một trong những người cuối cùng chống đối lại. Anh viết ra lời chỉ rõ ngọn nguồn bi kịch Việt Nam, nói rõ những mưu toan sau hàng rào danh từ gọi là *"Cách mạng, dân chủ, độc lập"* mà phía cộng sản luôn sử dụng và sử dụng có hiệu quả… Bác nông phu người Việt chơn chất đã gục ngã vì bị lôi cuốn trong một hành trình phiêu lưu mà trong thâm tâm bác chỉ biết thương yêu gia đình, mảnh vườn, con trâu, thửa ruộng. Nhân danh những danh từ không hề biết nội dung kia, bác bị hy sinh! Ai cứu bác đây? Nghiêm Sỹ Tuấn chấp nhận trọng trách này. Mùa Xuân đối với anh không phải là nơi kinh đô phồn hoa mà là đồng mạ xanh rì dải nước phù sa loáng ánh mặt trời, dâng sương sớm…

Nghiêm Sỹ Tuấn cố gắng thoát khỏi thân riêng, tìm kiếm và tạo dựng cộng hưởng nơi người chung quanh, cụ thể những người lính mà anh chọn lựa đứng cùng đội ngũ trong lần tình nguyện đi Nhảy Dù. Hành vi chứng tỏ với bản thân khả năng phục vụ tha nhân qua nhiệm vụ của một quân y sĩ (bình thường) trong những hoàn nguy nan nơi chiến địa. Anh nhìn ra rất rõ và rất đúng *Tinh Thần Para Bellum*:

"Chiến tranh chỉ xấu và tàn bạo trong mắt những người đứng xa chỉ trỏ. Nên người phải ngừng hay tiếp tục nó (Chiến Tranh) với những lý do đẹp đẽ. Cha ông chúng ta xưa kia đã nhất định tiếp tục nó, và đã chiến thắng, chắc vì hiểu rằng trật tự và kỷ luật trong sức mạnh của Con Người."

Nghiêm Sỹ Tuấn thấy ra lớn lao và thất bại của Dân Tộc Việt:

"Nhưng ngàn năm và trăm năm tranh đấu có lẽ hơn nhiều,

chúng ta thừa hưởng dễ dàng quá, nên chóng mệt mỏi. Đến độ không dám kiến tạo... Màu xám đất mầu, đục lờ nước ruộng, áo tơi nón lá cày cuốc dưới mưa phùn mù mịt giá căm, đò đồng xộc xệch tròng trành trên mông mênh ruộng ngập, vốn là những phong cảnh lạt lẽo của quê hương. Bởi vì chúng ta đã sinh ra và sống ở đó... Bởi có ai mất thời giờ ngồi trong bóng tối ngắm cử chỉ tầm thường mà trang nghiêm của người nông phu gieo mạ, bóng tay vươn đến tận sao trời?"

Y Sĩ Trung Úy Nghiêm Sỹ Tuấn với ý thức tự do, đã đi tới chọn lựa: Tự nguyện dấn thân vào một cuộc chiến tranh thảm khốc.

"... Làm gì có xương nào phơi vô nghĩa, càng vô nghĩa bao nhiêu càng ý nghĩa bấy nhiêu. Vả chăng xương nào thay được xương mình. Trái đậu thì hoa tàn. Hạt giống có chết cây mới nẩy mầm xanh, sao nói là vô nghĩa được... Cũng đừng buồn thấy lan nhược nở đỏ rồi rơi êm giữa rừng gai cằn cỗi. Cô đơn, đau khổ, gắng chịu một mình. Có thế mới thấy hết vẻ đẹp thanh tao của giếng êm, trăng rạng."

Không hề chủ trương hay cổ động chiến tranh, nhưng cuối cùng Y Sĩ Trung Úy Nhảy Dù Nghiêm Sỹ Tuấn đã chết do đạn cộng sản pháo kích khi đang cố băng bó vết thương cho một binh sĩ nơi địa đạo Khe Sanh một ngày Tháng 4, 1968. Bác Sĩ Tuấn ơi! Lính Tiểu Đoàn 6 Nhảy Dù trong cơn cận tử đã kêu lên... Bác sĩ... Bác sĩ?!

Kết Từ: Lá Thư thay lời kết

Quả thật tôi hết sức khi đến những dòng chữ của đoạn kết từ này, nên phải nhờ hình thức của một lá thư gửi bạn để nhỡ /rất có thể rơi vào một tình trạng quá độ nào đấy thì cũng có đường bào chữa, giảm khinh. Tình trạng kiệt sức nầy rất dễ nhận, đã xảy ra nhiều lần cho chính bản thân sau khi đã xong một việc quá sức mà thấy nỗ lực vượt sống / chết của mình cũng chẳng đi đến đâu! Xin nói thật như tình cảnh của ngàn, vạn của người Miền Nam sau đoạn đường *"học tập cải tạo"* thấy như không có ngày về, bước vào xóm nhà cũ ở Đa Kao, Tân Định, Bàn Cờ... hỏi ra mới biết vợ con đã vượt biên từ năm nào, và nghe như đã tan thân đâu đó trên biển, nơi rừng bên Cam Bốt. Chủ nhân căn nhà của mình đóng sập cửa đuổi đi với lời miệt thị khinh khi: *Đồ ngụy!* Tôi nói không quá và cũng không đủ sức tưởng tượng ra. Kể chuyện như trên để nhớ lại tháng Tư năm 1975 (vì bây giờ là tháng Tư, 2019.) Chạy từ Quảng Trị về Huế 70 cây số; từ Huế vào Đà Nẵng hơn 100 cây số. Chạy tiếp về Nha Trang, Phan Rang, Long Khánh, và cuối cùng ngồi bên lề đường Lê Lợi Sài Gòn sáng 30 để thấy chết dễ dàng hơn sống! Biết thế chết đi từ Mậu Thân 1968, Mùa Hè 1972 còn đỡ đau hơn không!

Trở lại chuyện Bác Sĩ Tuấn. Tháng 4, 1968 được mấy tiếng phép, từ mặt trận Nhị Bình, Hóc Môn tôi tới Chùa Ấn Quang để đưa đám Nguyễn Đức Cần, Khóa 19 Đà Lạt, Tiểu Đoàn 3 Nhảy Dù chết trận Khe Sanh đưa về. Trong câu chuyện nghe loáng thoáng… *Nó (cộng sản) pháo kích ghê lắm, toàn pháo 130 ly hoặc hỏa tiễn 122 ly bên kia Bến Hải, thằng 6 (Tiểu Đoàn 6 Dù) cũng bị nặng, chết đến cả bác sĩ...* Bác sĩ Tuấn ơi, hơn nửa thế kỷ sau mới nghe ra, biết đầy đủ về bác.

Cuối bài viết mới có lời Kính Điếu muộn gởi đến với Y Sĩ Trung Úy Nhảy Dù Nghiêm Sỹ Tuấn. Với lời tạ lỗi.

PHAN NHẬT NAM

Little Saigon, tháng Tư 1975 – 2019

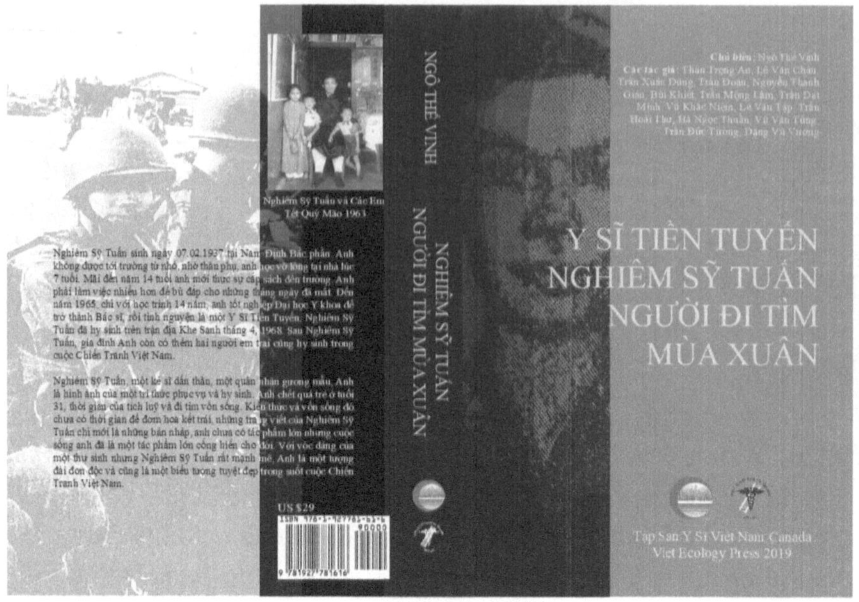

Một Cuốn Sách

Phạm Hồng Sơn

Đọc xong cuốn sách về một con người đã chết cách đây hơn nửa thế kỷ khi còn đương xuân, đương ở những năm tháng tiềm năng nhất về sức lực và trí lực, tự tôi dằn lòng nở một nụ cười lớn hạnh phúc cho riêng tôi.

Trầm mặc, bùi ngùi, thương xót, đau khổ, nhỏ lệ là một phản xạ nhân bản, hoặc, tệ hơn, một biểu hiện bề ngoài, rất đỗi tự nhiên của con người trước cái chết của con người. Cái tự nhiên đó dường như đã khiến chúng ta quên mất một điều, đối với con người sự hệ trọng nhất không phải sống hay chết mà là đã sống ra sao và được chết như thế nào. "Đã sống ra sao" là sự nỗ lực hay thiếu nỗ lực để sống cho xứng với tên gọi Con Người. "Được chết như thế nào" là "tử bất kỳ," là điều không phụ thuộc vào ý muốn của chúng ta. Nhưng tư thế của người chết, tinh thần của người chết, bi tráng, lẫm liệt hay vật vã, bi lụy, luôn luôn khiến những kẻ đang sống phải suy nghĩ. Một con người có tầm vóc hiếm có, chỉ được sống một cuộc sống ngắn ngủi so với tha nhân, đã luôn trăn trở, nỗ lực, chịu đựng trong âm thầm cho tới tận lúc chết để bước và vươn cao hơn trên những bậc thang về cả trí tuệ lẫn nhân phẩm, được biết một Con Người như thế trong một cuộc đời còn nhiều ô trọc tại sao ta không hạnh phúc?

Nhưng cuốn sách không chỉ khiến ta phải ưu tư về đời người, không chỉ làm ta ngưỡng mộ, rung cảm về một cá nhân, một Con Người, một đồng bào máu thịt, cuốn sách còn cho ta những cảm nhận vô cùng sống động tới mức như được sống hoặc được sống lại với một thế hệ thanh niên của dân tộc Việt Nam trong một không gian, một giai đoạn đặc biệt. Đó là phần lãnh thổ phía Nam của Việt Nam trong thời hậu thuộc địa với một chính thể phi cộng sản. Đối với những người đã từng sống trong không gian đó, chế độ đó, cố nhiên cuốn sách sẽ làm hiện lại những ký ức vui buồn, những kỷ niệm sôi nổi, thân thương của một thời -- thời Việt Nam Cộng Hòa.

Đối với những người, do tuổi tác hoặc do biến cố chính trị, chưa có cái may mắn được sống trong chế độ đó sẽ thấy cuốn sách là một tư liệu trung thực, nghiêm cẩn để hiểu thêm, hiểu đúng về một xã hội, một chế độ chính trị do chính người Việt Nam chúng ta đã tự tìm tòi, xây dựng và bồi đắp hướng theo nhân bản, dân chủ đích thực bất chấp nghịch cảnh. Cái chế độ đó, xã hội đó, đương nhiên, không hoàn hảo, nhưng những gì, chỉ những gì được các tác giả kể lại, ghi lại một cách đa chiều, chân thành, chừng mực, cũng cho tất cả mọi người Việt Nam có lòng thành thật phải thấy ngay rằng rất nhiều điều quý giá, quý giá một cách cơ bản lẽ ra chúng ta đã phải có vẫn không có.

Đối với những người đã từng đọc nhiều về ký ức chiến tranh, về văn chương Việt Nam đương đại qua ngả phi chính thống sẽ được gặp lại những chứng nhân có những bút lực thâm hậu như Phan Tấn Hải, Phan Nhật Nam, Trần Mộng Tú, Trần Hoài Thư, cùng nhiều nhân chứng lịch sử khác. Đặc biệt, đối với một số thanh niên Việt Nam hôm nay – những người vẫn giữ được sự bén nhạy của lương tri – có thể thấy những gợi mở, cảm hứng, sức mạnh đặc biệt không bao giờ có thể tìm thấy trong học đường, trong sách vở của chế độ hiện hành; hoặc chỉ đơn giản họ sẽ có thêm nghị lực cho một vài khó khăn, lúng túng thường có của tuổi trẻ, rồi để đến một ngày, một ngày nào đó, sẽ cũng ra đi – chia tay cuộc đời trần thế. Đương nhiên, một cuốn sách được thai nghén từ sự trăn trở bởi Con Người, của Con Người, cho Con Người, và riêng tư hơn, vì sự tồn vong của một Dân Tộc sẽ phải mang lại nhiều suy tư, hệ quả hơn rất nhiều những gì vừa được chia sẻ.

Đó là cuốn sách *Y Sĩ Tiền Tuyến Nghiêm Sỹ Tuấn – Người Đi Tìm Mùa Xuân* của một nhóm tác giả, do Ngô Thế Vinh chủ biên, được ra mắt vào đúng ngày 30 tháng Tư năm 2019. Đối với riêng tôi, cái nhan đề mộc mạc, bình dị này hoàn toàn tương hợp với tinh thần, nội dung cao cả của cuốn sách và nhân vật của cuốn sách. Sự cao cả luôn bình dị.

Phạm Hồng Sơn

07/07/2019

Kết Từ

Vũ Khắc Niệm, *sinh năm 1936 tại Thái Bình, di cư vào Nam 1954, Trung học Nguyễn Trãi Hà Nội, Chu Văn An Sài Gòn, tốt nghiệp Y Khoa Đại học Sài Gòn 1964. Y sĩ trưởng Tiểu Đoàn 8 Nhảy Dù, Y sĩ trưởng Bệnh Viện Đỗ Vinh, Tiểu Đoàn Trưởng Tiểu Đoàn Quân Y kiêm Y sĩ trưởng Sư Đoàn Nhảy Dù. Tốt nghiệp lớp Chỉ Huy và Tham Mưu Cao Cấp. Về Trường Quân Y 1974. Cấp bực cuối cùng Trung Tá. Di tản khỏi Việt Nam sau 1975, định cư và trở lại hành nghề Y khoa ở Dallas, Texas Hoa Kỳ.*

Y sĩ Trung tá
Vũ Khắc Niệm

Nghĩ Tới Một Bệnh Viện
Mang Tên Nghiêm Sỹ Tuấn

VŨ KHẮC NIỆM

Khi nhận được điện thư của BS Ngô Thế Vinh vài tháng trước đây hỏi tài liệu về một đồng nghiệp và đồng đội trong Quân Y Nhảy Dù hy sinh cách đây cũng đã 50 năm khi làm Y Sĩ Trưởng Tiểu Đoàn 6 Nhảy Dù: Bác sĩ Nghiêm Sỹ Tuấn, tôi đã vô cùng bối rối vì tôi không có gì để gửi cho Vinh cả, ngoại trừ một tấm hình đã cũ do Lê Văn Châu gửi cho khi tôi toan tính làm một Tập San Quân Y Nhảy Dù nhiều năm trước đây.

Tôi không được hân hạnh biết Ngô Thế Vinh nhiều cho đến khi về Trường Quân Y trong những ngày cuối của cuộc chiến. Biết rõ tính nghiêm túc của Vinh, tôi đành thú thực là tôi đã không giúp gì được cho công việc của Vinh và các bạn đang muốn ghi lại cuộc đời đặc biệt của một con người đặc biệt Nghiêm Sỹ Tuấn.

Nghiêm Sỹ Tuấn học Y khoa chỉ sau tôi một lớp, tuy gặp nhau nhiều ở trường Y Khoa, trong các bệnh viện nhưng ít chuyện trò vì Tuấn kín đáo, ít nói. Tôi ra trường về Nhảy Dù cùng Đỗ Vinh

gần hai năm trước khi Tuấn gia nhập Quân Y Nhảy Dù. Tôi ngạc
nhiên khi biết Tuấn quyết định về đơn vị này. Riêng lớp chúng
tôi, khi mãn khóa không ai được chọn chỗ mà chỉ định đơn vị theo
một danh sách đã được Cục Quân Y in sẵn không hiểu bằng cách
nào, nhưng cũng nghe nói, có khóa sinh viên Quân Y tốt nghiệp có
quyền chọn đơn vị theo điểm cao thấp.

Trong thời gian ngắn ngủi Nghiêm Sỹ Tuấn ở Nhảy Dù tôi
cũng ít được gặp. May mắn khi Tuấn đang học nhảy dù, vì một y
sĩ khác cùng khóa Nhảy Dù với Tuấn đã gặp khó khăn khi anh ấy
nhảy "chuồng cu" nên anh ta đòi bỏ cuộc mặc dù tôi sang Trung
Tâm Huấn Luyện Nhảy Dù hàng ngày trấn an, khuyến khích mà
không có kết quả nhưng tôi có dịp chuyện trò với Nghiêm Sỹ Tuấn
vài lần ngắn ngủi. Tuấn vui vẻ và hăng hái trong mọi giai đoạn của
chương trình huấn luyện.

Những người Bạn Nhảy Dù của Nghiêm Sỹ Tuấn, từ phải: BS
Vũ Khắc Niệm, BS Lê Văn Châu / Trang Châu, BS Trần Đoàn
đang chờ lên phi cơ cho một Saut nhảy dù, cả ba đều có bài viết
trong Tuyển Tập Nghiêm Sỹ Tuấn.

[Tư liệu BS Vũ Khắc Niệm]

Tôi còn nhớ mãi một buổi sáng trong căn cứ Hoàng Hoa
Thám, tôi như thường lệ xuống câu lạc bộ Tiểu Đoàn Quân Y ăn

sáng thì thấy anh Hoàng Cơ Lân đã ngồi đó tự bao giờ, mắt anh đỏ mặt buồn rầu nói với tôi: Nghiêm Sỹ Tuấn chết rồi, nhờ toa báo cho anh em biết; xong anh về văn phòng. Tôi sững sờ đứng im lặng, hình ảnh Tuấn trong nón sắt đeo dù mờ ảo hiện về.

Hôm nay, Ngô Thế Vinh gửi cho tôi những bài vở và hình ảnh trong *Tuyển Tập Nghiêm Sỹ Tuấn* gần hoàn tất, tôi đã đọc và qua những bài viết của bạn hữu cũng là những người tôi hân hạnh quen biết, và có người tôi chỉ nghe danh nhưng tất cả là những người có uy tín mà tôi rất mến phục. Cùng với những bài vở do chính Nghiêm Sỹ Tuấn viết đã làm tôi có cái nhìn rộng hơn về Nghiêm Sỹ Tuấn, một con người vô cùng đặc biệt với những hiểu biết sâu rộng nhưng vô cùng khiêm tốn.

Chúng ta đã mất đi một người bạn, một tài năng hiếm hoi trong cái tuổi quá trẻ. Nghiêm Sỹ Tuấn đã không có dịp đem những tiềm năng dồi dào ấy hiến dâng cho đời, tiếc thay!

Suy nghĩ miên man tôi tự hỏi sao chúng ta không có một cơ sở y tế quân đội nào, một bệnh viện nào mang tên Nghiêm Sỹ Tuấn để tên Anh được nhiều người biết và nhắc đến như Đỗ Vinh, Lê Hữu Sanh, Trần Ngọc Minh…

Nhưng với đức tính khiêm cung thực sự của một kẻ sĩ, tôi nghĩ Nghiêm Sỹ Tuấn chỉ cần một số bạn bè thân thiết thấu hiểu Anh là đủ.

Tôi xin nhân danh một đồng nghiệp, một đồng đội của Nghiêm Sỹ Tuấn trong Quân Y Nhảy Dù cảm ơn Ngô Thế Vinh và các bạn hữu của Tuấn đã dành công sức tạo nên Tuyển Tập này để thế hệ mai sau còn có người nhớ tới Nghiêm Sỹ Tuấn, con người với cuộc sống ngắn ngủi nhưng đầy ý nghĩa.

VŨ KHẮC NIỆM

Dallas, Texas 16.04.2019

C

E

F

G

H

U

V

www.ingramcontent.com/pod-product-compliance
Lightning Source LLC
Chambersburg PA
CBHW030658190726
48286CB00001B/80